AF765023

ഗ്രീൻ ബുക്സ്

ഒരു കടങ്കഥപോലെ ഭരതൻ

ജോൺപോൾ

എഴുത്തുകാരൻ, സാമൂഹ്യപ്രവർത്തകൻ,
തിരക്കഥാകൃത്ത്, ഫിലിം നിർമ്മാതാവ്.
1950 ഒക്ടോബർ 29ന് എറണാകുളം ജില്ലയിൽ ജനനം.
സാമ്പത്തികശാസ്ത്രത്തിൽ എം.എ. ബിരുദം. ഗ്രന്ഥശാലാ
പ്രസ്ഥാനത്തിലും ഫിലിം സൊസൈറ്റി പ്രവർത്തനത്തിലും
സജീവമായിരുന്നു. ടെലിഫിലിമുകളും ഡോക്യുമെന്ററികളും
നിർമ്മിക്കുകയും എഴുതുകയും സംവിധാനം ചെയ്യുകയും ചെയ്തു.
ദേശസാൽകൃത ബാങ്കിൽ 1972 മുതൽ 1983 വരെ സേവനമനുഷ്ഠിച്ചു.
പിന്നീട് ചലച്ചിത്രമേഖലയിൽ സജീവമായി.

അവാർഡുകൾ: *മികച്ച ചലച്ചിത്ര ഗ്രന്ഥത്തിനും മികച്ച ടെലിഫിലിം
കഥയ്ക്കുമുള്ള അവാർഡ്, തിരക്കഥയ്ക്കും ഡോക്യുമെന്ററിക്കുമുള്ള
ക്രിട്ടിക്സ് അസോസിയേഷൻ അവാർഡ്, മികച്ച സംവിധായകനുള്ള
സംസ്ഥാന അവാർഡ്, മികച്ച പരിസ്ഥിതി ചിത്രത്തിനുള്ള ദേശീയ
അവാർഡ്, അന്താരാഷ്ട്ര നിരൂപക സംഘടനയായ ഫിപ്രസിയുടെ
പ്രത്യേക ജൂറി അവാർഡ്.*

ഇതര കൃതികൾ: *എം.ടി. - ഒരനുയാത്ര, എന്റെ ഭരതൻ തിരക്കഥകൾ,
പ്രതിഷേധം തന്നെ ജീവിതം, സ്വസ്തി, കാലത്തിനു മുൻപേ നടന്നവർ,
ഇതല്ല ഞാനാഗ്രഹിച്ചിരുന്ന സിനിമ, കഥയിതു വാസുദേവം, സൃഷ്ടിയുടെ
കഥ സ്രഷ്ടാവിന്റെയും (എഡിറ്റർ), യാത്ര, ഉത്സവപ്പിറ്റേന്ന്,
മധു: ജീവിതവും ദർശനവും, വിസ്മയാനുഭൂതികളുടെ പുരാവൃത്തം,
പവിത്രം ഈ സ്മൃതി, സവിധം, പ്രതിഭകൾ മങ്ങുന്നതെന്തുകൊണ്ട്?
കിനിമയുടെ ആദ്യനാൾ വഴികളിലൂടെ, വിഗ്രഹഭഞ്ജകർക്കൊരു പ്രതിഷ്ഠ,
മോഹനം ഒരു കാലം, രചന, മുഖ്യധാരയിലെ നക്ഷത്രങ്ങൾ,
സ്മൃതി ചിത്രങ്ങൾ, വസന്തത്തിന്റെ സന്ദേശവാഹകർ.*

ഇ-മെയിൽ: *touchjohnpaul@gmail.com*

ഓർമ്മ

ഒരു കടങ്കഥ പോലെ
ഭരതൻ

ജോൺപോൾ

ഗ്രീൻ ബുക്സ്

green books private limited
gb building, civil lane road, ayyanthole,
thrissur- 680 003, kerala, ph: +91 487-2381066, 2381039
website: www.greenbooksindia.com
e-mail: info@greenbooksindia.com

malayalam
oru katamkathapole bharathan
memoirs
by
john paul

first published august 2009
reprinted august 2017

cover design : rajesh chalode

branches:
thrissur 0487-2422515
palakkad 0491-2546162
kannur 0497-2763038
thiruvananthapuram 8589095301

isbn : 978-81-8423-149-6

GBPL/294/2010/X002

മുഖക്കുറി

ഭരതൻ എന്ന പ്രതിഭാശാലിയായ ചലച്ചിത്രകാരനെ മുൻനിർത്തി ജോൺപോൾ എഴുതിയ പുസ്തകമാണിത്. ഭരതന്റെ ജീവിതം ജോൺപോളിന്റെ കുറിപ്പുകളിലൂടെയും, ആത്മകഥനങ്ങളിലൂടെയും നമ്മെ തേടിയെത്തുന്നു. ഭരതന്റെ സഹധർമ്മിണി കെ.പി.എ.സി. ലളിത, സഹപ്രവർത്തകർ എന്നിവരിലൂടെയാണ് ഇതിലെ കഥനങ്ങൾ ഇതൾവിരിയുന്നത്. സിനിമ ജനപ്രിയമാകട്ടെ, കലാപരമാകട്ടെ സർഗ്ഗധനന്മാർക്കും പ്രതിഭാശാലികൾക്കുമുള്ള ഒരിടമാണ്. ജീനിയസ്സുകൾക്ക് ചിട്ടപ്പടിയുള്ള, യുക്തിഭദ്രമായ ഒരു ജീവിതമുണ്ടാകണമെന്ന് ചരിത്രസാക്ഷ്യങ്ങൾ വച്ചു നമുക്കു ശഠിക്കാനാകില്ല. പ്രകടമായ താളംതെറ്റലുകളിലൂടെയാണ് പലപ്പോഴും അവരുടെ ജീവിതം പ്രശോഭിതമാകുന്നത്. വരകളുടെയും വർണ്ണങ്ങളുടെയും ലോകത്ത് അഭിരമിച്ചു നടന്ന ഭരതന്റെ ജീവിതത്തിനും ഇങ്ങനെ ഒരു വശമുണ്ട്. അതനാവൃതമാക്കുന്നത് ഒരു പാപമായി ജോൺപോൾ എന്ന എഴുത്തുകാരൻ കരുതുന്നില്ല. പി.എൻ. മേനോൻ, ജോൺ എബ്രഹാം, ഭരത്ഗോപി, ശ്രീവിദ്യ, പവിത്രൻ, കലാമണ്ഡലം ഹൈദരലി തുടങ്ങിയവരുടെ ചൂടുനിശ്വാസങ്ങളും ഈ പുസ്തകത്താളുകളിലുണ്ട്. അനന്തമായ കാലത്തിലേക്ക് അവരെല്ലാം കടന്നുപോയി. ഓർമ്മയുടെ ഊർജ്ജവും വെളിച്ചവും ഉൾക്കൊള്ളുന്ന ഈ കൃതി വായിക്കുന്നത് ആഹ്ലാദകരമായ ഒരനുഭവമാണ്. ഭരതന്റെ ഓർമ്മയ്ക്കു മുൻപിൽ അഭിവാദനങ്ങളോടെ,

കൃഷ്ണദാസ്
മാനേജിങ് എഡിറ്റർ

എഴുത്തുവിദ്യയുടെ ലളിതാത്മകത

ബി. ഉണ്ണിക്കൃഷ്ണൻ

തന്റെ 'ഭരതന്റെ പുസ്തക'ത്തിന് ഒരു കുറിപ്പെഴുതിത്തരണമെന്ന് അങ്കിൾ (ജോൺ പോൾ ഞങ്ങൾക്കൊരു പാടുപേർക്ക് അങ്കിളാണ്) എന്നോടാവശ്യപ്പെട്ടപ്പോൾ എനിക്കൊരന്ധാളിപ്പു തോന്നി. ഞാനേറെ ആദരിക്കുകയും സ്നേഹിക്കുകയും ചെയ്യുന്ന രണ്ടു ചലച്ചിത്രകാരന്മാരുടെ ഗാഢസൗഹൃദത്തെ, അവരുടെ രാഗദ്വേഷങ്ങളെ, അവരെ നിർവ്വചിച്ചിരുന്ന ഇച്ഛകളെ, കാമനകളെ, ഒരാളുടെ മരണശേഷം മറ്റേയാൾ ഓർത്തെടുത്തു വരഞ്ഞിടുന്ന സ്മൃതിലിഖിതങ്ങൾക്ക് അപരനു അപ്രാപ്യമായ ഗൂഢസ്വകാര്യതയാണുള്ളത്. ആ സ്വകാര്യതയുടെ ഖേദഹർഷങ്ങൾക്ക് ഒരു മുന്നുര തീർക്കുക എളുപ്പമുള്ള ജോലിയല്ല. അതിൽ ഔചിത്യത്തിന്റേതായ ചില വിഷമപ്രശ്നങ്ങളുണ്ട്. എന്നാൽ ഏതൊരോർമ്മക്കുറിപ്പും, ആത്മകഥാഖ്യാനവും പൊതുവായനയ്ക്കായി തുറക്കപ്പെടുമ്പോൾ അതിന്റെ സ്വകാര്യത വ്യക്തിനിഷ്ഠതയിൽനിന്ന് വിച്ഛേദിക്കപ്പെട്ട് സവിശേഷമായൊരു ആഖ്യാനധർമ്മമായി പുനർനിർവ്വചിക്കപ്പെടുകയും വായനക്കാരന്റെ ഇടപെടലുകളെ ഉൾക്കൊണ്ടുകൊണ്ടു വികസിക്കുന്ന ഒരു പാഠമായി പരിണമിക്കുകയും ചെയ്യുന്നുണ്ട് എന്നതാണു വസ്തുത. വായനയുടെ ഈ ജനാധിപത്യത്തിൽ വിശ്വാസമർപ്പിച്ചുകൊണ്ടാണ് ഞാനീ ചെറുകുറിപ്പെഴുതുന്നത്.

ഭരതനും ജോൺപോളും ചേർന്ന് നമ്മൾ എല്ലായ്പോഴും ഓർമ്മിക്കുന്ന കുറെ നല്ല ചിത്രങ്ങളൊരുക്കിയിട്ടുണ്ട്. എക്കാലത്തെയും എന്റെ പ്രിയപ്പെട്ട സിനിമകളിലൊന്ന് 'ചാമര'മാണ്. ജോൺപോളിന്റെ ഭരതൻ തിരക്കഥകൾ സമാഹരിക്കപ്പെട്ടപ്പോൾ 'ചാമര'ത്തെക്കുറിച്ചൊരു കുറിപ്പെഴുതിയതു ഞാനായിരുന്നു. പൊതുവെ, ഭരതനെക്കുറിച്ചു പറയുമ്പോഴോ, എഴുതുമ്പോഴോ, ആദ്യം കൂട്ടിക്കെട്ടുന്ന പേരു പത്മരാജന്റേതാണ്. ഭരതനുമായി ഏറ്റവും ഗാഢമായ സൗഹൃദം രചനാപരമായും

വ്യക്തിപരമായും അനുഭവിച്ച ഒരെഴുത്തുകാരൻ, ആ സവിശേഷ സൗരഭത്തെ ഓർമ്മക്കുറിപ്പുകളിലേക്കു പരിഭാഷപ്പെടുത്തുമ്പോൾ, ഒരെഴുത്തുകാരൻ എന്ന നിലയിൽ താൻ ചെറുതായെങ്കിലും (പത്മ രാജപ്രതിഭയിൽ) പാർശ്വവത്കരിക്കപ്പെട്ടതിന്റെ അമർഷമോ ദ്വേഷമോ വ്യാംഗ്യമായെങ്കിലും പ്രകാശിപ്പിക്കുക സ്വാഭാവികം. പക്ഷേ, ഇത്ത രത്തിലുള്ള ഒരു രോഷ പ്രകടനമോ നിരാശാബോധമോ ജോൺപോ ളിന്റെ എഴുത്തിലില്ല. എന്നാൽ, ഭരതനോടുള്ള രാഗദ്വേഷബന്ധത്തെ സമർത്ഥമായി സൂചിപ്പിക്കുന്ന Crisp Writing ഈ പുസ്തകത്തിന്റെ പല ഭാഗങ്ങളിലുമുണ്ട്.

(i) "ഭരതൻ എന്റെ നെറുകയിൽ ചൊരിഞ്ഞതുപോലെ സ്നേഹവും വാത്സല്യവും അലിവും അൻപും മറ്റൊരാളും എനിക്കീ ജന്മത്തു പകുത്തുതന്നിട്ടില്ല. ഭരതൻ എന്നെ നൊമ്പരപ്പെടുത്തിയതുപോലെ, തള്ളിപ്പറയുകയും നിരാകരിക്കുകയും കൈയൊഴിയുകയും ചെയ്ത തുപോലെ ഈ ജന്മത്തിൽ ഇത്ര നിഷ്ഠുരമായി ആരും എന്നോടു പെരുമാറിയിട്ടില്ല....

(ii) "മനസ്സിന്റെ ശ്രീകോവിലിൽ പ്രതിഷ്ഠയായി എന്നും പ്രണമി ക്കാനും ക്രൗന്ദവെറികളോടെ തച്ചുടച്ചു ഭസ്മമാക്കുവാനും ഒരേ വീർപ്പിൽ ഞാനാഗ്രഹിച്ചുപോയിട്ടുണ്ട് ഈ മൂർത്തിയെ....

ഭരതനോടുള്ള ഹൃദയബന്ധത്തിൽ ഉള്ളടങ്ങിയിട്ടുള്ള ഈ ambivalence ജോൺപോളിന്റെ തിരക്കഥകളെ എങ്ങനെ അബോധമായി സ്വാധീനിച്ചിട്ടുണ്ട് എന്നു പരിശോധിക്കുന്നത് പുതിയ ഉൾക്കാഴ്ചകൾ ക്കിടയാക്കും എന്നാണു ഞാൻ കരുതുന്നത്. ഭരതന്റെ സർഗ്ഗാത്മ കതയോടുള്ള അളവില്ലാത്ത ആരാധന ജോൺപോളിന്റെ ഓർമ്മക്കു റിപ്പുകളിലുടനീളമുണ്ട്. ഇത്രയ്ക്കു സർഗ്ഗാത്മകമായ അധീശത്വം പുലർത്തുന്ന ഒരു സംവിധായകനുവേണ്ടി തിരക്കഥകൾ രചിക്കു മ്പോൾ സ്വാഭാവികമായി ഉണ്ടാകാവുന്ന സമ്മർദ്ദങ്ങൾക്കുപുറമേയാ ണ്, പത്മരാജനുമായി നിരന്തരം താരതമ്യം ചെയ്യപ്പെടാനിടയാകുന്ന തിന്റെ വെല്ലുവിളികൾ.

എഴുത്തുകാരനും സംവിധായകനും തമ്മിലുള്ള സൃഷ്ടിപരമായ ബന്ധത്തെക്കുറിച്ച് ഭരതൻ പറഞ്ഞ വാക്കുകൾ ജോൺപോൾ ദീർഘ മായി ഉദ്ധരിക്കുന്നുണ്ട്. റിപ്പോർട്ട് ചെയ്യപ്പെട്ട ഈ വാക്കുകളിൽ ഫ്രോയിഡ് പറഞ്ഞ ഒരു സെക്കന്ററി റിവിഷൻ ഉണ്ടെന്നു ഞാൻ കരു തുന്നു. തലേന്നു കണ്ട ഒരു സ്വപ്നത്തെ ഓർത്തെടുത്തു പിറ്റേന്നു മറ്റുള്ളവരോടു നമ്മൾ പറയുമ്പോൾ, നമ്മുടേതായി നടത്തുന്ന ചില കൂട്ടിക്കിഴിക്കലുകളേയും Gap Filling നേയുമാണു ഫ്രോയിഡ്

സെക്കന്ററി റിവിഷൻ എന്നു വിളിച്ചത്. ഭരതന്റെ വാക്കുകൾ ജോൺപോൾ റിപ്പോർട്ട് ചെയ്യുമ്പോഴും ഇതു സംഭവിക്കുവാനുള്ള സാധ്യതയുണ്ട്. താനും സംവിധായകനും തമ്മിലുള്ള ബന്ധത്തെ ആദർശവത്ക്കരിച്ചുകൊണ്ടു രണ്ടു സ്വത്വബോധങ്ങൾക്കിടയിൽ അനിവാര്യമായി നിലനില്ക്കേണ്ട സംഘർഷങ്ങളെയും വൈരുദ്ധ്യങ്ങളെയും നിർവ്വീര്യമാക്കുന്ന ജോൺപോളിന്റെ എഴുത്തിന്റെ സങ്കീർണ്ണതകൾ ആഴത്തിൽ പഠിക്കപ്പെടേണ്ടതുണ്ട്. ജോൺപോൾ വിശദമായി പ്രതിപാദിക്കുന്ന ഭരതൻ - ശ്രീവിദ്യ-ലളിത ബന്ധം, ഭരതന്റെ വ്യക്തിജീവിതത്തെ സംബന്ധിക്കുന്ന കാര്യങ്ങൾ വലുതായൊന്നും അറിയാത്ത എന്നെപ്പോലൊരാൾക്ക് പുതിയൊരറിവാണ്. പക്ഷേ, ആ അറിവ് ഭരതനെന്ന ചലച്ചിത്രകാരനെ കൂടുതൽ തെളിവോടെ മനസ്സിലാക്കുവാൻ സഹായകമാണോ എന്നതിൽ സംശയമുണ്ട്. "ലളിതയ്ക്കുള്ളതു ലളിതയ്ക്കും, വിദ്യയ്ക്കുള്ളതു വിദ്യയ്ക്കും" എന്ന മട്ടിൽ ജോൺപോൾ നടത്തുന്ന ഉദാത്തവത്ക്കരണം ഒരല്പം പുരുഷകേന്ദ്രീകൃതമായിപ്പോയില്ലേ എന്ന സന്ദേഹം എനിക്കുണ്ട്. പുരുഷന്റെ ഇച്ഛകൾ പൂർണ്ണമായി അറിഞ്ഞ്, പ്രതിഷേധമില്ലാതെ ഏറ്റുവാങ്ങുന്ന സ്ത്രീരൂപങ്ങളായി ലളിതയും ശ്രീവിദ്യയും ജോൺപോളിന്റെ എഴുത്തിൽ പ്രതിനിധാനം ചെയ്യപ്പെടുന്നതിൽ പുരുഷാധിപത്യത്തിന്റെ അരിശമൂല്യങ്ങൾ അടങ്ങിയിട്ടുണ്ടെന്ന് ആരെങ്കിലും കണ്ടെത്തിയാൽ തെറ്റു പറയാനാവില്ല.

ജോൺപോളിന്റെ എഴുത്തിന്റെ ഏറ്റവും വലിയ സവിശേഷത അതിന്റെ ലാളിത്യവും ആ ലാളിത്യം ഉത്പാദിപ്പിക്കുന്ന രസനീയതയുമാണ്. എല്ലാ അർത്ഥത്തിലും ഈ പുസ്തകം നിങ്ങൾക്കു 'സുഖമുള്ള ഒരു വായനാനുഭവം' ആയിരിക്കും. ആ വായനാസുഖം നിഗൂഹനം ചെയ്യുന്ന സങ്കീർണ്ണതകളെ അറിയുവാൻ ശ്രമിക്കുന്നത് തിരക്കഥ എന്ന സാഹിത്യരൂപ(?)ത്തിന്റെ സൃഷ്ടിപരമായ നിഗൂഢതകളെ കൂടുതൽ ആഴത്തിൽ മനസ്സിലാക്കുവാൻ നമ്മെ സഹായിക്കും. 'ഒരു കടങ്കഥപോലെ ഭരതൻ' എന്നാണു പുസ്തകത്തിന്റെ തലക്കെട്ടെങ്കിലും, ഭരതൻ, ജോൺപോളിന് നേർരേഖപോലെ ലളിതവും കണ്ണാടിയിലെന്നപോലെ സുതാര്യവും ആയിരുന്നു എന്നതു പുസ്തകം വായിക്കുന്ന ആർക്കും മനസ്സിലാകും.

എഴുത്തുവിദ്യയുടെ ഈ ലളിതാത്മകതയ്ക്കു നമോവാകം!

■

ഉള്ളടക്കം

ഒരു കടങ്കഥ പോലെ
ഭരതൻ

ദേവനായും അസുരനായും

വടക്കാഞ്ചേരിക്കും ചെറുതുരുത്തിക്കുമിടയ്ക്ക് വാഴാനിക്കുള്ള വഴിയെ എങ്കക്കാട് മച്ചാട് ഗ്രാമത്തിൽ തെക്കുംകരയിലെ പാലിശ്ശേരിത്തറവാടിന്റെ തൊടിയിൽ ഉത്രാളിക്കാവിന് മുഖം കൊടുത്തുകൊണ്ടൊരു കാഴ്ചപ്പുര ഉയർന്നു നിന്നിരുന്നു. തൊട്ടരികിലൊരു കുളം. കുളത്തിൽ പാതിവിടർന്ന ആമ്പൽപ്പൂക്കൾ. അപ്പുറത്ത് ക്ഷിപ്രകോപിയും ക്ഷിപ്രപ്രസാദിയുമായ ഗണപതി ശ്രീമാനായി തീർത്ത കോവിൽ. പടവുകൾ കയറിച്ചെന്ന് കാഴ്ചപ്പുരയുടെ അരികുതിണ്ണയിൽ തൂണിൽ ചാരിയിരുന്നാൽ രുധിരമഹാകാളിയുടെ ഉത്സവത്തിന് പൂരപ്പറമ്പായി മാറാനുള്ള നിയോഗം വരിച്ചു തരിശുകിടക്കുന്ന പാടപ്പരപ്പുകൾ കാണാം. ദേവീസ്പർശമേറ്റു വന്ന കാറ്റിനോടാണ് നിറംപാടലിന്റെ മൂർത്തിയെന്ന് കാവാലം വിശേഷിപ്പിച്ച ഗൃഹനാഥൻ, ആ കാഴ്ചപ്പുര, സ്വപ്നങ്ങൾ കാണാനും പങ്കിടുവാനുമുള്ളവർക്കായി തീർത്ത ക്ഷേത്രമെന്നാദ്യം മന്ത്രിച്ചത്. പതിവ് പൂജയ്ക്കെത്തിയിരുന്ന ഞങ്ങളിൽ ചിലരോടും..... പവി എന്ന പവിത്രൻ; ഹൈദരെന്ന കലാമണ്ഡലം ഹൈദരലി; കേൾവിക്കാരനും സാക്ഷിയുമായി പിന്നെ ഞാനും.....

ഒരുപാടൊരുപാട് സന്ധ്യകളിൽ ആ പുരയിൽ സ്വപ്നങ്ങൾ പൂത്തുലഞ്ഞിരുന്നു.... ആ നിറങ്ങളുടെ ചിറകിൽ സംഗീതം നൃത്തംവെച്ചിരുന്നു.

ആകാശംപോലും അതിരുകളല്ലായിരുന്ന ആ സ്വപ്നങ്ങൾക്ക് പ്രാപ്തി ക്ഷണികം മാത്രമെന്ന് അന്നാരറിഞ്ഞു!

ഗൃഹനാഥൻ ആദ്യം ഓർമയായി; ഒപ്പം പുറകെ പാട്ടിന്റെ ചേങ്ങലയുമായി ഹൈദരലി; തൊട്ടുപുറകെ ഒരു മനുഷ്യമനസ്സിനാവാഹിക്കാവുന്നത്ര സ്നേഹം അലിവോടെ അവശേഷിക്കുന്നവരിലേക്ക് പ്രസരിപ്പിച്ചശേഷം പവിയും.

ഈ പ്രകാശക്ഷേത്രങ്ങൾ ഓർമ്മച്ചിത്രങ്ങളാകുന്നതിന് മുൻപൊരുനാളിൽ ഒരു സായാഹ്നത്തിൽ മുൻപുപറഞ്ഞുവെച്ചിട്ടെന്നോണം നാലുപേരും ആ മാടത്തിലൊത്തുകൂടി.

ഒരിക്കലും പതിവില്ലാത്തവിധം അന്ന് ഹൈദരലി പാടിയ പാട്ടുകൾക്കത്രയും ശോകശ്രുതിയായി..... പവിയുടെ നാവിൽ തെളിഞ്ഞതത്രയും

വിഷാദരാഗങ്ങളായി.... കഥാപുരുഷന്റെ പ്രിയരാഗമായ ഹിന്ദോളംപോലും അന്ന് കദനഭാവമാർന്നിരുന്നു....

അനിവാര്യമായ, ആസന്നമായ ദുഃഖപർവങ്ങളെ ഉപബോധമനസ്സിൽ മുൻകൂട്ടി കണ്ടെന്നോണം.....

പതിവില്ലാതെ അന്ന് പലപ്പോഴും ഞങ്ങൾക്കിടയിൽ കനംതൂങ്ങിനിന്ന മൗനത്തെ സാക്ഷിനിറുത്തി ആ തിണ്ണയിൽ മലർന്നുകിടന്ന് ആ കാറ്റിന് വഴങ്ങി സ്വയം പകുത്തുകൊണ്ട് ഒരു *ട്രാൻസി*ലെന്നോണം ഭരതൻ പറഞ്ഞു.

"മരിച്ചുകഴിഞ്ഞാലും എനിക്കുകാണണം."

വിസ്മയത്തോടെ ഹൈദരലിയും പവിയും ഞാനും പരസ്പരം നോക്കി.

മരണസ്പർശമുള്ള സംസാരം ഒഴിവാക്കുവാൻ അന്ന് തിടുക്കം ഹൈദരലിക്കായിരുന്നുവോ, അതോ പവിത്രനോ!?

ഒഴിവാക്കുവാൻ കഴിയുക സംസാരത്തെ മാത്രം; മരണത്തെയല്ലല്ലോ....

അന്ന് ഭരതൻ പറഞ്ഞതിന്റെ പൊരുൾ മനസ്സിലായത് 1998 ജൂലായ് 31ന്റെ ആദ്യയാമത്തിൽ മദിരാശിയിൽ നിന്ന് ആംബുലൻസിൽ കൊണ്ടുവന്ന ഭരതന്റെ മൃതശരീരം പാലിശ്ശേരിത്തറവാടിന്റെ പൂമുഖക്കോലായയിൽ കത്തിച്ചുവെച്ച വിളക്കിനു മുൻപിലായി കിടത്തിയശേഷം അവസാന നാഴികകളിൽ ഒപ്പമുണ്ടായിരുന്ന ശശി പെരുമാനൂർ[1] തേങ്ങിക്കൊണ്ട് എന്റെ ചുമലിൽ വന്നു മുഖമമർത്തി വിതുമ്പിയപ്പോഴാണ്. ഭരതൻ നേരത്തെ പറഞ്ഞുവെച്ചിരുന്നതുപോലെ മരണാനന്തരം ആ കണ്ണുകൾ ദാനം ചെയ്തിരുന്നു.

മരിച്ചുകഴിഞ്ഞാലും തനിക്ക് കാണണമെന്ന ആ മോഹം സത്യമാവുകയായിരുന്നുവോ?

പിന്നീട് കാണുമ്പോഴൊക്കെ ഹൈദരലി സ്വകാര്യമായി പറയുമായിരുന്നു:

കളിത്തട്ടിൽ ആട്ടത്തിനൊത്ത് മുൻപും ഒപ്പവും പിൻപുമായി, കളിവിളക്കിന്റെ നാളമാടിയുലയുമ്പോൾ, കഥകളിപ്പദങ്ങളിൽ സ്വരങ്ങൾ അർത്ഥവിസ്താരം തേടി സ്വയം ലയിക്കുമ്പോൾ, തിരശ്ശീലയ്ക്കപ്പുറത്ത് ആട്ടം കാണാൻ നിരന്നിരിക്കുന്നവർക്കിടയിൽനിന്ന് ഏതോ ഒരു ജോടി കണ്ണുകൾ ഏതരങ്ങിലും വാത്സല്യവും സ്നേഹവും അഭിമാനവും ഇറ്റിനിന്ന്, തന്നെ തഴുകുന്നതായനുഭവപ്പെടാറുള്ള കഥ!

പവിയുടെ സാക്ഷ്യവും മറിച്ചായില്ല. നിനവിലും കനവിലും ഉണർവിലും എല്ലാം അണ്ണാച്ചിയുടെ (ഭരതനെ പവി സ്നേഹംപൂർവം വിളിച്ചിരുന്നതങ്ങനെയാണ് ഞങ്ങൾക്കിടയിൽ) 'അവനുമാത്രം കഴിയുന്ന ഒരു നോട്ടംകൊണ്ട്' എന്തെല്ലാമോ ഓർമപ്പെടുത്തുന്ന കഥ.....

1. കലാസംവിധായകൻ, ശിഷ്യൻ

ആ ഓർമപ്പെടുത്തൽ സൃഷ്ടിച്ച തിരിച്ചറിവിലാകണം മരണത്തിന്റെ തലേന്ന് ഹോസ്പിറ്റലിൽ കാണാനെത്തിയ ഡോ.സി.എസ്സ്. വെങ്കിടേശ്വര നോടും[1] എൻ.ഇ.ഹരികുമാറി[2]നോടും പവി ഒരാത്മഗതംപോലെ മന്ത്രിച്ചത്:

"എല്ലാറ്റിനോടും,എല്ലാവരോടും മനസ്സുകൊണ്ട് നീതിപുലർത്തി; സ്വന്തം ശരീരത്തോടൊഴികെ!"

സ്വന്തം ജന്മംകൊണ്ട് ഭരതൻ എഴുതിത്തന്ന പാഠം പഠിക്കാതെപോയ ചങ്ങാതിമാരായിരുന്നല്ലോ ഞങ്ങളിൽ പലരും.

ഭരതനു പിറകെ ഹൈദരലിയും പവിയും ഓർമയായി മാറിയശേഷം പലപ്പോഴും ഞാനെന്നെത്തന്നെ ശാസിച്ചു പരിഹസിച്ചുനോക്കി, എന്തൊരു ഭോഷത്തമാണ് ഈ ചിന്ത തന്നെ!

ഹൈദരലിയുടെയും പവിയുടെയും വെറും തോന്നലായിരുന്നു, മനസ്സിന്റെ വിഭ്രമമായിരുന്നു, illusion അല്ലെങ്കിൽ ഒരു wishful thinking മാത്രമായിരുന്നു, മരണശേഷവും ഭരതന്റെ കണ്ണുകൾ തങ്ങളെ പിൻതുടരുന്നുവെന്നത്. അതൊരിക്കലും യാഥാർത്ഥ്യമായിരുന്നില്ല. യാഥാർത്ഥ്യമാകുവാനാവില്ല.

കണ്ണുകൾ ട്രാൻസ്പ്ലാന്റ് ചെയ്യുമ്പോൾ കാഴ്ച ലേഖനം ചെയ്യുവാനുള്ള ശക്തിമാത്രമാണ് പകുത്ത് ചേർക്കപ്പെടുന്നത്. കാണുന്നത് കണ്ണുകൾ കൊണ്ടാണെങ്കിലും കാഴ്ചരേഖപ്പെടുത്തപ്പെടുന്നത് പ്രജ്ഞയിലും മനസ്സിലുമാണെന്ന് ശാസ്ത്രം അടിവരയിടുന്നു.

Persistence of vision പഠിച്ചവർ ഞങ്ങൾ ഇത്തരം വിഭ്രമങ്ങളുടെ കാല്പനികതയിൽ അഭിരമിക്കാമോ?

മരണശേഷം ഭരതന്റെ കണ്ണുകൾ എടുത്തുമാറ്റി കാഴ്ചയ്ക്കായി കാത്തുനിന്നിരുന്ന ആർക്കോ ഹോസ്പിറ്റലധികൃതർ നേത്രബാങ്കിന്റെ സഹായത്തോടെ ഘടിപ്പിച്ച് കൊടുത്തിരുന്നു. ഭരതന്റെ കണ്ണുകളിലൂടെ ലോകം കാണുന്ന ആരോ മദിരാശിയിലോ പ്രാന്തപ്രദേശത്തോ ജീവിച്ചിരിക്കുന്നു. അതാരെന്നത് നേത്രബാങ്കിന്റെ രഹസ്യം.

ദാനം ലഭിച്ച കണ്ണുകളുടെ ഉടമയ്ക്കറിയുമോ, പ്രപഞ്ചസൗന്ദര്യത്തെ മാറ്റാരും കാണാത്ത കാഴ്ചയായി പകർന്നെടുത്ത് പകുത്തുനല്കിയ ഒരപൂർവ ജന്മത്തിന്റെ കാഴ്ചയുടെ ഭൗതികനൈരന്തര്യമാണ് താൻ പേറുന്ന നേത്രദ്വയങ്ങളിലെ ഫലകങ്ങളെന്ന്? സാധ്യതയില്ല.

ഭരതൻ കണ്ട അഴകിന്റെ കാഴ്ചകളത്രയും രേഖപ്പെടുത്തിയത് ആ മനസ്സിലായിരുന്നില്ലേ? മാറ്റിവെച്ചത് കണ്ണുകൾ മാത്രമായിരുന്നു; മനസ്സായിരുന്നില്ലല്ലോ....

1. മാധ്യമവിദഗ്ദ്ധനും വ്യാഖ്യാതാവും.
2. മാധ്യമ കേന്ദ്രമായ സ്കൂൾ ഓഫ് മീഡിയ സ്റ്റഡീസിന്റെ (soms) മാനേജിംഗ് ഡയറക്ടർ.

പക്ഷേ, ആ മനസ്സ്, അതിൽ പീലിനിവർത്തിയാടി നിറങ്ങളും സംഗീതവും, തിമർത്തുനിന്ന കിനാവുകൾ.... അത് ഭരതനോടൊപ്പം ചിതയിലെരിഞ്ഞുതീർന്നില്ലെന്ന് വിശ്വസിക്കുവാൻ, പ്രത്യാശിക്കുവാൻ, എല്ലാ ഭൗതികശാസ്ത്രയുക്തികൾക്കപ്പുറത്തുനിന്നും മനസ്സ് ശഠിക്കുന്നു.

കണ്ട കാഴ്ചകളിൽ കാണാത്ത കാഴ്ചകൾകൂടി ചേർത്തായിരുന്നില്ലേ ഭരതനെന്നും പകുത്തു പങ്കുവെച്ചത്..... അടയാളപ്പെടുത്താനാവാത്ത എവിടെനിന്നോ ആരംഭിച്ച് എവിടേക്കെന്ന് പ്രവചിക്കുവാനാകാത്ത ഒരിടത്തേക്ക് തുടരുന്ന ഒരപൂർവ പ്രവാഹനൈരന്തര്യത്തിന്റെ ഇടത്താവളം മാത്രമായിരുന്നില്ലേ ഭരതന്റെ ജന്മവും ആ ജന്മത്തിൽ ഭരതൻ, ഞാനടക്കമുള്ളവരുമായി നടത്തിയ വേഴ്ചകൾ ബാക്കിപത്രമായി അവശേഷിപ്പിക്കുന്ന സ്മൃതിവെട്ടവും!

കാലത്തെ അതിശയിപ്പിക്കുന്ന കാണാപ്പൊരുളുകളുടെ അധികമാനങ്ങൾ തീർത്തിട്ട് ഇടത്താവളം വിട്ട് യാത്രതുടരുന്ന പ്രകാശസാന്നിധ്യങ്ങൾക്ക് ഭൗതികശാസ്ത്രത്തിന്റെ അളവുമാത്രകളിലെ മരണമെന്ന മുഹൂർത്തം കൊണ്ട് അതിരുകുറിക്കാനാവാത്തതുകൊണ്ടല്ലേ സംസ്കൃതിക്ക് നൈരന്തര്യത്തിന്റെ അഭൂതചൈതന്യപ്രസക്തി പ്രാപ്തമാകുന്നത്?

ചോദ്യങ്ങൾ ഒരുപാട് ശേഷിപ്പിച്ചിട്ടാണ് ഓരോ പ്രകാശനക്ഷത്രങ്ങളും കടന്നുപോകുന്നത്.

ഒരോ ഉത്തരവും അതിനെ തിരുത്തിക്കുറിക്കുന്ന മറ്റൊരു ഉത്തരത്തിനു മുൻപുള്ള ഇടത്താവളം മാത്രമാകുമ്പോൾ ഉത്തരമുള്ളുകൾക്കിടയിൽ കുരുങ്ങി അന്വേഷണത്തിന്റെ പാതയിൽ യാത്രതുടരുക അവശേഷിക്കുന്നവരുടെ നിയോഗം.

എല്ലാ യുക്തിചിന്തകൾക്കുമപ്പുറവും തിരിച്ചറിയുന്നൊരു സാക്ഷ്യസത്യമുണ്ട്.

അളവുകൾക്കപ്പുറത്താണ്, അടയാളപ്പെടുത്തലുകൾക്കതീതമാണ് ചില ജന്മങ്ങൾ; വേഴ്ചകൾ....ബന്ധങ്ങൾ....അവ ബാക്കിവെക്കുന്ന സ്വാധീന സ്രോതസ്സുകളും....

"മൈക്കലാഞ്ചലോയുടെ വിരലുകൾ ദാവീദിന്റെ ശില്പത്തെ മാർബിൾ ചീളുകളിൽ നിന്ന് നിവർത്തിച്ചെടുക്കുമ്പോൾ ശ്രദ്ധിച്ചിട്ടുണ്ടോ വൃഷണത്തോടു ചേർന്ന് നേർത്ത ഞരമ്പുകൾ എഴുന്നുനില്ക്കുന്നത്....?"

ആ മാർബിളിൽ, ആ ഞരമ്പുകളിലെ രക്തസഞ്ചാരത്തിന്റെ താപം കാലം പകർന്നുവെച്ച കഥ ഭരതനെങ്ങനെ ഞങ്ങൾക്ക് പകർന്നുതന്നു?

വായിച്ചറിവുകൊണ്ടോ? വായിച്ചവർ പലരുമുണ്ടായിരുന്നല്ലോ വേറെയും!

റെംബ്രാന്റിന്റെ ഫ്രെയിമുകളെ അതിശയിക്കുന്ന ഫ്രെയിമുകൾ ആകാശ ച്ചെരിവിന്റെ ക്യാൻവാസിൽ മേഘച്ചീളുകളെ നിരത്തി അവയിൽ ചാരയും ചുമപ്പും വെളുപ്പും നീലയും വിതറി മിന്നായങ്ങളായി മനസ്സിൽ റേഡിയേറ്റ് ചെയ്ത് തരാൻ ഈശ്വരനു മാത്രമേ കഴിഞ്ഞിട്ടുള്ളൂ എന്നും വാൻഗോഗിന്റെ വർണക്കൂട്ടുകളിലെ കലാപങ്ങൾ മനസ്സും ഇഹത്തിന്റെ പൊരുളുകളും തമ്മിലുള്ള സന്ധിയില്ലാത്ത പോരിൽ ചീറിത്തെറിച്ച ഹൃദ്രക്തത്തിന്റെ നൊമ്പരപ്പാടുകളാണെന്നും ഭരതനെങ്ങനെ വ്യാഖ്യാനിച്ചുതന്നു?

ഹിന്ദോളരാഗത്തിന്റെ ഏതോ സ്ഥായിക്ക് പ്രപഞ്ചതാളത്തിന്റെ ആത്യന്തിക ശാന്തിക്കുമാത്രം ശ്രുതി ചേർക്കാൻ കഴിയുന്ന അലൗകികാനുഭൂതിയുണ്ടെന്നു നിശ്ശബ്ദതയ്ക്ക് കാതോർത്തുകൊണ്ട് മാനത്തെ നക്ഷത്രങ്ങളെ നോക്കി വെളിപാടുപോലെ പറഞ്ഞ ഭരതൻ....

അതെ, ഭരതൻ, ഞാനും എന്നെപ്പോലെ ചിലരും അനുഭവിച്ചറിഞ്ഞ സമസ്യയായിരുന്നു. ഉരുക്കഴിയുന്തോറും പുതിയ അർത്ഥങ്ങളിലേക്ക് തെന്നിത്തെളിയുന്ന മായപ്പൊരുളായിരുന്നു....

ഒരു കടങ്കഥപോലെ....

ഉത്തരങ്ങൾ ഒന്നല്ലെന്നുമാത്രം..!

അകലങ്ങൾക്ക് അതീതം

അറിയുന്ന ഭരതനിൽനിന്ന് അറിയാത്ത ഭരതനിലേക്ക്, മറ്റുള്ളവർ അറിഞ്ഞ ഭരതനിലേക്ക്, അറിയേണ്ടിയിരുന്ന ഭരതനിലേക്ക്, ഭരതൻ ബാക്കിവെച്ചു പോയ മായക്കാഴ്ചയുടെ അലരുകൾ തുടർന്നും നിവർത്തിക്കുന്ന സാക്ഷ്യങ്ങളിലേക്ക്, ഒരുപാടൊരുപാട് അകലങ്ങളുണ്ട്. അവ അടയാളപ്പെടുത്താൻ ശ്രമിക്കുമ്പോൾ വിസ്മയത്തോടെയും നൊമ്പരത്തോടെയും അറിയാതെ വയ്യ.... ഈ അകലങ്ങൾ എനിക്കെന്നിൽനിന്നുതന്നെയുള്ള അകലങ്ങളാണെന്ന്!

കാലത്തിന്റെ ഏതെല്ലാമോ ദശാസന്ധികളിൽനിന്നും തന്നിലൂടെ നിവർത്തിതമാകുന്ന പൊരുളുകൾക്ക് വാഹകനാവുകയെന്ന നിയോഗം ഭരതനിലെ പച്ചമനുഷ്യനെ വിറളിപിടിപ്പിച്ചിട്ടുണ്ട് പലപ്പോഴും. അപ്പോഴൊക്കെ താണ്ഡവഭേരിയിൽ തിമിർത്താടി വേദനിപ്പിച്ചിട്ടുണ്ട് ഭരതൻ... ലളിതയെ, ശ്രീക്കുട്ടിയെ, സിദ്ധാർത്ഥനെ, പത്മരാജനെ, പവിത്രനെ, ഹൈദരാലിയെ.... എന്നെ; ഉറ്റവരെ എല്ലാം....

പക്ഷേ ഒരിക്കൽപ്പോലും പകയുടെ വെറിയോടെ തിരിഞ്ഞാക്രമിക്കുവാൻ മനസ്സിന്റെ ഒരലരുകൊണ്ടുപോലും സാധ്യമാകാത്ത വിധത്തിൽ സ്നേഹിച്ചിട്ടുണ്ട് ഭരതൻ, മോഹിപ്പിച്ചിട്ടുണ്ട് ഭരതൻ....മറ്റാർക്കും കഴിയാത്തതുപോലെ കീഴടക്കി വിളിപ്പുറത്ത് നിറുത്തിയിട്ടുണ്ട് ഭരതൻ!

എന്റെ അനുഭവങ്ങളായിരുന്നില്ല ഇനിയൊരാളുടെത്; ആവണമെന്നുമില്ല. എങ്കിലും അറിഞ്ഞവരെല്ലാം ഭരതനെ അടയാളപ്പെടുത്തുവാൻ അശക്തരായി ആദ്യമേ ഏറ്റുപറഞ്ഞുപോകുന്ന ഒരു സത്യമാണിത്.

ഭരതന്റെ അൻപതാം ചരമദിനത്തിന് തിരുവനന്തപുരത്തെ നിശാഗന്ധി ഓഡിറ്റോറിയത്തിലെ വേദിയിൽ ഭരതസ്പർശം ഓർമയായി മാറിയതിന്റെ ഞടുക്കം വിട്ടുമാറാത്ത നിറഞ്ഞ സദസ്സിനു മുൻപിൽ സൂര്യാ കൃഷ്ണമൂർത്തിയും ഭരത്ഗോപിയും ഇരുവശങ്ങളിലും നിന്ന് എന്നെക്കൊണ്ട് ഏറ്റുപറയിച്ച ഒരനുഭവസാക്ഷ്യം ഞാനാവർത്തിക്കട്ടെ:

“ഭരതൻ എന്റെ നെറുകയിൽ ചൊരിഞ്ഞതുപോലെ സ്നേഹവും വാത്സല്യവും പ്രോത്സാഹനവും അലിവും അൻപും മറ്റൊരാളും എനിക്കീ ജന്മത്ത്

പകുത്തുതന്നിട്ടില്ല; ഭരതൻ എന്നെ നൊമ്പരപ്പെടുത്തിയതുപോലെ, തള്ളിപ്പറയുകയും നിരാകരിക്കുകയും കൈയൊഴിയുകയും ചെയ്തതുപോലെ ഈ ജന്മത്തിൽ ഇത്ര നിഷ്ഠുരമായി ആരും എന്നോട് പെരുമാറിയിട്ടില്ല."

ഇതുരണ്ടും ചേർന്നതായിരുന്നു ഞാനറിഞ്ഞ ഭരതൻ.

മനസ്സിന്റെ ശ്രീകോവിലിൽ പ്രതിഷ്ഠയായി എന്നും പ്രണമിക്കുവാനും ക്രുദ്ധക്രൗര്യവെറികളോടെ തച്ചുടച്ചു ഭസ്മമാക്കുവാനും ഒരേ വീർപ്പിൽ ഞാനാഗ്രഹിച്ചുപോയിട്ടുണ്ട് ഈ മൂർത്തിയെ....

ദാനംകൊടുത്ത കണ്ണുകൾ കാണാതെ പോയാലും, ചിതയിലെ തീനാളങ്ങൾക്ക് എരിച്ചുതീർക്കുവാൻ കഴിയാത്ത ആ ദേവാസുരമനസ്സ് ഈ നേർക്കാഴ്ച തിരിച്ചറിയട്ടെ...

കാരാട്ട് പരമേശ്വരൻനായർ ഭരതൻ (കെ.പി.ഭരതൻ) പരമേശ്വരൻനായർ -കാർത്ത്യായനിയമ്മ ദമ്പതികളുടെ മൂന്നുമക്കളിൽ ഇളയവനും ഏകപുത്രനുമായി പിറന്നുവീഴുമ്പോൾ പാലിശ്ശേരി തറവാട്ടിൽ ഭാരതപ്പുഴയുടെ തീരം തഴുകിവന്ന ചെറുകാറ്റിൽ കലാമണ്ഡലത്തിലെ ചേങ്ങിലക്കൊട്ടാണ് ആദ്യമായി തന്റെ കാതിലെത്തിയിരിക്കുകയെന്ന് ഭരതൻ അഭിമാനത്തോടെ പറയുക പതിവായിരുന്നു.

1946 നവംബർ 14-ാം തീയതി പുണർതം നക്ഷത്രത്തിൽ രണ്ടുപെൺകുട്ടികൾക്കുപുറമെ ആൺതരി പിറന്നപ്പോൾ പരമേശ്വരൻനായരുടെ ഇളയ അനുജൻ പാലിശ്ശേരി നാരായണമേനോനാണ് ഭരതൻ എന്നുപേരു നിർദ്ദേശിച്ചതെന്ന് ഇരുവർക്കുമിടയിലെ സഹോദരൻ ശങ്കരമേനോൻ പറഞ്ഞുള്ള അറിവ്.

പേരെല്ലാവർക്കുമിഷ്ടമായി. നല്ല പേര്. എങ്കിലും വിളിക്കാൻ ഇണക്കത്തിനൊരു ചെല്ലപ്പേരുവേണം കുട്ടനെന്നോർത്തപ്പോൾ കാർത്യാനിയമ്മയ്ക്ക് തോന്നി മണിയെന്നു വിളിക്കാമെന്ന് വീട്ടുകാർക്കങ്ങനെ ഭരതൻ മണിയായി.

ചുവടുവെക്കാറായപ്പോഴേക്കും രണ്ടുകാര്യങ്ങളിൽ മണിയുടെ കണ്ണും കാതും എപ്പോഴും ശ്രദ്ധ പതിപ്പിക്കുന്നത് ആദ്യം കണ്ടറിഞ്ഞത് ഇളയച്ഛന്മാർ തന്നെയാണ്. ശങ്കരമേനോനും നാരായണമേനോനും; സംഗീതത്തിലും നിറങ്ങളിലും.

മനസ്സുകൊണ്ട് കലാകാരനും തൊഴിൽകൊണ്ട് തയ്യൽക്കാരനുമായിരുന്നു ശങ്കരമേനോൻ; അവബോധംകൊണ്ട് വിപ്ലവകാരിയും. എങ്കക്കാട്ട് ഗ്രാമത്തിലെ ആദ്യ കമ്യൂണിസ്റ്റുകാരൻ ചുമന്നകൊടിയുമേന്തി ഗ്രാമച്ചാലുകളിലൂടെ ഏകാംഗജാഥ നടത്തിയ വീരഗാഥ ഭരതൻ പിന്നീട് പറഞ്ഞുള്ള കേൾവി.

വടക്കാഞ്ചേരിയിലെ ഒരു ജൗളിക്കടയുടെ വരാന്തയിൽ തയ്യൽയന്ത്രം ഇട്ടിട്ടായിരുന്നു ശങ്കരമേനോന്റെ ഉപജീവനം. ബന്ധത്തിന്റെ സ്വാതന്ത്ര്യം ഉപയോഗിച്ച് ആദ്യം നേരനുജൻ നാരായണമേനോനും പിറകെ ജ്യേഷ്ഠ

പുത്രൻ ഭരതനും ജൗളിക്കടയിൽ കയറിയിറങ്ങുമായിരുന്നു. അവിടെ ഭിത്തിയിൽ തൂക്കിയിട്ടിരുന്ന ദൈവങ്ങളുടെ വർണചിത്രങ്ങളുള്ള കലണ്ടറുകളായിരുന്നുവത്രെ ഇരുകൂട്ടരുടെയും ആദ്യ ആകർഷണം. പിന്നെ അവിടെ തയ്യലിനിടയിൽ മുറിച്ചുതള്ളുന്ന പലനിറത്തിലുമുള്ള തുണിത്തുണ്ടുകളും,

നിറങ്ങൾ മനസ്സിൽ പീലിവിടർത്തിയാടിയ ആ നാളുകളെ കുറിച്ച് നാരായണമേനോൻ പിൽക്കാലത്ത് ഗൃഹാതുരത്വത്തോടെ എഴുതിയിട്ടുണ്ട്:

*"....രവിവർമ്മയുടെ പെയിന്റിങ്ങുകളുണ്ടായിരുന്നു; ശ്രീരാമൻ അമ്പെയ്യുന്ന ചിത്രം, ദമയന്തിയുടെ ചിത്രം. പിന്നെ ഊഞ്ഞാലാടുന്ന പെൺകുട്ടിയുടെ ചിത്രം....അതിന് താഴെ സൺലൈറ്റ് സോപ്പിന്റെ പരസ്യവും....വടക്കാഞ്ചേരിയിലെ തുണിക്കടയിൽ ഞാൻ കണ്ട അത്ഭുതങ്ങളിൽ ഒന്നായിരുന്നു; അല്ല, ആദ്യത്തേതായിരുന്നു.... ചിത്രങ്ങളോടുള്ള എന്റെ അഭിനിവേശം ആ കലണ്ടർ ദൈവങ്ങളിൽ ഊഞ്ഞാലാടുന്ന പെൺകുട്ടിയിൽ നിന്നും ആരംഭിച്ചു...."

ഇതിലുമേറെ ഗൃഹാതുരത്വത്തോടെയാണല്ലോ ഭരതൻ ആ നാളുകൾ അയവിറക്കിയിരുന്നതും.

കരിക്കട്ടയും ഉടഞ്ഞുപോയ ചോക്കിൻകഷണങ്ങളും ഉപയോഗിച്ച് സ്കൂളിലെ മൂത്രപ്പുരയുടെ ഭിത്തികളിൽ ചെറിയച്ഛൻ ആദ്യമായി ചിത്രകല അവതരിപ്പിച്ചപ്പോൾ, ആ പ്രായംവരെ കാത്തുനില്ക്കാതെ വീട്ടിലെ അകം ചുമരുകളുടെ ഭിത്തിയിലെ കൈയെത്തുംപാടത്ത് കരിക്കട്ടകൊണ്ടായി ഭരതന്റെ കുഞ്ഞിവരകൾ.

*"എന്റെ ആദ്യത്തെ ബ്രഷ്രൂപം കൊള്ളുന്നത് മുറപ്പെണ്ണിന്റെ മഹാമനസ്കതയോടുകൂടിയാണ്. അവളുടെ മനോഹരമായ മുടിവെട്ടിയാണ് ഞാനാദ്യത്തെ ബ്രഷ് ഉണ്ടാക്കിയത്. കാച്ചിയ വെളിച്ചെണ്ണയുടെ സുഗന്ധമുള്ള ബ്രഷ്. അതുവെച്ച് നിറമുള്ള പൂക്കൾ വരച്ചു. മുറപ്പെണ്ണിന് സന്തോഷമായി. ഞാനൊരുചിത്രകാരനാണെന്ന് എന്റെ മുറപ്പെണ്ണ് മനസ്സിൽ പറഞ്ഞുകാണും. ഞാൻ വരച്ച പൂക്കൾക്ക് ഭംഗിയുണ്ടെന്ന് അവൾ വിചാരിച്ചുകാണും. എന്റെ ബാല്യത്തിന്റെ ഉമ്മറപ്പടിയിൽ മുറപ്പെണ്ണ്.... നിറമുള്ള പൂക്കളും കാച്ചിയ എണ്ണയുടെ സുഗന്ധവുമുള്ള മുഖവുമൊക്കെയായി നില്ക്കുന്നുണ്ടായിരുന്നു.... ഇതെല്ലാംകൂടി എന്റെ മനസ്സിൽ വർണ്ണങ്ങളുടെ പൂരം സൃഷ്ടിച്ചു."

നാരായണമേനോൻ പറഞ്ഞിട്ടുണ്ട്.

ഭരതനു പക്ഷേ, മുറപ്പെണ്ണിന്റെ മുടി മുറിച്ചുവേണ്ടിവന്നില്ല ആദ്യ ബ്രഷ് ഉണ്ടാക്കാൻ, കുഞ്ഞിക്കൈയിൽ കരിക്കട്ടയ്ക്ക് പകരം കളർ പെൻസിൽ തിരുകിവെച്ചുകൊടുത്ത പൂർവ്വസൂരി ഇളയച്ഛൻ തന്നെയുണ്ടായിരുന്നു വഴി തെളിക്കുവാൻ....

---

* വെളിച്ചത്തിന്റെ സുഗന്ധം തേടി: പി.എൻ.മേനോൻ, പെൻ ബുക്സ്

ഓർമ്മയിലെ കിനാത്തിളക്കങ്ങൾ

ഭരതൻ വരച്ച ചിത്രങ്ങൾകണ്ട് സന്തോഷിക്കുവാനും ഭരതൻ ഒരു ചിത്രകാരനാകുന്നതിൽ അഭിമാനിക്കാനും ആ ചിത്രങ്ങളിൽ ഭംഗി കാണാനും ബാല്യത്തിന്റെ ഉമ്മറപ്പടിയിൽ നിറമുള്ള ഒരു പൂവായി കാച്ചിയ എണ്ണയുടെ സുഗന്ധം പരത്തുവാനും കിനാവുകളിൽ വർണങ്ങൾ ചാലിച്ചുചേർക്കാനും ബാല്യസഖിയായി ഒരു സുന്ദരിക്കിടാവ്....?

എന്റെ ചോദ്യത്തിന് മുന്നിൽ ഉള്ളാകെ പൂത്തുലഞ്ഞു പുറത്തേക്കു പടർന്ന ഒരു നിറചിരിയായിരുന്നു ഒരിക്കൽ ഭരതന്റെ മറുപടി. ആ ചിരിയിൽ നിന്ന് ആ കണ്ണുകളിലെ തിളക്കത്തിൽനിന്ന് എനിക്ക് വായിച്ചെടുക്കാമായിരുന്നു, അനുരാഗിയുടെ വംശാവലിയിൽ തുടർച്ച പ്രകൃതിനിയമമെന്ന്!

പിന്നീടെപ്പോഴോ ഭാരതപ്പുഴയിലെ മണൽത്തിട്ടയിൽ ഇത്തിരിവെള്ളം കെട്ടി നിന്ന ചാലിൽ കാലുകളിറക്കി മലർന്നുകിടന്ന രാവുകളിലൊന്നിൽ സ്വയമൊരു സ്വകാര്യമോതുംപോലെ വാക്കുകളാൽ വരച്ചിട്ട ബാല്യകൗമാര നാട്ടുവഴികളിൽ, ആ ഉമ്മറപ്പടിയിൽ പലമുഖങ്ങളെ ഞാൻ കണ്ടു. സമപ്രായത്തിലും അല്ലാതെയും....

രതിച്ചേച്ചിമാർ പക്ഷേ, അയൽപക്കത്തായിരുന്നില്ല; സ്കൂളിന്റെ ചുറ്റുവട്ടത്തിലായിരുന്നു. സ്വച്ഛവിഹാരം നടത്തിയ ആ മനസ്സിന്റെ ചിറകുകൾ ചെന്നെത്തിയ കാമനകളുടെ തീരങ്ങൾ പിന്നീട് പത്മരാജന്റെ അക്ഷരക്കൂട്ടോടെ *രതി നിർവേദ*ത്തിൽ പകർത്തിയും കണ്ടു.

ഒരിക്കൽ മഹാബലിപുരത്തെ ഐഡിയൽ ബീച്ച്റിസോർട്ടിലെ സ്വിമ്മിങ്പൂളിൽ (നടക്കാതെ പോയ) *കൃഷ്ണപക്ഷ*ത്തിന്റെ (ഈ ചിത്രത്തിനുപകരമായാണ്, *ഒരു മിന്നാമിനുങ്ങിന്റെ നുറുങ്ങുവെട്ടം* കടന്നുവന്നത്) കഥാചർച്ചയ്ക്കിടയിൽ ഭരതശിഷ്യനായ ജയരാജിനെ നീന്തൽ പഠിപ്പിക്കാനൊരു ഇടവേള. അതേ റിസോർട്ടിൽ താമസത്തിനെത്തിയ മറ്റുചിലരെക്കുറിച്ചുള്ള സംസാരം വഴിതെന്നി പോയകാലകുസൃതികളിലെത്തിപ്പെട്ടപ്പോൾ ഞാനാ ബാല്യകൗമാരങ്ങളുടെ ഉമ്മറപ്പടിയിൽ പണ്ടു കണ്ട കാഴ്ചകളെക്കുറിച്ച് സൂചിപ്പിച്ചു. തികച്ചും നിഷ്കളമായി അത്ഭുതപ്പെട്ടുകൊണ്ട് ഭരതൻ എന്നോട് ചോദിച്ചു:

"ജോണിതെങ്ങിനെയറിഞ്ഞു?!"

ഭരതന്റെ ഏറ്റുപറച്ചിലുകൾ ഭരതനോട് തന്നെയായിരുന്നുവെന്നും ഒരയവിറക്കലിന്റെ സ്വകാര്യ സായൂജ്യമായല്ലാതെ ആ നിമിഷങ്ങളിൽ ഒരു സാന്നിധ്യത്തിന്റെ സാക്ഷ്യം ഓർമയുടെ അലരുകളിൽ സൂക്ഷിക്കുന്നില്ലെന്നും അന്നെനിക്കൊരറിവായി!

ഏഴാംക്ലാസ് കഴിഞ്ഞപ്പോൾ നാരായണമേനോൻ തൃശ്ശൂരിലെ സ്കൂൾ ഓഫ് ആർട്സിൽ ചേർന്നു (ഇന്നത്തെ കോളേജ് ഓഫ് ഫൈൻ ആർട്സ്. അന്നതിനു പേര് ഒക്യുപ്പേഷനൽ ഇൻസ്റ്റിറ്റ്യൂട്ട് എന്നായിരുന്നത്രെ). രണ്ടു വർഷത്തെ പഠനം കഴിഞ്ഞു. വീണ്ടും വടക്കാഞ്ചേരി സ്കൂളിൽ എട്ടാം ക്ലാസ്സിൽ തിരിച്ചെത്തി. അക്കാലത്താണ് അദ്ദേഹം ആദ്യമായി സിനിമ കാണുന്നത്. തൃശൂർ ജോസ് തിയേറ്ററിൽ കിസ്മത്തും എങ്കക്കാട് തിമിത്തി തിയേറ്ററിൽ അഭിമന്യൂ വത്സലാ കല്യാണവും. അതൊരു ഭ്രമമായി, പിന്നീട് ലഹരിയായിമാറി. ആനന്ദവികടനിലും ഹിന്ദുവിലും കണ്ട സിനിമാ പരസ്യങ്ങൾ സിനിമയെന്ന മായക്കാഴ്ചയുടെ തെന്നിന്ത്യയിലെ സിരാകേന്ദ്രമാണ് മദിരാശി എന്ന പുതിയ അറിവുനല്കിയതോടെ മദിരാശിയിൽ എത്തിപ്പെടാനുള്ള മോഹത്തിന് ആക്കംകൂടി. ഏറെ വൈകാതെ നാരായണൻകുട്ടി എന്ന നാരായണമേനോൻ മദിരാശിക്ക് വണ്ടികയറി. നൂറുരൂപയായിരുന്നു മൂലധനം. മുള്ളൂർക്കര സ്റ്റേഷനിൽ നിന്നു വണ്ടി കയറ്റിവിട്ടത് ജ്യേഷ്ഠൻ ശങ്കരമേനോനും.

ചെറിയച്ഛന്റെ പാതതന്നെയാണ് ഭരതനും പിന്തുടർന്നത്. ഹൈസ്കൂൾ വിദ്യാഭ്യാസം കഴിഞ്ഞ് തൃശൂരിലെ സ്കൂൾ ഓഫ് ആർട്സിലെ പഠനം. അപ്പോഴേക്കും സിനിമ മനസ്സിലൊരു ദാഹമായി കത്തിപ്പടർന്നു. ചെറിയച്ഛന്റെ പിറകെ ഭരതനും മദിരാശിയിലേക്ക് വണ്ടികയറി.

പക്ഷേ, രണ്ടു യാത്രകൾക്കുമിടയിൽ ഒന്നരപ്പതിറ്റാണ്ടിലേറെ കാലത്തിന്റെ അകലമുണ്ടായിരുന്നു.

നാരായണമേനോന്റെ മനസ്സിൽ സിനിമ ഒരത്ഭുതവും അതിന്റെപേരിൽ മായയുമായിട്ടാണ് ആദ്യം സംക്രമിച്ചിറങ്ങിയത്. അതിനെ വരുതിയിൽ വരുത്താനായിരുന്നു യജ്ഞവും.

ഭരതന്റെയൊക്കെ (ഞങ്ങളുടെതന്നെ) തലമുറയെത്തുമ്പോഴേക്കും സിനിമ ഒരു യഥാർത്ഥ്യമായി മാറിയിരുന്നു. ഏറ്റവും പ്രായം കുറഞ്ഞ കല ഏറ്റവും പ്രേരണാശക്തിയുള്ള കലയായി മാറി. ആ സ്വാധീനം കലാപരമായ അഭിനിവേശങ്ങളുള്ള എല്ലാവരിലുമുണ്ടായി.

ഭരതനെ സംബന്ധിച്ചിടത്തോളം സിനിമയോടുള്ള passion, നിറങ്ങളോടും സംഗീതത്തോടുമുള്ള passionന്റെ സ്വാഭാവികമായ ഒരു തുടർച്ച മാത്രമായിരുന്നു.

ആദ്യം കണ്ട ചിത്രമോ അത് കാണാൻപോയ തിയ്യേറ്ററോ ഒന്നും അതുകൊണ്ട് ഓർമയിൽ വലിയ പ്രസക്തിനേടിയില്ല.

നാരായണമേനോന് സിനിമയിലേക്കുള്ള അന്വേഷണം ഒരു കണ്ടെത്തലിന്റെ, അറിഞ്ഞെടുക്കലിന്റെ പ്രാപ്തിനിർവൃതിയും ഭരതന് അത് കാലഘട്ടത്തിന്റെ വെല്ലുവിളിയെ തന്റെ ഭാവനാസങ്കല്പങ്ങളുടെ ക്യാൻവാസിൽ ലേഖപ്പെടുത്തുന്നതിലുള്ള സാക്ഷാത്കാരസായൂജ്യവുമായിരുന്നു.

പ്രാപ്തിനിർവൃതിയിലെത്തിപ്പെടും മുൻപേ മേനോന് ആവഴിയെ കണ്ടറിഞ്ഞ വ്യവസ്ഥാപിത ചലച്ചിത്രസമ്പ്രദായങ്ങളോട് കലഹിക്കാതെവയ്യായിരുന്നു.

ഭരതന് അത് കലാപമായല്ല, സുവ്യക്തമായ വ്യതിചലനം ആയിത്തന്നെ നിവർത്തിക്കാൻ കഴിഞ്ഞു.

ചലച്ചിത്രസംസ്കൃതി ഇരുവർക്കുമായി കരുതിവെച്ചിരുന്ന കന്യാവനങ്ങൾ അവരവരുടെ വ്യാഖ്യാനശ്രുതിയിലൂടെ അവർ സാക്ഷാത്ക്കരിക്കുകയായിരുന്നല്ലോ. അതിനായി അവർ തേടിയെടുത്തതും അവർക്കായി തുറന്നുകിട്ടിയതുമായ വാതിലുകളാകട്ടെ രണ്ടും രണ്ടുതലത്തിലുമായിരുന്നു.

ഒറ്റയാൾ പട്ടാളത്തിന്റെ പുറകെ

നാരായണമേനോൻ എന്ന നാരായണൻകുട്ടി പീഡനപർവങ്ങൾ ഒരുപാട് താണ്ടി ഒഴുക്കിനെതിരെ സാഹസികമായി ഒറ്റയാൾപട്ടാളമായി പൊരുതി സ്വന്തമായൊരു ഭൂമിക കണ്ടെത്താനുള്ള യജ്ഞമാരംഭിച്ചിരുന്നു ഭരതൻ വന്നുചേരുമ്പോഴേക്കും. പേരൊന്നു പരിഷ്കരിച്ചു: പി.എൻ.മേനോൻ. ആ പേര് പിന്നീട് മലയാള സിനിമയുടെ വളർച്ചയിലെ നിർണായക അവതാര സാന്നിധ്യമായത് വരാനിരുന്ന ചരിത്രം.

സിനിമയും ഏറെ മാറിയിരുന്നു, അതിനുള്ളിൽ. പക്ഷേ, മാറാത്ത ഒന്നുണ്ടായിരുന്നു. അനുജനെ മുള്ളൂർക്കരയിൽനിന്ന് വണ്ടികയറ്റി മദിരാശിക്കയക്കുമ്പോൾ ശങ്കരമേനോന്റെ മനസ്സിലത്രയും തുടിച്ചുനിന്നിരുന്ന പ്രതീക്ഷയും വിശ്വാസവും ആർജ്ജവവും ജ്യേഷ്ഠപുത്രനെ യാത്രയയ്ക്കുമ്പോഴും അണുപോലും കുറയാതെ ത്രസിച്ചുനിന്നിരുന്നു. കാലം കടന്നുപോയപ്പോൾ അതിനകം നാട്ടുകാർക്ക് പ്രിയങ്കരനായ ശങ്കരേട്ടനായി മാറിയിരുന്നു ശങ്കരമേനോൻ എന്നതുമാത്രമായിരുന്നു ആകെ സംഭവിച്ച മാറ്റം. പിന്നീട് സംവിധായകകിരീടമണിഞ്ഞെത്തിയ അനുജൻ പി.എൻ.മേനോനുമൊത്തുള്ള വേഴ്ചയിൽ കലാസംവിധായകന്റെ അങ്കികൂടിയണിഞ്ഞ ശങ്കരേട്ടൻ (കുട്ട്യേടത്തി) എസ്.കെ.പാലിശ്ശേരിയുമായി. പി.എൻ.മേനോന്റെ സഹായിയായി കൂടെച്ചേർന്ന ഭരതൻ താരതമ്യേന ഭാഗ്യവാനായിരുന്നു. പി.എൻ. നേരിട്ട ദുരന്തപീഡനങ്ങൾ ഒന്നുംതന്നെ ഭരതന് അനുഭവിക്കേണ്ടി വന്നില്ല.

സിനിമയുടെ രീതികൾ മാറിയിരുന്നു. സിനിമയിലേക്കുള്ള വഴികളും മാറിയിരുന്നുവല്ലോ. പക്ഷേ, മനസ്സിലുള്ള, സങ്കല്പത്തിനൊത്തുള്ള, സിനിമയിലേക്കുള്ള യാത്ര അന്നും ഇന്നും എന്നും ദുർഘടമായിരുന്നു, ആണ്, ആയിരിക്കും എന്ന് ഭരതൻ അറിയാനിരിക്കുന്നതേ ഉണ്ടായിരുന്നുള്ളൂ.

പി.എൻ.ന് കിട്ടാതെപോയ ഒരു ഭാഗ്യം ഭരതനുണ്ടായി. പറയാനൊരു മേൽവിലാസം; മേലാപ്പുപോലൊരു തണൽ. പരസ്യകലയിലും കലാസംവിധാന മേഖലയിലും ഏറെ ആദരിക്കപ്പെടുന്ന സവിശേഷ ശൈലിയുള്ള തിരക്കുള്ള കലാകാരനായിക്കഴിഞ്ഞിരുന്നു മേനോൻ അപ്പോഴേക്കും.

പക്ഷേ, എന്റെ അറിവിൽ ആ ഒരു പരിചയപ്പെടുത്തൽ ഭരതൻ ഏറെ ഉപയോഗിച്ചിട്ടില്ല.

പലരും ധരിച്ചിട്ടുള്ളത് ഭരതന്റെ ചെറിയച്ഛനായാണ് പി.എൻ.മേനോനുമായി ഞാനടുക്കുന്നതെന്നാണ്. അതല്ല ശരി. ഭരതനെക്കാൾ മുൻപേ എനിക്ക് പരിചയം മേനോനെ ആയിരുന്നു. പിന്നീടാണ് ഭരതനുമായുള്ള അടുപ്പം. ഒരിക്കൽപോലും അടുപ്പത്തിന്റെ ആദ്യനാളുകളിലൊന്നും ഭരതൻ ആ ബന്ധത്തിന്റെ കഥ പറഞ്ഞിട്ടില്ല. കെ.എസ്.സേതുമാധവൻ ഒരിക്കൽ പറഞ്ഞാണ് ഞാനാബന്ധത്തിന്റെ കഥ അറിയുന്നതുതന്നെ!

ഇതിത്ര കൊട്ടിഘോഷിക്കാനെന്തിരിക്കുന്നു എന്നായിരുന്നു ഇരുവരുടെയും ഇതേക്കുറിച്ചുള്ള സമീപന ഭാവം തന്നെ!

തന്റെ കാൽവരിയും ഗാഗുൽത്തയും താൻതന്നെ തേടി താണ്ടാനുള്ളതാണെന്ന തിരിച്ചറിവ് ഭരതനുണ്ടായിരുന്നിരിക്കണം. പി.എൻ.ന് പി.എന്റെ വഴിയും ഭരതന് ഭരതന്റെ വഴിയും തന്നെയായിരുന്നു.

എങ്കിലും വഴിയോരത്ത് കിടക്കാതെയും ചായപ്പീടികയിൽ വിറക് കീറാതെയും ചന്തയിൽ പച്ചക്കറി ചുമക്കാതെയും നടീനടന്മാരുടെ ചായക്കോപ്പകൾ പേറാതെയും അവർക്ക് കക്കൂസുകളിൽ വെള്ളംകൊണ്ടെത്തിക്കാനിടവരാതെയും മഹാനഗരത്തിൽ വന്നിറങ്ങുമ്പോൾ ഭരതന് ചെന്ന് ചായാനൊരിടമുണ്ടായിരുന്നു; പി.എൻ.ന്റെ മാളം. ഒപ്പം മാത്സര്യബുദ്ധിയോടെ സഹവർത്തിക്കാൻ ഒരു ജ്യേഷ്ഠ സാന്നിധ്യം; പി.എൻ.

വിചിത്രമായ ഒരു വസ്തുത ഭരതൻ ഇളയച്ഛനായ പി.എൻ.നെ ചേട്ടൻ എന്നാണ് വിളിച്ചിരുന്നത്. ശങ്കരേട്ടനെ പി.എൻ. വിളിച്ചുകേട്ടത് സ്വയം പകർത്തിയതാണോ എന്തോ?

“കാരണമൊന്നുമില്ല. അങ്ങനെയാണ് നാവിൽ വന്നത്. അങ്ങനെതന്നെ വിളിച്ചു. പിന്നീടത് ശീലമായി; അങ്ങുറച്ചു.”

മൂന്ന് സഹോദരന്മാരിൽ ഏറ്റവും ഇളയവനായിരുന്നല്ലോ പി.എൻ. മേനോൻ. ഭരതനും പി.എൻ.നും തമ്മിൽ 19 വയസ്സിന്റെ അന്തരമുണ്ടായിരുന്നു. എങ്കിലും ആ അകലം മനസ്സുകൾ തമ്മിലുണ്ടായില്ല. ചേട്ടൻ എന്നു വിളിക്കുമ്പോൾ പിതൃസവിധത്തോടുള്ള ആർജ്ജവവും ഗുരുമുഖത്തോടുള്ള ആദരവും ഭരതന്റെ മനസ്സിൽ നിറഞ്ഞുനിന്നിരുന്നത് എനിക്കനുഭവവമാണ്. തിരിച്ച് ഡാ... മണീ എന്ന സംബോധനയിൽ പുത്രനിർവ്വിശേഷമായ വാത്സല്യവും തന്നെക്കാൾ യോഗ്യനായ പിൻഗാമിയോടുള്ള ആദരവും ഭരതനെക്കുറിച്ചുള്ള പ്രത്യാശയും അതിലുള്ള അഭിമാനവും പി.എൻ.ന്റെ മനസ്സിലും.

ജീവിതത്തിന്റെ ആദ്യപാദങ്ങളിൽ ഒരുപാട് സാമ്യങ്ങളുണ്ടായിരുന്നു ഇരുവർക്കുമിടയിൽ; അത്രതന്നെ, അല്ല, അതിലേറെ അന്തരവുമുണ്ടായിരുന്നു അവർക്കിടയിൽ തുടർന്നുള്ള പ്രയാണത്തിൽ. നല്ല സിനിമയെക്കുറിച്ചുള്ള സ്വപ്നങ്ങളുടെ അന്തർധാരയിൽ, അതിലേക്കെത്തിപ്പെടാനുള്ള മനസ്സിന്റെ ഉഴറലിൽ രണ്ടുപേർക്കും പക്ഷേ, ഒരു മതമായിരുന്നു! ഒരേ മനസ്സായിരുന്നു!

പി.എൻ. പി.എൻ.ന്നും ഭരതൻ ഭരതനുമായിരുന്നതുകൊണ്ടുതന്നെ ഏറെക്കാലം അവർക്ക് ഗ്രഹോപഗ്രഹങ്ങളായി തുടരാൻ സാധ്യമാകുമായിരുന്നില്ല. പറക്കമുറ്റുമ്പോൾ ചിറകടിച്ച് സ്വന്തം ചാല് തേടി പറക്കുക സഹജം.

കലാസംവിധായകനായ ശങ്കരൻകുട്ടിയോടൊപ്പം ചേർന്നുകൊണ്ടാണ് ഭരതൻ സ്റ്റുഡിയോകളുമായി ബന്ധപ്പെട്ട് സ്വന്തം നിലയിൽ പ്രവർത്തിക്കാൻ തുടങ്ങുന്നത്. അക്കാലത്തു മദിരാശിയിൽ വലിയൊരു എക്സിബിഷൻ നടന്നു. പല പ്രമുഖ കമ്പനികളുടെയും പവലിയനുകളുയർന്നു. ചന്ദ്രിക ആയുർവേദ സോപ്പിനുവേണ്ടി പവലിയൻ രൂപ കല്പനചെയ്തത് ഭരതനായിരുന്നു. ഏറെ പ്രശംസനേടി ആ കല്പനയിൽ ഭരതൻ പ്രദർശിപ്പിച്ച വിരുതും തനിമയും. ചന്ദ്രികയുടെ സാരഥികളിലൊരാളായിരുന്ന ഡോ. സി.കെ.രവിയാണ് ഭരതനെ ഈ ചുമതല ഏല്പിച്ചത്. ഭരതന്റെ അടുത്ത സുഹൃത്തും അഭ്യുദയകാംക്ഷിയുമായി മാറി ഡോ.രവി. ഒപ്പം മദിരാശിയിലെ ജീവതത്തിൽ വറുതിയുടെ അത്യാവശ്യ അപകട സന്ദർഭങ്ങളിൽ ആശ്രയവും.

1970-ൽ പി.എൻ. മേനോൻ *ഓളവും തീരവും* സംവിധാനംചെയ്തുകൊണ്ട് ദക്ഷിണേന്ത്യൻ സിനിമയിൽത്തന്നെ ഒരു യുഗപ്പിറവിക്ക് നിമിത്തമായി. രാമു കാര്യാട്ടും പി.ഭാസ്കരനും (*നീലക്കുയിൽ*: 1954), പി.രാമദാസും (*ന്യൂസ്പേപ്പർ ബോയ്*-1955) തുടങ്ങിവെച്ച സിനിമയെ കൂടുതൽ നല്ല സിനിമയോടടുപ്പിക്കുന്ന വേറിട്ടപാതയിൽ കെ.എസ്.സേതുമാധവനും (*ജ്ഞാനസുന്ദരി*-1966), എ.വിൻസന്റും (*ഭാർഗവീനിലയം* 1964),1965-ൽ വിൻസന്റിന്റെ തന്നെ *മുറപ്പെണ്ണി*ന്റെ രചനയിലൂടെ എം.ടി.വാസുദേവൻനായരും പങ്കാളികളായി ചേർന്നതോടെ നമ്മുടെ സിനിമയിൽ ആരോഗ്യകരമായ, കലാപരമായ ഔന്നത്യമുള്ള ഒരുപിടി ചിത്രങ്ങൾ പ്രേക്ഷകമനസ്സിൽ പുതിയൊരു ആസ്വാദന സംസ്കാരം വളർന്നുവരുന്നതിന് നിമിത്തമായി. *ഓളവും തീരവും* ആ പ്രയാണത്തിന് കുറെക്കൂടി വ്യക്തമായ ദിശാമുഖം നേടിക്കൊടുത്തിരുന്നു. *ചെമ്മീൻ* നേടിയ സുവർണശോഭ പ്രതീക്ഷകളെ കൂടുതൽ വർണാഭമാക്കിയിരുന്നു.

സാമ്പ്രദായിക വട്ടങ്ങളിൽ മാത്രം ചിത്രങ്ങളെടുത്തിരുന്ന പ്രമുഖ നിർമാണസ്ഥാപനമായ ഉദയ സേതുമാധവനെയും വിൻസന്റിനെയും

സംവിധായകരാക്കി ചിത്രങ്ങൾ നിർമ്മിക്കുവാനാരംഭിച്ചത് ഈ പശ്ചാത്തലത്തിലാണ്.1969-ൽ *കൂട്ടുകുടുംബ*വും 1972-ൽ *ഗന്ധർവക്ഷേത്ര*വും. 1967-ൽ *അശ്വമേധ*ത്തിലൂടെ ഹരിപോത്തനും (സുപ്രിയ), 1968-ൽ *യക്ഷി*യിലൂടെ എം.ഒ. ജോസഫും (മഞ്ഞിലാസ്) നിർമാണരംഗത്ത് സജീവമായി തുടർച്ചയായി വിജയഗാഥകൾ തീർത്തതും ഇതിന് പ്രേരകമായിട്ടുണ്ടാകണം. അതിന്റെകൂടി പ്രേരണയിലാണ് *ജയ്മാരുതി*യുടെ ബാനറിൽ ടി.ഇ.വാസുദേവൻ രാമുകാര്യാട്ടിനെ സംവിധായകനാക്കി *അഭയം* ചെയ്തത്.

*ഓളവും തീര*വും ഇറങ്ങുംമുൻപേ പി.എൻ.ന്റെ ആദ്യചിത്രമായ '*റോസി*' ഇറങ്ങിയിരുന്നു.

ഓളവും തീരവും ചിത്രത്തിനുവേണ്ടി എം.ടി. എഴുതിയ തിരക്കഥ പകർപ്പെടുക്കുക തൊട്ട് ആദ്യവസാനം അണിയറയിലെ അറിയപ്പെടാത്ത ഉത്സാഹിയും സഹായിയുമായി വർത്തിക്കുവാൻ ഭരതനു സന്ദർഭമുണ്ടായി. ഒരു conceptൽ നിന്നും ഒരു ചിത്രം പിറവിയെടുക്കുന്നതും ആ പിറവിയിൽ സംവിധായകന്റെ മനസ്സിലെ മൗലികസങ്കല്പങ്ങളോടുള്ള പ്രതിബദ്ധത വേറിട്ട പ്രകാശനം സാധ്യമാക്കുന്നതും എങ്ങനെയെന്ന് ഭരതൻ കണ്ടറിഞ്ഞു. *റോസി* തൊട്ടേ ഭരതൻ അതു ശ്രദ്ധിച്ചുമിരുന്നു. അതിനപ്പുറം സഹായിതലത്തിൽ ഒരു വേഴ്ച പി.എൻ. ചിത്രങ്ങളിൽ ഉണ്ടായതുമില്ല.

പി.എൻ.കൂടെച്ചേർക്കാതിരുന്നതോ അതോ ഭരതനായി സ്വയം വിട്ടുനിന്നതോ?

ചോദിച്ചിട്ടുണ്ട്, ഞാൻ രണ്ടുപരോടും.

"ചേട്ടന്റെ സ്വപ്നങ്ങൾ എന്നും മൂപ്പരുടേതു മാത്രമായിരുന്നു. എന്റേത് എന്റേതു മാത്രവും. വേറെ വേറെ വഴികളിലൂടെയായിരുന്നു മനസ്സുകൾ സഞ്ചരിച്ചിരുന്നത്. എന്നെ ചേട്ടൻ ഒരുപാട് Inspire ചെയ്തിട്ടുണ്ട്. പക്ഷേ, ആ Inspiration ഒരു വെല്ലുവിളിയായി കാണാനാണ്, ആ പാത പിന്തുടരുന്നതിലുമേറെ ഞാൻ ശ്രമിച്ചത്."

പി.എൻ.ന്റെ വിശദീകരണം ഇതായിരുന്നു:

"മണി എപ്പോഴും വളരെ Independent ആയി ചിന്തിക്കുന്ന സ്വഭാവക്കാരനായിരുന്നു. അതുകൊണ്ടായിരുന്നു അവനെ എനിക്കിഷ്ടവും. അതൊരു ബന്ധുവിനോടുള്ള വാത്സല്യമോ പ്രതിപത്തിയോ ഒന്നുമല്ലായിരുന്നു. അതിനപ്പുറം അവന്റെ കഴിവുകളോടുള്ള regardഉം ന്റെ അതിലുള്ള പ്രതീക്ഷയും വിശ്വാസവുമായിരുന്നു. അവൻ അവന്റെ വഴിയെ സഞ്ചരിക്കട്ടെ. എന്നാലെ എന്നെക്കാൾ ഉയരത്തിൽ അവനെത്തിപ്പെടാനാകൂ; അങ്ങനെ എത്തിപ്പെടാനുള്ളവനാണവൻ.... ആ ചിന്തയായിരുന്നു എനിക്ക്. അതുകൊണ്ടുതന്നെ ചിത്രങ്ങളിൽ അങ്ങിനെ ബന്ധപ്പെടുത്തുക എന്നൊരു ചിന്തയേ ഉണ്ടായില്ല....

അതുണ്ടാവാതിരുന്നത് natural ആയാണ്; അതാണ് നന്നായതും.... എന്തേ അങ്ങിനെ എന്ന് അവന് തോന്നിയിട്ടില്ല. എനിക്കും.... ഒരാളുടെ തലച്ചോറിനകത്ത് കയറിയിരുന്ന് മറ്റൊരാൾ ചിന്തിച്ചില്ല. ഭാഗ്യം. നന്നായി അത്!"

മഞ്ഞിലാസിനുവേണ്ടി ഭരതൻ *അണിയറ* (ഉറൂബിന്റെ രചന) സംവിധാനം ചെയ്യുമ്പോൾ മഞ്ഞപ്പിത്തം വന്ന് അവശനായി. ഷൂട്ടിങ് മുടങ്ങുമെന്ന ഘട്ടം വന്നപ്പോൾ പകരക്കാരനായി വന്നത് പി.എൻ.ആണെന്ന് എം.ഒ. ജോസഫ് പറഞ്ഞിട്ടുണ്ട്. ഭരതൻ ഉദ്ദേശിച്ചിരുന്ന വിധവും അതുവരെ ചെയ്തുപോന്ന വിധവും പറഞ്ഞുകൊടുത്തു. ആ സങ്കല്പത്തിനൊത്ത് പി.എൻ. ഷോട്ടുകൾ എടുക്കുകയായിരുന്നു. ആ ഒരു ചിത്രത്തിൽ മാത്രമാണ് അവരൊരുമിച്ചു എന്ന് പറയാമെങ്കിൽ പറയാവുന്നത്; അതൊരു ഒരുമിക്കലായിരുന്നുമില്ലല്ലോ.

ഗന്ധർവ്വസമക്ഷം!

*ഗന്ധർവക്ഷേത്ര*ത്തിന്റെ മുന്നൊരുക്കങ്ങൾ നടക്കുന്ന കാലം. ഭരതൻ ഒരു ദിവസം വിൻസന്റ് മാസ്റ്ററെ കാണാൻ ചെന്നു. താൻ വരച്ച കുറെ ചിത്രങ്ങളും കൈയിൽ കരുതിയിരുന്നു.

വിൻസന്റ് മാസ്റ്റർക്ക് സന്തോഷമായി. സ്വയം ഒരൊഴിവുകാല ചിത്രകാരൻകൂടിയായിരുന്ന മാസ്റ്റർ താൻ വരച്ച ചില ചിത്രങ്ങൾ ഭരതനെ കാണിച്ചു. ചിത്രകലയെക്കുറിച്ചും അതിന്റെ പ്രയോഗവൈവിധ്യങ്ങളെയും പ്രകാശനസാധ്യതകളേയും കുറിച്ച് ഏറെനേരം സംസാരിച്ചു. ഭരതന് കുടിക്കുവാൻ കാപ്പി നല്കി മാസ്റ്റർ അകത്തേക്കു പോയി.

മാസ്റ്ററുടെ ചിത്രത്തിൽ പരസ്യകലയിലോ കലാസംവിധാന രംഗത്തോ ഒരവസരം ചോദിക്കണമെന്ന് കരുതിയാണ് ഭരതൻ വന്നത്. അത് പറയാനൊരു സന്ദർഭമുണ്ടായില്ല. ആഗമനലക്ഷ്യം മാസ്റ്റർ ഒട്ടു ചോദിച്ചുമില്ല.

ഭരതൻ ആശയക്കുഴപ്പത്തിലായി.

എന്ത് വേണം? വെട്ടിത്തുറന്നങ്ങു ചോദിച്ചാലോ? ധൈര്യംവന്നില്ല.

ഇപ്പോഴദ്ദേഹം തുല്യസ്ഥാനത്തിരുത്തി ബഹുമാനപൂർവം സംസാരിച്ചു. അഭയാർത്ഥിയായാണ് വന്നതെന്നറിഞ്ഞാൽ മാസ്റ്ററുടെ മനോഭാവമെന്തായിരിക്കും? ക്ഷിപ്രകോപി എന്നാണ് കേൾവി.

പക്ഷേ, നാളെ എന്നത് ചോദ്യചിഹ്നമായി മാറുന്നു. തന്റെ സാന്നിധ്യം രേഖപ്പെടുത്താൻ, കഴിവുകൾ തെളിയിക്കാൻ ഒരൂഴം എങ്ങനെയും നേടിയെടുത്തേ മതിയാകൂ. ആത്മവിശ്വാസമുണ്ട്. ഒരവസരം കിട്ടിയാൽ തനിക്കെന്താണ് കഴിയുകയെന്ന് ബോധ്യപ്പെടുത്താം. തെളിയിക്കാം. ഉറച്ച ധൈര്യമുണ്ട്.

മനസ്സിൽ സന്ദേഹം കലമ്പൽ കൂട്ടുമ്പോൾ പുറത്തേക്കു പോകാനായി മാസ്റ്റർ ഒരുങ്ങിവന്നു.

"ഇറങ്ങുകയല്ലേ?"

തലയാട്ടുകയല്ലാതെ ഒന്നും പറഞ്ഞില്ല. എവിടേക്കെന്നറിയില്ല. പോകുന്നവഴിക്ക് വഴിയിൽ ഡ്രോപ്പ് ചെയ്യാമെന്ന മര്യാദയുടെ പേരിലാകും ക്ഷണം. അതിനപ്പുറം പോകുന്നിടത്ത് കൂടെ കൂട്ടുവാൻമാത്രം അടുപ്പമില്ലല്ലോ....

മാസ്റ്റർ തുടർച്ചയായി ചിത്രങ്ങൾ സംവിധാനംചെയ്യുന്നുണ്ടെന്നറിയാം. പക്ഷേ, അപ്പോൾ ഏതുചിത്രത്തിന്റെ ആലോചനയിലാണെന്നുപോലുമറിയില്ല.

കാറിൽ കൂടെക്കയറി. നിശ്ശബ്ദത കനംതൂങ്ങിയ കുറച്ചുനിമിഷങ്ങൾ. ഭരതന്റെ മനസ്സാകെ മരവിച്ചു. ഇനി വഴിയിലിറങ്ങി യാത്രപറയാമെന്നല്ലാതെ വന്നകാര്യമൊന്നും പറയാനാവില്ലല്ലോ.

"സ്റ്റുഡിയോയിൽ ആർട്ട് വർക്കിൽ സഹകരിച്ചിട്ടുണ്ട്. ഇല്ലേ?"

"ഉവ്വ്"

എന്തർത്ഥത്തിലാണ് ചോദ്യമെന്ന് പിടികിട്ടിയില്ല.

"ആർട്ടിസ്റ്റാണല്ലോ.... അപ്പോൾ സെറ്റ് സ്കെച്ച് ചെയ്യാൻകഴിയും...."

ചോദ്യമല്ല. ഒരുപ്രസ്താവം. 'ഉവ്വെ'ന്നു പറഞ്ഞാലോ? വേണ്ട. അധികപ്രസംഗമാവണ്ട. എന്താണ് അദ്ദേഹത്തിന്റെ ലക്ഷ്യമെന്നറിയില്ലല്ലോ?.

"വേറെ സ്വതന്ത്രമായ അസൈൻമെന്റ്സ് വല്ലതും?"

ഇതാണ് നിമിഷം. സത്യംപറയാനുള്ള ഊഴം. ഉച്ചത്തിൽ മിടിക്കുന്ന ഹൃദയത്തോടെ നേർത്ത സ്വരത്തിൽ ഭരതൻ പറഞ്ഞു.

"ഇല്ല. ഇതുവരെ അങ്ങനെയൊരു ചാൻസ് വന്നില്ല."

പ്രതികരണമില്ല. രണ്ടാമതു പറഞ്ഞതധികമായോ?

മാസ്റ്റർ കൈവിരൽകൊണ്ട് മൂക്ക് മെല്ലെ തടവി. കോപംവരുമ്പോൾ ആദ്യം അങ്ങനെ പതിവുണ്ടെന്ന് പറഞ്ഞുകേട്ടിട്ടുണ്ട്. അപ്പോൾ മാത്രമല്ല ചിന്തിക്കുമ്പോഴും വിൻസന്റ് മാസ്റ്റർ മൂക്കിൽ തടവാറുണ്ടെന്ന് ഭരതനറിയില്ലല്ലോ.

അവർ സഞ്ചരിക്കുന്ന കാറ് നഗരാതിർത്തി വിട്ട് പ്രാന്തപ്രദേശത്തേക്കു നീങ്ങി. അംജിക്കര അന്ന് നഗരമല്ല; ഗ്രാമംതന്നെ; നഗരാതിർത്തി! അവിടെ വലിയൊരു ഗെയ്റ്റിന് മുൻപിലെത്തിയപ്പോൾ ഭരതൻ ഭൂഗോളത്തിന് മുകളിൽ തലയുയർത്തിനിന്ന് കൂവാനൊരുങ്ങുന്ന കോഴി അടയാളചിഹ്നമായ ഉദയായുടെ നെയിംബോർഡ് കണ്ടു. ഉദയായുടെ മദിരാശിയിലെ ഓഫീസും അതിഥിമന്ദിരവും എഡിറ്റിങ് റൂമും. രണ്ടു വലിയ കെട്ടിടങ്ങളും അവയ്ക്കിടയിൽ ഭംഗിയായി പാലിച്ചു വളർത്തിയ ഉദ്യാനവും. കാറിൽനിന്നിറങ്ങി അപരിചിതനെപ്പോലെ പരുങ്ങിനിന്ന ഭരതനോട് കൂടെ വരാൻ വിൻസന്റ് മാസ്റ്റർ ആംഗ്യം കാട്ടി. ഭരതൻ അനുസരിച്ചു.

വൃത്തിയായി വിരി വിരിച്ച മേശപ്പുറത്തൊരു ചുമന്ന പൂവ്. അതിനു പിറകിൽ സൗമ്യതയും ഗൗരവവും സമാസമം ചാലിച്ച മുഖഭാവവുമായി

പ്രതാപവാനായ ഒരു മനുഷ്യനിരിക്കുന്നു. മുണ്ടും നീലനിറത്തിലുള്ള ഹാഫ് സ്ലാക്ക് ഷർട്ടും ആണ് വേഷം; യാഡ്‌ലി പൗഡറിന്റെ സുഗന്ധം അടുത്തെത്തുമ്പോൾ. ചിത്രങ്ങൾ കണ്ടുള്ള പരിചയം ഭരതൻ മനസ്സിലോർത്തു. വിജയത്തിന്റെ തുടർക്കഥകൾ മാത്രം പറയുവാനുള്ള നിർമാതാവ്; ഉദയാ സാമ്രാജ്യത്തിന്റെ സാരഥി, എം.കുഞ്ചാക്കോ.

അരികിൽ ആജ്ഞാനുവർത്തികളായി രണ്ടുമൂന്നുപേർ.

അരികിലൊരു സോഫയിൽ വെള്ളമുണ്ടും കൈയില്ലാത്ത ബനിയനും ധരിച്ച് സുപരിചിതനായ ഒരാൾ അലസമായി സ്വാതന്ത്ര്യത്തോടെ ചെരിഞ്ഞിരുന്നു പത്രം വായിക്കുന്നു. ഭരതൻ മനസ്സിൽ മന്ത്രിച്ചു: വയലാർ.... വയലാർ രാമവർമ്മ!

അവരിരുവരും കൂടെ നിന്ന ആജ്ഞാനുവർത്തികളും മാസ്റ്ററെ കണ്ടപ്പോൾ ഭവ്യതയോടെ ആദരം കാണിച്ചു. മേശയുടെ മുൻപിൽ കസേര വലിച്ചിട്ട് മാസ്റ്ററിരുന്നു. ഭരതനോട് ഇരിക്കുവാൻ ആജ്ഞ. പടംമുതലാളിമാരുടെ മുൻപിൽ ചാടിക്കയറി ഇരുന്നുകൂടെന്നാണ് അന്നത്തെ സ്റ്റുഡിയോ ചിട്ടവട്ടങ്ങൾ. പക്ഷേ, ആജ്ഞാപിക്കുന്നത് വിൻസന്റ് മാസ്റ്ററാണ്. അനുസരിച്ചില്ലെങ്കിൽ അതാണേറെ അപകടം. രണ്ടുംകല്പിച്ച് ഭരതൻ ഇരുന്നു.

ആമുഖമൊന്നുമില്ലായിരുന്നു മാസ്റ്റർക്ക്. വയലാറിനെ നോക്കി ഒരു ചോദ്യം.

"ആയോ?"

മനസ്സിന്റെ ആഴങ്ങളിൽനിന്ന് സംക്രമിച്ച പ്രസാദം തിളങ്ങിയ ചിരിമാത്രം കവിമുഖത്ത്.

കുഞ്ചാക്കോ മേശപ്പുറത്തെ ഫയലിൽനിന്ന് ഒരു കടലാസെടുത്ത് മാസ്റ്റർക്ക് നീട്ടി.

മാസ്റ്റർ കടലാസ് വാങ്ങി രണ്ടാവർത്തി വായിച്ചു. അഭിനന്ദനസൂചകമായി വയലാറിനെ നോക്കി പുഞ്ചിരിച്ചു. വരികൾ മാസ്റ്റർക്ക് ഇഷ്ടമായെന്നുകണ്ടപ്പോൾ കുഞ്ചോക്കോയുടെ മുഖത്തും പ്രസാദം.

"പരവൻ[1] ഇന്നെത്തും.... ഇതും കൂടാകുമ്പോൾ എല്ലാ പാട്ടുമാകും. യേശു[2] ബോംബെയിലാണ്. വൈകീട്ട് വരും.... നാളെ റിഹേഴ്സൽ. നാളെ കഴിഞ്ഞു റെക്കാർഡിങ്."

വിൻസന്റ് മാസ്റ്റർ തലയാട്ടി. പിന്നെ കൈയിലിരുന്ന കടലാസ് ഭരതനു നീട്ടി. ഭരതൻ വാങ്ങി. വയലാറിന്റെ കൈപ്പടയിൽ ഗാനത്തിന്റെ വരികൾ....

---

1. പരവൂർ ജി. ദേവരാജൻ. കുഞ്ചാക്കോ അദ്ദേഹത്തെ അങ്ങനെയാണ് വിളിക്കുക പതിവ്.
2. ഗായകൻ യേശുദാസ്

ഇന്ദ്രവല്ലരി പൂചൂടിവരും

സുന്ദര ഹേമന്ത രാത്രി....

തലമുറകൾ ഏറ്റുപാടി അനശ്വരമാക്കിയ ഒരു സുന്ദരഗാനത്തിന്റെ പിറവിമുഹൂർത്തത്തിനാണ് അന്ന് ഭരതൻ സാക്ഷിയായത്.

ഇതിനിടയിൽ മാസ്റ്റർ വയലാറിനും കുഞ്ചാക്കോക്കും ഭരതനെ പരിചയപ്പെടുത്തി.

“ഇത് ഭരതൻ. നമ്മുടെ പടത്തിന്റെ ആർട്ട് ഡയറക്ടർ. പോസ്റ്ററും ഭരതൻതന്നെ ചെയ്യും”

ഭരതൻ തരിച്ചിരുന്നുപോയി.

ഇങ്ങനെയൊരവസരം നല്കാൻ പോകുന്നതായി ഒരു സൂചനപോലും അതുവരെ തന്നിരുന്നില്ല. നിർമാതാവിനോട് ഒരവസരത്തിനുവേണ്ടി ശുപാർശയായിട്ടല്ല അവതരണം .

“ഇത് ആർട്ട് ഡയറക്ടർ, ഡിസൈനർ”

നിയമനമൊക്കെ എപ്പോഴേ കഴിഞ്ഞു എന്ന മട്ടിലാണ് പ്രസ്താവം.

മാസ്റ്ററുടെ വാക്കുകൾ അതേ ഗൗരവത്തിൽ സ്വീകരിക്കുന്ന വിധത്തിലായിരുന്നു കുഞ്ചാക്കോയുടെയും വയലാറിന്റെയും സംഘത്തിന്റെയും പ്രതികരണം.

മാസ്റ്റർ ഭരതനോട് പറഞ്ഞു:

“ആദ്യം ഷൂട്ട് ചെയ്യുന്നത് ഈ ഗാനരംഗമാണ്. സ്റ്റുഡിയോയിലാണെങ്കിലും ഫ്ളോറിനകത്തെ പ്രതീതി വേണ്ട. ഒരു യക്ഷിത്തറ. ഗന്ധർവൻ വന്നിരുന്ന് പാടുന്നു. നായിക ആ ഗാനലഹരിയിൽ ആകൃഷ്ടയായി അനുരാഗ വിവശയായി അയാളെ തേടിവരുന്നു. ഇതാണ് സ്വിറ്റ്വേഷൻ. റിയലിസ്റ്റിക് ആയി തോന്നണം. സെറ്റും ബാക്ഗ്രൗണ്ടും ബ്ലാക് ആൻഡ് വൈറ്റിലാണെങ്കിലും ഫാന്റസിയുടെ ടോണിൽ റൊമാന്റിക് ഭാവങ്ങൾക്ക് കളറിന്റെ പകിട്ടുതോന്നണം. ഒരു challenge ആയിട്ട് ചെയ്യൂ....”

ഭരതൻ ഉരിയാടിയില്ല, തലയാട്ടി.

ശബ്ദം നേർത്ത് ഇടറിയാലോ എന്ന ഭയത്തിലായിരുന്നു സത്യത്തിൽ ഉരിയാടാതിരുന്നത്. വികാരക്ഷോഭം, അതിരുകടന്ന സന്തോഷം.... പുറത്തു ഭാവിക്കരുതല്ലോ.

നിർമാതാവിന്റെ കൃത്യതയുണ്ടായിരുന്നു കുഞ്ചാക്കോയുടെ വാക്കുകൾക്ക്.

“വൈകീട്ട് പുറപ്പെടണം. പോകുമ്പോൾ ഓഫീസിൽ കയറി അത്യാവശ്യത്തിന് ചില്ലറ അഡ്വാൻസ് വാങ്ങിക്കോളൂ.... വൈകീട്ട് പിക്ചെയ്യാൻ കാറ്

ആ വഴി വരും. അത്താഴം ഇവിടെനിന്ന് ഡ്രൈവർ കൊണ്ടുവരും. നാളെ അവിടെ സ്റ്റേഷനിൽ കാറുണ്ടാകും. നേരെ സ്റ്റുഡിയോയിലേക്ക് പോയി ജോലികൾ തുടങ്ങണം. ഇന്ന് ശനിയാഴ്ച.... ഞായർ.... തിങ്കൾ.... ബുധനാഴ്ച ഷൂട്ടിങ്ങാണ്"

ഭരതൻ അമ്പരപ്പോടെ കേട്ടിരുന്നു.

"ചൊവ്വാഴ്ച രാവിലെ ഞാൻ എത്തും."

മാസ്റ്റർ പറഞ്ഞു.

"അപ്പോഴേക്കും സെറ്റ് റെഡിയാവണം"

കുഞ്ചാക്കോയുടെ നിർദേശം.

ഭരതൻ തലയാട്ടി. കടലാസ് മാസ്റ്ററെ ഏല്പിച്ചു. എല്ലാവരെയും നോക്കി തൊഴുതു.

മാസ്റ്റർ കുഞ്ചാക്കോയോടു പറഞ്ഞു.

"സ്ക്രിപ്റ്റിന്റെ ഒരു copy കൊടുക്കാൻ പറഞ്ഞോളൂ...."

ബാക്കി പറഞ്ഞത് ഭരതനെ ഉദ്ദേശിച്ചാണ്.

"വായിച്ച് ഒരേകദേശ ഐഡിയ ഉണ്ടാക്കിവയ്ക്കൂ. തറവാടിന്റെ ഒരു സെറ്റ് സ്റ്റുഡിയോയിലുണ്ട്. അതൊന്ന് ആൾട്ടർചെയ്ത് ഫ്രഷാക്കി നമ്മുടെ ആവശ്യത്തിന് പറ്റുന്ന വിധത്തിലാക്കണം. ബാക്കി വന്നിട്ട് ഡിസ്കസ്സ് ചെയ്യാം...."

താൻ ജോലി ആരംഭിച്ചുകഴിഞ്ഞുവെന്ന് ഭരതന് ബോധ്യമായി.

കുഞ്ചാക്കോ ആജ്ഞാനുവർത്തികളിലൊരാളെ വിളിച്ച് പ്രത്യേകം നിർദ്ദേശിച്ചു.

"കാറിൽ കൊണ്ടുവിടാൻ പറയ്."

അതൊരു തുടക്കമായിരുന്നു. പ്രയാണത്തിന്റെ ആരംഭം!

ബ്ലാക്ക് ആന്റ് വൈറ്റിലെ നിറക്കൂട്ട്

തകഴിയുടേതായിരുന്നു *ഗന്ധർവക്ഷേത്ര*ത്തിന്റെ കഥ. തോപ്പിൽ ഭാസി തിരനാടകമെഴുതി. ഭരതൻ സ്ക്രിപ്റ്റ് ശ്രദ്ധാപൂർവം വായിച്ച് കഥാന്തരീക്ഷം ഉൾക്കൊണ്ടു. വിൻസന്റ് മാസ്റ്ററുടെ മുൻ ചിത്രങ്ങളിലെ ആവിഷ്കരണശൈലിയുടെ പരിവൃത്തത്തിൽ ഈ കഥ കൂടുതൽ ഭാവോദ്ദീപകമായി ദൃശ്യവത്കരിക്കാൻ തന്റെ ഭാഗത്തുനിന്നും പശ്ചാത്തലപ്പകർച്ചയിൽ എന്തുചെയ്യാനാകും? ഓർത്തെടുത്താൽ കിട്ടാവുന്ന മാതൃകകളെ മനഃപൂർവം ഒഴിവാക്കി. ആ ഒരു സ്വാധീനം വേണ്ട. കന്നിച്ചിത്രമാണ്. തന്റേതു മാത്രമാവണം ശൈലി.

തീരദേശ റെയിൽപ്പാത വന്നിട്ടില്ലാത്തതുകൊണ്ട് കൊച്ചിയിൽനിന്ന് റോഡ്മാർഗ്ഗം വേണം അന്നു ആലപ്പുഴയെത്താൻ. സ്റ്റുഡിയോയിലെത്തിയ ഉടനെ യക്ഷിത്തറ സെറ്റിനുവേണ്ട സ്ഥലം കണ്ടുറപ്പിച്ചു. അതിന്റെ നിലവിലുള്ള പ്രകൃതിപശ്ചാത്തലം മനസ്സിൽ രേഖപ്പെടുത്തി. ചിത്രീകരണത്തിനു വേണ്ട പ്രായോഗികസൗകര്യങ്ങൾ കൂടി സെറ്റിന്റെ യാഥാർഥ്യ പ്രതീതി നഷ്ടപ്പെടുത്താതെ ഇണക്കിച്ചേർത്തു. പനച്ചുവട്ടിലാണു തറ. കാഴ്ചയിൽ പനയും തറയും തന്നെയാവണം. പക്ഷേ, അവിടെ വന്നിരുന്നു പാടുന്നത് ഗന്ധർവ്വനാണ്. അങ്ങനെയാണ് നായികയുടെ തോന്നൽ... എന്നിട്ടവൾ ആ ഗാനലഹരിയിൽ ആകൃഷ്ടയായി ഗന്ധർവരൂപത്തിൽ അനുരക്തയാവുകയാണ്. യാഥാർഥ്യത്തിനും വിഭ്രമത്തിനുമിടയിലുള്ള ഒരു ഇല്യൂഷൻ സൃഷ്ടിച്ചെടുക്കണം... ഛായാഗ്രാഹകന്റെ പദശൈലി ഉപയോഗിച്ച് വിൻസന്റ് മാസ്റ്റർ നൽകിയ നിർദ്ദേശങ്ങൾ നിറങ്ങൾക്കൊപ്പം നിഴലിനെയും ഉപാസിച്ചു ശീലിച്ച മനസ്സിനു കൃത്യമായ ദിശാമുഖം നല്കിയിരുന്നു.

“ബ്ലാക്ക് ആൻഡ് വൈറ്റിലാണെങ്കിലും ഫാന്റസിയുടെ ടോണിൽ റൊമാന്റിക് ഭാവങ്ങൾക്ക് കളറിന്റെ പകിട്ടുതോന്നണം...”

ഈ വാക്കുകൾ തുടർന്നുള്ള പ്രയാണത്തിലെ ദൃശ്യസങ്കല്പങ്ങളിൽ സ്വാധീനം ചെലുത്തിയ കഥ ഭരതൻ എപ്പോഴും എടുത്തുപറയാറുണ്ട്.

ചിത്രകാരനും ശില്പിയുമായ ഭരതൻ തീർത്തിട്ടുള്ളതധികവും ഔട്ട്ഡോറിലുള്ള ശില്പങ്ങളാണ്. (*ഓർമയ്ക്കായി* എന്ന ചിത്രത്തിൽ നന്ദു ഒരുക്കുന്ന ശില്പം ഉദാഹരണം.)

ബധിരനും ഊമയും അന്ധനുമായ മൂന്നു നാടോടി സംഗീതകാരന്മാരുടെ ഒരു ശില്പം ഭരതൻ ഒരിക്കൽ തീർത്തിരുന്നു. അതെവിടെ പ്രതിഷ്ഠിക്കുന്നുവോ ആ പശ്ചാത്തലം കൂടി അതിന്റെ ഭാഗമാകും. ഷോകേസിൽ വെച്ചാൽ ആ ഷോകേസ് അതിന്റെ ഫ്രെയിമാകും. പുഴക്കരയിലോ താഴ്വാരത്തിലോ പാറമേട്ടിലോ തീജ്വാലകൾക്കു മുൻപിലോ ആകാശച്ചെരിവിലോ പ്രതിഷ്ഠിച്ചാൽ പുഴയും താഴ്വാരവും പാറമേടും തീനാളങ്ങളും ആകാശവും ചേർന്നതാകും ഓരോ തവണയും ആ ശില്പം.

ഈ പ്രത്യേകത എന്റെ ശ്രദ്ധയിൽപ്പെടുത്തിയത് പവിത്രനാണ്. ഈ ശില്പത്തിന്റെ മാതൃകയിലാണ് മാക്ടയുടെ ആദ്യത്തെ സംഗീതസംഗമത്തിൽ പങ്കെടുത്തവർക്കു സമ്മാനിച്ച ഉപഹാരശില്പം പിന്നീട് ഭരതൻ തീർത്തത്. കെ.കെ. നഗറിലെ വീട്ടിൽ പൊരിവെയിലിൽ കളിമണ്ണു കുഴച്ച് ഉപഹാരശില്പങ്ങൾക്കുവേണ്ട മോൾഡ് തീർക്കാൻ വിയർപ്പൊഴുക്കിയ ഭരതന്റെ ചിത്രം ഷിബുചക്രവർത്തി (അന്നു മാക്ടയുടെ സെക്രട്ടറി) ഓർത്ത് പറയുമായിരുന്നു.

ഓർമയ്ക്കായി എന്ന ചിത്രത്തിൽ ശില്പി നന്ദു ചേറിലും കളിമണ്ണിലും നിന്ന് ശില്പങ്ങൾ തീർത്തെടുക്കുന്ന രംഗത്തിൽ ക്യാമറയ്ക്കു മുൻപിൽ സമീപദൃശ്യത്തിൽ കൈകൾ ചലിപ്പിച്ചത് ഭരതനായിരുന്നു. വിരലുകളിലെ ആ അനായാസത ഒരു ശില്പിക്കുമാത്രം വഴങ്ങുന്ന കരവിരുതായിരുന്നു.

നിറങ്ങളിൽ അഭിരമിക്കുമ്പോഴും വടിവുകളുടെ അളവുമാത്രകളിൽ ശില്പിമനസ്സായിരുന്നു ഭരതനെന്നതും ഞാനോർക്കുന്നു. രണ്ടു കൈയുടെയും വിരലുകൾ ചേർത്ത് സങ്കല്പത്തിലെ വടിവുകളിൽ ഉഴിയുമ്പോൾ സ്പർശത്തിലെ ചൂട് ആ മനസ്സനുഭവിക്കുന്നത് പലപ്പോഴും ഞാനറിഞ്ഞിട്ടുണ്ട്. ആ വടിവുകളിലെ സ്പർശം പകർന്നു തരുന്ന ചൂടിൽ അതൊരു ജീവസ്പർശമായിരുന്നുവെങ്കിൽ അനുഭവവേദ്യമാകുമായിരുന്ന അനുഭൂതിയുടെ വിലയം ശില്പിയെ ഉദ്ദീപിപ്പിച്ചിരുന്നു. സ്ത്രീസ്പർശത്താലെന്നതുപോലെ ആ ഉദ്ദീപനം ഒരു ലഹരിപോലെ ഭരതൻ അയവിറക്കുമായിരുന്നു. ശരീരഘടനയെക്കുറിച്ച് അഴകിൽ ചാലിച്ച കൃത്യധാരണകളുണ്ടായിരുന്നു ഭരതന്.

പുരുഷന്റെ, സ്ത്രീയുടെ ശരീരഘടന, അതിൽ അഴകിന്റെ വശ്യത തെളിഞ്ഞുനില്ക്കുന്ന നിമ്നോന്നതങ്ങൾ... അവയെക്കുറിച്ചു പറയുന്നതത്രയും മനസ്സുകൊണ്ടവയിൽ സ്പർശിച്ചുകൊണ്ടായിരുന്നു.

പിൻകഴുത്തിന്റെ വടിവ്, അരക്കെട്ടിലെ ഒടിവിനേക്കാളേറെ പൊക്കിൾക്കൊടിയുടെ നേർത്ത തടിപ്പും തുടിപ്പും ചെരിവും... നെഞ്ചിന്റെ വിരിവിനൊത്ത് ചുമലിലെ ഇടിവും നേർത്ത കൂനും.... മേൽച്ചുണ്ടിൽ പൊടിഞ്ഞു

നില്ക്കുന്ന ചൂടാറാത്ത ഈർപ്പത്തിന്റെ നിഴൽത്തിളക്കം... കൊച്ചു കൊച്ചു സൂക്ഷ്മാംശങ്ങളിലൂടെ സൗന്ദര്യത്തിന്റെ അഴകൊത്ത ശകലങ്ങൾ വാക്കുകൾകൊണ്ടും ഭാവങ്ങൾകൊണ്ടും പകർന്നുതരാനുള്ള സിദ്ധി കഥാപാത്രങ്ങളെ ഒരുക്കുന്നതിൽ ഭരതനൊരു പ്രത്യേക നൈപുണ്യം തന്നെ നല്കിയിരുന്നു. സ്ത്രീവടിവിനു മാത്രമല്ല; പുരുഷവടിവിനും അതേ ഭാവദീപ്തി കണ്ടിരുന്നു ഭരതൻ. ആ സങ്കല്പവൃത്തമാകട്ടെ തികച്ചും വ്യത്യസ്തവുമായിരുന്നു. ആ ഒരു മനസ്സിലായിരുന്നെങ്കിൽ, *വൈശാലി*യിൽ ലോമപാദ രാജാവായി ബാബു ആന്റണിയെ ആലോചിക്കുവാൻ ഭരതനെങ്ങിനെ കഴിയും?

എന്നാൽ ഈ വൈഭവം ചിത്രരചനയിലും ശില്പരചനയിലും വേണ്ടുവോളം നിവർത്തിക്കാൻ ഏറെ ആഗ്രഹിച്ചുവെങ്കിലും ഊഴം തികയാതെ പോയി എന്റെ ചങ്ങാതിക്ക്.

ഭരതനുമായി ബന്ധപ്പെടുത്തി ശില്പങ്ങളെക്കുറിച്ചു പറഞ്ഞതുകൊണ്ട് സന്ദർഭവശാൽ മറ്റൊരു നിമിഷം കൂടി ഓർത്തുപോവുകയാണ്.

അഡയാർ പരിസരത്തുള്ള *മാനസസരോവരം* എന്ന ബംഗ്ലാവിൽ ഒരിക്കൽ നടി ലക്ഷ്മിയെ കാണാൻ പോയപ്പോൾ അവരുടെ സ്വീകരണമുറിയിൽ മൂന്നു ചെറിയ ശില്പങ്ങൾ വളരെ പ്രാധാന്യത്തോടെ പ്രതിഷ്ഠിച്ചുവെച്ചിരിക്കുന്നതു കണ്ടു. ശില്പശൈലിയിൽ ഒരു പരിചിതഭാവം തോന്നി. ഞാനതു കൂടുതൽ ശ്രദ്ധിക്കുന്നതു കണ്ടാവണം ലക്ഷ്മി പറഞ്ഞു:

"ഊഹം ശരിയാണ്, നിങ്ങളുടെ പ്രിയ സുഹൃത്ത് മെനഞ്ഞുണ്ടാക്കിയതാണീ ശില്പങ്ങൾ... ഭരതന്റെ സമ്മാനമാണിവ!"

പ്രയാണം എന്ന ആദ്യചിത്രത്തിലെ നമ്പൂതിരിപ്പെൺകിടാവിനെ അനശ്വരയാക്കിയ അഭിനയപാടവത്തിന് ലക്ഷ്മി ആകെ ആവശ്യപ്പെട്ടതും സ്വീകരിച്ചതുമായ പ്രതിഫലം ഈ മൂന്നു ശില്പങ്ങളായിരുന്നുവെന്ന് ഭരതൻ പറഞ്ഞിട്ടുണ്ട്.

ഉദയായിലെ യക്ഷിത്തറയിലേക്കു മടങ്ങാം.

സെറ്റിനുവേണ്ടി സംഘടിപ്പിക്കേണ്ട സാധനസാമഗ്രികളുടെ ലിസ്റ്റിൽ 'രണ്ട് ഒത്ത പന അടിയോടെ ചെത്തിയത്' എന്ന ഐറ്റം കണ്ട് പ്രൊഡക്ഷൻ മാനേജർ പരിഭ്രമത്തോടെ സ്റ്റുഡിയോ സാരഥിയായ അപ്പച്ചന്റെ അടുത്തേക്കോടി. ലിസ്റ്റ് ആദ്യന്തം കണ്ണോടിച്ചശേഷം അപ്പച്ചൻ ഒന്നാലോചിച്ചിരിക്കണം. വിൻസന്റ് മാസ്റ്റർ നിർദ്ദേശിച്ച കലാസംവിധായകൻ തന്ന ലിസ്റ്റാണ്. താനിതിലിടപെട്ടാൽ മാസ്റ്റർക്കു ചിലപ്പോൾ അതു വിഷമമാകും. വിൻസന്റ് മാസ്റ്റർ ഉദയാ കുടുംബത്തിനെന്നും കാരണവരാണ്. വൻ

ചിത്രങ്ങളിൽ ഗാനരംഗങ്ങളും സംഘട്ടനരംഗങ്ങളും ചിത്രീകരിക്കുമ്പോൾ മറ്റു പലർക്കുമെന്നതുപോലെ സാങ്കേതികോപദേഷ്ടാവുമാണ്. ആ ഒരു അലവൻസോടെ അപ്പച്ചൻ പറഞ്ഞു:

"വാങ്ങിക്കൊടുത്തേരേ..."

ഉച്ചതിരിഞ്ഞ് ഒരു തുറന്ന ലോറിയിൽ ഒത്ത പൊക്കത്തിലുള്ള ഇടതൂർന്ന രണ്ടു പന അടിയോടെ ചെത്തിയത് സെറ്റ് പ്രോപ്പർട്ടിയായി സ്റ്റുഡിയോ വളപ്പിൽ വന്നെത്തുന്ന കാഴ്ചകണ്ട് അവിശ്വാസത്തോടെയും അമ്പരപ്പോടെയും നോക്കിയ മറ്റു ജീവനക്കാരുടെ മുൻപിൽ താൻ അന്ന് അപകടകാരിയായ ഒരു ചോദ്യചിഹ്നമായ കഥ ഭരതൻ പറഞ്ഞു ചിരിക്കാറുണ്ട്.

പക്ഷേ, ചൊവ്വാഴ്ച പുലർച്ചെയ്ക്കു മുൻപ് സെറ്റ് പൂർത്തിയായിക്കണ്ടപ്പോൾ ജീവനക്കാരുടെ മുഖത്തെ അമ്പരപ്പ് ആദരവിനു വഴിമാറി. അപ്പച്ചൻ നിശ്ശബ്ദം തലയാട്ടി.

മദിരാശിയിൽനിന്നുമെത്തിയ വിൻസന്റ് മാസ്റ്ററും കുഞ്ചാക്കോയും നേരെ വന്നത് സെറ്റിനടുത്തേക്കാണ്. മാസ്റ്റർ ചുറ്റുപാടും നടന്നുനോക്കി. ഏതാങ്കിളും ചിത്രീകരണത്തിനുപയോഗിക്കാം. പ്രകാശവിതാനത്തിൽ അധിക മാനങ്ങൾ തെളിച്ചെടുക്കാൻ പാകത്തിനാണ് സൂക്ഷ്മാംശങ്ങൾ. പ്രതീക്ഷിച്ചതിനെക്കാൾ നന്നായി എന്ന അഭിനന്ദന വാക്ക് മനസ്സിലുരുവിട്ടുകൊണ്ട് മാസ്റ്റർ കൈവിരൽകൊണ്ട് മൂക്കു തടവി. പിന്നെ സന്തോഷംകൊണ്ട് തുടുത്ത മുഖത്തോടെ ഭരതനെ നോക്കി ഹൃദയം തുറന്നൊന്നു ചിരിച്ചു. അതു കണ്ടു കുഞ്ചാക്കോയുടെ മുഖത്തും പ്രസാദഭാവം തെളിഞ്ഞു.

ഗുരുപ്രസാദം

വിൻസന്റ് മാസ്റ്ററെപ്പോലെ ഒരു പെർഫക്ഷനിസ്റ്റിനെ തൃപ്തിപ്പെടുത്തുക ഏതാണ്ട് അസാധ്യമാണെന്നത് സുവിദിതമായിരിക്കെയാണ്, ആ വിൻസന്റ് മാസ്റ്റർ സെറ്റ് കണ്ട് ഒരു ഭേദഗതിയും പറയാതെ അംഗീകരിക്കുകയും അതിഷ്ടപ്പെട്ട് ചിരിക്കുകയും കൂടി ചെയ്തിരിക്കുന്നത്!

ആ ചിരി, ആ നിമിഷം ഭരതന് ഉദയായുടെ സാമ്രാജ്യത്തിൽ ഒരു പ്രത്യേക പരിവേഷം പതിച്ചു നല്കി. കുഞ്ചാക്കോ തന്റെ മുറിയിലേക്ക് ഭരതനെ വിളിച്ചുവരുത്തി ചോദിച്ചു:

"ഇയ്യാളു 'പൂന'[1]യാണോ?"

"അല്ല."

അതുകൂടി കേട്ടപ്പോൾ കുഞ്ചാക്കോയ്ക്കു തന്നോടുള്ള ഇഷ്ടം വർദ്ധിച്ച കഥ ഭരതൻ പറയുമായിരുന്നു.

അതുവരെ മറ്റു സാങ്കേതിക കലാകാരന്മാരുടെ ഒപ്പമായിരുന്നു ഭരതനും പരിഗണന; പദവി. അതുമാറി. സ്റ്റുഡിയോയിലെ ആർട്ടിസ്റ്റ്സ് ക്വാർട്ടേഴ്സിന്റെ രണ്ടുനില കെട്ടിടത്തിൽ പുറമെനിന്നുള്ള പടി കയറിച്ചെന്നാലുള്ള ആദ്യ മുറി ഭരതനു മാത്രമായി.

അതാവട്ടെ ആ ചിത്രത്തിനു മാത്രമായിട്ടല്ല; തുടർന്നുള്ള ചിത്രങ്ങൾക്കും; ഭരതൻ എപ്പോഴൊക്കെ അവിടെ വരുന്നോ അപ്പോഴത്തേക്കൊക്കെക്കൂടിയായിരുന്നു. ഉദയായുടെ പരിവൃത്തത്തിൽ അതൊരു വലിയ അംഗീകാരമായിരുന്നു. നായക/നായിക താരങ്ങൾക്കും വയലാർ-ദേവരാജൻ ദ്വയത്തിനും മാത്രം നല്കിവന്നതിനു സമമായ പരിഗണന പിന്നീടെപ്പോഴും ഭരതന് അവിടെ ലഭിച്ചുപോന്നു.

ഭരതന്റെ പ്രവർത്തനശൈലി കുഞ്ചാക്കോയ്ക്ക് ഏറെ ഇഷ്ടപ്പെട്ടു. *ഗന്ധർവക്ഷേത്ര*ത്തിന്റെ ജോലികൾക്കൊപ്പം *പോസ്റ്റുമാനെ കാൺമാനില്ല*

---

1. ഇൻസ്റ്റിറ്റ്യൂട്ട് ബിരുദധാരികളെ അക്കാലത്ത് ഇങ്ങനെയാണു വിശേഷിപ്പിച്ചിരുന്നത്. അവരിൽ ചിലരുടെ അഹന്തയും അരാജകത്വത്തോടടുത്ത ജീവിതരീതികളും അവരെക്കുറിച്ചു പൊതുവിൽ ഒരു സന്ദേഹം മുഖ്യധാരയുടെ പരിവൃത്തത്തിൽ സൃഷ്ടിച്ചിരുന്ന കാലം!

എന്ന ചിത്രത്തിന്റെ ജോലികൾ കൂടി ഉദയായിൽ നടന്നുവരുന്നുണ്ടായിരുന്നു. *പൊന്നാപുരം കോട്ട* എന്ന വൻ ബജറ്റ് ചിത്രത്തിന്റെ മുന്നൊരുക്കങ്ങൾ വേറെയും. മൂന്നു ചിത്രത്തിന്റെയും പരസ്യകലാചുമതലകൾ ഭരതനായി.

ഭരതന്റെ പെയിന്റിങ്ങുകളോട് കുഞ്ചാക്കോയ്ക്ക് പ്രത്യേക മമത തോന്നി.

"ഷൂട്ടിങ് കഴിഞ്ഞാൽ ഉടനെ പോയിട്ട് ധൃതിയില്ലെങ്കിൽ ഇവിടെ കൂടാം. പോയാൽത്തന്നെ ഒഴിവുകിട്ടുമ്പോൾ വരാം... ഈ മുറി ഇവിടുണ്ടാകും. വരയ്ക്കാനുള്ള സംവിധാനങ്ങളും. കുറേ പെയിന്റിങ്ങുകൾ ചെയ്യാം... ഇഷ്ടം പോലെ. ഫ്ളോറിൽ നമുക്കു പ്രയോജനപ്പെടും. വെറുതെയല്ല... പ്രതിഫലത്തിന്... എപ്പോൾ വേണമോ അപ്പോൾ കാശ് ചോദിച്ചു വാങ്ങിക്കോളണം..."

അതൊരു തുറന്ന ക്ഷണമായിരുന്നു; വാഗ്ദാനവും. ഈ സാമ്രാജ്യത്തിന്റെ വാതിലുകൾ തനിക്കായി എന്നും തുറന്നിട്ടിരിക്കുന്നു എന്ന പ്രഖ്യാപനവും.

കുഞ്ചാക്കോയുടെ മനസ്സായിരുന്നു അത് എന്ന് ഭരതൻ പറയും. കാതലുള്ള കലാകാരനോട് എന്നും ആദരവ്. സംഗീതത്തോട് പ്രത്യേക ചായ്‌വ്. വയലാറും ദേവരാജനും കുഞ്ചാക്കോയ്ക്കു സഹപ്രവർത്തകർ മാത്രമായിരുന്നില്ല. ആരാധനാമൂർത്തികൾ കൂടിയായിരുന്നു. വയലാർ ഏറെയടുത്തുകൊണ്ടും ദേവരാജൻ സഹജമായ അകലം ദീക്ഷിച്ചുകൊണ്ടും ആ സ്വാതന്ത്ര്യത്തിന്റെ സദ്ഫലങ്ങൾ വേണ്ടുവോളം അനുഭവിച്ചിട്ടുമുണ്ട്. ആ പന്തിയിലേക്കാണ് ഭരതനെ കുഞ്ചാക്കോ കൂടെച്ചേർത്തത്.

ഒരുപാട് പെയിന്റിങ്ങുകൾ പലപ്പോഴായി അവിടെ താമസിച്ച് തീർത്തിട്ടുണ്ട് ഭരതൻ. അവയിൽ ചിലത് *സന്ധ്യമയങ്ങും നേരം* ഷൂട്ടിങ്ങിനു ചെന്നപ്പോൾ ഫ്ളോറുകളിലെ സ്റ്റോറിൽനിന്നും ഞാൻ കണ്ടെടുത്തു. അക്കാലങ്ങളിലെ ഉദയാ ചിത്രങ്ങളിൽ കഥാപശ്ചാത്തലങ്ങളെ തുടർച്ചയായി അലങ്കരിച്ചിരുന്ന ചിത്രങ്ങളായിരുന്നു അവ!

എല്ലാ സ്റ്റുഡിയോ ചിട്ടവട്ടങ്ങളിലുംപോലെ ഉദയായിലും മെസ്സിൽ പന്തിവ്യത്യാസങ്ങളുണ്ട് അക്കാലത്ത്. സംവിധായകനും നായകനും നായികയ്ക്കും ഒരു ഭക്ഷണം. മറ്റ് ആർട്ടിസ്റ്റുകൾക്കും ചീഫ് ടെക്നീഷ്യൻസിനും വേറെയൊരു ഭക്ഷണം. അതിനും താഴെയുള്ളവർക്ക് ഇനിയൊരു ഭക്ഷണം.

ആദ്യചിത്രമായ *രണ്ടിടങ്ങഴി*യിൽ അഭിനയിക്കാൻ ചെന്ന പി.ജെ. ആന്റണി മെരിലാൻഡിലെ മെസ്സിൽ ഈ പന്തിവ്യത്യാസത്തിന്റെ പേരിൽ കലഹിച്ച കഥ കേട്ടിട്ടുണ്ട്. എനിക്കും ഭരതനുമുണ്ട് ഉദയായിൽത്തന്നെ അങ്ങനെയൊരനുഭവം. ബോബൻ കുഞ്ചാക്കോ നിർമിച്ച ഉദയായുടെ *സന്ധ്യമയങ്ങുംനേരം* ചിത്രത്തിന്റെ ഷൂട്ടിങ് വേളയിൽ സ്റ്റുഡിയോയിൽ

നായകനായി ഒരുക്കിയ കോട്ടേജിൽ (നസീർ കോട്ടേജെന്നാണതിനു പേര്) ഗോപിയും ഭരതനും ഞാനും ആയിരുന്നു താമസം. നായിക ജയഭാരതി, രാഗിണി കോട്ടേജിലും.

ഈ രണ്ടിടത്തേക്കും വരുന്ന ഭക്ഷണമല്ല ഛായാഗ്രാഹകൻ വസന്ത് കുമാറിനും സഹസംവിധായകരായ ജോർജ് കിത്തുവിനും പോൾബാബുവിനും അജയനും ജയ്സിങ്ങിനും മറ്റുള്ളവർക്കും. ആ ഭക്ഷണമല്ല ഇനിയുള്ളവർക്ക്. ഇതു ഞങ്ങൾ അറിയുന്നത് രണ്ടു ദിവസം കഴിഞ്ഞാണ്.

ഞങ്ങൾ (ഗോപിയും ഭരതനും ഞാനും) അതിൽ പ്രതിഷേധിച്ചു. ഫലമുണ്ടായില്ല. സമരം അടുത്ത പടിയിലേക്കു കടന്നു. കോട്ടേജിൽ എത്തിച്ചു തരുന്ന സെവൻ കോഴ്സ് ഭക്ഷണം ഉപേക്ഷിച്ച്, മെസ്സിൽ ചെന്ന് പ്രൊഡക്ഷൻകാർക്കു കൊടുക്കുന്ന ജനതാ ഭക്ഷണം കഴിച്ചു.

വിവരമറിഞ്ഞ് ബോബൻ കുഞ്ചാക്കോയുടെ അമ്മ അന്നമ്മ കുഞ്ചാക്കോ ഉടനിടപെട്ടു. രാത്രിതൊട്ട് എല്ലാവർക്കും ഒരേ ഭക്ഷണം എന്ന തീരുമാനവുമായി.

*ഗന്ധർവക്ഷേത്ര*ത്തിന്റെ ആ നാളുകൾതൊട്ട് ഭരതന് താമസത്തിലും ഭക്ഷണത്തിലും മാത്രമല്ല എല്ലാ സൗകര്യങ്ങളിലും 'എ' ഗ്രേഡ് പരിഗണന ഉദയായിൽ ലഭിച്ചുപോന്നു. എല്ലാ സൗകര്യങ്ങളിലും എന്നു പറയുമ്പോൾ അതിൽ ദിവസവും വൈകിട്ട് മുറിയിൽ മുടങ്ങാതെ എത്തുന്ന ഒരു പൈന്റ് ബ്രാണ്ടിയും പെടും! അന്നത്തെ ഉദയാ സംസ്കൃതിയിൽ ഒരു കലാസംവിധായകനു സങ്കല്പിക്കാനാവാത്ത വിശേഷാൽ പരിഗണനയായിരുന്ന അത് കുഞ്ചാക്കോയുടെ നേരിട്ടുള്ള നിർദ്ദേശമായിരുന്നുവത്രെ!

കുഞ്ചാക്കോ ദിവസവും വീട്ടിലേക്കു മടങ്ങിക്കഴിയുമ്പോൾ ഭരതന്റെ മുറിയിൽ പതിവായി ഒരു സന്ദർശകനെത്തും. സായാഹ്നങ്ങളിൽ ആ മുറിയിൽ നൃത്തമാടുന്ന നിറം പാടലുകളിൽ ആകൃഷ്ടനായാണ് വരവ്. മറ്റാരുമല്ല അന്ന് ആ സാമ്രാജ്യത്തിലെ Prince of Wales ആയിരുന്ന കുഞ്ചാക്കോയുടെ ഏക ആൺ സന്താനം ബോബൻ കുഞ്ചാക്കോ (നടൻ കുഞ്ചാക്കോ ബോബന്റെ പിതാവ്).

"മദ്യപാനത്തിൽ ഭരതനാണ് എന്റെ ഗുരു!"

പിന്നീട് ഞങ്ങൾ മൂവരും ഒത്തുചേരാൻ സന്ദർഭങ്ങളുണ്ടായപ്പോൾ ബോബച്ചൻ പറയുമായിരുന്നു.

ഭരതൻ കൂട്ടിച്ചേർക്കും:

"ആദ്യമൊക്കെ എന്റെ ബ്രാണ്ടിയിൽനിന്നൊരല്പം ആരുമറിയാതെ... പിന്നെപ്പിന്നെ ബോബച്ചൻ ബിയറിലേക്കു ചുവടുമാറി."

ഡ്രൈവിങ്ങിനിടയിൽ സ്റ്റിയറിങ്ങിൽ നിന്നും കൈയെടുക്കാതെ ബിയർ ബോട്ടിലുകൾ ഒന്നൊന്നായി കടിച്ചുതുറന്ന് നേരെ വായിലേക്കൊഴിച്ച് കാലിയാകുമ്പോൾ കുപ്പികൾ വഴിയോരത്തെ മൈൽക്കുറ്റികളിലേക്കെറിഞ്ഞുടയ്ക്കുക ബോബച്ചന് ഹരമായിരുന്നു!

ചിരിക്കുമ്പോൾ തുടുക്കുന്ന കവിളുകളോടെ കുസൃതിയുടെ മിന്നായത്തിൽ പാതിയടഞ്ഞ കണ്ണുകളുമായി ബോബച്ചൻ പറയുമായിരുന്നു.

"ഭരതൻ ഗുരു, മദ്യപാനത്തിൽ മാത്രമല്ല..."

അതുകേട്ട് ഭരതൻ ഉറക്കെ ചിരിക്കും.

ബോബച്ചനു സംഗീതത്തിൽ വലിയ ഭ്രമമായിരുന്നു. ഭംഗിയായി പാടുമായിരുന്നു. ദേവരാജൻ മാസ്റ്ററും വയലാറും കുഞ്ചാക്കോയും ഒത്തുചേരുന്ന കമ്പോസിങ് വേളകളിൽ എത്തിനോക്കാൻ വരുന്ന ബോബച്ചനെ ദേവരാജൻ മാസ്റ്റർ നിരുത്സാഹപ്പെടുത്തി പറഞ്ഞയയ്ക്കും.

"പോയിരുന്ന് വല്ലതും പഠിക്ക്".

ബോബച്ചനതു പ്രാണസങ്കടമായിരുന്നു. പക്ഷേ, താനുമായി ബന്ധപ്പെട്ട മേഖലകളിൽ മാസ്റ്ററുടെ അധീശത്വം ഉദയാ സാമ്രാജ്യം ആദരപൂർവം അംഗീകരിച്ചിരുന്നതുകൊണ്ട് ആ നാളുകളിൽ എതിർവാക്കിനു പഴുതുണ്ടായിരുന്നില്ല.

അഭിനയരംഗത്തും ആദ്യകാല ഉദയാ ചിത്രങ്ങളിൽ ബോബച്ചന്റെ സജീവ സാന്നിധ്യം ബാലനടനായി ഉണ്ടായിരുന്നു. അതിന്റെ ഭാഗമായി കുതിരസവാരിയും മറ്റും അഭ്യസിക്കുകയും ചെയ്തിരുന്നു. മുതിർന്നശേഷം ഒരു ചിത്രത്തിൽ ഒരു ഗാനരംഗത്ത് *(വധൂവരന്മാരേ....)* അഭിനയിച്ചതുമോർക്കുന്നു.

രാവിരുട്ടുവോളം ഭരതന്റെ മുറിയിൽ പാട്ടും സദിരും കഴിഞ്ഞു വീട്ടിൽ (ആലപ്പുഴ ടൗണിലായിരുന്നു കുഞ്ചാക്കോ താമസം) എല്ലാവരും ഉറങ്ങി എന്നുറപ്പായശേഷം വടക്കൻപാട്ടു ചിത്രത്തിനുവേണ്ടി സ്റ്റുഡിയോ വളപ്പിൽ കൊണ്ടുകെട്ടിയിരുന്ന ഇണങ്ങിയ കുതിരകളിലൊന്നിന്റെ പുറത്തുകയറി നാഷണൽ ഹൈവേയിലൂടെ സവാരി ചെയ്താണത്രെ ബോബച്ചന്റെ മടക്കം. മതിൽക്കെട്ടിനോടു ചേർത്ത് കുതിരയെ കൊണ്ടുനിർത്തി മുൻവശത്തെ ലോണിലേക്ക് മതിലെടുത്ത് ചാടുമ്പോൾ കൃത്യമായി അവിടെ ലൈറ്റ് തെളിയും. ഉറങ്ങാതെ ലോണിൽ ചൂരൽക്കസേരയിട്ടു കാത്തിരിക്കുകയായിരിക്കും കുഞ്ചാക്കോയും അന്നമ്മ കുഞ്ചാക്കോയും. അവരുടെ ക്രോധരോഷങ്ങളെയും ശകാരങ്ങളെയും നിർവ്വീര്യമാക്കുന്ന ചിരി താൻ പഠിച്ചത് ഭരതനിൽ നിന്നാണെന്ന് ബോബച്ചൻ പറയുമായിരുന്നു.

ഒരു കലാസംവിധായകൻ എന്ന നിലയിൽ ആദ്യ ചലച്ചിത്രംകൊണ്ടു തന്നെ ഭരതൻ സ്വന്തം സാന്നിധ്യം രേഖപ്പെടുത്തിയിരുന്നു. വിൻസന്റ് മാസ്റ്റർ നിയോഗിച്ചതനുസരിച്ചാണു ഭരതൻ 'നദി'ക്കുവേണ്ടി മദിരാശിയിലെ സ്റ്റുഡിയോ ഫ്ളോറിൽ ചില സെറ്റുകൾ രൂപകല്പന ചെയ്തത്. യാഥാർത്ഥ്യ ത്തോട് ഏറെയടുത്തു നിൽക്കുകയും അയഥാർത്ഥത്തിന്റെ മോഹവശ്യത പുലർത്തുകയും വഴി അതേറെ ശ്രദ്ധിക്കപ്പെട്ടിരുന്നു.

സംവിധായകന്റെ മാർഗനിർദ്ദേശങ്ങൾക്കൊത്തും മറ്റാരെങ്കിലും നല്കുന്ന രേഖാചിത്രങ്ങൾക്കനുസരിച്ചും അളവുകൾ നിർണ്ണയിച്ച് സെറ്റുകൾ തീർക്കുന്ന കലാസംവിധാന സമ്പ്രദായമാണ് അക്കാലത്ത് ഏറെയുമുണ്ടായിരുന്നത്. പത്തിൽ ഏഴു ചിത്രങ്ങളുടെയെങ്കിലും കലാസംവിധായകൻ എസ്. കൊന്ന നാട്ട് എന്ന സാമിയേട്ടനായിരുന്നു. സർവവ്യാപിയായ ഈ സാന്നിധ്യത്തിന്റെ പേരിൽ തമാശയായിട്ടെങ്കിലും ഈ ചിത്രത്തിന്റെ കലാസംവിധായകൻ ആരാ ണെന്നു ചോദിക്കുന്നതിനു പകരം "ഈ ചിത്രത്തിന്റെ എസ്. കൊന്നനാട്ട് ആരാണ്?" എന്നു ചോദിക്കുന്ന അവസ്ഥ വരെയുണ്ടായി! (സമാനമായ ഒരു സാഹചര്യം സ്റ്റണ്ട് മാസ്റ്റർ ത്യാഗരാജനുമായി ബന്ധപ്പെടുത്തിയും പ്രചാര ത്തിലുണ്ടായിരുന്നു! ആരാണ് ഈ ചിത്രത്തിലെ സംഘട്ടന സംവിധായകൻ എന്നല്ല; "ആരാണ് ഈ ചിത്രത്തിലെ ത്യാഗരാജൻ?" എന്നു ചോദിക്കുന്ന അവസ്ഥ).

സേതുമാധവൻ-മഞ്ഞിലാസ് ചിത്രങ്ങളിലൂടെ കൂടുതൽ പ്രശസ്തനായ ആർ.ബി.എസ്. മണി, പുരാണചിത്രങ്ങളിലും സ്റ്റുഡിയോ ചിത്രങ്ങളിലും കൂടുതൽ മികവു കാണിച്ചുപോന്ന ഗംഗ, മിരാൻഡ തുടങ്ങിയവരായിരുന്നു കലാസംവിധാനരംഗത്തെ പ്രമുഖരിൽ വേറെ ചിലർ.

ഇവരിൽ നിന്നൊക്കെ വ്യത്യസ്തമായി സെറ്റുകൾ തീർത്തിരുന്നു പി. എൻ. മേനോൻ. പക്ഷേ, അവിടേയും അവ സെറ്റുകൾ തന്നെയായിരുന്നു.

ഭരതനും പലപ്പോഴും സാമ്പ്രദായിക മട്ടിലുള്ള സെറ്റുകൾ തീർത്തിട്ടുണ്ട്. അതിനിടയിലും തരവും സന്ദർഭവും കിട്ടുമ്പോഴൊക്കെ പ്രത്യക്ഷമായി ത്തന്നെ ഒരു വ്യതിയാനത്തിനു ശ്രമിച്ചുപോന്നിരുന്നു എന്നതായിരുന്നു ഭരതന്റെ സവിശേഷത. ശില്പങ്ങളോടടുത്തുനില്ക്കുന്ന സെറ്റുകൾ ഭരതന്റെ പ്രത്യേകതയായിരുന്നു. പ്രകൃതിപശ്ചാത്തലത്തിൽ മറ്റുള്ളവർ സെറ്റുകൾ ഒരുക്കുമ്പോൾ അവ സെറ്റുകളായിത്തന്നെ വേറിട്ടുനിന്നിരുന്നുവെങ്കിൽ ഭരതന്റെ ചാർത്തുകളിൽ അവ ആ തലംവിട്ട് സ്വതന്ത്രശില്പങ്ങളോടു കൂടു തലടുക്കുകയും പശ്ചാത്തലപ്രകൃതിയുടെ ഒരു extension ആയി അനുഭവ പ്പെടുകയും ചെയ്തിരുന്നു. ഓരോ സിനിമയുടെയും പരിവൃത്തത്തിനുള്ളിൽ തുടർന്നുകൊണ്ട് തന്നെ കലാസംവിധാനത്തിൽ ശില്പരചനയുടെ

ക്രിയാത്മക സാധ്യതകളിലേക്ക് സ്വന്തം കൈയൊപ്പ് വ്യാപിപ്പിച്ചെടുക്കാനുള്ള ഭരതന്റെ ആത്മാർത്ഥമായ ശ്രമങ്ങൾ പിന്നീടുവന്ന തലമുറകളിലെ തോട്ടാധരണിക്കും സാബു സിറിളിനും[1] അശോക്കുമാറിനുമൊക്കെ പ്രചോദനവും പ്രകോപനവുമായിട്ടുണ്ട്.

പ്രഗത്ഭ സംവിധായകനായ ശ്യാംബെനഗൽ ആദ്യചിത്രമായ *അങ്കുർ* തുടങ്ങുന്നതിനു മുൻപ് ഏറെക്കാലം പരസ്യചലച്ചിത്രകാരനും കലാസംവിധായകനുമായിരുന്നു. *ഒരേ തൂവൽപക്ഷികൾ* എന്നാണ് ഭരതൻ തന്നെയും ബെനഗലിനെയും ചേർത്തുപറയാറുണ്ടായിരുന്നത്. പരസ്പരം വലിയ ബഹുമാനവുമായിരുന്നു അവർക്കെന്നതിന്, തിരുവനന്തപുരത്തെ അന്താരാഷ്ട്ര ചലച്ചിത്രമേളയിൽ കൈരളി തിയ്യേറ്ററിന്റെ ലോബിയിൽ അവർ പരസ്പരം ആലിംഗനം ചെയ്തുകൊണ്ടു നടത്തിയ സ്നേഹഭാഷണങ്ങൾ തന്നെ സാക്ഷ്യം. പവിത്രനും സുനിൽ ഗുരുവായൂരും ഞാനുമുണ്ടായിരുന്നു ഭരതനോടൊപ്പം അപ്പോൾ. സുനിലിന്റെ ക്യാമറ ആ നിമിഷം പകർത്തിയെടുക്കുകയും ചെയ്തതായാണോർമ്മ.

ഭരതന്റെ പത്താം ചരമവാർഷികത്തിന് തൃശൂരിൽ ഭരതൻ ഫൗണ്ടേഷൻ ഒരുക്കിയ സ്മൃതി പ്രണാമവേദി അലങ്കരിച്ചിരുന്നതു ഭരതൻ വൈശാലിക്കു വേണ്ടി വരച്ച മനോഹരമായൊരു പെയിന്റിങ് കൊണ്ടാണ്. അതിനരികിലായി ഭരതന്റെ ഒരു ശില്പം. മറുവശത്ത് എങ്കക്കാട്ട് പാലിശ്ശേരി തറവാട്ടുവളപ്പിലെ കാഴ്ചപ്പുരയുടെ മാതൃക. പി.എൻ. മേനോനെയും ഭരതനെയും മനസ്സാ ഗുരുവായി നമിക്കുന്ന, അവരിരുവരും പൂർവവിദ്യാർത്ഥികളായിരുന്ന, തൃശൂരിലെ കോളേജ് ഓഫ് ഫൈൻ ആർട്സിലെ അധ്യാപകനായ രവി പടിഞ്ഞാറെ അതിമനോഹരമായി തീർത്തതായിരുന്നു പ്രതിമാശില്പവും വേദിയും. ചലച്ചിത്ര സംസ്കൃതിക്കു നല്കിയ സമഗ്രസംഭാവനകളുടെ പേരിൽ നല്കുന്ന ഭരതൻ പുരസ്കാരം പി.എൻ. മേനോന്റെ ശിഷ്യനെന്നും ഭരതന്റെ ആരാധകനെന്നും പറയുന്നതിൽ എന്നും അഭിമാനം കൊണ്ടിട്ടുള്ള ഭാരതിരാജയ്ക്കാണ് നല്കിയത്. ആ വേദിയിൽ വന്നപ്പോൾ വികാരാധീനനായ ഭാരതിരാജ ഭരതൻ സംവിധാനം ചെയ്യുന്ന ഒരു ചിത്രത്തിന്റെ ലൊക്കേഷനിൽ എത്തിപ്പെട്ടാലുള്ള ഗൃഹാതുരത്വമാണ് താനനുഭവിക്കുന്നതെന്നു പറഞ്ഞതോർക്കുന്നു.

---

1. ദക്ഷിണേന്ത്യയിലെ മാത്രമല്ല ഇന്ത്യയിലെതന്നെ ഏറ്റവും പ്രശസ്തനായ കലാസംവിധായകനാണ് ചിത്രകാരൻ കൂടിയായ തോട്ടാധരണി. വിൻസന്റ് മാസ്റ്ററുടെ മരുമകനാണ് സാബു സിറിൾ (മകളുടെ ഭർത്താവും സഹോദരീപുത്രനും). ഭരതന്റെ 'അമര'ത്തിലൂടെയാണു സാബു സ്വതന്ത്രകലാസംവിധായകനാകുന്നതെന്നാണോർമ്മ. ഇന്ന് ഇന്ത്യയിലെ ഏറ്റവും പ്രശസ്തനായ കലാസംവിധായകനായി വളർന്നിരിക്കുന്നു സാബു. തെലുങ്കു സിനിമയിലെ പ്രഗത്ഭനായ കലാസംവിധായകനാണ് അശോക്കുമാർ. അനിയൻ എന്നു ഞങ്ങൾ വിളിക്കുന്ന അശോക്കുമാർ ഭരതന്റെ സഹോദരീപുത്രനും ശിഷ്യനുമാണ്.

യഥാർത്ഥമല്ല; യഥാർത്ഥം പോലെ

സ്റ്റുഡിയോ ഫ്ളോറുകളിലെ ചിത്രീകരണശൈലിയുടെ ഉപാസകനായിരുന്ന വിൻസന്റ് മാസ്റ്റർ എന്തും പ്രകാശവിതാനത്തിൽ വിന്യസിപ്പിച്ചു ലേഖപ്പെടുത്തുന്നതിനു പ്രാമുഖ്യം നല്കുന്ന പ്രകൃതക്കാരനായിരുന്നു.

ഭരതൻ തമാശയായി പറയാറുള്ള ഒരുദാഹരണമുണ്ട്. മാസ്റ്ററുടെ സെറ്റിൽ ഒരു കോഴിമുട്ട ആവശ്യമുണ്ടെന്നു കരുതുക. ശരിക്കുള്ള മുട്ട കൊണ്ടുവന്നാൽ അതുപറ്റില്ലെന്നു മാസ്റ്റർ പറയും. വളരെ ശക്തിയായ ലൈറ്റുകളാണല്ലോ സെറ്റുകളിൽ ഉപയോഗിക്കുക. അവ പ്രസരിപ്പിക്കുന്ന ചൂടിൽ ക്രമേണ മുട്ടയുടെ ഉൾഭാഗം വെന്തുവരാമെന്നും അങ്ങനെയാകുമ്പോൾ ക്യാമറയുടെ സൂക്ഷ്മ നേത്രങ്ങളിൽ അവയുടെ ഷോട്ടുകൾക്കിടയിലുള്ള നൈരന്തര്യം നഷ്ടപ്പെടുമെന്നുമാണതിനു ന്യായമായി പറയുക. മുട്ടയ്ക്കകം ദ്രാവക രൂപത്തിലാകുമ്പോഴുള്ള ടോൺ ആവില്ലല്ലോ പ്രകാശവീചിയിൽ ചേർത്തുവെക്കുമ്പോൾ അകം ഘനരൂപത്തിലായാൽ പകർന്നു കിട്ടുക. പകരം മെഴുകുകൊണ്ട് അതേ ആകൃതിയിൽ കൃത്രിമമായി മുട്ട ഉണ്ടാക്കണം. ആകൃതി സനിഷ്കർഷം പരിശോധിച്ച് മാസ്റ്റർ നിർദ്ദേശങ്ങൾ നല്കും:

“കുറച്ചുകൂടി ഓവൽ ആകാം. നടുഭാഗം കുറച്ചുകൂടി ബൾജ് ആവട്ടെ. കളർ ടോൺ ഇനിയും ശരിയാവണം.”

കൃത്രിമ മുട്ട ഒരെണ്ണം മതിയാകില്ല. സീനിന്റെ അല്ലെങ്കിൽ ആ സെറ്റിൽ ആ പ്രോപ്പർട്ടി ഉൾപ്പെട്ടുവരുന്ന സീനുകളുടെ ദൈർഘ്യമനുസരിച്ച് എണ്ണം നിശ്ചയിക്കും. തുടർച്ചയായി പ്രകാശവീചികളെ നേരിടുമ്പോൾ മെഴുക് ഉരുകാനും അതിന്റെ ആകൃതിയിൽ വ്യത്യാസം വരാനുമുള്ള സാധ്യത മുൻകൂട്ടി കണ്ടാണ് ഈ നിർദ്ദേശം!

ഓരോ നിസ്സാര അലരുകൾ പോലും തേച്ചുമിനുക്കി രൂപപ്പെടുത്തി വിതാനിച്ച് കൃത്രിമത്വത്തെ അതിജീവിച്ച് യാഥാർത്ഥ്യത്തിന്റെ പ്രതീതിയും കാവ്യാത്മകമായ അതിശയോക്തിയും ശ്രമപ്പെട്ട് അതിവിദഗ്ദ്ധമായി ആവിഷ്കരിച്ചിരുന്ന അന്നത്തെ സിനിമയുടെ ആ സമ്പ്രദായ ശൈലിയിലെ കാഴ്ചഛായകളായിരുന്നു ഇതെല്ലാം.

നവോദയയുടെ പില്ക്കാല ചിത്രങ്ങളിലൂടെ ശ്രദ്ധേയനായ കലാസംവിധായകനായി മാറിയ കെ. ശേഖറിനെക്കുറിച്ച് ഭരതൻ ആദരവോടെ സംസാരിച്ചിരുന്നതുമോർക്കുന്നു.

“ആരെയും അനുകരിക്കാത്ത ഒരു ശൈലി ശേഖറിനുണ്ടായിരുന്നു. ബ്രില്ല്യന്റ്! അവന്റെ അളവുകൾ അവന്റേതുമാത്രമായിരുന്നു!”

ഇന്ത്യയിൽ ആദ്യമായി റിവോൾവിങ് സെറ്റ് ഉപയോഗിച്ച് ജിജോ *മൈഡിയർ കുട്ടിച്ചാത്ത*നിൽ ദൃശ്യങ്ങൾ ചിത്രീകരിച്ചത് ശേഖറിന്റെ പിൻബലത്തോടെയാണ്. ഒരു മിന്നായം പോലെ കടന്നുവന്ന് സ്വന്തം സാന്നിധ്യം രേഖപ്പെടുത്തി പിന്നീട് പ്രത്യക്ഷപ്പെടാതെ മാറിനിന്നുകളഞ്ഞു ശേഖർ!

കലാസംവിധാനരംഗത്ത് ഏറ്റവും നല്ല ഉദാഹരണങ്ങൾ തീർത്തെങ്കിലും അപൂർവം ചിലപ്പോഴൊക്കെ (*വൈശാലി*യിലെ സ്വപ്നനൗകയുടെ *അരയന്നക്കിളിച്ചുണ്ടൻ തോണി* സ്വഭാവം ഓർമിക്കുക) ഭരതനിൽ ഉദയാ സ്വാധീനം തലപൊക്കാറുണ്ടായിരുന്നു. പവിത്രനും ജോർജ് കിത്തുവും ഞാനും ഒരുപാട് കളിയാക്കുമായിരുന്നു ഭരതനെ ഇതിന്റെ പേരിൽ. ആരോപണം നിഷേധിക്കില്ല ഭരതൻ. പിന്നിലേക്കു നീണ്ടുകിടക്കുന്ന മുടി കൈകൊണ്ടൊന്നു മാടിയൊതുക്കും. തലവെട്ടിച്ച് ഒരു ചെറുചിരിയോടെ ഒരു വിസിലിങ്! അതിലടങ്ങും മറുപടി. നിശ്ശബ്ദമായി നമുക്കു വായിച്ചെടുക്കാം.

“അതും കൂടി ചേർന്നതല്ലേ ഇഷ്ടാ എന്റെ പാരമ്പര്യം!”

മദിരാശിയിൽ വന്ന ആദ്യനാളുകളിൽ ഭരതൻ ചെന്നുപെടുന്ന ലാവണം സ്റ്റുഡിയോ പെയിന്ററുടേതായിരുന്നു. പെയിന്റിങ് ബോയ് എന്നായിരുന്നു ആ തസ്തികയ്ക്ക് സ്റ്റുഡിയോ ഭാഷയിൽ പേര്.

സിനിമയിലേക്കുള്ള പ്രയാണത്തിന്റെ തുടക്കത്തിൽ പി.എൻ. മേനോൻ സഞ്ചരിച്ചതും ഈ വഴിയെതന്നെയാണ്. *പാതാളഭൈരവി*യുടെ സെറ്റുകളിൽ പെയിന്റിങ് ബോയ് ആയി ഓടിനടന്ന കാലം പി.എൻ. അനുസ്മരിച്ചിട്ടുണ്ട്.

“വലിയൊരു ചിത്രകാരനാകാൻ കച്ചകെട്ടിയെത്തിയ ഞാൻ ഒരു പെയിന്റിങ്ബോയ് ആയി. എന്റെ പ്രധാന ജോലി കറുത്തപൗഡർ കലക്കിവെക്കുക. ഇതു മിക്സ് ചെയ്യുമ്പോൾ ദേഹം മുഴുവനും കറുക്കും. കുളിക്കാറില്ല. രാത്രിയിലും പകലും സെറ്റിൽത്തന്നെ പണി. സെറ്റിന്റെ മുകളിൽ കയറി ചായം തേക്കണം. അതും പെയിന്റിൽ വഴുക്കിവീഴാവുന്ന ഇടങ്ങളിൽ. പലപ്രാവശ്യം വഴുതി. കഷ്ടിച്ചു രക്ഷപ്പെട്ടു. സെറ്റുകളിലെ പൊളിഞ്ഞ തറയിൽ തലകുത്തി വീണിരുന്നെങ്കിൽ ചത്തുപോകുമായിരുന്നു. ഒരു തരത്തിലും സുഖമില്ലാത്ത പണി....”

പി.എൻ. ആ ലാവണത്തിൽ തീരെ നിരാശനായിരുന്നു. ഫ്ളോറിലെ സെറ്റുകളുടെ ഭാഗമായി താൻ ഒടുങ്ങിപ്പോകുമെന്ന് അദ്ദേഹം ഭയന്നിരുന്നു. വർഷങ്ങൾക്കുശേഷം അതേ ലാവണത്തിലെത്തുമ്പോൾ ഭരതന്റെ മനസ്സിൽ പക്ഷേ, അത്തരം ആശങ്കകളും ഉത്കണ്ഠകളുമുണ്ടായിരുന്നില്ല. ഈ ലാവണം ഒരിടത്താവളം മാത്രമാണെന്ന പ്രത്യാശാബോധം ഭരതനുണ്ടായിരുന്നു. എത്തിപ്പെടാനുള്ളിടത്ത് എത്തിപ്പെടാതെ പോകുമോ എന്ന ഭയം അതിന്റെ എല്ലാ രൂക്ഷ സത്യഭാവങ്ങളോടെ പി.എൻ.നെ എന്നും വിറളി പിടിപ്പിച്ചിരുന്നപ്പോൾ കുറെക്കൂടി പ്രായോഗികവാദിയായി ഭരതൻ. കഴിയുമ്പോഴൊക്കെ കുളിച്ച് സുമുഖനായി പുതുവസ്ത്രധാരിയായി, (അതും കഴിയുന്നതും തിളക്കമുള്ള വസ്ത്രങ്ങൾ സ്വയം ഡിസൈൻ ചെയ്തത്) മാത്രമേ ഭരതൻ എവിടെയും എന്നും പ്രത്യക്ഷപ്പെട്ടിരുന്നുള്ളൂ. തന്റെ വഴികളും ലക്ഷ്യവും വ്യക്തമായി അറിഞ്ഞുതന്നെയാണ് പ്രയാണത്തിന്റെ ആദ്യനാളുകളിൽ ഭരതൻ ചുവടുകൾ നീക്കിയത്.

എത്തേണ്ടിടത്ത് (എന്ന് ധരിച്ച് വശായിടത്ത് എന്ന് പാഠഭേദം) എത്തിക്കഴിഞ്ഞ് കൂടുതൽ ഉയരങ്ങളിലേക്കുള്ള തുടർ ചുവടുകളിലായിരുന്നല്ലോ മാർഗഭ്രംശങ്ങൾ ഇടർച്ചയായത്. അതു പിന്നീട് പറയേണ്ട കഥ.

“എല്ലായ്പോഴും ശരിയായിരിക്കാൻ ഒരു വിഡ്ഢിക്കു മാത്രമേ കഴിയൂ...” എന്ന് ജൗബർട്ട് പണ്ടേ പറഞ്ഞുവച്ചിട്ടുണ്ട്. ജീവിതത്തെയും ലക്ഷ്യത്തെയും രണ്ടു കാഴ്ചപ്പാടുകളിലൂടെയാണ് കണ്ടിരുന്നതെങ്കിലും പി.എൻ. മേനോനും ഭരതനും ഏതായാലും വിഡ്ഢികളായിരുന്നില്ല!

ചൊക്കലിംഗം ശൊന്നാൽ ശൊന്നതുതാൻ!

പെയിന്റർബോയ് ആയി ചേരുമ്പോൾ ഭരതന്റെ സീനിയർ ആയുണ്ടായിരുന്നത് ചൊക്കലിംഗമാണ്. തുടർന്നങ്ങോട്ടുള്ള ഭരതന്റെ പ്രയാണത്തിൽ അവസാനം വരെ ഒരു നിഴൽപോലെ കൂടെയുണ്ടായിരുന്ന ചൊക്കലിംഗം ഒരു വിചിത്രപ്രകൃതക്കാരനായിരുന്നു. കറുത്തു മെലിഞ്ഞ് കരുവാളിച്ച രൂപം. മുടിക്കും മേനിക്കും ഒരേ കറുപ്പ്. നടക്കുമ്പോൾ അതെത്ര വേഗത്തിലായാലും പ്രത്യക്ഷത്തിൽ ഒരമാന്തം തോന്നിക്കുന്ന ചുവടുകൾ. എവിടെയോ നട്ട ദൃഷ്ടികൾ പക്ഷേ, നമ്മുടെ നേർക്കുതിരിയുമ്പോൾ അതി തീക്ഷ്ണം. അപൂർവമായി ചിരിക്കുമ്പോൾ പുകയിലക്കറയ്ക്കതീതമായും പ്രസരിക്കുന്ന വെണ്മ. സാധാരണഗതിയിൽ ആവശ്യത്തിനു മാത്രം സംസാരം. അതും കാര്യമാത്രപ്രസക്തം. വളർച്ചയുടെ പടവുകൾ താണ്ടി ഭരതൻ പിന്നീട് കലാസംവിധായകനും സംവിധായകനുമൊക്കെയായി മാറിയപ്പോൾ ചൊക്കലിംഗം ഭരതന്റെ സഹായിയായി. തന്റെ ജൂനിയർ ആയിരുന്ന ഭരതൻ പിന്നീട് തന്റെ ചീഫും ബോസ്സും അന്നദാതാവുമൊക്കെയായി മാറിയതിൽ യാതൊരസഹിഷ്ണുതയും ചൊക്കലിംഗത്തിനുണ്ടായിരുന്നില്ല. അതങ്ങനെയാണല്ലോ സംഭവിക്കേണ്ടത്; അതാണല്ലോ ശരി എന്ന മനോഭാവമായിരുന്നു. മറ്റാരുടെ കൂടെ ജോലി ചെയ്യുന്നതിലും ചൊക്കലിംഗത്തിനിഷ്ടം ഭരതന്റെ കൂടെ സഹായിയായി വർത്തിക്കുന്നതായിരുന്നു.

പലപ്പോഴും അതിനിശിതമായി ഭരതൻ ചൊക്കലിംഗത്തെ ശകാരിക്കുമ്പോൾ ജോർജ് കിത്തു സ്വകാര്യമായി എന്നോടു പറയും:

"പണ്ട് ഇങ്ങോട്ടുകേട്ട ശകാരത്തിന്റെ കണക്കുതീർക്കുകയാണ്."

ചൊക്കലിംഗം ഉടൻ തിരുത്തും. ഇല്ല, താനൊരിക്കലും ശകാരിച്ചിട്ടില്ല ഭരതനെ എന്ന്. ഒരല്പം അഭിമാനഗർവോടെ ഭരതൻ പറയും:

"അതിനുള്ള അവസരം ഉണ്ടാക്കിയിട്ടില്ല."

അതുനേരെന്ന് ചൊക്കലിംഗം തലയാട്ടും. കിത്തു വിടില്ല. ഒന്നിളക്കും.

"എന്നുവെച്ചാൽ ഇപ്പോൾ ഈ തെറി പറയുന്നത് അതിനുള്ള കാരണം ഉണ്ടാക്കിയിട്ടാണെന്നർത്ഥം."

തൊഴിൽ കാര്യത്തിൽ കള്ളം പറയില്ല ചങ്ങാതി. തമിഴ്കുടിമകനു സഹജമായ നേരിന്റെ വെണ്മയോടെ പ്രകാശം പരത്തുന്ന ഒരു ചിരിയോടെ തലയാട്ടും ചൊക്കലിംഗം!

മനസ്സിലെ സങ്കല്പത്തിന്റെ അളവുകൾക്കൊത്ത് കൂടെയുള്ളവർ എത്തിപ്പെടാത്തപ്പോഴൊക്കെ സ്വയം മറന്നുള്ള ശകാരവർഷം ഭരതന്റെ പ്രകൃതമായിരുന്നു. ജോർജ് കിത്തുവും മറ്റു സഹായികളും നടീനടന്മാരും ക്യാമറാമാനും എഡിറ്ററും ഞാനടക്കം ആരും അതിൽ നിന്നൊഴിവായിരുന്നില്ല. പത്മരാജനോടു മാത്രം തുറന്നുപൊട്ടിത്തെറിച്ചു കണ്ടിട്ടില്ല. എത്ര വലിയ ക്ഷോഭവും അടുത്തക്ഷണം തണുക്കും. അങ്ങനെയൊരു സംഭവമേ ഉണ്ടായിട്ടില്ല എന്ന മട്ടിലാവും പിന്നീടുള്ള പെരുമാറ്റം. താൻ മനസ്സിൽ കണ്ടതിനും ഒരുപടി മേലെയാണ് നമ്മൾ എത്തിപ്പെടുന്നതെങ്കിൽ സ്നേഹവാത്സല്യങ്ങൾ ഇറ്റി നില്ക്കുന്ന കവിൾ തുടിപ്പോടെ ഒരു ചിരിവിടരും. മുടിയൊന്നു മാടി തലയൊന്നു വെട്ടിച്ച് ഒരു ചൂളം വിളി....

ഈ അഭിനന്ദനഭാവത്തിന് സംഗീതസംവിധായകൻ ജോൺസണും ഞാനും ചേർന്നൊരു വായ്ത്താരിയുമുണ്ടാക്കി. ചിരിവരെ മാത്രമാണ് പ്രതിഭാവമെങ്കിൽ അതിനർത്ഥം ഭരതൻ മനസ്സിൽ പറഞ്ഞത് "വിചാരിച്ചതുപോലെ നീ മോശമാക്കിയില്ലല്ലോ!" എന്നാണ്. ചൂളംവിളി കൂടിയുണ്ടെങ്കിൽ ഭരതൻ മനസ്സിൽ പറഞ്ഞിട്ടുണ്ടാവുക: "അസ്സലായിട്ടുണ്ടെടാ കന്നാലി. നീ ചെയ്തതാണെന്ന് പറയില്ല!" എന്നും.

തന്റെ സഹായിയായിരുന്ന നാളുകളിൽ ചൊക്കലിംഗം ഭരതനെ ശകാരിച്ചിട്ടില്ല എന്നതു നേര്. പക്ഷേ, ഭരതന്റെ സഹായിയായിരുന്ന നാളുകളിൽ ചില സന്ധ്യകളിൽ ചൊക്കലിംഗം സ്വാതന്ത്ര്യം പ്രഖ്യാപിക്കും. അന്ന് ഭരതനു ശകാരമല്ല; തെറി അതും അസ്സൽ ദ്രാവിഡവൃത്തത്തിൽ ഉറപ്പാണ്!

അത്യപൂർവമായ ഒരു ബന്ധമായിരുന്നു അവർ തമ്മിൽ. ഭരതനില്ലാത്ത ഒരു ചൊക്കലിംഗത്തെ തനിക്ക് സങ്കല്പിക്കാനാകുന്നില്ലെന്ന് അവരുടെ ബന്ധത്തിലെ ഗ്രഹോപഗ്രഹ സ്വഭാവത്തെക്കുറിച്ച് ഓർത്തുകൊണ്ട് വി.കെ. ശ്രീരാമൻ ഒരുലേഖനത്തിൽ പരാമർശിച്ചു കണ്ടിട്ടുണ്ട്. സെറ്റിലും ലൊക്കേഷനിലും ജോലിയില്ലാത്ത ഇടവേളകളിൽ വീട്ടിലും ചൊക്കലിംഗം ഇളംവെയിൽ മൂക്കും മുൻപേ ഭാസ്ക്കര പട്ടേലരുടെ നിഴലിന്റെ ലഹരി തേടിയെത്തുന്ന തൊമ്മിക്കുഞ്ഞിനെപ്പോലെ (ആശയാനുവാദം: സക്കറിയ, ഉപമ പവിയുടെത്) ഭരതന്റെ കൺവെട്ടത്തെത്തും. പ്രത്യേകിച്ചൊരു ജോലിയും നിർദ്ദേശിച്ചില്ലെങ്കിൽ മനോധർമം പോലെ അവിടെ ആവശ്യമെന്നു തോന്നുന്ന ജോലികളിൽ സ്വയം മുഴുകും.

"ങ്ഹാ എത്തിയോ സൂപ്രണ്ട്?"

ലളിതയുടെ നേർത്ത അസൂയ കലർന്ന കമന്റ് കേട്ടാണ് ഭരതൻ, ചൊക്ക ലിംഗം ആഗതനായ വൃത്താന്തമറിയുക പലപ്പോഴും. വേറെ പണിക്കാരുണ്ടെങ്കിൽ അവരുടെ മേൽനോട്ടം ചൊക്കലിംഗം സ്വയം ഏറ്റെടുക്കും. വൈകീട്ടു പോകുമ്പോൾ ഭരതന്റെ മുൻപിൽ കൈനീട്ടും. അന്നത്തെ മേലുനൊമ്പരം മാറ്റാനുള്ള വകയ്ക്കാവശ്യമുള്ളതു മാത്രം കൈപ്പറ്റും. ചൊക്ക ലിംഗത്തെ ഒരു നിമിഷംപോലും ഭരതൻ താമസിപ്പിക്കാറില്ല. താമസിക്കുകയോ അമാന്തിക്കുകയോ ചെയ്താൽ ഉറപ്പാണു ചൊക്കലിംഗം കൈനീട്ടി പോക്കറ്റിൽ നിന്നു സ്വയമെടുക്കും. അതിനുള്ള അധികാരവും അവകാശവും തന്റെ പഴയ അസിസ്റ്റന്റിന്റെ മുമ്പിൽ ചൊക്കലിംഗം സ്വയം പ്രഖ്യാപിച്ചിരുന്നുവല്ലോ. കണക്കുതീർത്തു പണം വാങ്ങുക വാരാന്ത്യങ്ങളിൽ മാത്രമായിരുന്നു.

ചില ദിവസങ്ങളിൽ ചൊക്കലിംഗം സ്വന്തം കുടുംബത്തോടു ശണ്ഠ കൂടും. അതിനങ്ങിനെ കാരണം പ്രത്യേകിച്ചുവേണ്ട. ഒരിടവിട്ടങ്ങിനെ പിണങ്ങുക ആ ചേർച്ചയുടെ ഭാഗമാണ്. അന്നു സേവ പതിവു ക്വാട്ടയുടെ ഇരട്ടിയാക്കും. പിന്നെ വീട്ടിലേയ്ക്കില്ല. ഭരതന്റെ വീടിനു മുൻപിലെ റോഡിന് എതിർവശത്തെ ഉണങ്ങിവരണ്ട കാനയിൽ കാലുകൾ ഇറക്കി അരികിൽ കൂമ്പാരം കൂട്ടിയ കരിങ്കൽച്ചീളുകളിലേക്കു ചാഞ്ഞിരുന്നുകൊണ്ട് ഏതോ ഭാഷയിൽ ശകാരവർഷമാണ്. താഴ്ന്ന ശ്രുതിയിൽ തുടങ്ങി ഉച്ചസ്ഥായിയിലേക്കു വളർന്നു വീണ്ടും താഴേക്കിറങ്ങി ഉയർന്ന് പാതിരാവിരുട്ടുംവരെ അവിഘ്നം തുടരും സരസ്വതീപ്രവാഹം. അന്നേരങ്ങളിൽ ഇടയ്ക്കു ജനാലയ്ക്കരികിൽ വന്നു പുറത്തേക്കൊന്നെത്തിനോക്കി ചിരിച്ചുകൊണ്ടു തലയാട്ടുകയല്ലാതെ ഭരതൻ പുറത്തു പ്രത്യക്ഷപ്പെടുക പതിവില്ല. എന്താണു ചൊക്കലിംഗം പറയുന്നത് എന്നും ആരുടെ നേർക്കാണു ശകാരമെന്നും അറിയുവാൻ അരികിലൂടെ പമ്മി നടന്നുനോക്കിയിട്ടുണ്ട് പവിയും കിത്തുവും. ഒരുപിടിയും കിട്ടിയിട്ടില്ല. എന്തെല്ലാമോ വീറോടെ പറയും. അതിനിടയിൽ ഒരു നിമിഷാർദ്ധത്തിന്റെ മൗനം. പിന്നെ ആത്മഗതം പോലൊരു വാക്ക്:

ശോല്ല് ശോംഭേരീ.... ന്യായമാ.... ഇതു ന്യായമാ...?

വീണ്ടും മൊഴി മറുഭാഷയിലേക്ക്.

പവിയുടെ കണ്ടെത്തൽ ദുഷിച്ചു നാറിയ സാമൂഹ്യവ്യവസ്ഥിതിയിലെ ന്യായാന്യായങ്ങളെയാണ് ചൊക്കലിംഗം വിചാരണ ചെയ്യുന്നതെന്നാണ്!

ഭരതന്റെ വീട്ടിൽ എല്ലാവരുമുറങ്ങിക്കഴിഞ്ഞാലും ചൊക്കലിംഗത്തിന്റെ വായ്ത്താരി തുടർന്നുകൊണ്ടേയിരിക്കും. എപ്പോഴാണതു നിന്നതെന്നോ ചൊക്കലിംഗം എഴുന്നേറ്റു പോയതെന്നോ കണ്ടവരില്ല.

രാവിലെ ലളിത അടുക്കളവൃത്തികൾക്കിടയിൽ കണ്ണയച്ചു നോക്കുമ്പോൾ ഒന്നും സംഭവിക്കാത്തതുപോലെ വിനീതവിധേയനും കർമ്മനിരതനുമായി ചൊക്കലിംഗം മുറ്റത്തുണ്ടാകും.

"എത്തിയല്ലോ സൂപ്രണ്ട്!"

പരസ്യകലയുടെ മേഖലയിൽ താരതമ്യത്തിനുപോലും സന്ദർഭം നല്കാത്തവിധം മോഹിപ്പിക്കുന്നവയായിരുന്നു ഭരതൻ തീർത്ത അതിശയത്തീർപ്പുകളത്രയും. പെയിന്റിങ്ങിന്റെ പ്രത്യക്ഷ സാന്നിധ്യം നിലനിർത്തിക്കൊണ്ടുതന്നെ, പോസ്റ്റർ രൂപകല്പനയിലെ സാമ്പ്രദായിക മട്ടുകളെ ഇളക്കിപ്രതിഷ്ഠിക്കുകയാണല്ലോ പി.എൻ. പരസ്യകലാരചനയിലെ ആദ്യ പർവത്തിലും ഒരു നീണ്ട ഇടവേളയ്ക്കുശേഷം നിവർത്തിച്ച കൂടുതൽ സജീവമായ രണ്ടാം പർവത്തിലും അനുഷ്ഠിച്ചുപോന്നത്. പി.എൻ. തത്ക്കാലത്തേക്കു രംഗം വിട്ടുനിന്ന ഇടവേളയിലായിരുന്നു ഭരതന്റെ രംഗപ്രവേശം. വി.എം. ബാലനായിരുന്നു അക്കാലത്ത് ഉദയാചിത്രങ്ങളുടെ പതിവു പരസ്യക്കാരൻ; കൗമുദി വാരികയുടെ വാർഷികപ്പതിപ്പുകളിലൂടെ കെ. ബാലകൃഷ്ണൻ സുപരിചിതനാക്കിയ ചിത്രശാല വി.എം. ബാലൻ തന്നെ. കൗമുദിയുടെ താളുകളിൽ അനുഭവപ്പെട്ട ബാലന്റെ പ്രതിഭാസ്പർശം പോസ്റ്ററുകളിൽ അതേ അളവിൽ കാണാനായിരുന്നില്ല. ഉദയാ സാമ്രാജ്യത്തിന്റെ ഇടപെടലുകൾ ഉണ്ടായിരുന്നതൊരു കാരണമാകാം. *പോസ്റ്റ്മാനെ കാണാനില്ല*, *ഗന്ധർവ്വക്ഷേത്രം*, *പൊന്നാപുരം കോട്ട* എന്നിവയായിരുന്നു ഭരതൻ ആദ്യം പരസ്യകല നിർവഹിച്ച ഉദയാചിത്രങ്ങൾ. ഉദയാശൈലിയുടെ തിരനോട്ടം അവയിലുമുണ്ടായിരുന്നു. ഒപ്പം ആ രീതിയിൽ നിന്നും വ്യതിചലിച്ച് സ്വന്തമായൊരു പ്രകാശനച്ചാലിലെത്തിപ്പെടാനുള്ള പ്രത്യക്ഷശ്രമവും അവയിൽ കാണാമായിരുന്നു. ആ ശ്രമങ്ങളെ അനുവദിക്കുക മാത്രമല്ല ഒരു വലിയ അളവിൽ പ്രോത്സാഹിപ്പിക്കുക വരെ ചെയ്തിരുന്നു കുഞ്ചാക്കോ എന്ന് ഭരതൻ പറയാറുണ്ട്. സ്വന്തം വഴി തെളിച്ചെടുക്കാനുള്ള ഭരതന്റെ ഇച്ഛാശക്തിയോടൊപ്പം കുഞ്ചാക്കോയിലെ കലാസ്വാദകന്റെ വിവേചനാപൂർണമായ അഭിരുചി കൂടി നാമിതിൽ കാണുന്നു.

കുരിയൻ വർണശാലയും മാർട്ടിനും നീതിയും സലാമും അമ്പിളിയും കിത്തോയുമടങ്ങുന്ന പിൻതലമുറ അന്നു കടന്നുവന്നിട്ടില്ലെന്നാണോർമ. ഇടയ്ക്കെപ്പോഴെങ്കിലും കാർട്ടൂണിസ്റ്റ് തോമസ് അപൂർവഭംഗിയുള്ള പരസ്യങ്ങൾ വരച്ചിരുന്നു. *ചെമ്മീൻ* സ്വർണ്ണമെഡൽ നേടിയപ്പോൾ കേരളത്തിലെ വീഥികൾ മുഴുവൻ ആകർഷകമായ ഒരു പോസ്റ്റർ കൊണ്ടു നിറഞ്ഞിരുന്നു. രാമു കാര്യാട്ടും കൺമണി ബാബുവും രണ്ടാളും കൂടി ഒരു മാലയ്ക്കുള്ളിൽ നിന്നും തലനീട്ടുന്നതാണ് ചിത്രം. മാലയിൽ പതക്കമായി ചെമ്മീനു ലഭിച്ച

സ്വർണ്ണമെഡൽ. അതൊരു കാർട്ടൂൺ ചിത്രമായിരുന്നു. മലയാളത്തിലെ ആദ്യത്തെ കാർട്ടൂൺ പോസ്റ്റർ വരച്ചത് തോമസായിരുന്നു. *ഏഴുരാത്രികൾ*, *ശാപമോക്ഷം*, *മണിമുഴക്കം*, *രാസലീല* തുടങ്ങിയ ചിത്രങ്ങളുടെ പരസ്യ കലയും തോമസിന്റെ രചനകളായിരുന്നു.

അക്കാലത്തെ സർവാതിശയിയും സർവവ്യാപിയും ആയ പരസ്യകലാ സാന്നിധ്യമായിരുന്നു പകരക്കാരനില്ലാതിരുന്ന എസ്. അപ്പുക്കുട്ടൻ നായർ എന്ന എസ്.എ. നായരുടെത്. എസ്.എ. എന്ന രണ്ടക്ഷരം വൃത്തിയുടെയും അളവുകളിലെ കൃത്യതയുടെയും പ്രത്യക്ഷ ബോധ്യം പകർന്നുതന്ന പ്രതീക സൂചനയായിരുന്നു മലയാളിക്ക്. നമ്മുടെ ലിപിക്ക് ഇത്രയും സൗന്ദര്യമോ, അഴകുമാനമോ എന്നതിശയിപ്പിച്ചു എസ്.എയുടെ ടൈപ്പുകൾ. പിൻതലമുറ യിൽ വന്ന ഗായത്രി അശോകടക്കമുള്ള പലർക്കും എസ്.എ. ഗുരുവല്ല; പ്രതിഷ്ഠ തന്നെയായി.

ആ ബ്രഷിൽനിന്നും വാർന്നുവീണ അധികലാവണ്യം മോഹിപ്പിച്ച പോസ്റ്റ റുകൾ ദൃഷ്ടാന്തങ്ങൾ ഉദ്ധരിക്കാനാവാത്തവിധം അസംഖ്യമാണ്. ശൂന്യത യിൽ നിന്നുപോലും സൗന്ദര്യം സൃഷ്ടിക്കാനുള്ള എസ്.എ.യുടെ അന്യാ ദൃശമായ കഴിവിനൊരുദാഹരണം പറയാം.

മഞ്ഞിലാസിന്റെ ചിത്രം. സംവിധായകൻ ജേസി. *ഏഴുനിറങ്ങൾ*. ചെറു കിട താരങ്ങളാണ് അഭിനേതാക്കൾ. ആദ്യ പോസ്റ്ററിൽ അവരുടെ മുഖങ്ങൾ മാത്രം നിരത്തി വിളംബരം വന്നാൽ ഗുണത്തെക്കാളേറെ ദോഷമായാലോ എന്നു ഭീതി.

എസ്.എ. നായരുടെ ഭാവന ഉണർന്നുപ്രവർത്തിച്ചു.

വെള്ള പോസ്റ്ററിൽ ഇടത് താഴെ ഭാഗത്തുനിന്ന് ഒരു ചാപംപോലെ ഉയർന്നുവളഞ്ഞു വലതുമുകൾഭാഗത്തേക്കൊഴുകുന്ന ഏഴു നിറങ്ങൾ തീർത്ത ഒരു മഴവില്ല് പോസ്റ്ററായി തെളിഞ്ഞു. അടിയിൽ അക്ഷരവടിവോടെ *ഏഴു നിറങ്ങൾ* എന്നെഴുതിയപ്പോൾ ദൂരക്കാഴ്ചയിലും സമീപക്കാഴ്ചയിലും ഒരുപോലെ മോഹിപ്പിക്കുന്ന ഒരു പരസ്യകല്പനയായി അത്. ഭരതന് ഏറെ ഇഷ്ടപ്പെട്ട ഒരു പോസ്റ്ററായിരുന്നു ഇത്.

അടൂർ ഗോപാലകൃഷ്ണന്റെ *സ്വയംവര*ത്തിനുവേണ്ടി നമ്പൂതിരി വിഭാവനം ചെയ്ത ഒരു ആറ് ഷീറ്റ് പോസ്റ്റർ ശ്രദ്ധേയമായിരുന്നു. അതുപ ക്ഷേ, നമ്പൂതിരിയുടെ സഹജ ശൈലിയിലുള്ള ഒരു ആർട്ട് വർക്ക് തന്നെ യായിരുന്നു. അപ്ലൈഡ് ആർട്ടിന്റെ പരിവൃത്തത്തിലുള്ള സാമാന്യവത്കര ണത്തിനതീതമായേ നമ്പൂതിരിയുടെയും സി.എൻ. കരുണാകരന്റെയും ഈ മേഖലകളിലെ സാന്നിധ്യത്തെ അടയാളപ്പെടുത്താനാകൂ.

അസീസ് സംവിധാനം ചെയ്ത 'ഞാവൽപ്പഴ'ങ്ങൾക്കുവേണ്ടി ഭരതൻ ഒരു പെയിന്റിങ് പോസ്റ്റർ ചെയ്തിരുന്നു. അതിനുവേണ്ടി ചിത്രത്തിലെ നായികയായ വിധുബാല ഭരതന്റെ മുൻപിൽ ദിവസങ്ങളോളം മണിക്കൂറുകൾ വീതം പോസ് ചെയ്തിരുന്ന കഥ കടുത്ത അസൂയയോടെ പവി വന്നു പറഞ്ഞതുമോർക്കുന്നു.

സംവിധായകനായി മാറിയശേഷം അപൂർവമായേ മറ്റുള്ളവരുടെ ചിത്രങ്ങൾക്ക് ഭരതൻ പരസ്യകല നിർവഹിച്ചിട്ടുള്ളൂ. കെ.ജി. ജോർജ്ജിന്റെ *യവനിക* പവിത്രൻ-പി.എ. ബക്കർ ടീമിന്റെ *കബനി നദി ചുവന്നപ്പോൾ*, മോഹന്റെ *ആലോലം* തുടങ്ങി വളരെ കുറച്ചു ചിത്രങ്ങൾ.

സ്വന്തം ചിത്രങ്ങളടക്കം ഭരതൻ പരസ്യകല നിർവഹിച്ച ചിത്രങ്ങൾ എണ്ണത്തിൽ കുറവാണ്. പക്ഷേ, എന്തിനധികം! മലയാളത്തിൽ ചലച്ചിത്ര പരസ്യകലയിലെ ഏറ്റവും മികച്ച ദൃഷ്ടാന്തങ്ങളിൽ പാതിയെങ്കിലും ഭരതന്റെ ബ്രഷിൽ നിന്നും വാർന്നുവീണവയാണ്; ആ ഭാവനയിൽ നിന്നുമുദിച്ചവയാണ്.

നിറംപാടലുകൾ

ഭരതൻ വരയ്ക്കുന്നത് കൊതിയോടെ നോക്കിനിന്നിട്ടുണ്ട് ഞാൻ പലപ്പോഴും.

ആറ് ഷീറ്റ് പോസ്റ്റർ വരയ്ക്കുമ്പോൾ ഏതാണ്ട് അത്രതന്നെ വലുപ്പത്തിൽ വരയ്ക്കാനുള്ള കടലാസ് നിലത്തു വിടർത്തിയിടും. എന്നിട്ട് അതിന്റെ ഓരത്ത് ചരിഞ്ഞൊരിരുപ്പാണ്. അരികിലായി ചായക്കൂട്ടുകൾ. ബ്രഷുകൾ. അവ മുക്കാൻ ഒരു ഗ്ലാസിലൊരല്പം വെള്ളം. വിരലുകൾക്കിടയിലിരുന്ന എരിയുന്ന സിഗററ്റ് ചുണ്ടോടടുപ്പിച്ചൊരു നിമിഷത്തെ ധ്യാനം. പിന്നെ ബ്രഷ് ചായത്തിൽ മുക്കി കടലാസിൽ, ക്യാൻവാസിൽ എവിടെയെങ്കിലും ഒന്നു തൊടും. ഒരു ബിന്ദു. അതിനു ചുറ്റുമായി വിരലുകൾ ദ്രുതഗതിയിൽ ചലിപ്പിച്ചുകൊണ്ട് നിറങ്ങൾ മാറിമാറിയുള്ള ചായക്കൂട്ടിൽ രേഖകളും ഛായകളും തെളിഞ്ഞു, എവിടെനിന്നോ ഒഴുകി വാർന്നുവീഴുംപോലെ... നിർബ്ബാധം, തികഞ്ഞ അനായാസതയോടെ ഒരു തുടർച്ചയിൽ ഒറ്റയിരിപ്പിൽ ആ ചിത്രം പൂർത്തിയാക്കും...

കത്തിച്ച സിഗററ്റ് ഇടയ്ക്ക് പുകയെടുക്കാതെ എരിഞ്ഞ് ചാരമായിത്തീരുമ്പോൾ ആഷ്ട്രേയിൽ കുത്തിക്കെടുത്തി അടുത്തതിനു തീ കൊളുത്തും. വലി അപൂർവം. വിരലുകൾക്കിടയിൽ ഘടിപ്പിച്ച എരിയുന്ന സിഗററ്റ് ശരീരത്തിന്റെ ഒരു ഭാഗം പോലെ...

ചുറ്റുപാടുകളിൽ ശ്രദ്ധയില്ല. പ്രകാശവും സ്ഥലസൗകര്യനവുമുള്ള മുറി; അതുമാത്രമാണ് നിർബന്ധം. ധ്യാനനിമഗ്നമാണ്, ഏകാഗ്രമാണ് തപസ്സ്; സൃഷ്ടി; രചന. ചിത്രം പൂർത്തിയായി അക്ഷരങ്ങൾ ചേർത്ത് പോസ്റ്റർ തീർത്തു കഴിയുമ്പോൾ ക്യാപ്പിറ്റൽ അക്ഷരങ്ങൾ ചേർത്ത് കൈയൊപ്പിടും മുൻപേ ഒരുനിമിഷം മാറിയിരുന്നൊന്നു സ്വയം വിലയിരുത്തും. അപൂർവ്വമായി ചില മിനുക്കലുകളും തൊങ്ങലുകളും. മുടിയൊന്നു മാടി ഒരു ചെറുചിരിയോടെ തലയൊന്നു വെട്ടിച്ച് സ്വയം ആസ്വദിച്ചൊരു ചൂളംവിളിയോടെ എഴുന്നേൽക്കുമ്പോൾ മുന്നിൽ ആരെങ്കിലുമുണ്ടാകണം. അതു നിർബ്ബന്ധമാണ്. അതില്ലെങ്കിൽ ആ ധ്യാനത്തിൽ നിന്നുയരുമ്പോൾ കടുത്ത ഏകാന്തതയും ഡിപ്രഷനും അനുഭവപ്പെടുമെന്നാണ് ഭരതൻ പറയാറുള്ളത്. മുൻപിലുള്ള ആളെ നോക്കി സമാശ്വാസത്തിനായി ഉഴറുന്ന മനസ്സോടെ ചിരിക്കുമ്പോൾ

ഞാൻ പലപ്പോഴും അനുഭവിച്ചറിഞ്ഞിട്ടുണ്ട്: കാലുഷ്യവും കറയും കന്മഷവും കലർപ്പുമില്ലാത്ത ഒരു കൊച്ചുകുട്ടിയുടെ മനസ്സാണ് ഭരതന്.

ചിത്രീകരണവേളയിലും അതു തന്നെയായരുന്നു രീതി. സീൻ മൊത്തം മനസ്സിലുണ്ടാകും. അതിൽ എവിടെയെങ്കിലും വരാവുന്ന ഒരു ഷോട്ട് ആദ്യ മുറപ്പിക്കും. പിന്നീട് സീൻ വായിച്ച്, അതിനു മുൻപും പിൻപുമുള്ള ഷോട്ടുകൾ തിരിച്ച് അടയാളപ്പെടുത്തും. ആലോചിച്ചു കണക്കുകൂട്ടി ഒന്നുമല്ല; മനസ്സിൽ അതിനകം രൂപപ്പെട്ടു കഴിഞ്ഞ സിനിമ സ്വയം സ്ക്രീൻ ചെയ്തു കണ്ട് അതിൽ നിന്നും പകർത്തുംപോലെ. അങ്ങിനെ പകർത്തുമ്പോൾ ചുറ്റുപാടുകളും ആ നിമിഷം ധ്യാനത്തിൽ തെളിയുന്ന വെളിപാടുകളും കൂടെ ചേർന്നാവും രചന. ഓരോ ഷോട്ടു കഴിയുമ്പോഴും ചുറ്റുമൊന്നു നോക്കും. ദൂരെയെങ്കിലും കാഴ്ചവൃത്തത്തിൽ പത്മരാജനോ ഞാനോ ലോഹിതദാസോ, അതുമല്ലെങ്കിൽ മനസ്സു പങ്കിടുവാൻ മാത്രം അടുപ്പമുള്ള ആരെങ്കിലുമോ കാണണം. ആ മുഖത്തു നോക്കി ഒരു ചിരിയിൽ സമാശ്വാസം തേടണം. അങ്ങിനെയാരുമില്ലെങ്കിൽ ആ ഡിപ്രഷനിൽ ഈറ പിന്നെ പതിവും.

പോസ്റ്ററുകൾ വരയ്ക്കുമ്പോൾ മാത്രമല്ല പെയിന്റിങ്ങുകൾ തീർക്കുമ്പോഴും ഭാവപ്രകൃതങ്ങൾ ഇതുതന്നെ. ക്യാൻവാസിന്റെ മുൻപിൽ നിന്നിട്ടും ഇരുന്നിട്ടുമാണ് അധികവും രചന. പോസ്റ്ററുകളേക്കാൾ കൂടുതൽ സമയമെടുക്കും പെയിന്റിംഗിൽ. വരകളിൽ, നിറങ്ങളിൽ താളം പ്രത്യക്ഷസാന്നിധ്യമാണ്.

താൻ ഭരതനെയാദ്യം കാണുന്ന നിമിഷം കാവാലം ഇങ്ങനെയാണല്ലോ രേഖപ്പെടുത്തിയിട്ടുള്ളത്.

"സുമുഖനായ ഒരു ചെറുപ്പക്കാരൻ, വരുന്നവരെയും പോകുന്നവരെയും ഗൗനിക്കാതെ, ചുറ്റുപാടുകളിലേക്കൊന്നും മനസ്സ് വ്യതിചലിക്കാതെ, ശില്പ രചനയിൽ ഏകാഗ്രമായി മുഴുകി സ്വയം മറന്നുനില്ക്കുന്നു. ശില്പം പോലെ അഴകുള്ള കാഴ്ചയായിരുന്നു സൃഷ്ടിയിൽ രമിച്ചും ലയിച്ചുമുള്ള ഭരതന്റെ അർപ്പണം. അനായാസമായി മനസ്സിലെ സങ്കല്പത്തിന്റെ നിമ്നോന്നതങ്ങളെ തഴുകിയും തലോടിയും രൂപപ്പെടുത്തുന്ന വിരലുകൾ... ഉള്ളിൽ പ്രപഞ്ചശക്തി മുൻപേ തീർത്തുനല്കിയ പൂർണ്ണശില്പമാതൃകയിലേക്കെന്നോണം മനസ്സിന്റെ അകത്തറയിലേക്ക് സൃഷ്ടിയുടെ ഉന്മാദം വഴിയുന്ന കണ്ണുകളോടെ ഉറ്റുനോക്കുമ്പോഴുള്ള അധികമാനത്തോടെ മുഖത്തു വിളങ്ങുന്ന പ്രസാദഭാവം...! ആ നിമിഷം ഞാൻ മനസ്സിൽ കുറിച്ചിട്ടു: സൃഷ്ടിയുടെ എല്ലാ വ്യഥകൾക്കിടയിലും ഭരതന് ഇതൊരാനന്ദസായൂജ്യം കൂടിയാണ്. അകക്കണ്ണുകൊണ്ട് ശ്രദ്ധിച്ചാൽ, ഉൾക്കാതുകൊണ്ട് സൂക്ഷ്മമായി കാതോർത്താൽ, കാണാം, കേൾക്കാം, അറിയാം.... പ്രപഞ്ചത്തിന്റെ തുടിതാളത്തിലാണ് ആ മനസ്സ് സ്പന്ദിക്കുന്നതും വിരലുകൾ ചലിക്കുന്നതും. സൃഷ്ടിയുടെ തുടി

താളപ്പെരുക്കത്തിനൊരു വായ്ത്താരിയായി സ്വന്തം സത്ത സമർപ്പിച്ച ജന്മമായിരുന്നു, നിയോഗമായിരുന്നു ഭരതൻ എന്നു ഞാൻ തുടർന്നറിഞ്ഞു. ശില്പരചനയിൽ മറ്റെല്ലാം മറന്നുള്ള ആ ഏകാഗ്രത പിന്നീട് ചിത്രരചനയിലും ഗാനങ്ങൾ രേഖപ്പെടുത്താൻ ഈണങ്ങളെ ചൊല്പ്പടിക്കു വിരുത്തമാട്ടുമ്പോഴും നിറങ്ങളുടെ അഴകാർന്ന ചിറകിൽ അഭ്രശില്പങ്ങൾ തീർത്തുകൊണ്ട് മോഹിപ്പിക്കുമ്പോഴും, അതേ അളവിൽ, നിറവിൽ കണ്ടു ഞാൻ... അനുഭവിച്ചറിഞ്ഞു ഞാൻ! ശില്പരചനയിൽ, ഭരതന്റെ സ്പർശത്തിൽ, കറുപ്പിലും വെളുപ്പിലും ചേറിലും കല്ലിലും, കനവിലും നിനവിലും എല്ലാമെല്ലാം... താളനിബദ്ധമായി ആത്മാവിൽ നിന്നെന്നോണം നിറങ്ങൾ സംക്രമിച്ചിറങ്ങി നൃത്തമാടുന്നതു കണ്ടതു ഞാൻ മാത്രമല്ലല്ലോ... മലയാളക്കരയത്രയുമല്ലേ!"

സിനിമയിൽ മാത്രമല്ല, ചിത്രരചനകളിലും ശില്പസൃഷ്ടികളിലും എല്ലാം... പാടാത്ത ശകലങ്ങൾ ഭരതന് അന്യമായിരുന്നല്ലോ.... സംഗീതത്തിന് നിറങ്ങളാകാനും നിറങ്ങൾക്ക് സംഗീതമാകാനും കഴിയുന്ന അപൂർവതയുടെ നിറവ് തീർത്തുകൊണ്ടാണ് ഭരതൻ തന്റെ സാന്നിധ്യം എല്ലാ മേഖലകളിലും രേഖപ്പെടുത്തിയത്.

ചിത്രകാരനായ ഭരതനെയും ശില്പകാരനായ ഭരതനെയും താരതമ്യപ്പെടുത്തുമ്പോൾ ശില്പി തന്നെയാണ് കാലത്തെ അതിജീവിക്കാൻ പ്രാപ്തനാവുകയെന്നു ഞാൻ കരുതുന്നു. വളരെ കുറച്ച് ശില്പങ്ങളെ ഭരതൻ ചെയ്തിട്ടുള്ളു. കാവാലം മേലുദ്ധരിച്ച കാഴ്ചയിൽ പരാമർശിക്കുന്ന തിരുവനന്തപുരത്തെ നികുഞ്ജത്തിൽ തീർത്ത ശില്പമാകാം ആദ്യം ശ്രദ്ധിക്കപ്പെട്ടത്. സൃഷ്ടികളിൽ ആത്മഭാവങ്ങളെ പ്രകാശിപ്പിച്ചെടുക്കുന്നതിനും കാഴ്ചയിലും പുനർകാഴ്ചയിലും കൂടുതൽ ആഴങ്ങളിൽ ആ ഭാവവിന്യാസങ്ങളെ മനസ്സിൽ സംക്രമിപ്പിച്ചു തരുന്നതിനും പ്രാപ്തമായിരുന്നു ഭരതശില്പങ്ങൾ. പരുഷഭാവങ്ങളിലാണ് കൃത്യതയും തീക്ഷ്ണതയും തീവ്രാനുഭവമായി പകർന്നു കിട്ടിയിരുന്നത്. ശില്പിയായ ഭരതന്റെ റൊമാന്റിക് ഭാവങ്ങളിൽ വരെ ശൈലീകൃതമെങ്കിലും ദ്രാവിഡത്തുടിയുടെ സത്യസാക്ഷ്യവ്യംഗ്യം ശക്തിയായും അഴകായും നിറവാർന്നു ചേർന്നിരുന്നു.

ചിത്രകാരനായ ഭരതൻ കൂടുതലും റൊമാന്റിക് ആയിരുന്നു; വർണാഭകളിൽ അഭിരമിച്ചുമിരുന്നു.

മോഹിപ്പിക്കുന്ന അഴക്, നിറങ്ങളുടെ താളനിബദ്ധമായ അതിശയക്കൂട്ടുകൾ, സൗഷ്ഠവനിറവിലൂടെ അളവുകൾ തീർക്കുന്ന സങ്കല്പ വിഭ്രമങ്ങൾ... ഇവയെല്ലാം ഭരതൻ തീർത്ത ചിത്രങ്ങളുടെ നേട്ടങ്ങളായിരുന്നു എന്നതു പോലെ തന്നെ പരിമിതികളുമായിരുന്നു. അതേക്കുറിച്ച് ഭരതൻ എത്രത്തോളം ബോധവാനായിരുന്നു എന്ന് എനിക്കുറപ്പില്ല. ബോധവാനായിരുന്നു,

അതൊരിക്കലും തുറന്നു പ്രകാശിപ്പിച്ചിട്ടില്ലെങ്കിലും, എന്നുതന്നെയാണ് എന്റെ അനുമാനം.

ആലാപനസംസ്കാരം ഗാനപശ്ചാത്തല ഭാവപരിവൃത്തങ്ങളുമായി പൊരുത്തപ്പെട്ടു നില്ക്കണമെന്ന നിഷ്ഠയിൽ ഇടഞ്ഞുപാടേണ്ട, പാടുമ്പോൾ അരികുകളിലെ അപൂർണ്ണതകളും വ്യതിയാനങ്ങളും അതേപടി സ്വാഭാവികമായി നിലനിർത്തിക്കൊണ്ട് അതതു ശീലിന്റെ തനിമയാർന്ന ഭാവം അനുഭവവേദ്യമാക്കേണ്ട ഗാനങ്ങളടക്കം മധുരമനോഹരവശ്യസുന്ദരമായി മാത്രം ആ അർത്ഥത്തിൽ ഭാവാർത്ഥവ്യാഖ്യാനവിധേയമാകാതെ ആലപിക്കുന്നുവെന്ന് ഗായകൻ യേശുദാസിനോട് ചില ഗാനങ്ങളുടെ പേരിൽ ഉള്ളുകൊണ്ട് കലഹിക്കുകയും അത് ഞങ്ങളുടെ വൃത്തങ്ങളിൽ തുറന്നുപറയുകയും ചെയ്തിട്ടുള്ള ഭരതന് ചിത്രരചനയിലെ തന്റെ നിവർത്തനത്തിൽ മാത്രം അതു തിരിച്ചറിയാൻ കഴിയാതെ പോകുന്നതെങ്ങനെ! ഒരുപക്ഷേ, മനസ്സിന് അടുപ്പമുള്ള അരവിന്ദനുമായോ കാനായി കുഞ്ഞിരാമനുമായോ ഈ പരിവൃത്തത്തിൽ കൂടുതൽ വേഴ്ചകൾക്കോ ഇടപെടലുകൾക്കോ ആശയസംവേദനത്തിനോ സന്ദർഭങ്ങളുണ്ടായിരുന്നെങ്കിൽ ഭരതൻ ആ തിരിച്ചറിവ് തുറന്നു പ്രകാശിപ്പിക്കുമായിരുന്നു എന്നുതന്നെയാണ് എന്റെ വിശ്വാസം.

സ്വന്തം സിനിമയിലെ ഇടർച്ചകളെ മറ്റാരേക്കാളും മുൻപേ തിരിച്ചറിഞ്ഞിട്ടുണ്ട് ഭരതൻ. എന്നെക്കാൾ കൂടുതലടുപ്പം ഭരതന്റെയും പത്മരാജന്റെയും ചലച്ചിത്ര മനസ്സുകൾ തമ്മിലുണ്ടായിരുന്നെങ്കിലും ഇത്തരം തിരിച്ചറിവുകളുടെയും സ്വയം വിലയിരുത്തലുകളുടെയും പ്രകാശനങ്ങൾക്കായി ഭരതൻ മനസ്സ് തുറന്നിട്ടുള്ളത് കൂടുതലും എന്റെയടുത്താണ്. സ്വന്തം ചിത്രങ്ങളെ വിലയിരുത്തുന്നതിലും മറ്റുള്ളവരുടെ സൃഷ്ടികളിലെ നല്ലതിനെ നല്ലതെന്ന് അംഗീകരിക്കുന്നതിലും ഭരതന് കൃത്യതയുണ്ടായിരുന്നു. ഇടർച്ചകളെ കാര്യകാരണസഹിതം അടയാളപ്പെടുത്താനും കഴിഞ്ഞിരുന്നു. എന്നിട്ടും പലതും ബോധപൂർവ്വം ആവർത്തിക്കേണ്ടതായും വന്നുവല്ലോ....

കൂടുതൽ ചിത്രങ്ങളുമായി ബന്ധപ്പെട്ടുള്ള തുടർവേഴ്ചകളിൽ ചിലപ്പോഴൊക്കെ ഭരതന്റെ മനസ്സ് കലമ്പുകയും തളരുകയും വിഷാദഭാവമെന്നോ ശൂന്യതയോടടുത്ത മരവിപ്പെന്നോ വിശേഷിപ്പിക്കാവുന്ന അവസ്ഥയിലേക്ക് വഴുതിമാറുകയുമൊക്കെ ചെയ്തു. ആ വിഹ്വലസന്ധികളിൽ മനസ്സുകൊണ്ടധികവും കൂടെയുണ്ടായ പശ്ചാത്തലത്തിൽ അതുവഴി സമാശ്വാസത്തിന്റെ ഒരു പരസ്പരഇഴുക്കം സ്വയം സൃഷ്ടമായതാകാം എന്റെയടുത്തുള്ള പല മനസ്സുതുറക്കലുകൾക്കും നിമിത്തമായത്. അതെന്റെ പുണ്യവും സുകൃതവുമായിത്തന്നെ അതേല്പിച്ച എല്ലാ നൊമ്പരപ്പാടുകൾക്കിടയിലും ഞാൻ മനസ്സിൽ വരിച്ചുപോന്നിട്ടുണ്ട്.

മലയാളത്തിൽ ആദ്യമായി ആറ് ഷീറ്റ് പോസ്റ്ററുകളുടെ സ്ഥാനത്ത് 24 ഷീറ്റിലൊരു പോസ്റ്റർ '*ചാട്ട*'യ്ക്ക് വേണ്ടി ഭരതൻ തീർത്തത് അക്കാലത്തെ ചർച്ചാവിഷയമായിരുന്നു. കാറും ചുമപ്പും ശിഥിലചിത്രങ്ങളൊരുക്കിയ ആകാശച്ചെരിവിന്റെ പശ്ചാത്തലത്തിൽ കാല്പാടുകൾ ഉഴുതുമറിച്ച ആറ്റിലെ മണൽത്തിട്ടയിൽ അരയിൽ ചുമപ്പ് ചേലചുറ്റി കാൽത്തളയും അരമണിയും അശരീരികളായി കാതിൽ ചിലമ്പാൻവിട്ട് ആകാശത്തേക്കുയർത്തി നീട്ടിയ കൈയിൽ പള്ളിവാളേന്തി മേലോട്ടുയർന്നു ചാടിയ പെൺകോമരത്തിന്റെ ചിത്രം. അതിനിടയിലൊരു നാടപോലെ പോസ്റ്ററിന്റെ ഒരറ്റത്തുനിന്നും മറ്റേയറ്റത്തേക്ക് നന്നേ ചെറിയ രേഖകളിൽ കൊമ്പിൽ കത്തിച്ചുവെച്ച പന്തങ്ങളേന്തിയ കാളകളെ ഇടകലർത്തി ചാട്ടവാറിന്റെ ചുഴറ്റലിൽ വിധേയരായി നീങ്ങുന്ന കാലിക്കൂട്ടവും.... ഇതൊരു മനോഹരമായ പോസ്റ്റർ മാത്രമായിരുന്നില്ല; കാലദേശങ്ങൾക്കതീതമായ പാരമ്പര്യശീലുകൾ തലമുറകളുടെ ഓർമ്മച്ചീളുകളിൽ കൊത്തിവെച്ച ഒരു നിമിഷത്തിന്റെ പകർന്നാട്ടം കൂടിയായിരുന്നു.

ഭരതന്റെ പരസ്യചിത്രങ്ങളിൽ ആദ്യം പരക്കെ ശ്രദ്ധിക്കപ്പെട്ട പോസ്റ്ററുകളിൽ *ചെണ്ട* എന്ന സിനിമയ്ക്കുവേണ്ടി തീർത്ത ഒരു 30X40 പോസ്റ്റർ ഇപ്പോഴും ഓർമയിലുണ്ട്. നൃത്തം ചെയ്യുന്ന സുന്ദരിയും ചെണ്ടയ്ക്കരികിൽ മുഖം കമഴ്ത്തി കേഴുന്ന നായകനും ചിതറിക്കിടക്കുന്ന സ്വർണനാണയങ്ങളും ആ ചിത്രത്തിന്റെ പ്രമേയധാര അത്രയും ലേഖനം ചെയ്ത് ധ്വനിപ്പിക്കാൻ പര്യാപ്തമായിരുന്നു. *രതിനിർവേദ*ത്തിനുവേണ്ടി വരച്ച ഏതോ സ്വപ്നലാസ്യത്തിലാറാടിയെന്നോണം അലസമദാലസയായി ചെരിഞ്ഞുകിടക്കുന്ന രതിച്ചേച്ചിയുടെ ചിത്രമുള്ള പോസ്റ്റർ, *നിദ്ര* എന്ന ചിത്രത്തിനുവേണ്ടി ഒരുയർന്ന പാറക്കെട്ടിന് മുൻപിൽ നായികയായ ശാന്തികൃഷ്ണയും നായകനായ വിജയ്മേനോനും ഒരു ടീഷർട്ടിനുള്ളിൽ രണ്ടുടലായി തല മാത്രം പുറത്തേക്ക് പരസ്പരാഭിമുഖമായി നിൽക്കുന്ന മറ്റൊരു പോസ്റ്റർ, *ലോറി*ക്കും *ഓർമയ്ക്കായി*ക്കും *വൈശാലി*ക്കും വേണ്ടി തീർത്ത പോസ്റ്ററുകൾ.... ഇതൊക്കെ എക്കാലവും മലയാളിമനസ്സിൽ നിറവാർന്ന് നിൽക്കുന്ന ഓർമകളാണ്.

*നിദ്ര*യിലേതു വരച്ചുതീർത്ത പോസ്റ്ററായിരുന്നില്ല. ചിത്രത്തിലെ ഒരു നിശ്ചല ചിത്രം അതേപടി വലുതാക്കി പ്രിന്റ് ചെയ്തുതീർത്ത പരസ്യചിത്രമായിരുന്നു അത്. അത്തരമൊരു ശൈലി പരസ്യകലയിൽ ഭരതൻ ആദ്യം പരിക്ഷീച്ചത് ആദ്യചിത്രമായ *പ്രയാണ*ത്തിനുവേണ്ടിയായിരുന്നു. 'ചെമ്മീനി'ൽ വളരെ ആകർഷകമായി എസ്.എ.നായർ ഈ രീതി പ്രയോഗിച്ചിരുന്നതാണ്. ബ്ലാക്ക് ആൻഡ് വൈറ്റിൽ ഡബിൾ എക്സ് പോഷർ പ്രിന്റിങ് സാധ്യമാക്കുന്ന അധികമിഴിവോടെ എഴുന്നുനിന്ന അപൂർവ ദൃശ്യങ്ങൾ വ്യത്യസ്തമായ ഒരു കാഴ്ചാനുഭവമായിരിക്കും *പ്രയാണ*മെന്ന് മുൻകൂട്ടി പറഞ്ഞുതന്നു. അഗ്രഹാരസംസ്കൃതിയുടെ ദൈന്യചിത്രങ്ങൾ, വരച്ചിട്ട കോലങ്ങളിലെന്നതുപോലെ, കാഴ്ചക്കാരുടെ മനസ്സിൽ കോറിയിടുംവിധമായി ആ പോസ്റ്ററുകൾ.

അഗ്രഹാര സംസ്കൃതിയിൽ

ഭരതൻ *പ്രയാണ*ത്തിന്റെ മുന്നൊരുക്കങ്ങളിൽ വ്യാപൃതനായിരിക്കുമ്പോ ഴാണ് പി.എൻ.മേനോന്റെ *ഗായത്രി* പിറക്കുന്നത്. വ്യത്യസ്തങ്ങളായിരുന്നു ഇരു ചിത്രങ്ങളുടെയും പ്രമേയം; ആഖ്യാനരീതികളും അതെ. എങ്കിലും അവയുടെ അഗ്രഹാരപശ്ചാത്തലം എന്ന പൊതുവായ ഭൂമിക തന്നെ പ്രകോപിപ്പിച്ചിരുന്നുവെന്ന് ഭരതൻ പറയുമായിരുന്നു. ഇരുചിത്രങ്ങളുടെയും പോസ്റ്ററുകളിൽ അല്പംപോലും സാമ്യമില്ലായിരുന്നു. ഈ ചിത്രങ്ങളുടെ മാത്രമല്ല; പൊതുവെ ഇരുവരും തീർത്ത പോസ്റ്ററുകൾ തമ്മിലും. മലയാള ത്തിലെ എക്കാലത്തെയും മികച്ച പോസ്റ്റർ ഡിസൈനിങ്ങിന് ദൃഷ്ടാന്ത ങ്ങൾ സമ്മാനിച്ച ഇവരിരുവരുടെയും രചനകളിൽ ബ്രഷ്കാൻവാസിൽ ചലിക്കുന്ന രീതിയിലും ശേഷിപ്പിക്കുന്ന നിറപ്പാടുകളിലുംവരെ മനസ്സിന്റെ വ്യത്യസ്ത ചായ്വുകൾ വേറിട്ടുതന്നെ നിഴലിച്ചിരുന്നതായി കാണാം.

"ഞങ്ങൾക്കിടയിൽ, ഞങ്ങൾക്കുള്ളിൽ, ഞങ്ങൾ പോലുമറിയാതെ ഒരു മത്സരം ഉണ്ടായിരുന്നു. തുടക്കംതൊട്ടേ എന്റേതായൊരു ചാലുതീർക്കുന്നെ ങ്കിലേ എനിക്ക് പ്രസക്തിയുള്ളൂ എന്ന് ഞാൻ തിരിച്ചറിഞ്ഞിരുന്നു. പി.എൻ. ന്നിന്റെ കാര്യത്തിൽ മാത്രമല്ല, എല്ലാ ഗുരുക്കന്മാരുടെ കാര്യത്തിലുമതേ.... അവരിൽ നിന്നൊക്കെ ഞാൻ പ്രചോദനം കൊണ്ടിട്ടുണ്ട്. പക്ഷേ, ആരെയും ഞാനനുകരിച്ചിട്ടില്ല. അനുകരിക്കാൻ എനിക്കാകുമായിരുന്നില്ല. സ്വാധീന ങ്ങളുണ്ടാവാതിരിക്കാൻ ഞാൻ ജാഗരൂകനായിരുന്നു. ആ കരുതലും ഒഴിഞ്ഞു മാറ്റവും അനുഗ്രഹവും കരുണയുമായി. അതാണെനിക്കൊരു വ്യക്തിത്വം നേടിത്തന്നത്."

പരസ്യകലയിലും കലാസംവിധാനത്തിലും സംവിധാന രംഗത്തും മാത്ര മല്ല വ്യാപരിച്ച എല്ലാ മേഖലകളിലും ഭരതന്റെ ഈ സാക്ഷ്യം സത്യമായി രുന്നു. ചിലപ്പോഴൊക്കെ ഭരതന്റെ മനസ്സ് പരസ്യരചനാവേളകളിൽ അന്യഥാ വ്യാപൃതമായതുകൊണ്ടോ ഏകാഗ്രതയിൽ വേണ്ടവിധം പ്രകോപിതമാ കാത്തതുകൊണ്ടോ എന്തോ ആ സിദ്ധിയുടെ സാന്നിധ്യസ്പർശം നൽകാതെ പോയതും ഓർക്കുന്നു. ഞങ്ങൾ ഒരുമിച്ചുള്ള ആദ്യചിത്രമായിരുന്നു '*ചാമരം*'. ക്ഷുഭിത യൗവനത്തിന്റെ സ്പന്ദനങ്ങൾ പ്രമേയധാരയായുള്ള ആ

ചിത്രത്തിന് ഏറെ വൈവിധ്യമുള്ള ഒരു പരസ്യകല്പന ഭരതന്റെ സർഗ പ്രാപ്തിയിലുള്ള വിശ്വാസബോധ്യത്തിന്റെ പേരിൽ ഞാൻ മോഹിച്ചിരുന്നു. അസാധാരണമായി ഒന്നും അടിവരയിട്ടു പറയാനില്ലാത്ത വിധമായി ആ പരസ്യലേഖനങ്ങൾ എന്നതെന്നെ ഏറെ നിരാശപ്പെടുത്തി. ആർക്കും ചെയ്യാവുന്ന പോസ്റ്ററുകൾ വരയ്ക്കാൻ ഭരതനെന്തിനാണ് എന്ന് പരുഷമായി ഇടഞ്ഞു ചോദിക്കുകവരെ ചെയ്തു ഞാൻ! തുടർന്ന് പലപ്പോഴും എകാഗ്രമായി മനസ്സ് അർപ്പിക്കാൻ ഇടകിട്ടാത്ത സന്ദർഭങ്ങളിൽ പരസ്യകലയുടെ ചുമതല തന്റെ മേൽനോട്ടത്തിൽ മറ്റു ചിത്രകാരന്മാരെ ഏല്പിക്കാൻ തയ്യാറായതിന്റെ പിന്നിൽ എന്റെ ഈ കലാപം നിമിത്തമായിട്ടുണ്ടെന്ന് ഭരതൻ പറയുമായിരുന്നു.

പോസ്റ്റർ രചനയിലും ചിത്ര രചനകളിലും നേർരേഖകളുടെ സാമ്പ്രദായിക ശൈലി ഭരതൻ അനുവർത്തിച്ചിട്ടില്ല. ഇടഞ്ഞ്, തെറ്റിച്ചും വീണ്ടും ചേർന്നു വന്നും വിഘടിച്ചും ഒത്തുപോന്നും...... അങ്ങനെ ശ്ലഥഭാവങ്ങൾക്കൊരു പാരസ്പര്യം തീർത്ത്, അവയിൽ കാല്പനികതയുടെ അഴകു ചേർത്ത് പരുഷഭാവങ്ങളെ അതിൽ അസാധാരണമായൊരു കരവിരുതോടെ ലയിപ്പിച്ചു നിവർത്തിക്കുകയായിരുന്നു ആ ദൃശ്യക്കൂട്ടുകൾ. മുൻപേ സൂചിപ്പിച്ചതുപോലെ പ്രയോഗതലത്തിൽ ഈ ശൈലി ഏറെ ഫലപ്രദവും അർത്ഥപൂർണവും ആയിരുന്നു. അക്കാദമിക് തലത്തിലും അതിനപ്പുറത്തുള്ള വിശകലന അപഗ്രഥന നിരീക്ഷണത്തിലും ഒരല്പം അതിശയവത്കരിക്കപ്പെട്ട ശൈലീവിധേയത്വമായി ചിത്രകലയുടെ പരിവൃത്തത്തിൽ അവ അനുഭവപ്പെടുകയും ചെയ്തിരുന്നു.

സിനിമയുടെ പരിവൃത്തത്തിൽ പെയിന്റർ ബോയ് ആയി കടന്നു വന്ന കാലം തൊട്ടേ ഭരതന് നിയതമായ ലക്ഷ്യങ്ങളുണ്ടായിരുന്നല്ലോ. കലാസംവിധായകനും പരസ്യകലാകാരനുമായി വർത്തിച്ച ഓരോ ചിത്രത്തിലും ഒരർത്ഥത്തിലല്ലെങ്കിൽ മറ്റൊരർത്ഥത്തിൽ തന്റെ ലക്ഷ്യത്തോടു കൂടുതൽക്കൂടുതൽ അടുത്തുകൊണ്ട് ഈ മാധ്യമത്തെ തന്റേതായ രീതിയിൽ വഴക്കിമെരുക്കി സ്വായത്തമാക്കാൻ ഭരതൻ ശ്രമിച്ചുപോന്നിട്ടുണ്ട്.

ഒരു ചിത്രത്തിൽ മാത്രമാണ് ഭരതൻ സഹസംവിധായകനായി സഹവർത്തിച്ചിട്ടുള്ളത്. വിൻസന്റ് മാസ്റ്റർ സ്വയം നിർമ്മിച്ച് (*സന്മാർഗചിത്ര* എന്ന ബാനർ തന്നെ മാസ്റ്ററുടെ ജീവിതചര്യയുടെ പ്രതിച്ഛായ പേറുന്നുണ്ടെന്ന് ഭരതൻ പറയുമായിരുന്നു!) സംവിധാനം ചെയ്ത *ചെണ്ട* എന്ന ചിത്രത്തിൽ മാത്രം. ആ ചിത്രത്തിന്റെ കലാസംവിധായകനും പരസ്യകലാകാരനും കൂടിയായിരുന്നു ഭരതൻ.

ഈ ചിത്രത്തിൽ മാത്രമേ ഔദ്യോഗികമായി ഭരതൻ സഹസംവിധായകനായി വർത്തിച്ചിട്ടുള്ളൂ എന്നേ അർത്ഥമാക്കേണ്ടതുള്ളൂ.... ചിത്രീകരിക്കാൻ

പോകുന്ന സീനുകളെയും ഷോട്ടുകളെയും കുറിച്ച് ഭരതനോട് വിശദീകരിക്കാനും ചർച്ച ചെയ്യുവാനും വിൻസെന്റ് മാസ്റ്റർ *ഗന്ധർവക്ഷേത്ര*ത്തിന്റെ നാളുകൾ തൊട്ടേ പ്രത്യേക താത്പര്യം കാണിച്ചിരുന്നുവല്ലോ. അതിനുമുൻപ് അത്തരത്തിലൊരു പരിചയമോ, വേഴ്ചയോ, അതുവഴിയുള്ള ബോധ്യമോ ഇല്ലാത്ത ഒരു ചെറുപ്പക്കാരനിൽ *(ഓളവും തീരവും* ഒരു സ്വകാര്യ വ്യാപന മായിരുന്നുവല്ലോ.) ഇത്രയേറെ പരിഗണനയും കരുതലും വിശ്വാസവും പ്രത്യാശയും വർഷിക്കാൻ മാസ്റ്ററെ പ്രേരിപ്പിച്ചത് നിയോഗം തന്നെയായിരുന്നിരിക്കണം. ഉയരങ്ങൾ താണ്ടിപ്പോകാനുള്ള ഈ പ്രതിഭാധനന്റെ സർഗ പ്രയാണത്തിലെ ആദ്യപ്രകാശനങ്ങൾക്ക് ഒരു താങ്ങും തണലുമാവുകയെന്ന ആ നിയോഗം ഒരുപക്ഷേ, മാസ്റ്ററുടെ ഉപബോധമനസ്സ് മുൻപേ തിരിച്ചറിഞ്ഞിട്ടുമുണ്ടാകാം.

*ചെണ്ട*യുടെ ഷൂട്ടിങ് ഭാരതപ്പുഴയുടെ തീരത്തുനടക്കുന്നതിനിടയിൽ വിൻസന്റ് മാസ്റ്റർക്ക് ഒഴിവാക്കാനാകാത്ത ഒരത്യാവശ്യത്തിന്റെ പേരിൽ സ്ഥലം വിട്ടു പോകേണ്ടിവന്നു.

ഷൂട്ടിങ്ങിന് ഭംഗം വരരുതെന്ന ചിന്തയിൽ ആ ദിവസം *താളത്തിൽ.... താളത്തിൽ....താരമ്പൻ കൊട്ടുന്ന താളത്തിൽ ചിലങ്കകൾ....* എന്നാരംഭിക്കുന്ന ഗാനം ചിത്രീകരിക്കാൻ ഭരതനെ ചുമതലപ്പെടുത്തിയിട്ടാണ് മാസ്റ്റർ പോയത്. മാസ്റ്ററതു നിർദേശിക്കുമ്പോൾ തനിക്കാദ്യം അമ്പരപ്പാണ് തോന്നിയതെന്ന് ഭരതൻ പറയുന്നു. അതുവരെ ക്യാമറ ഉപയോഗിച്ച് സ്വന്തം നിലയിൽ ഒരു ഷോട്ട് പോലും എടുത്തിട്ടില്ല. കൃത്യമായ ദൃശ്യബോധമുണ്ടെന്നത് ശരി തന്നെ. പക്ഷേ, ഒരു ദിവസത്തെ ഷൂട്ടിങ്ങിന്റെ പൂർണ ചുമതലയാണ് ഭരതനെ ഏല്പിച്ചിട്ടുള്ളത്. അതും ഒരു ഗാനരംഗം. ആ മേഖലയിൽ യാതൊരു മുൻപരിചയവുമില്ല.

പാട്ട് ഇഷ്ടമാണ്. കുറച്ചൊക്കെ പാടും. നല്ല താളബോധവുമുണ്ട്. അതു മാത്രം പോരല്ലോ ഗാനചിത്രീകരണത്തിന് .

മാതൃകയായി അവലംബിക്കാൻ ഒരു മുൻധാരണപോലുമില്ലാത്ത ഭരതന്റെ അന്നത്തെ കന്യാ മനസ്സിനെ സത്യത്തിൽ പ്രകോപിപ്പിക്കുകയാണ് വിൻസന്റ് മാസ്റ്റർ ചെയ്തത്. ഫലം? ഭരതന് തന്റേതായ ഒരു വഴിയും ശൈലിയും ചിട്ടയും സ്വയം സങ്കല്പിച്ചു കണ്ടെത്തി നിവർത്തിക്കേണ്ടതായി വന്നു. മനസ്സിലൊരു ഓർഡറുണ്ടാക്കി അതിന്റെ താളത്തിൽ ഷോട്ടുകൾ വിഭജിച്ച് ഭരതൻ ഷൂട്ട് ചെയ്തു.

ആ ഗാനരംഗത്തിൽ അഭിനയിച്ചത് ശ്രീവിദ്യയാണ്; അനുഗ്രഹീത ഗായികയായ എം.എൽ.വസന്തകുമാരിയുടെ മകൾ ശ്രീവിദ്യ. സ്വന്തം നിലയിലും ഗായിക; നർത്തകിയും....

സ്വപ്നങ്ങളിലും സമീപനങ്ങളിലും അഭിരുചികളിലുമുള്ള സമാനതകൾ ഭരതനും ശ്രീവിദ്യക്കും പരസ്പരം കൗതുകം ഉണർത്തിയിരുന്നു.

കവളപ്പാറ കൊട്ടാരമുറ്റത്ത് പല സ്വീക്വെൻസുകളും ചിത്രീകരിക്കുമ്പോൾ വരാന്തയിൽവന്ന് ഉത്തരത്തിൽ കൈതൂങ്ങി മറ്റാളുകൾക്കിടയിൽ നിന്നും അവിടേക്ക് കഥാപാത്രമായും കാഴ്ചക്കാരിയായും കൺപീലികൾ ഇടയ്ക്കിടെ തുടിപ്പിച്ചുകൊണ്ട് ഒരു പ്രത്യേക ആകൃതിയിൽ മോഹിപ്പിക്കുന്ന ചന്തമുള്ള, നിശ്ശബ്ദം വാചാലമാകുന്ന ഒരു ജോഡി കണ്ണുകൾ തന്റെ നേർക്ക് പാഞ്ഞുവരുന്നത് താൻ പലപ്പോഴും ശ്രദ്ധിച്ചിരുന്നതും തന്റെ ശ്രദ്ധയിൽ ആ നോട്ടവും അതിലെ അഴകും അതു വിതാനിച്ച ഭാവവും പെടുന്നു എന്നറിയുമ്പോൾ ചുണ്ടുകൾക്കരികിൽ ശ്രീവിദ്യക്ക് മാത്രം പ്രസരിപ്പിക്കാൻ കഴിയുന്ന കുസൃതിയുടെ ഒളിമിന്നുന്ന അർദ്ധപുഞ്ചിരി മിന്നിമായുമായിരുന്നതും ഗൃഹാതുരത്വത്തോടെ പലകുറി അയവിറക്കിയിട്ടുണ്ട് ഭരതൻ.

ആ ഗാനചിത്രീകരണം ജീവിതാവസാനം വരെ ഇരുവരും മനസ്സിൽ മായാതെ നിലനിർത്തിയ അത്യപൂർവമായ ഒരു ഹൃദയബന്ധത്തിന് തുടക്കം കുറിക്കുകയായിരുന്നു.

മനസ്സിന് മനസ്സിനോട് തോന്നിയ ആഭിമുഖ്യം ഗാനരംഗത്തിന് ഇഴുക്കവും അധികമേനിയും പകർന്നുതരികയായിരുന്നുവോ? അതോ ഗാനചിത്രീകരണവേളയിലെ സാമീപ്യസാന്നിധ്യസാധ്യതകൾ മനസ്സുകൾ തമ്മിൽ അടുക്കാൻ സഹായിക്കുകയായിരുന്നോ എന്ന് അവരുടെ ബന്ധത്തിലെ ഒരു പാട് നല്ല സ്നിഗ്ധവിശുദ്ധ മുഹൂർത്തങ്ങൾക്ക് സാക്ഷ്യം വഹിക്കാനിടവന്നതിന്റെ സ്വാതന്ത്ര്യത്തിൽ ഇരുവരോടും ആരാഞ്ഞിട്ടുണ്ട് ഞാൻ.

കണ്ണുകളിൽ മിന്നിത്തിളങ്ങിയ അഴകാർന്ന ഒരു ഭാവംകൊണ്ട് വിദ്യയും, മുഖമാകെ തുടുത്ത് ഉള്ളിന്റെയുള്ളിൽ നിന്നും പ്രസരിച്ചെത്തി വിടർന്ന തുറന്ന ചിരികൊണ്ട് ഭരതനും നിശ്ശബ്ദം പറഞ്ഞ മറുപടിയിൽ *താരമ്പൻ കൊട്ടുന്ന താളത്തിൽ മേളത്തിൽ* ഏതേതിന് അധിക തുണയായെന്ന് വേർതിരിക്കാനാവതെപോയെന്ന് വായിച്ചെടുക്കാമായിരുന്നു!

വിൻസന്റ് മാസ്റ്റർ തിരിച്ചെത്തിയപ്പോൾ ഉത്കണ്ഠയോടെ താൻ ഗാനഭാഗങ്ങൾ ചിത്രീകരിച്ചത് എങ്ങനെയെന്ന് വിശദീകരിക്കാൻ തുനിഞ്ഞ ഭരതനോട് അതുകേൾക്കാൻ നിൽക്കാതെ തുടർന്ന് ഷൂട്ട് ചെയ്യാനുള്ള ബാക്കി രംഗങ്ങളെക്കുറിച്ച് സംസാരിക്കുകയാണ് അദ്ദേഹം ചെയ്തത്. താൻ ചിത്രീകരിച്ച വിധം എത്രത്തോളം ശരിയാണെന്നറിയാനുള്ള ആകാംക്ഷ മനസ്സിൽ പെരുമ്പറ മുഴക്കിയപ്പോൾ വിരൽകൊണ്ട് നാസികാഗ്രാം മെല്ലെ തലോടി മാസ്റ്റർ ഒരു മറുചോദ്യം ചോദിച്ചുവത്രെ!

"പറഞ്ഞുകേട്ടാൽ എങ്ങനെ പറയാനൊക്കും? കാണണം. കാണട്ടെ. എന്നിട്ടുപറയാം."

വിധിതീർപ്പ് നീണ്ടുപോകുന്നതിന്റെ ടെൻഷനും പേറിയാണ് ഷെഡ്യൂളിന്റെ ബാക്കി ദിവസങ്ങൾ ഭരതൻ താണ്ടിയത്. അപ്പോഴും പ്രതീക്ഷ മദിരാശിയിലെത്തുമ്പോൾ, താൻ ചിത്രീകരിച്ച ഭാഗങ്ങൾ റഷസ് രൂപത്തിൽ മാസ്റ്റർ കാണുമെന്നും വിലയിരുത്തുമെന്നുമായിരുന്നു. പക്ഷേ, ഉണ്ടായതതല്ല.

"റഷസ് എഡിറ്റ് ചെയ്ത് സോങ് കട്ട്ചെയ്ത് ഫൈനൽ കട്ടാകുമ്പോൾ പറയൂ.... ഞാൻ കാണാം."

മാസ്റ്ററുടെ വാക്കുകൾക്ക് മുൻപിൽ ഭീതിയോടെ ഭരതൻ ചോദിച്ചുപോയി....

"ശരിയാകാതെവന്ന ഭാഗങ്ങളുണ്ടെങ്കിൽ....?"

"ശരിയായവിധത്തിൽ രണ്ടാമത് പോയി നിങ്ങൾതന്നെ ഷൂട്ട് ചെയ്തു വരണം."

നീന്തലറിയാത്തവൻ വെള്ളത്തിൽ വീണ് പിടിയ്ക്കുമ്പോൾ സഹായത്തിന് കൈയെത്തിച്ചുതരാതെ, മുങ്ങിത്താഴാതിരിക്കാനുള്ള അതി ജീവന ത്വരയുടെ പേരിൽ കൈകാലിട്ടടിച്ചു വെള്ളത്തിൽ നിലയും നീന്തിത്തുടിക്കാൻ വിശ്വാസവും നേടിയെടുക്കുന്നതു കണ്ടുനിൽക്കുന്ന പരിശീലകനാവുകയായിരുന്നു വിൻസന്റ് മാസ്റ്റർ.

സോങ് കട്ട്ചെയ്ത് പൂർണമായും സ്വന്തം നിലയിൽ ഭരതൻ എഡിറ്റ് ചെയ്ത ശേഷമാണ് വിൻസന്റ് മാസ്റ്റർ ഗാനഭാഗം കാണാൻ തയ്യാറായത്.

വന്നു. കണ്ടു. പ്രത്യകിച്ചൊരു പ്രതികരണവും പ്രത്യക്ഷത്തിലില്ല. പതിവുപോലെ മൂക്കിന്റെ തുമ്പൊന്നു തടവി. പിന്നെ പതിഞ്ഞ സ്വരത്തിൽ സ്വയമെന്നോണം മന്ത്രിച്ചു:

"ഞാനാണെങ്കിൽ പല്ലവിയിൽ ഇത്ര ക്ലോസപ്പുകളുണ്ടാവില്ല. മിഡ് ഷോട്ടും ലോങ്ഷോട്ടുമാകും അധികവും. ചരണത്തിലാവും കൂടുതൽ ക്ലോസപ്പുകൾ. ഇതു പക്ഷേ, മാറ്റണ്ട. നന്നായിട്ടുണ്ട്. ആ ക്യാരക്ടറിനോട് കൂടുതലൊരടുപ്പം, ഒരു nearness ഉം Intimacy-യും ഇങ്ങനെയാകുമ്പോൾ തോന്നുന്നുണ്ട്. That is good, better...."

ആ വിഷയം അവിടെ നിർത്തി, ഇതൊക്കെ സർവ്വസാധാരണമല്ലേ എന്ന ഭാവത്തിൽ അടുത്ത ഭാഗത്തിലേക്ക് കടക്കുകയാണ് മാസ്റ്റർ തുടർന്നു ചെയ്തത്. കളിയച്ചന് ഭാവാന്തരങ്ങൾ ഇങ്ങനെയുമാകാം. ഗുരുമുഖം പല വിധം; പക്ഷേ, വാത്സല്യം ചുരത്തുന്ന പുണ്യപ്പെട്ട മനസ്സിന്റെ ആ അനുഗ്രഹ വർഷം തന്റെ സുകൃതമെന്ന് ഭരതൻ അന്ന് മനസ്സാ ഏറ്റുപറഞ്ഞിരിക്കും. തുടർന്നുള്ള ചിത്രങ്ങളിൽ എഡിറ്റിംഗിൽക്കൂടി ഭരതനെ പങ്കെടുപ്പിക്കുവാൻ വിൻസന്റ് മാസ്റ്റർ തയ്യാറായി. അതു ഭരതനു കൂടുതൽ ആത്മവിശ്വാസം പകർന്നു നൽകുകയും ചെയ്തു.

അടയാളങ്ങൾ

കോട്ടയം നാട്ടകം ഗസ്റ്റ്ഹൗസിന്റെ മുൻപിലെ ഉദ്യാനം. അരമതിലിലിരുന്ന് ഭരതൻ സംസാരിക്കുന്നു.

വർഷങ്ങൾക്ക് മുൻപുള്ളൊരു സായാഹ്നമാണ്.

നാട്ടകം ഗസ്റ്റ് ഹൗസ് എന്നോർക്കുമ്പോൾ ഓർമയിലെത്തുന്നത് *ചാമര*ത്തിൽ ഇന്ദു താമസിച്ചിരുന്ന വിമൻസ് ഹോസ്റ്റലാണ്. അതിന്റെ ലാണിൽവെച്ചായിരുന്നല്ലോ വിനോദ് എന്ന വിദ്യാർത്ഥി ഇന്ദു എന്ന അധ്യാപികയുടെ പ്രണയനിരാകരണത്തെ അതിജീവിച്ച് അന്നത്തെയും എന്നത്തെയും ക്യാമ്പസ് മനസ്സുകളെ സാക്ഷിയാക്കി ആവാഹിക്കാവുന്നിടത്തോളം പ്രണയം ആത്മാവിൽ നീറി കുറുകാൻ വിട്ടുകൊണ്ട് നിറമിഴികളോടെ ഹൃദയത്തിന്റെ ഭാഷയിൽ ഉറക്കെ പ്രഖ്യാപിച്ചത്.

"Whatever you say.... still.... I love you...."

ചാമരം കഴിഞ്ഞ് ഏറെ വർഷങ്ങളായിട്ടില്ല. ഭരതൻ എന്ന സംവിധായകൻ സമസ്യയായും സാധ്യതയായും വിസ്മയക്കാഴ്ചയായും എന്നെ അമ്പരപ്പിക്കുകയും ആഹ്ലാദിക്കുകയും ചെയ്ത ഞങ്ങളുടെ വേഴ്ചയിലെ ആദ്യനാളുകൾക്കിടയിൽ എന്നോ ആയിരുന്നു അത്.

അഭിമുഖങ്ങളോടും ചലച്ചിത്ര ലേഖകരുടെ സാമ്പ്രദായിക നേർക്കാഴ്ചകളോടും പലപ്പോഴും വൈമുഖ്യം പുലർത്തിയിരുന്ന ഭരതന് പക്ഷേ, അന്ന് ആ സായാഹ്നം മനസ്സിന്റെ വാതിലുകൾ തുറക്കുന്ന അപൂർവ ഊഴമായിരുന്നു. അതിന് നിമിത്തമായതോ പത്രപ്രവർത്തക സുഹൃത്ത് സി.കെ. സോമനും.

സിനിമാ മാസികയുടെയും ചിത്രരമയുടെയും സഹപത്രാധിപരായിരുന്നു സോമൻ. പത്രാധിപരായിരുന്ന എൻ.ശങ്കരൻനായരുടെ ഏകപുത്രൻ പ്രസാദ്, സംവിധായകൻ മോഹനും നിർമാതാക്കൾ പങ്കജ് കൃഷ്ണനും ഡേവിഡ് കാച്ചപ്പിള്ളിയും നടൻ ഇന്നസെന്റും വഴി എന്റെയും സുഹൃത്തായി പിന്നീട്. പ്രസാദിന്റെ നേതൃത്വത്തിലുള്ള സ്ഥാപനമാണ് പിന്നീട് ഭരതന്റെ *ഓർമയ്ക്കായി*യും കെ.ജി.ജോർജിന്റെ *ലേഖയുടെ മരണം: ഒരു ഫ്ളാഷ് ബാക്കും* ഒക്കെ വിതരണം ചെയ്തത്.

ഭരതനുവേണ്ടി ഞാൻ അന്ന് *ചാമരം* മാത്രമേ എഴുതിയിട്ടുള്ളൂ. *മർമരം* അന്ന് ആലോചനയിലെത്തിയിട്ടില്ല. മോഹന്റെ *കഥയറിയാതെയും*, *വിട പറയും മുൻപേയും*, ജേസിയുടെ *അകലങ്ങളിൽ അഭയവും* കഴിഞ്ഞിരിക്കുന്നു.

തുടക്കക്കാരൻ മാത്രമായ എന്നോട് പ്രത്യേക വാത്സല്യവും സൗഹൃദവും സ്നേഹവും വ്യക്തിപരമായി പ്രകടിപ്പിച്ചിട്ടുണ്ട് മനസ്സിലെന്നും സോമൻ. പുകഴ്ത്തലുകൾക്കും സ്തുതിവചസ്സുകൾക്കും അല്ലെങ്കിൽ അതിന് വിരുദ്ധമായി ഇകഴ്ത്തലുകൾക്കും മാത്രം വഴങ്ങിയിരുന്ന അക്കാലത്തെ (ഏറെയൊക്കെ പിൽക്കാലത്തെയും എന്ന് പറയുമ്പോൾ ക്ഷമിക്കുക; അത് സത്യമാണ്!) ചലച്ചിത്ര ലേഖകരുടെ തൂലികക്കൂട്ടത്തിൽ നിന്ന് വേറിട്ട് നിന്നിരുന്നു സോമൻ.

സി.കെ.സോമനെ അവസാനമായി ഞാൻ കാണുന്നതും ഭരതനോടൊപ്പമാണ്.

ആലുവ പാലസിലെ ഒരു രാത്രി; *ഒരു മിന്നാമിനുങ്ങിന്റെ നുറുങ്ങുവെട്ടത്തിന്റെ* ചിത്രീകരണത്തിനിടയിൽ. അന്ന് സോമൻ സിനിമാ മാസികയിലും ചിത്രരമയിലുമില്ല. (രണ്ടും പ്രസിദ്ധീകരണം നിറുത്തിയിരുന്നതായാണോർമ).

"ഭരതനും ജോണും വേണുവും (നെടുമുടി) ഇവിടെയുണ്ടെന്നറിഞ്ഞു. ഈ വഴി വന്നപ്പോൾ കയറിയെന്നേയുള്ളൂ. അതുകൊണ്ട് ശാരദയെയും കാണാൻ കഴിഞ്ഞു."

സോമൻ പറഞ്ഞു. ഏറെ നേരം ഇരുന്നില്ല.

"കാര്യങ്ങൾ നടക്കട്ടെ പിന്നീടു കാണാം" എന്നു പറഞ്ഞ് സോമൻ യാത്രയാവുകയും ചെയ്തു.

"കച്ചവടത്തിന്റെ കലർപ്പില്ലാത്ത ഒരു ചലച്ചിത്ര പ്രസിദ്ധീകരണം" എന്ന സ്വപ്നം അന്ന് അല്പനേരത്തെ വെടിവട്ടത്തിനിടയിൽ സോമൻ പ്രകാശിപ്പിച്ചപ്പോൾ എന്നെ ചൂണ്ടി ഭരതൻ പറഞ്ഞു.

"എങ്കിൽപ്പിന്നെ സോമന് ജോണിനെക്കൂടി കൂട്ടാം."

സ്വപ്നം സ്വപ്നമായി അവശേഷിപ്പിച്ചുകൊണ്ട് സോമൻ കടന്നു പോയി.

ഒരു വിധത്തിൽ നന്നായി. നഷ്ടബാധ്യതകൾ വിളിച്ചുവരുത്തി ദാരിദ്ര്യത്തിൽ ചെന്നുപെട്ടുഴറുന്നതിന് അല്ലാതെതന്നെ വേണ്ടുവോളം, വഴികൾ ഞാൻ കണ്ടെത്തിയിരുന്നല്ലോ!

നാട്ടകം ഗസ്റ്റ് ഹൗസിലെ സായാഹനത്തിലേക്ക് മടങ്ങാം.

ഭരതന് ഏറെ തിരക്കുള്ള നാളുകളായിരുന്നു ആ വർഷം. സുപ്രിയയുടെ

ലോറി, മഞ്ഞിലാസിന്റെ *പറങ്കിമല*, ടോപാഡ്സ് കൃഷ്ണകുമാറിന്റെ *പാർവതി*, സ്വന്തം *ചാട്ട*.... ചിത്രങ്ങൾ പലതും പലഘട്ടത്തിൽ.

അതിനിടയിൽ രണ്ടുദിവസം ഒന്നിച്ചുകൂടാനും സ്വയം കുടഞ്ഞ് ഉണർവ്വിലെത്താനും എന്നെ കൂടെക്കൂട്ടിയെത്തിയതായിരുന്നു ചങ്ങാതി. കോട്ടയത്തിനടുത്തായതുകൊണ്ട് ആ സ്വകാര്യതയിൽ ഒരു welcome intruder ആയെത്തിയതായിരുന്നു സി.കെ.സോമൻ. ഭരതനും ഞാനും ഒറ്റയ്ക്കായിരുന്നില്ല; സന്തതസഹചാരിയായി പവിയുമുണ്ട് കൂടെ.

ഹൈദരലി ആ നാളുകളിൽ ഞാനടക്കമുള്ളവരുടെ പന്തികളിലെ പതിവു സന്ദർശകനായി വന്നു തുടങ്ങിയിട്ടില്ല. ഓട്ടുപാറയിലെയും എങ്കക്കാട്ടെയും രാവുകളിലെ സദിരുകളിലായിരുന്നു അന്നൊക്കെ ഹൈദരലിയുടെ പതിവവതാരം. ഭരതനും ഞാനുമൊരുമിച്ചല്ലാതെ ഭരതനുമായി പണ്ട് ബാല്യനാളുകൾ തൊട്ടും പിന്നീട് ഞാനുമായും വളരെയടുത്ത ബന്ധം പുലർത്തിയ ഒടുവിൽ ഉണ്ണിക്കൃഷ്ണനും അന്ന് കിട്ടുന്നിടത്തെ താളപ്പെരുക്കവുമായി ആ രാവുകൾ കൊഴുപ്പിക്കുവാനെത്തുമായിരുന്നു. പവി, പിന്നെ സർവ വ്യാപിയാണല്ലോ.... അവിടെയും ഇവിടെയും എവിടെയും സ്നേഹത്തിന്റെ ഒരു മേഘച്ചീളായി!

ഭരതനും സി.കെ.സോമനും തമ്മിലുള്ള സംസാരത്തിന് കാതോർത്തുകൊണ്ട് അവർക്കരികിൽ ഒരു നിഴലായി ഞാനിരുന്നു.

അന്ന് ഗസ്റ്റ് ഹൗസിൽ ഐക്യരാഷ്ട്രസഭയിലെ ഒരു ഉദ്യോഗസ്ഥയായി ജർമനിയിലെ നരൻബർഗിൽ നിന്നും വന്ന റെനാതെയും രണ്ടുകുട്ടികളും താമസിച്ചിരുന്നു. കിട്ടിയനേരം കൊണ്ട് കുട്ടികളുമായി ചങ്ങാത്തം കൂടി റെനാതെയിൽ നിന്നനടർത്തി അവരെ കൊത്താങ്കല്ലും സാറ്റും സാദേമ്പറും അടക്കമുള്ള കേരളീയ നാടൻ കളികൾ പഠിപ്പിക്കുന്ന തിരക്കിൽ മുഴുകി, ഉദ്യാനത്തിലെ ലോണിൽ പവി.

"ഭരതന്റെ 'പ്രയാണം' അതുവരെയുള്ള സിനിമയുടെ പതിവ് വട്ടങ്ങളിൽ നിന്നുള്ള വ്യതിയാനമായിരുന്നു. സ്വന്തമായി ഒരു ചിത്രമെന്ന സങ്കല്പം ആദ്യം നാമ്പെടുക്കുമ്പോഴേ ഇങ്ങനെ വേറിട്ട ഒരു ശൈലി മനസ്സിൽ താലോലിച്ചിരുന്നുവോ?"

ഗൗരവമാർന്ന ചോദ്യങ്ങൾക്ക് ഉത്തരം പറയുമ്പോൾ ഭരതൻ ചുറ്റുപാടുകൾ ശ്രദ്ധിക്കില്ല. ഉൾവലിഞ്ഞു നെഞ്ചകത്തേക്ക് സ്വയം നോക്കിയിട്ടെന്നോണമാണ് മറുപടി.

"മറ്റുള്ളവർ പോയ വഴിയെ പോകാനല്ല എന്റെ ഊഴം എന്ന് ഞാനെന്നും തിരിച്ചറിഞ്ഞിരുന്നു. ചിത്രകാരനായപ്പോഴും ശില്പിയായപ്പോഴും കലാസം

വിധായകനായപ്പോഴും പരസ്യകലാകാരനായപ്പോഴും സംവിധായകനായപ്പോഴും ഒക്കെ സ്വന്തം ശൈലിയും വഴിയും തേടാനും അതിൽക്കൂടെമാത്രം പ്രകാശനം നടത്താനും ഞാൻ വിധിക്കപ്പെട്ടിരിക്കുന്നു; അതല്ലാതൊരുവഴിയെ പോകാൻ ഞാനെന്തിന്? ഈ ചിന്ത തുടക്കം തൊട്ടേയുണ്ടായിരുന്നു."

പി.എൻ.മേനോന്റെ വഴി പിൻതുടർന്ന് മദിരാശിയിലേക്ക് വണ്ടി കയറുമ്പോൾ സംവിധായകനാവുക എന്ന ലക്ഷ്യം അന്നേ മനസ്സിലുണ്ടായിരുന്നോ?

"കലാകാരനാവാനാണ് ജന്മമെന്നുറുപ്പുണ്ടായിരുന്നു. എനിക്ക് എന്തൊക്കെയോ പ്രകാശിപ്പിക്കാനുണ്ട്; ആവിഷ്കരിക്കാനുണ്ട്, വ്യാഖ്യാനിക്കാനുണ്ട്, മാറ്റിപ്പറയുവാനും പുതുതായി അടയാളപ്പെടുത്താനുമുണ്ട്. ആ തോന്നലാണ് എന്നെ സ്കൂൾ ഓഫ് ആർട്സിൽ എത്തിച്ചത്. ആ തോന്നലാണ് എന്നെ മദിരാശിയിലെത്തിച്ചത്. ഓരോ മേഖലയുടെയും തുടർച്ചയിൽ മറ്റൊരു മേഖലയിൽ എത്തിപ്പെടുകയായിരുന്നു. സിനിമയുടെ മണ്ഡലത്തിൽ ആത്മപ്രകാശത്തിനുള്ള ഊഴം സംവിധാനമായതുകൊണ്ട് അവിടെയെത്തി. പരിണാമങ്ങൾ സ്വാഭാവികമായിരുന്നു. അതിനായുള്ള ഒരുക്കങ്ങൾ തുടക്കം മുതൽക്കേ മനസ്സിൽ നടന്നു പോന്നിട്ടുണ്ടാകാം. ബോധപൂർവം വെട്ടിപ്പിടിക്കാനൊരു ശ്രമം ഉണ്ടായിട്ടില്ല. അതെനിക്കറിയില്ല. അതിനെന്നെ കൊള്ളുകയുമില്ല. ഇതൊക്കെ ഒരു നിയോഗം പോലെ എന്നേ തോന്നുന്നുള്ളൂ....

"സിനിമയിൽ നിൽക്കുമ്പോൾ പലതും അടിച്ചേല്പിക്കപ്പെടാം. പൂർണമായും ഒഴിഞ്ഞ് നിൽക്കാനും രക്തസാക്ഷിയാവാനും കഴിയില്ല. പക്ഷേ, വഴങ്ങുന്നുവെങ്കിൽ ഞാനത് എന്റേതായ രീതിയിലേ ചെയ്യൂ. എനിക്കുമാത്രം കഴിയുന്ന വിധത്തിലേ ചെയ്യൂ. നല്ലതല്ലെന്ന് കാലം പിന്നീട് ചിലതൊക്കെ ചികഞ്ഞുമാറ്റിയേക്കാം. അല്ലെങ്കിലും. വളർച്ചയുടെ ആദ്യപാദങ്ങളിൽനിന്നു മുൻപോട്ടു കുതിച്ചുകൊണ്ടിരിക്കുന്ന സിനിമ പോലൊരു മാധ്യമത്തിൽ ആർക്കാണ് ഇതാണു ആത്യന്തികമായ സിനിമ എന്നു പറയുവാൻ കഴിയുക! ആരെങ്കിലും പറയുന്നുവെങ്കിൽ അതു ഭോഷത്വമാണ്; കള്ളമാണ്. പക്ഷേ എന്റെ സിനിമ.... അതു നല്ല സിനിമയിലെത്തിപ്പെടാനുള്ള എന്റേതായ രീതിയിലുള്ള സത്യസന്ധമായ ആത്മാർത്ഥമായ ശ്രമമാണ്. പാളിപ്പോകാം, ചിലപ്പോൾ. അതു സ്വാഭാവികവുമാണ്. പക്ഷേ, അപ്പോൾപോലും ചില യിടങ്ങളിലെങ്കിലും ഞാനെന്റെ ഹൃദയത്തിന്റെ, എന്റേതുമാത്രമായ സ്പർശവും സാന്നിധ്യവും അടയാളപ്പെടുത്തിയിരിക്കും. അതിന് കഴിയാതെ വരുന്ന നിമിഷം പിന്നെ ഞാനില്ല....

"മേഖലകൾ ഇനിയും മാറാം. മാറുന്നത് മാധ്യമങ്ങളാണ് പ്രകാശനമല്ല. കലയുടെ ലോകം വിട്ടുള്ള ഊഴം എനിക്കുണ്ടാവില്ല!"

പ്രകോപിപ്പിക്കുകയെന്ന ലക്ഷ്യത്തോടെ സോമൻ സംസാരം മറ്റൊരു വഴിക്കു നയിച്ചു.

"ഡേവിഡ് ലീനിന്റെ 'റിയാൻസ് ഡോട്ടറു'മായി പ്രയാണത്തിനു ബന്ധമുണ്ടെന്ന് ഞാൻ പറഞ്ഞാൽ...."

ഭരതൻ പ്രകോപിതനായില്ല.

"അതൊരു ബഹുമതിയായി ഞാൻ കരുതില്ല, ഏതായാലും. ലീൻ എന്നെ മോഹിപ്പിച്ചിട്ടുള്ള സംവിധായകനാണ്. Ryan's Daughter എനിക്കിഷ്ടപ്പെട്ട സിനിമയുമാണ്. ആ ചിത്രത്തിലും 'പ്രയാണ'ത്തിലും ഒരുപക്ഷേ, മനുഷ്യബന്ധത്തിന്റെ അനുപാതങ്ങൾ അപഗ്രഥിക്കുന്നിടത്ത് സമാനതകൾ കാണുന്നുവെങ്കിൽ അത് മനുഷ്യാവസ്ഥയുടെ ഭാവാന്തരങ്ങളിലെ തന്നെ സാമ്യമാണ്.

"ലീൻ എപ്പോഴും ഉപചാരപൂർവം മാധ്യമത്തെ കൈകാര്യംചെയ്യുന്ന തച്ചനാണ്. ഞാൻ ഇടഞ്ഞും മുറിഞ്ഞും ശ്ലഥബിംബങ്ങളിലൂടെ ഈ വഴി ഉപാസിക്കുന്നയാളാണ്. അത്രയും ഉപചാരം എനിക്ക് പറ്റില്ല.

ദൃശ്യഭാവങ്ങൾ സ്വാധീനിച്ചിട്ടുണ്ട്. അതിപ്പോൾ ലീൻ മാത്രമല്ല. കുറസോവയും ഹിച്ച്കോക്കും ക്ലസൗട്ടും ഗുരുദത്തും റേയും ഘട്ടക്കുമൊക്കെ സ്വാധീനിച്ചിട്ടുണ്ട്. എല്ലാവരുടെയും സ്രോതസ്സ് ഒരേ സൂര്യന്റെ പ്രകാശവും ജീവിതത്തിന്റെ അനർഘവും അനുപമവുമായ അനുഭവസാക്ഷ്യങ്ങളും ആകുമ്പോൾ അതിശയപ്പൊരുളുകൾ എന്നും സ്വാധീനിക്കും.

"ഒന്നു കണ്ട് അത് മനസ്സിലോർത്ത് അതതേപടി ആവർത്തിക്കാൻ മൗലികമായ സത്തയുള്ള ഒരു കലാകാരനാവില്ല. പലപ്പോഴും ചിത്രം പൂർത്തിയായി മാറിനിന്നു കാണുമ്പോഴേ വിസ്മയത്തോടെ അത്തരമൊരു സ്വാധീനം നമ്മൾ പോലും കണ്ടെത്തി തിരിച്ചറിയൂ.

"പ്രയാണത്തിൽ ഉത്തരഭാഗത്തിൽ ലക്ഷ്മിയുടെയും മോഹന്റെയും കഥാപാത്രങ്ങൾ ആലിംഗനബദ്ധരാകുന്നതിന്റെ പശ്ചാത്തലത്തിൽ ദൂരെ ആകാശവിതാനത്തിൽ നക്ഷത്രപ്പൂക്കൾ വിടർത്തുന്ന കരിമരുന്ന് പ്രകടനത്തിന്റെ തിളക്കം താഴെ തളം കെട്ടിനിൽക്കുന്ന മുൻപെപ്പോഴോ പെയ്ത മഴവെള്ളത്തിൽ പ്രതിഫലിച്ച് കാണുന്നുണ്ട്. സിനിമ പൂർത്തിയായശേഷം കാണുമ്പോഴാണ് ഞാനീദൃശ്യത്തിലെ ഈ ഫ്രെയിമിന്റെ ഒരു ഭാവം അങ്ങനെ പ്രത്യേകം ശ്രദ്ധിക്കുന്നത്. അപ്പോൾ ഞാൻ മനസ്സിലോർക്കുകയും ചെയ്തു.

"ഈ ഫ്രെയിം, ഈ കാഴ്ച, എനിക്ക് മുൻപേ പരിചിതമാണ്. ഞാനത് കണ്ടിട്ടുണ്ട്; അനുഭവിച്ചിട്ടുണ്ട്.

"ഓർത്തോർത്ത് ഒടുവിൽ കുറസോവയുടെ മനസ്സിൽ നിന്നും വാർന്നു വീണ ഒരു പ്രകാശത്തിൽ ചെന്ന് ഞാനതിന്റെ ഉറവിടം തേടിയെടുക്കുകയായിരുന്നു, Red Beardലെ ഒരു ഫ്രെയിമിൽ നിന്ന്....

"സന്ദർഭം വേറെ, അന്തരീക്ഷം വേറെ, പ്രസക്തി വേറെ; സംസ്കൃതി വേറെ; കാലവും സ്ഥലവും മാനവും ഒക്കെ വേറെ. പക്ഷേ, പകർന്നത്, പകർത്തിയത് ജീവിതത്തെയാകുമ്പോൾ, അനുഭവ നിറപ്പൊട്ടുകൾ പ്രകാശിപ്പിച്ചെടുക്കാനുള്ള തീവ്രമായ യജ്ഞമാണ് സപര്യയെന്നു വരുമ്പോൾ, ആർജിത സംസ്കൃതിയുടെ മിന്നായം പോലെ ഉപബോധ തലത്തിൽ പൂർവ സൂരികളുടെ അതിശയക്കൂട്ടുകൾ സ്വാധീനമായി പെയ്തിറങ്ങും. ആർജ്ജവമുള്ള മനസ്സിന് അതിൽ നിന്നൊഴിഞ്ഞുനിൽക്കാനാവില്ല.

"ആദ്യംകണ്ട നിറം, ആദ്യംകേട്ട ഗാനം, ആദ്യം നൊമ്പരപ്പെടുത്തിയ പ്രണയം... ഇതൊന്നും മറക്കാനാവില്ല. അത് പിന്നെയും പിന്നെയും പെയ്തിറങ്ങി മനസ്സിനെ ഭാവതരളിതമാക്കുമ്പോൾ മാത്രമേ ഇനിയുള്ളവർ കാണാത്ത കാഴ്ച കാണാൻ കണ്ണിന് തെളിച്ചം കിട്ടൂ."

റെനാതെയുടെ കുട്ടികളോടൊത്ത് വാശിയേറിയ കുട്ടിയും കോലും കളിക്കുന്നതിനിടയിൽ പുൽത്തകിടിയിൽ മലർന്നിരുന്ന് ഈ സംസാരം കേട്ട പവിത്രൻ ഭരതനെ നോക്കി വിരലുകൾ ചുണ്ടോടുചേർത്ത് ചൂളം വിളിച്ച് അഭിനന്ദിച്ചു. അതുകണ്ട് സോമൻ മനസ്സ് തുറന്ന് ചിരിച്ചു!

അന്ന് സന്ധ്യക്ക് കുളികഴിഞ്ഞ് മരപ്പലകകൾ പാകിയ ഗസ്റ്റ് ഹൗസിന്റെ തറയിലൂടെ തോർത്തുമുണ്ട് മാത്രമുടുത്ത് ഇരു ചുമലകളും ഒപ്പമുയർത്തി കുളിരിന്റെ ശീൽക്കാരം ചുണ്ടിലിറ്റിച്ചുകൊണ്ട് എന്റെയും പവിയുടെയും മുൻപിൽ വന്നു നിന്ന് ഭരതൻ പറഞ്ഞു.

"സോമൻ വന്നത് നന്നായി. മനസ്സ് തുറക്കാനും എന്നെത്തന്നെ സ്വയം അടയാളപ്പെടുത്തി ഉറപ്പിക്കാനും അതൊരു നിമിത്തമായി"

ശരിവെച്ചുകൊണ്ട് മറ്റൊരു ചൂളം വിളിയോടെ തലയാട്ടി പവി കല്ലുകുപ്പി സോഡയുടെ കഴുത്തിൽ വിരൽ ഞാത്തി അമർത്തിത്തുറന്നു പാനോപചാരത്തിനു തുടക്കം കുറിച്ചു.

"ഇത്.... സ്വാധീനമായും അനുഗ്രഹമായും പെയ്തിറങ്ങുന്ന എല്ലാ ഗുരുക്കന്മാർക്കുവേണ്ടിയുമുള്ള എന്റെയും നിന്റെയും ഇവന്റെയും ഇനി വരാനിരിക്കുന്നവരുടെയും പാനസമർപ്പണവും അർച്ചനയുമാകുന്നു...."

ഭരതന്റെ സങ്കല്പത്തിൽ എന്നോ ഒരു സിനിമ ജനിച്ചു; അതിന്റെ തുടർച്ചയിൽ അതിലേക്കെത്തിപ്പെടുവാനൊരു പ്രമേയബീജവും. ആ സിനിമയും അതിനടിസ്ഥാനമാകുന്ന കഥാതന്തുവും അന്ന് നിലവിലിരുന്ന സിനിമയിൽ

നിന്നും ഏറെ വേറിട്ടു നിൽക്കുന്ന ഒന്നായിരുന്നു; ഘടനയിലും ആഖ്യാനത്തിലും ദൃശ്യതാളത്തിലും ഒരുപോലെ. ദൃശ്യങ്ങൾ കൊണ്ട് ബിംബങ്ങൾ തീർത്തുവേണ്ടിയിരുന്നു ഭരതന് അത് രേഖപ്പെടുത്താൻ. അതിന് പിൻബലമാകുന്ന വിധത്തിൽ ഒരു തിരക്കഥക്കൂട്ട് എഴുതിക്കിട്ടണം. അതിനൊരെഴുത്തുകാരൻ വേണം. വെറുമൊരെഴുത്തുകാരനല്ല; സിനിമയെന്ന മാധ്യമത്തിന്റെ പ്രകൃതസ്വഭാവമറിയുന്ന തിരക്കഥാബോധമുള്ള ഒരെഴുത്തുകാരനാവണം; അതും പോരാ; തന്റെ മനസ്സിലുള്ള സിനിമയുടെ സങ്കല്പശൈലി ആ എഴുത്തുകാരൻ മനസ്സിലാക്കണം. അയാൾക്ക് അതിനോടൊത്തു പോകാൻ കഴിയുന്ന ചലച്ചിത്രധാരണകൾ ഉണ്ടാകണം.

ആരുണ്ട് അങ്ങനെയൊരു പങ്കാളി എന്ന് ഭരതൻ തേടി.

വിൻസന്റ് മാസ്റ്ററുടെ കളരിയിൽ ഭരതനോടൊപ്പം ഉണ്ടായിരുന്ന ബേബി എന്ന യതീന്ദ്രദാസിനു ഭരതന്റെ മനസ്സറിയാമായിരുന്നു. ഭരതൻ തേടുന്ന ചലച്ചിത്ര മനസ്സുള്ള ഒരെഴുത്തുകാരനെ ബേബിക്കറിയാമായിരുന്നു.

എന്തായിരുന്നു ഭരതൻ ഒരെഴുത്തുകാരന്റെ സർഗീയമായ പങ്കാളിത്തത്തിൽ നിന്നും പ്രതീക്ഷിച്ചിരുന്നത്?

ഒരുമിച്ചൊരു ദിശയിലേക്ക് സഞ്ചരിക്കാൻ കഴിയുന്ന ഒരു മനസ്സ്... ഏറെ വിസ്തരിക്കാതെതന്നെ ഉദ്ദേശിക്കുന്നത് പരസ്പരം മനസ്സിലാക്കാനുള്ള സഹജ സമാനത.... ഒരല്പമൊക്കെ Eccentric ആയ വിഭ്രമസ്വപ്നങ്ങൾ; വേണമെങ്കിലവയെ ചെറിയ ചെറിയ ഭ്രാന്തുകൾ എന്നും വിളിക്കാം; അവ പങ്കിടാനുള്ള മനസ്സ്. എന്തും പറയാൻ കഴിയുക; അതിൽ ഏതും സ്വീകരിക്കാനും നിരാകരിക്കാനും അതിന്റെ പേരിൽ കലഹിക്കാതിരിക്കാനും കഴിയുക. മനസ്സുകൾ രണ്ട് ശരീരങ്ങൾക്കുള്ളിൽ എല്ലാ സ്വതന്ത്ര വ്യതിരിക്തതയോടും ഇഷ്ടാനിഷ്ടങ്ങളോടും വേറിട്ടുവർത്തിക്കുമ്പോഴും ഒന്നായി മാറണം. പരസ്പരം അകലങ്ങളുണ്ടാകരുത്. ഒറ്റയൊറ്റയായി കാണുന്ന സ്വപ്നങ്ങൾ ഒരുമിച്ചു പങ്കിടാൻ തുടങ്ങുമ്പോൾ അതൊരൊന്നാകലാവണം. അങ്ങനെ ഒന്നായി തുടങ്ങിയാൽ പിന്നുള്ള യജ്ഞമത്രയും ഒരാളുടെ തലച്ചോറിൽ മറ്റൊരാൾ കയറിയിരുന്നും തിരിച്ചും ചിന്തിച്ച് വഷളാകാതെ അവരവരുടെ വഴിയെ ചുഴിഞ്ഞിറങ്ങി എത്തേണ്ടിടത്ത് ഒരേ സമയം എത്തിപ്പെടാനാകണം. ഈ സാത്മീഭാവം ഒരർത്ഥത്തിൽ ഒരനുഗ്രഹമാകുമ്പോൾ മറ്റൊരർത്ഥത്തിൽ കരുണയറ്റ മുൾമുനയുമാകുമെന്നറിഞ്ഞുകൊണ്ടുതന്നെ അതിന് തയ്യാറാവണം. ഒരേ സഞ്ചാരവേഗത്തിൽ രണ്ട് തലച്ചോറുകൾ ജീവിതത്തെ സൂക്ഷ്മാപിനിയിലൂടെ ഒരേ സമയം അപഗ്രഥിക്കുകയും ഒടുവിൽ ഒരേ വെളിപാടിൽ വന്നെത്തുകയും വേണം. വളരെ വളരെ സങ്കീർണമായ ഒന്നാണീ പ്രക്രിയ; പ്രതിഭാസം. ഇത് പകർന്നു തരാവുന്ന അവാച്യമായൊരു സായൂജ്യസുഖമുണ്ട്. അതിന് വിലയായി കൊടുക്കേണ്ടിവരുന്ന കനത്ത, കടുത്ത

നൊമ്പര പർവങ്ങളുമുണ്ട്. രണ്ടും പറഞ്ഞിറിയിക്കാനാവില്ല. അനുഭവിച്ചു മാത്രം അറിയേണ്ടതാണ്....

ഭരതൻ പറഞ്ഞ്. യതീന്ദ്രദാസോ പത്മരാജനോ അറിഞ്ഞെടുത്തതല്ല ഇതൊന്നും.

ഭരതന് ഇതങ്ങനെ പറയാനാകുമായിരുന്നുമില്ല. ഇതിനായി കാത്തിരിക്കാനും അനുഭവിപ്പിക്കാനും പങ്കിടാനും മാത്രമാണ് ഭരതനാകുമായിരുന്നത്. ഇത്രയും ഒത്തുവന്നപ്പോഴൊക്കെ പ്രകാശനത്തിൽ, ആവിഷ്കാരത്തിൽ, സാക്ഷാത്കാരത്തിൽ.... അതിന്റെ നിറവ് ഭരതന്റെ ഹൃദയത്തിന്റെ കൈയൊപ്പുള്ള സ്പർശമായി സ്വീകർത്താവിന് അനുഭവവേദ്യമായി.

ഭരതനുമൊത്തുള്ള വേഴ്ചയിൽ അനുഭവസാക്ഷ്യങ്ങൾ സായൂജ്യമായും ആകെ തളർത്തുന്ന നൊമ്പരമായും മനസ്സിൽ കോറിയിട്ട് തന്നതാണ് ഈ പാഠങ്ങൾ എന്നെ സംബന്ധിച്ചിടത്തോളം.

ഭരതനും പത്മരാജനുമൊത്തുള്ള സർഗ്ഗാത്മക പങ്കാളിത്തത്തിൽ നിന്നും ഞാനാദ്യം ഇവ വായിച്ചറിഞ്ഞു. പൊള്ളുന്ന നിർവൃതി പകർന്ന നേരനുഭവങ്ങൾ ആ പാഠങ്ങൾക്കടിവരയിട്ടുറപ്പിച്ചുതന്നു, പിന്നീട്.

പത്മരാജന്റെ പേരിൽ ആദ്യം വെള്ളിത്തിരയിലെത്തുന്ന ചലച്ചിത്ര രചന *പ്രയാണ*മാണ്. അതിനുമുൻപേ സിനിമയെന്ന മാധ്യമം പത്മരാജനെ വശീകരിച്ചിരുന്നതും ആ അക്ഷരക്കൂട്ടുകൾ സിനിമയിലേക്ക് പകർന്നെത്തിക്കാനുള്ള ആലോചനകൾ നടന്നതുമായ സന്ദർഭങ്ങളുണ്ടായിരുന്നു. വരുതിയിൽ വഴിപ്പെടാതെ, അതോ വഴിപ്പെടുന്നത് വേണ്ടുംവഴിമാത്രം മതിയെന്ന് കരുതിയോ, എന്തോ, സിനിമയെന്ന മോഹിനി ഒഴിഞ്ഞും ഒളിഞ്ഞും കളിക്കുന്നതിനിടയിലാവാം മദിരാശിയിലേക്കുള്ള ഭരതന്റെ വിളി പത്മരാജനെ തേടിയെത്തുന്നത്. ആ പ്രയാണ സ്വപ്നത്തിലേക്കുള്ള ക്ഷണം നിയോഗം തന്നെയായിരുന്നു. ചേരേണ്ടവർ തമ്മിലാണ് ചേർന്നത്; ചേരേണ്ട വിധത്തിലും. ഭരതനെ ഇഷ്ടപ്പെടാതിരിക്കാൻ പത്മരാജനോ പത്മരാജനെ ഇഷ്ടപ്പെടാതിരിക്കാൻ ഭരതനോ കഴിയുമായിരുന്നില്ല. പ്രകാശനതലത്തിൽ ഇരുവരും ഉപാസിച്ച സിനിമകൾ വ്യത്യസ്തങ്ങളായിരുന്നപ്പോഴും സിനിമയിലേക്കുള്ള പ്രയാണത്തിൽ ഇരുവരും ധ്യാനിച്ച അടയാളമന്ത്രങ്ങൾക്ക് ഒരേ ഭാവപ്രകൃതമായിരുന്നു. *മനസ്സുകൾ തമ്മിലുള്ള കെമിസ്ട്രി* എന്നാണ് ഭരതനും പത്മരാജനും അതേക്കുറിച്ച് പരാമർശിക്കുമ്പോൾ വിശേഷിപ്പിക്കാറുണ്ടായിരുന്നതും.

ചമ്രമ്പക്കത്തെ വെളിപാടുതറ

മദിരാശിയുടെ പ്രാന്തപാർശ്വത്തായി സ്വസ്ഥതയും ഏകാന്തതയും വേണ്ടുവോളം നൽകുന്ന അന്തരീക്ഷമായിരുന്നു ചർച്ചകൾക്കും എഴുത്തിനുമായി ഭരതൻ തിരഞ്ഞെടുത്ത ചമ്രമ്പക്കം ടി.ബി.യിലുണ്ടായിരുന്നത്. മലയാള സിനിമയിലെ നവോത്ഥാനപ്രസ്ഥാനവുമായി ചമ്രമ്പക്കം തടാകത്തിനും അതിന്റെ കരയിലായുള്ള ടി.ബി.ക്കും അടുത്ത ബന്ധമുണ്ടായിരുന്നു. പത്തിരുപത് കിലോമീറ്റർ അകലെയുള്ള ഇവിടെ നിന്നുമാണ് നഗരത്തിലേക്കുള്ള ശുദ്ധജലം സംസ്കരിച്ചു പമ്പ് ചെയ്തെത്തിച്ചിരുന്നത്.

വയലാറും തോപ്പിൽ ഭാസിയുമൊത്ത് കോടമ്പാക്കം സിനിമാ സമ്പ്രദായങ്ങളോട് ഇടഞ്ഞുള്ള കലാപശ്രുതിയിൽ സ്വപ്നങ്ങൾ പങ്കിടാൻ ചമ്രമ്പക്കം ടി.ബി.താൻ തിരഞ്ഞെടുക്കാറുള്ള കഥ പി.എൻ.മേനോൻ പറയാറുണ്ട്. മലയാറ്റൂർ രാമകൃഷ്ണന്റെ സാന്നിദ്ധ്യവും അക്കൂട്ടത്തിൽ അപൂർവമായുണ്ടാകാറുണ്ടായിരുന്നത്രെ.

ഒരു ശുദ്ധ നാട്ടിൻപുറത്തിന്റെ അന്തരീക്ഷമാണവിടെ.

രാത്രികളിൽ കടത്തുകടവിൽ നിന്നും അക്കരെയുള്ള തോണിക്കാരനെ നോക്കി അടയാള സൂചനയായി *ഹോയ്* എന്നുച്ചത്തിൽ വിളിച്ചുകൂവാറുണ്ടായിരുന്നതിന്റെ ഓർമയിൽ സന്ധ്യയടുക്കുമ്പോൾ ടി.ബി.യുടെ ജനലിലൂടെ പുറത്തേക്ക് നോക്കി ഉറക്കെയൊന്ന് വിളിച്ചു കൂവിയാൽ മദിരാശിയിലെ മദ്യനിരോധനത്തിന്റെ ആ നാളുകളിൽ നാടൻ മദ്യം നിർബ്ബാധം പടികടന്നെത്തി പെയ്തിറങ്ങിയിരുന്ന ലഹരി രാവുകളുടെ ഓർമ പി.എൻ.മേനോനുമാത്രമാവില്ല അയവിറക്കാനുണ്ടാവുക! ജോൺ അബ്രഹാമിന്റെ ഒരു ചിത്രത്തിന്റെ ഷൂട്ടിങ് ആ ഭാഗത്ത് നടന്നിട്ടുണ്ട് ഒരിക്കൽ.

ഭരതനും പത്മരാജനും ഒരുമിച്ചിരിക്കുമ്പോൾ അവിടെത്തന്നെ സംഘടിപ്പിക്കുന്ന ഭക്ഷണമായിരുന്നു പലപ്പോഴും ആശ്രയം. അപൂർവം ചിലപ്പോൾ നിർമാണ സൂത്രധാരകനായ പി.എ.ലത്തീഫ് (നിർമാണം ഭരതൻ തന്നെയായിരുന്നു; ബജറ്റ് സ്വാഭാവികമായും പരിമിതം!) ടി.നഗറിലെ ശാന്തിഭവനിൽ നിന്നും ഒരു 'കാരിയർ' എത്തിക്കും. അഞ്ചുപേർക്ക് സുഭിക്ഷമായി കഴിക്കാമായിരുന്നു. ഒരു കാരിയറിലെ ഭക്ഷണം.

രണ്ടുമൂന്ന് വർഷങ്ങൾ കഴിഞ്ഞു മോഹൻ സുരാസുവിനെയും കൂട്ടി ആദ്യ ചിത്രമായ *രണ്ടുപെൺകുട്ടികളു*ടെ തിരക്കഥാ ചർച്ചയ്ക്കും എഴുത്തിനും വന്നെത്തിയതുമിവിടെയാണ്. അന്നവരോടൊപ്പം സൂത്രധാരനായി ഡേവിഡ് കാച്ചപ്പിള്ളിയുണ്ടായിരുന്നു. ഇടവേളകളിൽ വാച്ച്മാന്റെ കൈയിൽ നിന്നും കടം വാങ്ങിയ ചൂണ്ടയുമായി ചമ്രമ്പക്കം തടാകക്കരയിൽ ചെന്നിരുന്നു പിടിച്ച ബ്രാൽ മീനുമായി ലോകം കീഴടക്കിയ ഭാവത്തിന്റെ വമ്പുമായി പ്രത്യക്ഷപ്പെടാറുള്ള മോഹന്റെ ചിത്രം സുരാസു വർണിക്കാറുണ്ടായിരുന്നു.

ഡേവിഡ് പിന്നീട് നിർമാതാവായി ചരിത്രം സൃഷ്ടിച്ച ഒരു ചിത്രത്തിന്റെ തിരക്കഥയുടെ അവസാന മിനുക്കുപണികൾക്കായി സംവിധായകനെയും കൂട്ടി ഇവിടെയെത്തിയതുമോർക്കുന്നു. കെ.ജി.ജോർജിനെ; ചിത്രം: *ലേഖയുടെ മരണം ഒരു ഫ്ളാഷ്ബാക്ക്.*

ഛായാഗ്രഹകൻ രാമചന്ദ്രബാബുവിനോടൊപ്പമായിരുന്നുവെന്നാണോർമ. (ഉറപ്പില്ല; കാൽശതാബ്ദം മുൻപുള്ള കഥയാണ്) ജോർജ് അവിടെയുള്ളപ്പോൾ ഞാനൊരു സന്ദർശനം നടത്തി ചമ്രമ്പക്കത്ത്.

ചെന്നുകയറുമ്പോൾ കണ്ട കാഴ്ച വിചിത്രമാണ്.

ടി.ബി. വാച്ച്മാനും നാട്ടുകാരിൽ ചിലരും ചേർന്ന് കൈയിൽ ചില്ലറ ആയുധങ്ങളുമായി ടി.ബി. പരിസരത്തെ പൊന്തകൾക്ക് ചുറ്റും നിന്ന് പരതുന്നു. കൗതുകത്തോടെ അത് ശ്രദ്ധിച്ചുകൊണ്ട് അടുത്ത് ജോർജ്ജും.

അന്വേഷിച്ചപ്പോൾ എപ്പോഴോ ആരോ ഒരു മുയൽ ആ വഴി പമ്മുന്നത് കണ്ടുപോലും. എങ്കിൽപ്പിന്നെ കൈയോടെ പിടിച്ച് തൊലിയുരിച്ച് മസാല പുരട്ടി പൊരിച്ച് *ഇയക്കുനർസിംഹ* (സംവിധായക സിംഹം! പ്രയോഗം പി.എ. ലത്തീഫിന്റേത്. *യവനിക* കഴിഞ്ഞുള്ള താരപദവിയിലാണ് ജോർജ് അക്കാലത്ത്!) ത്തിന് അർപ്പിക്കുവാനാണ് വടി കമ്പുകളുമായുള്ള നായാട്ട് സന്നാഹം. ജോർജിനോടൊപ്പം മുയലിറച്ചി കൂട്ടി പച്ചരിച്ചോറ് ഊട്ടിയിട്ടേ സഹൃദരായ ആതിഥേയർ അന്ന് ഞങ്ങളെ വിട്ടുള്ളൂ.

ചമ്രമ്പക്കം ടി.ബിയും ആ അന്തരീക്ഷവും ചെലുത്തിയ സ്വാധീനത്തിന്റെ പേരിലാകാം തിരക്കഥാ രംഗത്തും പിന്നീട് സംവിധാനരംഗത്തും സജീവമായ ആദ്യനാളുകളിൽ പത്മരാജൻ തിരുവന്തപുരത്ത് വേളിയിലെ ബോട്ട് ക്ലബ്ബിൽ സമാനമായൊരു എഴുത്തുകേന്ദ്രം സംവിധാനം ചെയ്തെടുത്തത്. കായലിൽ നിന്നും ചൂണ്ടക്കൊളുത്തിൽ പിടഞ്ഞുപിടിയിലായ മത്സ്യം അവിടെയും ഊണുമേശയിൽ മുഖ്യ ആകർഷണമായിരുന്നതുമോർക്കുന്നു.

കഥാപാത്രങ്ങളുടെ നാഡിഞരമ്പുകൾ തേടി

കഥയുടെ ഘടനയിലും കഥാപാത്രങ്ങളുടെ ഞരമ്പുകളിലുമാണ് പത്മരാജന്റെ ശ്രദ്ധ ആദ്യം പതിഞ്ഞത്. മുഹൂർത്തഭാവങ്ങൾക്ക് പകർത്താവുന്ന ദൃശ്യബിംബങ്ങളിൽ ഭരതന്റെയും. സ്വാധീനമായോ നിഷ്ക്കർഷയായോ അല്ല അനുഭവമായിത്തന്നെ ഇരുവരും പരസ്പരം സംക്രമിച്ചിറങ്ങുകയായിരുന്നു. ഭരതന്റെ ദൃശ്യമാനം പത്മരാജന്റെ അക്ഷരക്കൂട്ടിന് പുതിയ ആകാശം പകുത്തു നൽകുമ്പോൾ വേറിട്ട കാഴ്ചകൾക്ക് അക്ഷരം പൊരുളുകൾ കൊണ്ടും അവ നല്കിയ പുതിയ മാനങ്ങൾ കഥാപാത്രവ്യാഖ്യാനങ്ങളിലൂടെയും പുതിയ തലങ്ങൾ തീർത്ത് നൽകുകയായിരുന്നു. പരസ്പരപൂരകങ്ങളാകാൻ ഇരുവർക്കും അല്പംപോലും സമയം വേണ്ടിവന്നില്ല. അതിന്റെ നിറവ് അനുഭവസാക്ഷാത്കാരമായി പ്രേക്ഷകന് പകർന്ന് കിട്ടുകയും ചെയ്തു.

ചലച്ചിത്രകാരനിലേക്കുള്ള യാത്രയിൽ പത്മരാജന് ലഭിച്ച ഏറ്റവും പ്രയോജനപ്രദമായ മുന്നൊരുക്കം ഈ സഹവർത്തിത്വംതന്നെയായിരുന്നു. ഗുരുവും ശിഷ്യനുമായിട്ടല്ല പങ്കാളികൾ ആയിത്തന്നെയായിരുന്നു ആ വേഴ്ച. ശിഷ്യന്മാരെപ്പോലും പങ്കാളികളായി കാണുന്ന മനസ്സായിരുന്നില്ലോ ഭരതന്. പത്മരാജനെ എന്നും സമാനതലത്തിലേ ഭരതൻ കണ്ടിട്ടുള്ളൂ; ആദരപൂർവം തന്നെയേ അടയാളപ്പെടുത്തിയിട്ടുമുള്ളൂ. സംവിധാനരംഗത്ത് തുല്യനിലയിൽ വർത്തിക്കുമ്പോൾ മനുഷ്യസഹജമായി കലർന്നിരിക്കാവുന്ന മാത്സര്യചിന്തകൾക്കൊന്നും അതിന് ഭംഗം വരുത്താനായതുമില്ല.

പ്രയാണം നവോത്ഥാന സിനിമയുടെ മുഖ്യധാരാ പ്രവേശനത്തിനു നാന്ദി കുറിച്ച സിനിമയായി. പരിമിതികളും കുറവുകളും ഉള്ള ചിത്രംതന്നെയായിരുന്നു *പ്രയാണം*. പക്ഷേ, അതിനെല്ലാമപ്പുറത്ത് സിനിമയെ പുതിയൊരു കണ്ണുകൊണ്ട് കാണാനും ജീവിതത്തിന്റെ പൊരുളുകളെ പുതിയൊരനുപാതത്തിൽ വ്യാഖ്യാനിക്കാനും ജനസാമാന്യത്തിനുകൂടി സ്വീകാര്യമായ ഒരു ശൈലി കണ്ടെത്തി അതിൽ സാമ്പ്രദായിക വട്ടങ്ങൾ നിഷ്കർഷിച്ചു പോന്ന കലർപ്പുകളോടു സന്ധിയില്ലാതെ കലഹിച്ച് അവയെ ഒഴിവാക്കി കാഴ്ചയും

കാഴ്ച പകരുന്ന അർത്ഥതലങ്ങളും സ്വീകർത്താവിന് അനുഭവയാഥാർത്ഥ്യ മാക്കാനും പിന്നീടിവിടെ ഒരു കൂട്ടായ്മ അർപ്പണബോധത്തോടെ നിവർത്തിച്ച ആത്മാർത്ഥമായ യജ്ഞത്തിലെ ആദ്യ ചുവടായി 'പ്രയാണം.'

*സ്വപ്നാടന*ത്തിൽ കെ.ജി.ജോർജിനോ *രണ്ടുപെൺകുട്ടികളി*ൽ മോഹനോ *പെരുവഴിയമ്പല*ത്തിൽ പത്മരാജനോ ലഭിച്ച, ഈ സരണിയിലെ സിനിമയുടെ പ്രസക്തി മനസ്സിലാക്കി അതിനായി അർത്ഥവും മനസ്സും പകുത്തുനല്കുന്ന ഒരു നിർമാതാവ് എന്ന ഭാഗ്യത്തിനായി ഭരതൻ കാത്തു നിന്നില്ല. പരസ്യചിത്രങ്ങൾ വരച്ചും സെറ്റുകൾ തീർത്തും പവിലിയനുകൾക്ക് രൂപകലപ്നചെയ്തും ശേഖരിച്ച അല്പം പണമായിരുന്നു ഭരതന്റെ മൂലധനം. വീട്ടിൽ നിന്നും ധനസഹായം പ്രതീക്ഷിക്കാവുന്ന സാഹചര്യമായിരുന്നുമില്ല.

എങ്കിലും മകന്റെ സ്വപ്നസാക്ഷാത്കാരത്തിന് പരമേശ്വരൻ നായർ മനസ്സുകൊണ്ടും ശരീരംകൊണ്ടും ആവതു പിൻബലം നല്കി. അനുജൻ ശങ്കരൻകുട്ടിയോടൊപ്പം ലൊക്കേഷന്റെ ചുമതലയേറ്റു. സ്വന്തം ഉത്തരവാദി ത്വത്തിൽ വീട്ടുവളപ്പിൽ പ്രൊഡക്ഷൻ മെസ്സ് നടത്തി. മുറികൾ പരിമിത ങ്ങളായപ്പോൾ പലർക്കും വീട്ടിലെ ഉള്ള സൗകര്യങ്ങളിൽ താമസമൊരുക്കി.

മുറികളുടെ കഥ പറഞ്ഞപ്പോൾ ലത്തീഫ് പറഞ്ഞ ഒരു സംഭവം ഓർമ വരുന്നു.

ചെറുതുരുത്തി ടി.ബി.യിൽ മോഹനും ലക്ഷ്മിയും താഴെയുള്ള രണ്ടു മുറികളിൽ താമസിക്കുന്നു. മുകളിലുള്ള മൂന്ന് മുറികളിൽ വേണം കൊട്ടാര ക്കരയും എം.എസ്.നമ്പൂതിരിയും രഘുവും കവിയൂർ പൊന്നമ്മയും ഭരതനും ബാലുമഹേന്ദ്രയുമടക്കം മറ്റ് പ്രധാനികൾ ഒതുങ്ങിക്കഴിയാൻ.

ലക്ഷ്മീ-മോഹന പ്രണയം പൂത്തുവിടർന്നു നിൽക്കുന്ന നാളുകളാണ്. അതേറെക്കുറേ പ്രസിദ്ധവുമാണ്.

ഇരുവർക്കും കൂടി ഒരു മുറിമതിയെന്നായാൽ ഒരു മുറി മിച്ചംകിട്ടും. ഗുരു തരമായ പാർപ്പിടപ്രശ്നത്തിന് അത്രയുമാശ്വാസം.

ലത്തീഫിന്റെ നിർദേശം ഭരതനും സ്വീകാര്യം. പക്ഷേ, എങ്ങനെയിത് ലക്ഷ്മിയുടെയും മോഹന്റെയും മുൻപിൽ അവതിരിപ്പിക്കും? ആരാ ദൗത്യം ഏറ്റെടുക്കും?

അന്വേഷിച്ചലയേണ്ടിവന്നില്ല. ബാലുമഹേന്ദ്ര സ്വയം മുൻപോട്ടുവന്നു. ഭംഗിയായി വളച്ചുകെട്ടാതെ, എന്നാൽ തികച്ചും മാന്യമായി ഇരുവരുടെയും മുൻപിൽ കാര്യമവതരിപ്പിച്ചു.

അവർക്കതെപ്പോഴേ സമ്മതം!

ഷൂട്ടിങ്ങിനിടയിൽ പുഴയിൽ ഒഴുക്കുള്ള ഭാഗത്ത് വെള്ളത്തിൽ നില കിട്ടാതെ ഇക്കൂട്ടത്തിലൊരാൾ മുങ്ങിത്താഴ്ന്നതും ഭരതൻ ചാടിയിറങ്ങി

രക്ഷപ്പെടുത്തിയതുമായ ഒരു കഥ ജോർജ് കിത്തു പറയാറുണ്ട്. മുങ്ങിത്താഴാൻ പോയത് ബാലുവാണോ എന്ന് കിത്തുവിനു സംശയം. ആകാനിടയില്ല. രാമുകാര്യാട്ടിന്റെ '*മായ*'യിൽ ഒരു തിരുവാതിര ഗാനം ചിത്രീകരിക്കാൻ അരയ്ക്കുമേൽ വെള്ളത്തിൽ ജട്ടിമാത്രം ധരിച്ച് രാമുകാര്യാട്ടിനോടൊപ്പം മണിക്കൂറുകളോളം ഭാരമേറിയ ക്യാമറയുമേന്തി നിന്ന കഥയും അക്കൂട്ടത്തിൽ നായിക ശാരദയുടെ തോഴിമാരിലൊരാളുടെ കുസൃതിയിൽ ക്യാമറ വീഴാതെ, വെള്ളത്തിൽ താൻ ബാലൻസ് പിടിച്ചു നിന്ന കഥയും ബാലു പറഞ്ഞിട്ടുണ്ട്. ശ്രീലങ്കയിൽ ജനിച്ചുവളർന്ന ബാലുവിന് വെള്ളം അന്യമാകില്ലല്ലോ! വീണത് ലക്ഷ്മിയോ മോഹനോ ആവാം. രക്ഷകരൂപത്തിൽ അവതരിച്ചത് ഭരതനും ബാലുവും ചേർന്നുമാകാം.

വീട്ടുകാരുമൊത്ത് സന്തോഷകരമായ ഒരു പികിനിക്കിന് പോകുമ്പോഴുള്ള ലാഘവവും ഉല്ലാസവും ആഹ്ലാദവുമായിരുന്നു ഷൂട്ടിങ് നാളുകളിൽ അനുഭവിച്ചതെന്ന് കവിയൂർ പൊന്നമ്മ പറയുമായിരുന്നു.

എൺപതിനായിരം രൂപയായിരുന്നു *പ്രയാണ*ത്തിന്റെ നിർമാണച്ചെലവ്. അയ്യായിരം രൂപയിൽ കൂടുതൽ പ്രതിഫലം ആരും വാങ്ങിയിരുന്നില്ല. എൺപതിനായിരത്തിൽത്തന്നെ കുറച്ചുഭാഗം ഭരതന്റെ ഉദ്യമത്തോട് താത്പര്യം തോന്നി വടക്കാഞ്ചേരിയിലെ ഭരതന്റെ ഉറ്റ ചങ്ങാതിയായ ശരത് വഴി സംഘടിപ്പിച്ചതുമായിരുന്നു.

പാട്ടുകൾ കമ്പോസ് ചെയ്തതേ ഉണ്ടായിരുന്നുള്ളൂ. റെക്കോഡിങ് നടത്താൻ പണമുണ്ടായിരുന്നില്ല. ഈണം മനസ്സിൽക്കണ്ട് ആദ്യം ദൃശ്യങ്ങൾ ചിത്രീകരിക്കുകയും പിന്നീട് അവ കണ്ടശേഷം ആ താളം കൂടി ചേർത്ത് റെക്കോഡ് ചെയ്യുകയുമായിരുന്നു. ഒരു ഗാനം വയലാറും (*മൗനങ്ങൾ പാടുകയായിരുന്നു....*) പിന്നെയൊരു ഗാനം ബിച്ചുതിരുമലയുമാണ് (*സർവം ബ്രഹ്മമയം*) എഴുതിയത്. പിന്നീട് കൂട്ടിച്ചേർത്ത ഒരു ഗാനം എങ്കക്കാടും മച്ചാടും പണിയാളർക്കിടയിൽ പ്രചാരത്തിലുള്ള ഒരു നാടൻ ഗാനത്തിന്റെ ശീലിൽ നിന്നും (*ഓ....ലല്ലി....*) ഭരതൻ ചേർത്തെടുക്കുകയുമായിരുന്നു. ആഴ്ചകൾതന്നെ പുറകെ നടന്ന് ഏറെ കഷ്ടപ്പെട്ടാണ് വയലാറിന്റെ കൈയിൽ നിന്നും ഗാനമെഴുതി വാങ്ങിയത്. അതിനായി നിത്യവുമെന്നോണം വയലാറുള്ള ഇടംതേടി സ്കൂട്ടറിലൊരു യാത്രയുണ്ടായിരുന്നു ഭരതന്. ആ യാത്രയ്ക്കിടയിൽ ആണ് ഭരതനെ ഞാനാദ്യം പരിചയപ്പെടുന്നത്. ദേവരാജൻ മാസ്റ്റർ പരിചയപ്പെടുത്തിത്തരികയായിരുന്നു.

മദിരാശിയിൽ ചെല്ലുമ്പോഴൊക്കെ പതിവായി ഞാൻ സന്ദർശിക്കാറുള്ള രണ്ടു പേരാണ് സേതുമാധവൻ സാറും ദേവരാജൻ മാസ്റ്ററും. സിനിമയിൽ എത്തിപ്പെട്ട ശേഷം അക്കൂട്ടത്തിൽ മോഹനും ഭരതനും പിന്നീട് കെ.ജി. ജോർജും കൂടെ ചേർന്നു; നിർമ്മാതാവായ 'മുരളിമൂവീസ്' രാമചന്ദ്രനും.

ദേവരാജൻ മാസ്റ്ററുടെ വീട്ടിൽ പതിവ് സന്ദർശനം കഴിഞ്ഞ് ഇറങ്ങുമ്പോൾ മാസ്റ്ററും കൂടെ വന്നു.

"ബ്രിഡ്ജു വരെ വരേണ്ട കാര്യമുണ്ട്."

ബ്രിഡ്ജ് എന്നു പറയുന്നത് കോടമ്പാക്കം ബ്രിഡ്ജ്. ബ്രിഡ്ജിറങ്ങി വരുന്നത് ഉസ്മാൻ റോഡ്, മഹാലിംഗപുരം ജംഗ്ഷൻ. അവിടെ നിന്നും ഏതാനും അടി മുൻപോട്ടു നടന്നാൽ മഹാലിംഗപുരത്തിനും വള്ളുവർക്കോട്ടത്തിനും നടുക്കായി നുങ്കമ്പക്കം പ്രാന്തത്തിലുള്ള കാംധാർ നഗർ. ദേവരാജൻ മാസ്റ്റർ അവിടെയാണ് താമസം.

സംസാരം തുടർന്നുകൊണ്ട് ഞങ്ങൾ ഒരുമിച്ചു നടന്ന് കാംധാർ നഗർ റോഡു വന്ന് കോടമ്പക്കം ഹൈറോഡിൽ ചേരുന്ന ജംഗ്ഷനിലെത്തുമ്പോൾ ബ്രിഡ്ജ് ഇറങ്ങി കാഴ്ചയിൽ പഴക്കം തോന്നുന്ന ഒരു സ്കൂട്ടർ ഓടിച്ചുകൊണ്ടു കഷണ്ടിക്കു വഴങ്ങാൻ തുടങ്ങുന്ന നീട്ടിവളർത്തിയ മുടിയുമായി സുമുഖനായ ഒരു ചെറുപ്പക്കാരൻ മാസ്റ്ററെക്കണ്ട് സ്കൂട്ടർ നിർത്തി. കടുംനീല നിറത്തിലുള്ള ലൂസ് ഷർട്ടും നരച്ച പാന്റ്സും. അതു ഭരതനായിരുന്നു. തമ്മിൽ ആദ്യം കാണുകയാണെങ്കിലും എനിക്കാളെ മനസ്സിലായി. പക്ഷേ, ഞാനന്ന് അപരിചിതൻ മാത്രമാണല്ലോ...

"മാഷേ..."

ചിരിക്കുമ്പോൾ മുൻനിരയിലെ പല്ലുകൾക്കിടയിലെ വിടവു പുറത്തു കാണാം. മുഖത്ത് അനൗപചാരികതയിൽ മിന്നുന്ന ഉള്ളിലെ പ്രകാശത്തിന്റെ പ്രസാദഭാവം.

"ങ്ഹാ..."

സ്നേഹഭാവത്തിൽ ചിരിക്കുമ്പോൾ മാസ്റ്ററുടെ വെള്ളരിപ്പല്ലുകൾക്കു തിളക്കമേറും.

"എവിടംവരെയായി പടം?"

"മെയിൻ ഷെഡ്യൂൾ തീർത്തു. ഇനി സിറ്റി പോർഷൻസ് കുറച്ചുണ്ട്. Song-ന്റെ കുറച്ചു കട്ട്സും. രണ്ടുമൂന്നു ദിവസം... അതിവിടെ സത്യാസ്റ്റുഡിയോവിൽ പ്ലാൻ ചെയ്യുകയാണ്..."

"സൂക്ഷിച്ചും കണ്ടും വേണം ആദ്യത്തെ പടമാ... അതും സ്വന്തം പ്രൊഡക്ഷൻ. വലിയ പ്രതീക്ഷയുണ്ട് ഇയാളെക്കുറിച്ച്. അതു മറക്കരുത്. ഒപ്പം കൈ പൊള്ളിക്കുകേമരുത്."

അനുസരണയുള്ള കുഞ്ഞാടായി, ഭരതൻ ജ്യേഷ്ഠസ്ഥാനത്തുനിന്നുള്ള കരുതലിന്റെയും അതിൽ പ്രത്യക്ഷമായ വിശ്വാസവാത്സല്യങ്ങളുടെയും മുമ്പിൽ ചിരിക്കുമ്പോൾ...

"പാംഗ്രൂവ് ഹോട്ടൽ വരെ ഒന്നു പോവുകയാണ്. വയലാർ അവിടെയുണ്ട്. രണ്ടാഴ്ചയായി പുറകെ നടക്കുന്നു. ഒരു പല്ലവിക്കപ്പുറം എഴുതിക്കിട്ടിയില്ല. നടന്നുനടന്നു ക്ഷമകെട്ടു."

"കവിയല്ലേ... മനസ്സു പാകമാകണ്ടേ... സദിരുകാരെ വിട്ടൊരു സ്വസ്ഥത കിട്ടണ്ടേ... തഞ്ചത്തിനെഴുതി വാങ്ങ്..."

ഭരതനും അതല്ലേ വഴിയുള്ളൂ എന്നു തലയാട്ടി. സ്കൂട്ടർ മുമ്പോട്ടെടുക്കും മുമ്പേ എന്നെ പരിചയപ്പെടുത്തി മാസ്റ്റർ.

"ഇതു ജോൺപോൾ... എന്റെ friend ആണ്. എഴുതും. എറണാകുളത്താണ്..."

ഭരതൻ ഞങ്ങളിരുവരെയും നോക്കി പൊതുവായൊന്നു ചിരിച്ചു. സ്കൂട്ടർ മുമ്പോട്ടെടുത്തു.

"കഴിവുള്ളവനാ... കഥകളൊക്കെയെഴുതുന്ന പി. പത്മരാജനാ സ്ക്രിപ്റ്റ്... നല്ല പടമായിരിക്കും, കണ്ടോ!"

മാസ്റ്റർ പറഞ്ഞു.

അതൊരു പ്രതീക്ഷ മാത്രമല്ല, അനുഗ്രഹം കൂടിയുമായിരുന്നു.

*പ്രയാണ*ത്തിന്റെ സംഗീതകാരൻ എം.ബി. ശ്രീനിവാസനായിരുന്നു. മാസ്റ്റർക്കറിയാമായിരുന്നു, ദേവരാജമനസ്സിനു അവസരങ്ങളുടെ അകമ്പടി വേണ്ടല്ലോ കഴിവുള്ളൊരു കലാകാരനു നന്മനേരാൻ.

ഗാനത്തിന്റെ ബാക്കി വരികൾ എഴുതിവാങ്ങാൻ പാംഗ്രൂവ് ഹോട്ടലിൽ എത്തുമ്പോൾ കവി സുഹൃത്തുക്കളുടെ ഘോഷമദ്ധ്യത്തിലാണ്. അക്കൂട്ടത്തിൽ നിന്നും എങ്ങനെ വിടർത്തിയെടുക്കും അദ്ദേഹത്തെ എന്നാലോചിച്ചു നില്ക്കുമ്പോൾ തനിക്കു മുമ്പേ അവിടെനിന്നും വയലാറിനെ കടത്തിക്കൊണ്ടുപോകാൻ മറ്റൊരാളെത്തുന്നു!

വേറെയാരുമല്ല. ചെറിയച്ഛൻ; ചേട്ടൻ... പി.എൻ. മേനോൻ!

തന്റെ ഊഴം കഴിഞ്ഞിട്ടു മതി പി.എൻ.ന്നിന് എന്ന് ഭരതനും തനിക്കു പ്രധാനം തന്റെ കാര്യമെന്നു പി.എൻ.നും. തരിമ്പോളം വിട്ടുവീഴ്ചയ്ക്ക് ഒരുക്കമല്ല രണ്ടുപേരും. വാക്തർക്കം മൂത്ത് വഴക്കായി. ഉന്തും തള്ളുംവരെ എത്തുമെന്ന അവസ്ഥയായപ്പോൾ കവി ഇടപെട്ട് പരിഹാരമുണ്ടാക്കി.

ഭരതനു ബാക്കി വരികൾ എഴുതിക്കിട്ടി.

"മൗനങ്ങൾ പാടുകയായിരുന്നു... കോടി ജന്മങ്ങളായ് നമ്മൾ പരസ്പരം തേടുകയായിരുന്നു..."

ഒരു ഗാനമെഴുതിക്കിട്ടാൻ ഇത്ര ക്ലേശമെന്ന അനുഭവംവച്ചാണോ അടുത്ത ഗാനം ബിച്ചുതിരുമല മതി എന്നു വച്ചത്; അതോ നേരത്തെ തീരുമാനിച്ച താണോ ബിച്ചുവിന്റെ ഗാനം? അറിയില്ല.

പിന്നീട് ഭരതൻ തന്നെ പറഞ്ഞുള്ള അറിവാണ് വയലാറിന്റെ സാന്നി ധ്യത്തിൽ ഭരതനും പി.എൻ.ന്നും തമ്മിലുള്ള ഈ ഉരസൽ.

ഇത്രയേറെ പരസ്പരം അംഗീകരിക്കുകയും ബഹുമാനിക്കുകയും ചെയ്യു ന്നവർ; ബന്ധുക്കൾ; ഒരേ passionനോടെ ഒരേ വഴിയെ സ്വന്തം ലക്ഷ്യങ്ങളു മായി പ്രയാണം നടത്തുന്ന ഒരേ തൂവൽപ്പക്ഷികൾ. മകനെപ്പോലെ (ആദ്യ ചിത്രമല്ലേ; ആ പരിഗണനയെങ്കിലും വേണ്ടതല്ലേ!) പി.എൻ.ന്നിന് ക്ഷമി ക്കുകയും മാറിക്കൊടുക്കുകയും ചെയ്യാമായിരുന്നു. പി.എൻ. മേനോന്റേതു തുടങ്ങാനിരിക്കുന്ന ചിത്രമായിരുന്നുതാനും...

തിരിച്ച് ഭരതനുമാകാമായിരുന്നു ആ പരിഗണന. പിതൃതുല്യനും ഗുരുവും. ഇത്രയും ക്ഷമിച്ചതല്ലേ; ഈയൊരു തവണ കൂടി എന്നു കരുതിയാൽ ആകാശം ഇടിഞ്ഞുവീഴുമായിരുന്നോ?

എനിക്കാദ്യം അതു കേട്ടപ്പോൾ അമ്പരപ്പ് തോന്നിയിരുന്നു.

സിനിമയിൽ അങ്ങനെയൊക്കെയാണ് എന്നതെങ്ങനെ ന്യായമാകും.

സിനിമയിലായാലെന്ത്? മനുഷ്യരല്ലാതാകുമോ?

പി.എൻ. മേനോനോടും ഭരതനോടും ഒരുപോലെ ക്ഷമിക്കാൻ കഴി ഞ്ഞില്ല എനിക്ക്.

പോകെപ്പോകെ ഇരുവരെയും കൂടുതലടുത്തറിഞ്ഞു. സമാനസന്ദർഭ ങ്ങളിൽ, സ്വാർത്ഥനിഷ്ഠമായി മാത്രം ചിന്തിക്കാനും പ്രവർത്തിക്കാനും കഴി യുന്ന സഹജപ്രകൃതം ഇരുവരിലും സമാസമമെന്ന യാഥാർത്ഥ്യത്തോടു പൊരുത്തപ്പെട്ടു. കാപട്യംകൊണ്ടോ ആത്മവഞ്ചനകൊണ്ടോ മുഖംമറ ഇക്കാര്യത്തിൽ ഇരുവർക്കും ശീലമില്ല.

“ഇങ്ങനെയാണ്; ഇങ്ങനെത്തന്നെയാണ് അതിലിപ്പോഴെന്താ...?” എന്ന ഭാവം.

ദാക്ഷിണ്യമറ്റ നിലപാട് പരസ്പരം മാത്രമായിരുന്നില്ല. എല്ലാവരോടും ഒരേ സമീപനമായിരുന്നുവല്ലോ....

ഒരേ തൂവൽപക്ഷികൾ

സ്നേഹം തോന്നിയാൽ സ്നേഹിക്കും. ഹൃദയപൂർവം ചേർത്തണയ്ക്കും. അളവില്ലാത്ത ആർജ്ജവത്തോടെ വാത്സല്യം ചൊരിയും. അതിലൊരു ലോഭവും ഉണ്ടാവില്ല.

അതേ ആളെ തന്നെ നിർദ്ദാക്ഷിണ്യം അവഗണിക്കും. ക്രൂരമായി ഉപേക്ഷിക്കും. പരുഷനിശിതമായി പെരുമാറുകയും ചെയ്യും.

ലഭിക്കുന്നതെല്ലാം അവകാശമായി പതിച്ചെടുക്കുമ്പോൾ അതിലൊരംശം പോലും തിരിച്ചു നൽകാനുള്ള ബാധ്യത ഏറ്റെടുക്കാൻ ഇവർ മിനക്കെടില്ല. അതേ സമയം ചോദിക്കാതെ, പ്രതീക്ഷിക്കാതെ ഒരുപാടൊരുപാടു പകർന്നു നല്കാനും മടിയില്ല.

രണ്ടും അപ്പോഴപ്പോഴത്തെ മനസ്സ്.

സഹായിച്ചവർ പലരുമുണ്ട്. അർത്ഥവും മനസ്സും പകുത്ത് കൈയയച്ച് അത്യാവശ്യങ്ങൾക്കുതകിയവർ. അവരാരും തിരിച്ചൊന്നും പ്രതീക്ഷിക്കരുത്. പ്രതീക്ഷിച്ചാൽ നിരാശ മാത്രമാകും ഫലം.

ഇങ്ങനെയൊരു പെരുമാറ്റ പ്രകൃതത്തിന്റെ പിന്നിലെ മനസ്സ് അന്വേഷിച്ചിട്ടുണ്ട് ഞാൻ. പി.എൻ. സങ്കോചമെന്യെ അത് തുറന്നെഴുതിയിട്ടുമുണ്ടല്ലോ...

പി.എൻ. മേനോൻ - ഭരതൻ ദ്വന്ദ്വത്തിലെ ഒരനുഭവദൃഷ്ടാന്തം പറയാതെ വയ്യ. ബാലചന്ദ്രന്റെ *ചിലമ്പ്* എന്ന നോവൽ ഖണ്ഡശഃ പ്രസിദ്ധപ്പെടുത്തിയപ്പോഴേ ഞാനതിലൊരു സിനിമയുടെ സാധ്യത കണ്ടു. സന്ദർഭവശാൽ മോഹൻലാലുമായാണ് അതാദ്യം സംസാരിച്ചത്. ലാലിന് ആ കഥാപാത്രത്തോട് പ്രത്യേക ഇഷ്ടം തോന്നി.

"നമുക്കത് സിനിമയാക്കാം."

ഉറച്ചു. ആരാവണം സംവിധായകൻ? ഭരതനെ ആലോചിക്കാം സ്വാഭാവികമായും. പക്ഷേ, ഞങ്ങൾ ഇരുവരുടെയും മനസ്സിലാദ്യം തെളിഞ്ഞത് പി.എൻ.ന്റെ ചിത്രമാണ്. പി.എൻ. മേനോനിലെ സംവിധായകനു സ്വയം അടയാളപ്പെടുത്തി അപൂർവ മികവുള്ള ഒരു സിനിമ രൂപപ്പെടുത്താനുള്ള

അസംസ്കൃതവിഭവം ഈ പ്രമേയത്തിലുണ്ട്. അതറിഞ്ഞപ്പോൾ പി.എൻ.നും ആവേശമായി. ഛായാഗ്രഹണം നിർവ്വഹിക്കാമെന്ന് ബാലുമഹേന്ദ്രയും സംഗീതം പകരാമെന്ന് ഇളയരാജയും സ്വമേധയാ പറഞ്ഞു. പി.എൻ. എന്ന ചലച്ചിത്രകാരന്റെ ഏറ്റവും മികച്ച ചിത്രമാകണം ഇതെന്ന ആഗ്രഹമായിരുന്നു എല്ലാവർക്കും. തിരക്കഥയുടെ ഉത്തരവാദിത്വം എനിക്കായിരുന്നു.

ഞാനന്ന് മദിരാശിയിലുണ്ട്. ഭരതന്റെ ഒരു ചിത്രത്തിന്റെ ചർച്ചയ്ക്കായി എത്തിയതാണ് ഞാനവിടെ. എത്തുന്നതുവരെയായിരുന്നു പതിവുപോലെ ഭരതന്റെ തിടുക്കം. എത്തിക്കഴിഞ്ഞപ്പോൾ ഞാൻ വിളിപ്പുറത്തുണ്ടല്ലോ എന്ന ലാഘവഭാവവും! എന്നും അതങ്ങിനെയായിരുന്നു. ഭരതനു ഭരതന്റെ സമയത്തിനു മാത്രമേ വില കാണാനാകുമായിരുന്നുള്ളൂ!

മദിരാശിക്കു പുറത്ത് കോടാമ്പക്കത്തൊരു ഫാം തുടങ്ങിയിരുന്നു ഭരതൻ അക്കാലത്ത്. അവിടെ കുളം വെട്ടുന്നു. പയർ നടുന്നു. കൃഷിയുടെ ഹരത്തിലും ഉത്സാഹത്തിലുമാണ് ചങ്ങാതി. പലിശയ്ക്ക് കടമെടുത്ത് ലക്ഷങ്ങൾ ഫാമിൽ മുടക്കുന്നു. മേൽനോട്ടച്ചുമതലയുമായി ചൊക്കലിംഗവുമുണ്ട് കൂടെ. ദിവസവും അങ്ങോട്ടുമിങ്ങോട്ടും കൂടി നൂറുനൂറ്റിമുപ്പതു കിലോമീറ്റർ ഡ്രൈവു ചെയ്ത് കൃഷിസ്ഥലം സന്ദർശിച്ച ശേഷം ഉച്ചതിരിഞ്ഞാണ് എന്റെയടുത്തെത്തുക. ഉച്ചയുറക്കം കഴിഞ്ഞ് ഞങ്ങൾ മുഖാമുഖം ഇരിക്കുമ്പോഴേക്കും വൈകുന്നേരമാകും! പകൽ ഉച്ചവരെ എനിക്ക് പ്രത്യേക ജോലിയില്ല.

ആ സമയം *ചിലമ്പി*ന്റെ ചർച്ചയ്ക്കായി ഉഴിഞ്ഞുവച്ചു. രാവിലെ ഒരു ഓട്ടോറിക്ഷ വിളിച്ച് പി.എൻ. മുറിയിൽ വരും. ഉച്ചവരെ ചർച്ച. തിരക്കഥ നന്നായി വന്നു. മേനോൻ വലിയ ഉത്സാഹത്തിലും സ്പിരിറ്റിലുമായിരുന്നു. ചിത്രത്തെക്കുറിച്ച് വലിയ പ്രതീക്ഷയുമുണ്ടായിരുന്നു. കാര്യങ്ങൾ ഭംഗിയായി പുരോഗമിക്കുന്നു.

നോവലിസ്റ്റ് ബാലചന്ദ്രൻ ഗൾഫിലാണ്. വിലാസം തേടിയെടുത്ത് ഞാനൊരു കത്തയച്ചു. കഥ സിനിമയാക്കുന്നതിൽ ബാലചന്ദ്രനും സന്തോഷം.

പി.എൻ. ആണ് സംവിധായകൻ എന്ന് ഞാൻ പ്രത്യേകം എഴുതിയിരുന്നില്ല. വിശദാംശങ്ങൾ നേരിൽ ചർച്ചയാകാമെന്നു കരുതി.

പയർ വിറ്റു രണ്ടായിരത്തോളം രൂപ കിട്ടി ഭരതന്. പെട്രോളിനുവേണ്ടി ചെലവഴിച്ച തുക അതിന്റെ അഞ്ചിരട്ടി വരും. പക്ഷേ, ആ രണ്ടായിരത്തിനു ഇരുപതുലക്ഷത്തിന്റെ മതിപ്പുണ്ടായിരുന്നു ഭരതന്റെ മനസ്സിൽ. ആ സന്തോഷം ആഘോഷിച്ച സവേരാ ഹോട്ടലിലെ സൽക്കാരത്തിനു വന്ന ബില്ല് ആയിരം കവിഞ്ഞു. അതായിരുന്നു ഭരതന്റെ ധനതത്ത്വശാസ്ത്ര ഭൂമിക!

ദിവസവും ഉച്ചതിരിഞ്ഞ് ഞങ്ങൾ മുറിയിൽ ഒത്തുകൂടുന്നതിനിടയിൽ എപ്പോഴോ ഭരതൻ ഒരിടവേളയിൽ *ചിലമ്പ്* എന്റെ മേശപ്പുറത്തുനിന്നു മെടുത്ത് വായിച്ചിരുന്നു. ഞാനതു ശ്രദ്ധിച്ചിരുന്നില്ല.

രണ്ടാഴ്ച കഴിഞ്ഞ് ഭരതൻ നാട്ടിലേക്കൊരു യാത്ര പോയി. മടക്കത്തിന് ട്രെയിനിൽ യാദൃച്ഛികമായി ബാലചന്ദ്രനെ കണ്ടു. അവധിക്കു നാട്ടിലെത്തി യിരുന്ന ബാലചന്ദ്രൻ ഭരതനെ കണ്ട് താത്പര്യമെടുത്ത് അങ്ങോട്ടുചെന്ന് പരിചയപ്പെട്ടതാവാം. മുഖവുര കൂടാതെ ഭരതൻ *ചിലമ്പ്* സിനിമയാക്കുന്ന കാര്യം സൂചിപ്പിച്ചപ്പോൾ എന്റെ കത്തിന്റെ കാര്യം ഓർത്ത ബാലചന്ദ്രൻ കരുതിയിരിക്കുക, ഞാൻ സൂചിപ്പിച്ച പ്രൊജക്റ്റ് തന്നെയാണിതെന്നാകാം. എന്തായാലും നോവലിന്റെ ചലച്ചിത്രാവകാശം ഭരതൻ എഴുതി വാങ്ങി. സ്വയം നിർമ്മിക്കാനും തീരുമാനിച്ചു. സെവൻ ആർട്സുമായി ഒരു ഔട്ട്റൈറ്റ് ധാരണയും ഉറപ്പിച്ചു.*

സെവൻ ആർട്സിന്റെ ചിത്രങ്ങളുടെ പരസ്യകല നിർവ്വഹിച്ചിരുന്നത് അക്കാലത്ത് പി.എൻ. മേനോനായിരുന്നു. ഒരു ദിവസം സെവൻ ആർട്സിന്റെ ആ വർഷത്തെ ചിത്രങ്ങളുടെ ഒരു വിളംബര പരസ്യം വരയ്ക്കാൻ ഒരു ലിസ്റ്റുമായി അവർ പി.എൻ.ന്റെ അടുത്തുവന്നു.

ഭരതന്റെ *കാതോടുകാതോരം*, ഹരിഹരൻ:എം.ടി. ടീമിന്റെ *പഞ്ചാഗ്നി*, *നഖക്ഷതങ്ങൾ*... അതിന്റെ തുടർച്ചയിൽ *ചിലമ്പ്* സംവിധാനം: ഭരതൻ, തിരക്കഥ: ജോൺപോൾ എന്ന ഒരു ചിത്രത്തിന്റെ പേരും വിവരങ്ങളും കൂടി കണ്ടപ്പോൾ പി.എൻ. ആകെ സ്തബ്ധനായി.

കണ്ണിലിരുട്ടു കയറിയ അവസ്ഥ. ദേഷ്യം തോന്നിയതു സ്വാഭാവികമായും എന്നോടും. താഴെ ബൂത്തിൽ വന്ന് എന്നെ ഫോൺ ചെയ്തു.

"നീ എന്നോടിതു ചെയ്യുമെന്നു ഞാൻ കരുതിയില്ല."

ഇടറിയ സ്വരത്തിൽ പി.എൻ. പറഞ്ഞു. ഞാനാകെ അന്ധാളിച്ചു. വിവരങ്ങൾ ചോദിച്ചു മനസ്സിലാക്കി. മനസ്സാ വാചാ ഈ മാറ്റം ഞാനറിഞ്ഞതല്ലല്ലോ! ഭരതനെ വിളിച്ചന്വേഷിച്ച ശേഷം വിളിക്കാമെന്ന് പറഞ്ഞ് ഫോൺ വച്ചു. പി.എൻ.നും ഞാനും ചേർന്നാലോചിച്ചിരുന്ന കഥയാണിതെന്ന് ഭരതനറിയാമായിരുന്നു. അക്കാര്യം ഫോണിലൂടെ ചൂണ്ടിക്കാട്ടിയപ്പോൾ "പക്ഷേ, നോവലിന്റെ അവകാശം വാങ്ങിയത് ഞാനാണെന്നായിരുന്നു," ഭരതന്റെ കൗശലം നിറഞ്ഞ മറുപടി! കൂട്ടത്തിൽ *ചിലമ്പി*നു തിരക്കഥയെഴുതാൻ എപ്പോഴാണെത്തുക എന്ന ചോദ്യവും. "ഞാനുണ്ടാവില്ല; എന്നെ പ്രതീക്ഷിക്കരുതെ"ന്ന് ഞാൻ പറഞ്ഞു.

---

1. അന്നു മാതൃഭൂമിയിലുായിരുന്ന സണ്ണിക്കുട്ടി വഴി ബാലചന്ദ്രനെ ബന്ധപ്പെടുവാനുള്ള ഒരു ശ്രമം ഭരതൻ വേറെ നടത്തിയിരുന്നു എന്നും തോന്നുന്നു.

ചങ്ങാതിക്കൊരു കൂസലുമുണ്ടായില്ല.

“പക്ഷേ, എനിക്ക് മുൻപോട്ടു പോയേ പറ്റൂ... ഞാൻ സെവൻ ആർട്സു മായി കരാറൊപ്പിട്ടു കഴിഞ്ഞു. നായകനായി റഹ്മാനെ ബുക്ക് ചെയ്തും കഴിഞ്ഞു.”

“അതു നിങ്ങളുടെ പ്രശ്നം. ആ പ്രൊജക്റ്റിനു ഞാനില്ല.”

ഞാനങ്ങനെ കടുപ്പിച്ചു പറഞ്ഞതിൽ ഒരു പരിഭവവും വിഷമവും ഭരത നുണ്ടായിരുന്നില്ല. ഭരതൻ ഭരതന്റെ വഴിയേ ചിത്രവുമായി മുൻപോട്ടു പോയി. ആരെല്ലാമോ ചേർന്ന് തിരക്കഥയെഴുതുന്നു എന്നു കേട്ടു. ഞാനാരാഞ്ഞില്ല.

മദിരാശിയിലെത്തിയ ആദ്യം ഞാൻ പി.എൻ.നെ ചെന്നു കണ്ടു. മന സ്സിലെ വലിയൊരു സ്വപ്നം തകർന്നുവീണതിന്റെ ആഘാതവുമായി കൈപ്പ ത്തിക്കുള്ളിൽ മുഖമമർത്തി വിതുമ്പിയ പി.എൻ.ന്റെ ചിത്രം നൊമ്പരമായി ഇന്നും എന്റെ മനസ്സിലുണ്ട്.

“ആ സിനിമ... അതുപോയെടാ...”

മുറിവുകളോടു പെട്ടെന്നു പൊരുത്തപ്പെടുന്ന മനസ്സ് പാരമ്പര്യമായി ഉള്ളതുകൊണ്ടാകാം രണ്ടുപേരുമത് എത്ര പെട്ടെന്നാണ് മറന്നത്. പഴയ ആർജ്ജവത്തോടെ വീണ്ടും അവർ പരസ്പരം ഇടപഴകുന്നതു കണ്ടപ്പോൾ അമ്പരക്കാനുള്ള ഊഴം എന്റേതായി!

ഇതേപോലെ എന്റെ മേശപ്പുറത്തുനിന്നും ഭരതൻ എടുത്തുവായിച്ച വേറൊരു നോവലാണ് ടി.വി. വർക്കിയുടെ *ഞാൻ ശിവൻപിള്ള*. ഒരിക്കൽ ഒരു ചടങ്ങിൽ കണ്ടപ്പോൾ, മോഹൻലാൽ താനാണതിൽ അഭിനയിക്കുന്ന തെന്നു പറഞ്ഞു. ഭരതനാണല്ലോ സംവിധായകൻ. ഞാനാവും തിരക്കഥ യെഴുതുന്നതെന്നായിരുന്നു ലാലിന്റെ ധാരണ. ഞാൻ പക്ഷേ, അതറിയു ന്നത് അപ്പോൾ മാത്രവും!

പിന്നീടാ കഥ *കേളി* എന്ന പേരിൽ ഭരതൻ സ്വയം നിർമിച്ച് ജയറാം നായക്നായി സിനിമയാക്കി. ഞാനല്ല അതെഴുതിയത്. അതേക്കുറിച്ച് ഞങ്ങൾ ഒരിക്കൽപ്പോലും സംസാരിച്ചുമില്ല. *ചിലമ്പി*ന്റെ ഓർമ്മയാകാം കാരണം.

ഇങ്ങനെയൊക്കെയാണ് ഇവർ എന്നറിയുന്നതും വലിയൊരു പാഠമായി രുന്നു.

ചാട്ട കഴിഞ്ഞകാലത്ത് വള്ളംകളിക്കാരുടെ ജീവിത പശ്ചാത്തലത്തിൽ പെരുംതച്ചൻ കോംപ്ലക്സ് ഇതിവൃത്തമാക്കി *അണിയം* എന്ന പേരിൽ ഞാനൊരു കഥയാലോചിച്ചു. ഭരതൻ അതുകേട്ട് ആകെ ആവേശഭരിതനായി. ആ കഥ 70 എം.എമ്മിൽ സ്വയം നിർമിച്ച് സംവിധാനം ചെയ്യാനുറച്ചു. അതിന്റെ ആവശ്യത്തിനായി ആറന്മുള വള്ളംകളിയും ചമ്പക്കുളം വള്ളംകളിയും

അശോക് കുമാറിന്റെയും വിപിൻദാസിന്റെയും സഹകരണത്തോടെ ചിത്രീകരിക്കുകയും ചെയ്തു. ചിത്രീകരണ വേളയിൽ പത്മരാജനും നിർമാതാവ് ജോർജും ഞാനും ഭരതനോടൊപ്പമുണ്ടായിരുന്നു.

ചാട്ട സാമ്പത്തികമായി തകർന്നതോടെ ആ പ്രൊജക്ട് നടന്നില്ല. *ചാട്ട*യുടെ ഇന്റർവെൽ കാർഡിൽ *അണിയ*വും പത്മരാജന്റെ *ഒഴിവുകാല*വും അടുത്ത ചിത്രങ്ങളായി വിളംബരം ചെയ്തിരുന്നു.

വർഷങ്ങൾ കഴിഞ്ഞ് കമലും ശ്രീനിവാസനും ചേർന്ന് വള്ളപ്പണിക്കാരുടെ ജീവിതപശ്ചാത്തലത്തിൽ *ചമ്പക്കുളം തച്ചൻ* എന്നൊരു കഥ സിനിമയാക്കി. അത് *അണിയ*ത്തിന്റെ കഥയാണെന്നു തെറ്റിദ്ധരിച്ച് പ്രകോപിതനായി ഒരുപാടു കലാപം കൂട്ടി ഭരതൻ. പരാതിപരിഭവങ്ങൾ ഉദ്ഘോഷിക്കുന്നതിനിടയിൽ *അണിയ*ത്തിന്റെ കഥ എന്തായിരുന്നു എന്ന കാര്യം മാത്രം ഭരതൻ ഓർത്തില്ല. അതൊരുവിധത്തിൽ രക്ഷയായി. ആ വിവാദത്തിൽ എന്റെ പേര് വലിച്ചിഴയ്ക്കപ്പെട്ടില്ല.

ഇഷ്ടപ്പെട്ടാൽ പിന്നെ അത് എന്നും ഭരതനു സ്വന്തം. പ്രപഞ്ചത്തിൽ അഴകായ അഴകുള്ളതെല്ലാം തനിക്കും തന്റെ അസുരകുലത്തിനുമവകാശപ്പെട്ടതെന്നായിരുന്നല്ലോ രാവണപ്രഭുവിന്റെയും മതം. ഭരതനും ഒരു പാതി അസുരനായിരുന്നു! മറുപാതിയിലെ ദേവനേക്കാൾ ഒട്ടും പുറകിലല്ലാത്ത അസുരൻ. നൊന്തും കൊണ്ടും അറിഞ്ഞതുകൊണ്ട് എനിക്കതു മനസ്സിലാകുമായിരുന്നു.

തങ്ങൾ വളരെ ബുദ്ധിമാന്മാരാണെന്നു സ്വയം ധരിച്ചിരുന്നവരാണ് പി. എൻ. മേനോനും ഭരതനും. അവർ സ്വന്തം കൗശലത്തിൽ അഭിരമിക്കുകയും ചെയ്തിരുന്നു.

*ബുദ്ധിപൂർവ*മായ കരുനീക്കങ്ങളിൽ വ്യാപൃതരാകുമ്പോൾ ഒരു തുറന്ന ചിരി വിടരും രണ്ടാളുടെയും മുഖത്ത്. *കണ്ടോളൂ.... ഞാൻ നിങ്ങളെയൊക്കെ അത്ഭുതപ്പെടുത്താൻ പോകുന്നത്* എന്ന് നിശ്ശബ്ദമായി പറയുംപോലെ.

ഒടുവിൽ കണക്കുകൾ പിഴച്ച്; കൗശലമെന്നു കരുതി ഭ്രമിച്ചത് ബുദ്ധിമോശമാണെന്നു തിരിച്ചറിയുമ്പോൾ ആകെ തളരും.

ഭരതന് പിന്നെ കുറച്ചു നാളുകൾ വിഷാദപർവമാണ്. ലഹരിയുടെ അവസ്ഥാന്തരങ്ങളിലേക്ക് ഒളിച്ചോടി സ്വയം ശിക്ഷിച്ച് ശിക്ഷിച്ച് ഒടുവിൽ എവിടെയുമല്ലാത്ത ഒരു ശൂന്യാവസ്ഥയിൽ സ്വയം നഷ്ടപ്പെട്ട്... പിന്നീടു മാത്രമാണ് പുനർജന്മം.

പി.എൻ. ആദ്യ നടുക്കത്തിൽ ഒന്നുലയും. മൗനിയാകും. പക്ഷേ, ഏറെ വൈകാതെ ഒരു ബീഡി ആഞ്ഞുവലിച്ചുകൊണ്ട് പൂർവനില തിരിച്ചെടുക്കും.

“ജീവിതം അങ്ങനെയൊക്കെയാണെടാ... ക്യാൻവാസും നിറങ്ങളും ബാക്കിയുള്ളപ്പോൾ പിന്നെ എനിക്കെന്തൊടാ ബേജാറ്!”.... എന്ന് നിശ്ശബ്ദമായ ഒരു പുഞ്ചിരിയിലൂടെ നമ്മെ തിരിച്ച് സാന്ത്വനിപ്പിക്കും.

ലക്ഷണശാസ്ത്രത്തിന്റെ അളവുമാത്രകളിൽ തീർച്ചപ്പെടുത്താനാവില്ല മനസ്സുകളുടെ ഈ വിചിത്ര വിരുദ്ധതകൾ. നേരനുഭവങ്ങളിൽ അറിഞ്ഞെടുത്തതിന്റെ സാക്ഷ്യമാണിത്.

പി.എൻ. മേനോന്റെ ചലച്ചിത്ര മനസ്സ് ക്ഷേത്രമായി നമിച്ച് ആ കളരിയിൽ നിന്നും സിനിമയുടെ ആദ്യവെളിച്ചം ആത്മാവിലേറ്റിയ കമലിനു പോകെപ്പോകെ ഭരതനെയും മനസ്സിലായിട്ടുണ്ടാകണം!

*ചിലമ്പും കേളി*യും ഏതായാലും ഭരതനിലെ സംവിധായകന് യശസ്സുണ്ടാക്കിയില്ല. സാമ്പത്തികമായി നേട്ടമുണ്ടാക്കിയോ എന്നറിയില്ല. നേട്ടമുണ്ടായെങ്കിൽതന്നെ അതു ഭരതനുതകിയില്ല ഒടുവിൽ എന്നതിനും കാലം സാക്ഷിയായല്ലോ.

ഭരതസ്പർശമില്ലാതെ ഭരതൻ!

പരിമിതികളില്ലാതെ, ആർഭാട സൗകര്യങ്ങളുടെ നിറവോടെയാണ് വർഷങ്ങൾക്കുശേഷം ഭരതൻ *പ്രയാണ*ത്തിന്റെ തമിഴ് ഭാഷ്യമായ *സാവിത്രി* ഒരുക്കിയത്. അത് കളറിലുമായിരുന്നു. പക്ഷേ, *പ്രയാണ*ത്തിനു പകർന്നുതരാൻ കഴിഞ്ഞ ഭാവതീവ്രതയുടെ ഒരംശം പോലും *സാവിത്രി* തന്നില്ല. സാമ്പ്രദായിക ബ്രാഹ്മണസമുദായത്തിലെ ഒരു വിഭാഗം ചിത്രത്തിനെതിരെ കുറെ പ്രതിഷേധസ്വരങ്ങൾ ഉയർത്തിയിരുന്നതൊഴിച്ചാൽ തമിഴ് സിനിമയിലോ ഭരതന്റെ സപര്യയിലോ ഒരു പ്രസക്തിയും ഈ പുനർഭാഷ്യം നേടിയതുമില്ല.

അഭിനേതാക്കളുടെ തിരഞ്ഞെടുപ്പു തൊട്ടേ തുടങ്ങി പാകപ്പിഴകൾ. കൊട്ടാരക്കരയുടെ വേഷത്തിൽ സോമയാജലുവിന്റെ അനുജൻ. മോഹനു പകരം റോണി വിൻസന്റ്. പൊന്നമ്മയ്ക്കു പകരം മനോരമ. ലക്ഷ്മിക്കു പകരം മേനക.* മലയാള ചിത്രത്തിനുവേണ്ടി പത്മരാജൻ എഴുതിയ സംഭാഷണങ്ങൾ അതേപടി തമിഴിലേക്കു പകർത്തിയതും അഭംഗിയായി. ഭാഷ മാറുമ്പോൾ പശ്ചാത്തല സംസ്കൃതി മാറുന്നില്ലെങ്കിലും മൊഴിയിൽ താളത്തുടികൾ മാറും; മാറണം; മാറിയില്ല. കണ്ണദാസനും എം.എസ്. വിശ്വനാഥനും ചേർന്നൊരുക്കിയ ഗാനങ്ങളിൽ മാത്രമായിരുന്നു അധികമികവ്.

ഭരതന്റെ *ലോറി*യുടെ തമിഴ് പതിപ്പായ *റാണി*യും *കാറ്റത്തെ കിളിക്കൂടി*ന്റെ തമിഴ് പതിപ്പായ *ഊയലാടും ഉണ്മകൾ* (അതോ ഉറവകളോ!) രണ്ടും പുറത്തിറങ്ങിയില്ല. അബദ്ധങ്ങളുടെ തുടർച്ചതന്നെ. ഭരതന് സാമ്പത്തിക മെച്ചം ഉണ്ടായിരുന്നിരിക്കാം; പക്ഷേ, അതിനായി അർപ്പിച്ച അർഥവും സമയവും പ്രയത്നവും എല്ലാം വ്യർഥമാവുകയായിരുന്നു ഫലത്തിൽ. *കാറ്റത്തെ കിളിക്കൂടി*ന് ഒരു തെലുങ്കുപതിപ്പുണ്ടായതിന്റെ ഗതിയും ഇതുതന്നെയായിരുന്നു. അവസാനനാളുകളിൽ ചെയ്ത തെലുങ്കുചിത്രവും അതിന്റെ തമിഴ്ഭാഷ്യവും പുറത്തിറങ്ങിയില്ല. മലയാളം ഭാഷ്യമായ *മഞ്ജീരധ്വനി* പുറത്തിറങ്ങുകയും

* മേനകയുടെ ആദ്യചിത്രമായിരുന്നു അത്; മലയാളത്തിൽ കെ.ജി.ജോർജ്ജിന്റെ 'കോലങ്ങൾ' ആദ്യം. പിന്നീട് സേതുമാധവന്റെ 'ഓപ്പോൾ'.

പ്രതീക്ഷിച്ചിരുന്ന ദുഷ്കീർത്തി സ്വന്തമാക്കുകയും ചെയ്തു. ആ പാപത്തിൽ ആഗ്രഹിച്ചിട്ടല്ലെങ്കിലും എനിക്കും പങ്കാളിയാകേണ്ടി വന്നു.

*തകര*യുടെ തമിഴ് പതിപ്പായ *ആവാരംപൂ* മറ്റു ചിത്രങ്ങളെപ്പോലെ അവഗണിക്കപ്പെട്ടില്ല എന്ന ആശ്വാസം ഒരിക്കലും ഭരതനെപ്പോലൊരു സംവിധായകന് അലങ്കാരമാകുന്നില്ലല്ലൊ. *തകര* സൃഷ്ടിച്ച ഓളം *ആവാരം പൂവിനു* സങ്കല്പിക്കുവാനേ പ്രാപ്യമായില്ല. മലയാളത്തിൽ താൻ അവിസ്മരണീയമാക്കിയ ചെല്ലപ്പനാശാരിയെ തമിഴിൽ കൗണ്ടമണിയെയാണു ഭരതൻ ഏല്പിച്ചതെന്നറിഞ്ഞപ്പോൾ വേണുവിൽ സങ്കടം ഈർഷ്യയായി നുരഞ്ഞുയർന്നതുമോർക്കുന്നു. പ്രതാപ് പോത്തന്റെ വേഷം വിനീത് വലിയ പരുക്കുകളില്ലാതെ പകർത്തി വ്യാഖ്യാനിച്ചിരുന്നതുമാത്രമാണ് *ആവാരംപൂവി*ലെ ആശ്വാസഭാഗം. *തകര*യിൽ പ്രകൃതിയുടെ വന്യഭംഗിയും അതിലെ രതിചോദനകളും നമുക്കു പ്രത്യക്ഷാനുഭവമായപ്പോൾ തമിഴിനുവേണ്ടതെന്നു കരുതി ബോധപൂർവം ചേർത്ത കടുത്ത വർണക്കൂട്ടുകൾ *ആവാരംപൂവി*നും പ്രേക്ഷകർക്കുമിടയിൽ കൂടുതൽ അകലങ്ങൾ തീർക്കുകയാണു ചെയ്തത്. മറ്റൊരു ഭാഷയിൽ ഭരതൻ തന്റെ സ്പർശം അതിന്റെ തനിമയോടെയും അപൂർവതയോടെയും അനുഭവവേദ്യമാക്കിയ ഏക ചിത്രം *തേവർമകനാണ്*; ആദ്യന്തം അതിൽ ഭരതനിലെ സംവിധായകന്റെ മിഴിവ് കാണാമായിരുന്നു.

നിർമ്മാതാവായ കമലഹാസൻ ഭരതനുമായി നല്ല സ്വരത്തിലായിരുന്നില്ലത്രേ അവസാനം പിരിഞ്ഞത്. കാരണമേതായാലും കമലഹാസന്റെ മാത്രം കുറ്റമാവില്ല. ഏതായാലും അതിന്റെ കൂടി പേരിലാകാം ചിത്രത്തിന്റെ മികവിനത്രയും അവകാശി താനാണെന്ന് കമലഹാസൻ പരസ്യമായി ഊറ്റം പറഞ്ഞത്. താൻ നിർമ്മിച്ച എല്ലാ ചിത്രങ്ങളിലും പിന്നെന്തേ ഈ മികവ് ഇതേയളവിൽ കാണാതിരുന്നതെന്ന ചോദ്യത്തിനു കമലിനുത്തരമില്ലാത്തതു തന്നെ *തേവർമകന്റെ* കലാപരമായ മേന്മയിൽ ഭരതനുള്ള പങ്ക് വ്യക്തമാക്കുന്നു. ഭരതനേക്കാൾ മോശം സംവിധായകരായിരുന്നില്ല കമലഹാസനു വേണ്ടി സംവിധാനച്ചുമതല നിർവഹിച്ച കെ.ബാലചന്ദറും കെ.വിശ്വനാഥും സിംഗിതം ശ്രീനിവാസറാവുവും. അക്കൂട്ടത്തിൽ *തേവർമകൻ* ഒറ്റപ്പെട്ടു നിൽക്കുന്നു എന്നതിനു ചരിത്രം സാക്ഷ്യം വഹിക്കുന്നു. ചിത്രീകരണവേളയിൽ ഭരതനിൽ നിന്നുണ്ടായിരിക്കാവുന്ന എല്ലാ അലംഭാവങ്ങളെയും പൂർണ്ണ മനസ്സോടെ അപലപിക്കാൻ കമലഹാസനോടൊപ്പം ചേർന്നുകൊണ്ടുതന്നെ പറയാതെ വയ്യ: ഭരതനുള്ളത് ഭരതനുപതിച്ചുനൽകാതെ വയ്യ സുഹൃത്തേ.....!

എം.ബി.ശ്രീനിവാസനായിരുന്നു *പ്രയാണ*ത്തിന്റെ സംഗീത ശില്പി. തിരക്കഥാ ചർച്ചാവേളയിൽ എം.ഗോവിന്ദൻ ഉന്നയിച്ച ചില നിർദ്ദേശങ്ങൾ ഭരതനു സ്വീകാര്യമായി തോന്നിയിരുന്നില്ല. അവ വീണ്ടും നിഷ്കർഷിക്കാൻ എന്തു കാരണത്താലോ എം.ബി.ശ്രീനിവാസൻ ശ്രമിച്ചത് ഭരതനു നീരസത്തിനു കാരണമായി. എന്നും സംവിധായകന്റെ മനസ്സിലെ സിനിമയുടെ വക്താവായിരുന്നിട്ടുള്ള എം.ബി.എസ്. ഇത്തരത്തിലൊരു സമീപനം അവലംബിച്ചു എന്നത് ആശ്ചര്യജനകമായിരിക്കുന്നു. പിന്നീടൊരു ചിത്രത്തിലും ഭരതൻ എം.ബി.ശ്രീനിവാസനെ സഹകരിപ്പിക്കുകയുണ്ടായില്ല.

മോഹന്റെ ചിത്രങ്ങളിലൂടെയും മറ്റും എം.ബി.എസ്സു.മായി അടുത്ത സൗഹൃദം എനിക്കുണ്ടായെങ്കിലും (ഭരതനുമായുള്ള എന്റെ വേഴ്ചകൾ എം.ബി.എസ്സി.നുമറിയാമായിരുന്നു) ഒരിക്കൽപ്പോലും ഞങ്ങൾ ഈ വിഷയം ചർച്ചചെയ്തുമില്ല.

നഷ്ടബാക്കിയുടെ പെരുമഴയിൽ

പ്രയാണം വിമലാഫിലിംസാണ് പ്രദർശനത്തിനെത്തിച്ചത്. ഏറെ ചർച്ച ചെയ്യപ്പെടുകയും ശ്രദ്ധിക്കപ്പെടുകയും ചെയ്തു *പ്രയാണം*. മധ്യവർത്തി സിനിമയുടെ ആദ്യ അടയാളചിത്രം പരാജയമായില്ല ഉറപ്പ്. ഭരതനെ കോട്ടയത്തും മറ്റുമുള്ള ചലച്ചിത്രാസ്വാദകസംഘം ക്ഷണിച്ചുവരുത്തി ആദരിക്കുകയും മറ്റും ചെയ്തിരുന്നു. വ്യത്യസ്തമായ ഒരു ചിത്രം; പ്രതിഭാസമ്പന്നനായ ഒരു സംവിധായകൻ......ആ ഖ്യാതി വേണ്ടുവോളം ലഭിച്ചു. അതിനപ്പുറം ഭരതന് സാമ്പത്തിക നേട്ടമുണ്ടാക്കുന്ന വിജയമാകാൻ *പ്രയാണ*ത്തിനു യോഗമുണ്ടായില്ല. വിതരണക്കാരായ വിമലഫിലിംസ് ചെന്നുപെട്ട പ്രതിസന്ധികളും *പ്രയാണ*ത്തിൽ നിന്നും ലഭിക്കേണ്ട അല്പം സാമ്പത്തിക മെച്ചം പോലും വന്നെത്തിപ്പെടുന്നതിനു വിഘ്നമായി.

റിലീസുമായി ബന്ധപ്പെട്ട ഘോഷങ്ങളുമായി കേരളക്കരമുഴുവൻ സഞ്ചരിച്ച് ഒടുവിൽ തിരുവനന്തപുരത്തൊരു ലോഡ്ജിൽ വന്നടിയുമ്പോൾ ആവേശം പകർന്നു വീണ്ടുമുന്മേഷം കുത്തിവെക്കാൻ സൗഹൃദത്തിന്റെ മൃതസഞ്ജീവനി മന്ത്രവുമായി ഒരു മിലിട്ടറി ഓഫീസർ ചങ്ങാതിയായെത്തി; ക്യാപ്റ്റൻ പത്മാക്ഷൻ മിലിട്ടറി ക്വാട്ടയിൽ കൊണ്ടു കൊടുക്കുമായിരുന്ന റമ്മാണ് വറുതി വീണ്ടും തലനീട്ടുവാനാരംഭിച്ചിരുന്ന ആ നാളുകളിൽ സ്വപ്നങ്ങൾ തുടർന്നും കാണാൻ ശക്തിയും ആർജ്ജവവും പകർന്നതെന്നു ഭരതൻ പറയാറുണ്ട്. നന്തനാർകഥകളിലെ വിഖ്യാതനായ *പാല്പായസം നായരെ**പ്പോലെ ചെല്ലുന്നിടമത്രയും ഇടപഴകുന്നവരുടെ മനസ്സിൽ പ്രസരിപ്പ് പകർന്ന് ഉന്മേഷത്തിന്റെ പുതിയ കണ്ണുകളോടെ ജീവിതത്തെ നേരിടാൻ, കാണാൻ പ്രേരിപ്പിക്കുന്ന സാന്നിദ്ധ്യമായിരുന്നു ക്യാപ്റ്റൻ പത്മാക്ഷന്റേത്. പത്മരാജന്റെ ജ്യേഷ്ഠസഹോദരനായിരുന്നു അദ്ദേഹം.

---

* അപകടത്തിൽപ്പെട്ട് ഒരു കാൽ നഷ്ടപ്പെട്ട് നിർബ്ബന്ധിത റിട്ടയർമെന്റ് സ്വീകരിക്കേണ്ടി വരുന്ന നായരെക്കാണാൻ അവധിക്കാലത്ത് നാട്ടിലന്വേഷിച്ചു ചെല്ലുന്ന സഹപ്രവർത്തകനെ നോക്കി പ്രതിസന്ധികളെ വർധിച്ച വീര്യത്തോടെ മറികടന്നു നേടിയ വിജയത്തിന്റെ ഉന്മേഷത്തോടെ "ഒരു കാലുപോയെങ്കിലങ്ങു പോകാൻ പറഞ്ഞു; Life is after all a പാൽപ്പായസം" എന്നുറക്കെ പറയുമായിരുന്നു നന്തനാറിന്റെ ഈ കഥാപാത്രം.

ധാരാളം വായിച്ചിരുന്നു. ഭംഗിയായി കവിതകൾ എഴുതും. ഒന്നും പ്രസിദ്ധപ്പെടുത്തുവാനോ നാളേക്കായി രേഖപ്പെടുത്തുവാനോ മിനക്കെട്ടില്ല. തന്നേക്കാൾ പതിന്മടങ്ങ് പ്രതിഭാധനനായിരുന്ന പത്മാക്ഷൻ ചേട്ടനാണ് തന്നെ ദസ്തയേവ്സ്കിയുടെയും സാർത്രിന്റെയും ഇർവിങ് പാലസിന്റെയുമെല്ലാം വിഭിന്ന കഥാപ്രപഞ്ചങ്ങളിലെ ജീവിതക്കാഴ്ചകളിലേക്ക് കൈപിടിച്ചാനയിച്ചതെന്ന് പത്മരാജൻ അനുസ്മരിക്കുമായിരുന്നു. "പുള്ളി ജീവിച്ചിരുന്നെങ്കിൽ നമ്മളൊക്കെ ചെലപ്പം ഫീൽഡൗട്ടായേനെ..." എന്നു പറഞ്ഞിരുന്നുവെത്രെ പത്മരാജൻ! പത്മാക്ഷന് ദൈവം ആയുസ്സ് നൽകിയില്ല. 40-ാം പിറന്നാളിനു മുൻപ് 1976 -ൽ ക്യാപ്റ്റൻ പത്മാക്ഷൻ ഓർമ്മയായി. പത്മരാജന്റെ കുടുംബത്തെ ഗ്രസിച്ചിരുന്നതായി നാട്ടുകാരിൽ പലരും വിശ്വസിച്ചിരുന്ന തുടർമരണങ്ങളുടെ ദുരന്തത്തിന് തുടക്കമായതും ഈ മരണമാണ്.

തിരുവനന്തപുരത്തെത്തുമ്പോൾ ഭരതൻ കരുതിയിരുന്നത് വൈകാതെ മദിരാശിക്ക് മടങ്ങണമെന്നാണ്. അവിടെ പരാങ്കുശപുരത്തൊരു താവളമുണ്ട്. *പ്രയാണ*ത്തിനു മുൻപുള്ള നാളുകളിൽ കലാസംവിധാനരംഗത്തും പരസ്യകലാരംഗത്തും ഭരതന് തെറ്റില്ലാത്ത തിരക്കുണ്ടായിരുന്നു. ആദ്യ ചിത്രത്തിന്റെ നാളുകളിൽ എല്ലാറ്റിൽ നിന്നും വിട്ടുനില്ക്കേണ്ടി വന്നു. എല്ലാം ഇനി ഒന്നിൽനിന്നു തുടങ്ങണം.

പ്രയാണം പൂർത്തിയായതോടെ കാറ്റൊഴിഞ്ഞ കടൽ പോലെ മനസ്സാകെ നിശ്ചലം. ഒരു ശൂന്യത. അതോ പെട്ടെന്നൊരു അപ്പൂപ്പൻ താടിപോലെ ഭാരം നഷ്ടപ്പെട്ട് ഒഴുകി നീങ്ങും പോലെയോ?

രാത്രിയിൽ ലോഡ്ജ് മുറിയിലെ ഏകാന്തതയിൽ ഇരുളിലേക്ക് കണ്ണും നട്ട് കിടക്കുമ്പോൾ പെട്ടെന്ന് ഭരതന് കരയണമെന്നു തോന്നി.

എങ്കക്കാട് ഗ്രാമത്തിലെ ഉത്രാളിക്കാവ് തഴുകിവരുന്ന കാറ്റേറ്റ്, അച്ഛന്റെയും അമ്മയുടെയും സാമീപ്യം പകർന്നുതരുന്ന സാന്ത്വനം നുകർന്ന്, മനസ്സിൽ മറ്റൊരു ഭാരവുമില്ലാതെ, രണ്ടു നാലു നാളുകൾ ചെലവഴിക്കാൻ മനസ്സ് തരിച്ചു.

പിറ്റേന്ന് വൈകുന്നേരമായി, സന്നാഹങ്ങൾ (ഒന്നുമില്ല; യാത്രക്കൂലി തന്നെ പ്രധാനം) ഇണക്കി യാത്ര പുറപ്പെടുമ്പോൾ, ബസ്സിലായിരുന്നു യാത്ര. വഴി നീളെ *പ്രയാണ*ത്തിന്റെ വ്യത്യസ്തങ്ങളായ ബ്ലാക്ക് ആൻഡ് വൈറ്റ് പോസ്റ്ററുകൾ കണ്ടുകണ്ടിരുന്നുള്ള സായൂജ്യത്തിൽ ഉറക്കം വന്നില്ല; ഉറങ്ങിയില്ല.

പാതിരാവും കഴിഞ്ഞ് വടക്കാഞ്ചേരിയിൽ ബസ്സിറങ്ങുമ്പോൾ കോരിച്ചൊരിയുന്ന മഴ. വാഴാനി ഡാമിലേയ്ക്കുള്ള വഴിയെ, കൂട്ടിന് ആരുമില്ല. വഴിവിളക്കുകളില്ല. കനത്ത ഇരുട്ട്. ഏകൻ. പോരാത്തതിന് മഴയും. അതും തുള്ളിക്കൊരുകുടം കണക്കിൽ.

കൈയിൽ ആകെയുള്ളത് ഒരു ബ്രീഫ്കെയ്സ്. അതിൽ മുഷിഞ്ഞ നാലഞ്ചു ജോഡി വസ്ത്രങ്ങളും പത്മാക്ഷൻ ചേട്ടൻ കനിഞ്ഞുതന്ന റമ്മിന്റെ കുപ്പിയിൽ അവശേഷിക്കുന്ന അല്പം മദ്യവും.

തലയ്ക്ക് മറയായി ബ്രീഫ്കെയ്സ് ഉയർത്തിപ്പിടിച്ച് നനഞ്ഞുകുതിർന്ന് വീട്ടിൽ കയറിച്ചെല്ലുമ്പോൾ അത്ഭുതം, ആ വരവ് കാത്തിട്ടെന്നതുപോലെ അച്ഛൻ വഴിക്കണ്ണുമായി കോലായയിൽ.

പടി തുറക്കുന്ന ശബ്ദം കേട്ട് അകത്തുനിന്നും എത്തിനോക്കുന്ന അമ്മ.

ഏതെങ്കിലും ഒരു രാവിൽ തങ്ങളുടെ പ്രിയപ്പെട്ട *മണി* വരുമെന്ന് അവർക്കറിയാമായിരുന്നല്ലോ.

അവർക്ക് കാത്തിരിക്കാതിരിക്കുവാനാകുമായിരുന്നില്ലല്ലോ! അവർക്കാകെ കാത്തിരിക്കുവാനുള്ളതും ആ മകനെ മാത്രമായിരുന്നല്ലോ!

മലയാളത്തിലെ മധ്യവർത്തി സിനിമയുടെ പിറവി കുറിച്ച ചിത്രത്തിന്റെ ശില്പി ഒഴിഞ്ഞ പോക്കറ്റും തളർന്ന മനസ്സും നനഞ്ഞുലഞ്ഞ ശരീരവുമായി ആ പെരുമഴയത്ത് കടന്നുചെല്ലുമ്പോൾ സ്നേഹാശ്ലേഷങ്ങളാൽ വാരിപ്പുണർന്ന് തുടരങ്കത്തിന് ഊർജ്ജം പകരുവാൻ അമ്മയുടെയും അച്ഛന്റെയും മനസ്സുകൾക്ക് കഴിയും പോലെ മറ്റാർക്കു കഴിയും! അയയിൽ നിന്നും തോർത്തെടുത്ത് അമ്മ തലതുവർത്തിയതും മാറിയുടുക്കാൻ മുണ്ടുതന്നതും തൃശൂരിൽ പോയി ചിത്രം കണ്ടപ്പോഴുള്ള ഓരോരുത്തരുടെ പ്രതികരണം സൂക്ഷ്മമായി നിരീക്ഷിച്ചതത്രയും ഓർമയിൽ നിന്നും അണമുറിയാതെ ഒറ്റവീർപ്പിൽ കോലായിലിരുന്ന് അച്ഛൻ വർണിച്ചതും അതിനിടയിൽ ഭരതന്റെ ശീലങ്ങൾ അറിയാമായിരുന്ന അച്ഛൻ മൊന്തയിലല്പം വെള്ളവും പതിവിനു വിരുദ്ധമായി ഒന്നിനു പകരം രണ്ടു സ്റ്റീൽ ഗ്ലാസ്സുകളും കൊണ്ടുവന്നതും, പത്മാക്ഷൻ ചേട്ടന്റെ റം കുപ്പിയിലെ ബാക്കിയിൽ നിന്ന് "ഇന്നൊരു വിരൽ അളവിന് എനിക്കും ആകാം" എന്നു പറഞ്ഞ് ഗ്ലാസ്സിൽ മദ്യം പകർന്ന് മകന്റെ സപര്യക്ക് മംഗളം നേർന്നുകൊണ്ട് ചുണ്ടോടടുപ്പിക്കുന്ന അപൂർവ്വ കാഴ്ച കണ്ട് അമ്മ വിസ്മയപ്പെട്ടതും ഞൊടിനേരം കൊണ്ട് ഊണൊരുക്കി അപ്പോൾ വെട്ടിയെടുത്ത തൂശനിലയിൽ അമ്മ ചുടുചോറും മാമ്പഴപ്പുളിശ്ശേരിയും വിളമ്പിയപ്പോൾ നാവിലെന്നും വെള്ളമൂതിർക്കുന്ന, മോഹിപ്പിക്കുന്ന രുചിമണം വാടിയ ഇലയിൽ നിന്നുതിർന്നതും, ആ ഊണിന്റെ തൃപ്തി ജീവിതത്തിൽ മറ്റൊരിടത്തുനിന്നും കിട്ടാതെ പോയതുമായ കഥകൾ പലതവണ ആവർത്തിച്ച് പറഞ്ഞിട്ടുണ്ട് ഭരതൻ. ഓരോ തവണ പറയുമ്പോഴും ആ സാന്ത്വനത്തിന്റെ സുഖസുരക്ഷിതത്വം നുകരുന്ന കുട്ടിയാകും ഭരതൻ. അപ്പോഴൊക്കെ ആ കണ്ണുകൾ നിറയും....

തൂശനിലയിൽ പിന്നീടെത്ര പാതിരായാമങ്ങളിൽ ചുടുചോറും മാമ്പഴപ്പുളിശ്ശേരിയും ഞാൻ വരുന്നതു പ്രമാണിച്ച് പ്രത്യേകമായുണ്ടാക്കിയ ഇറച്ചി വരട്ടിയുലർത്തിയതും വിളമ്പിത്തന്നിരിക്കുന്നു സ്നേഹവതിയായ ആ അമ്മ!

പരാങ്കുശപുരത്തെ യജ്ഞശാല

പാലിശ്ശേരി തറവാട്ടുതൊടിയിലൊരു കുളമുണ്ട്. കുളത്തിൽ നിറയെ താമര. കൂട്ടത്തിൽ ചേമ്പിലകളും. താളിൽ തുളുമ്പിനിന്ന ജലകണങ്ങളുടെ ചാഞ്ചാട്ടം!

ഭരതന്റെ ജീവിതത്തിലെ ഒരു പാടൊരുപാട് സ്നിഗ്ധനിമിഷങ്ങൾക്കും സംഗമങ്ങൾക്കും ഈ കുളവും കല്ലുവെട്ടിത്തീർത്ത അതിന്റെ പടവുകളും സാക്ഷിയും വേദിയുമായിട്ടുണ്ട്.

മനസ്സുപങ്കിട്ട സുന്ദരിയുമായി ആ പടവുകളിൽ വെള്ളത്തിലേക്ക് കാലുകളിട്ടിരുന്ന് ഉള്ളിൽ പൂത്തുലഞ്ഞ അനുരാഗമത്രയും ആമ്പൽപ്പൂക്കളുടെ ഇതളുകളിൽ പ്രതിഫലിച്ചുകണ്ടപ്പോൾ നാമ്പിട്ട കുസൃതികൾ പകർന്നുതന്ന നിർവൃതിതുല്യമായ അനുഭൂതികളുടെ കഥകൾ എത്ര പറഞ്ഞാലും മതിവരില്ലായിരുന്നു ഭരതന്.

എൺപതുകളുടെ ഉത്തരപാദത്തിലൊരു ഓണക്കാലം.

ആ തറവാട്ടുവീട്ടിൽ നെടുമുടി വേണുവിന്റേയും എന്റെയും കുടുംബങ്ങൾ ഭരതനോടും ലളിതയോടും കുട്ടികളോടും ഭരതന്റെ അമ്മയോടും സഹോദരിമാരുടെ കുടുംബത്തോടുമൊപ്പം ഉത്സവം പോലെ തിമർത്താഘോഷിച്ച രണ്ടുനാളുകൾ ഓർമ്മയിലുണ്ട്.

ആ കുളത്തിൽ കുട്ടികൾ ആർത്തുല്ലസിച്ച് നീന്തിത്തുടിക്കുമ്പോൾ സിൽബന്തികൾ മൊന്തയിൽ പകർന്നുതന്ന വെള്ളം ചേർത്ത് പുരുഷപ്രജകൾ ഞങ്ങൾ ആ പടവിലിരുന്ന് പങ്കിട്ട വീര്യാഘോഷവും.....അതിന്നിടയിൽ ആ ആമ്പൽപ്പൂക്കളുടെയും ഭരതന്റെയും നേർക്ക് മാറിമാറി നോക്കി സഹജമായ കള്ളച്ചിരിയോടെ, കണ്ണുകളിൽ ഒളിപ്പിച്ചുവെച്ച കുസൃതിയുമായി തകരയിലെ നാട്ടുപ്രയോഗം *കുളമെത്ര കാഴ്ചകണ്ടു* എന്ന് വേണു ഉരുവിട്ടതും ചുണ്ടിലൊരു ചൂളംവിളിയോടെ ഭരതൻ മുടി കൈകൊണ്ട് മാടി തലവെട്ടിച്ച് അതാസ്വദിച്ച് ചിരിച്ചതും അച്ഛനെ അനുകരിച്ച് അന്ന് പിഞ്ചുബാലൻ മാത്രമായ സിദ്ധു (ഭരതന്റെ മകൻ സിദ്ധാർത്ഥൻ) കഥയറിയാതെ ചൂളം വിളിക്കാൻ ശ്രമിച്ചതും......ഒക്കെ ഓർമ്മയിലെ നിറമുള്ള നിമിഷങ്ങളാണ്.

കുളത്തിൽ മുങ്ങിക്കുളിച്ചും നിളയുടെ തീരങ്ങളിലലഞ്ഞും ഏറെ നാളുകൾ ചെലവഴിക്കാൻ ഭരതന് കഴിയുമായിരുന്നില്ല. തട്ടകം അതിനകം മദിരാശിയായിക്കഴിഞ്ഞിരുന്നല്ലോ. അവിടെ രംഗരാജപുരത്തിനടുത്തായി പരാങ്കുശപുരത്തൊരു വീടിന്റെ മുകളിലെ നിലയിലെ മാളത്തിൽ തിരികെ വന്ന് ഉടനെ വ്യാപൃതനാകാനായി ഒരു ജോലിയും കാത്തുനിൽക്കുന്നില്ല. സംവിധാനരംഗത്തേക്ക് ചുവടുമാറിക്കഴിഞ്ഞാൽ വീണ്ടും ഈ മേഖലകളിലേക്ക് വരാൻ താത്പര്യം കാണിച്ചില്ലെങ്കിലോ എന്നുകരുതി പരസ്യകലാസംവിധാന രംഗത്തെ പതിവുകാരിൽ പലരും മറ്റുള്ളവരെ തേടിപ്പോയിട്ടുണ്ടാകും. ആ ധാരണ തിരുത്തണം. ജീവിതം മുൻപോട്ടു പോയേ മതിയാകൂ.

പരാങ്കുശപുരത്തെ ഭരതന്റെ വീട്ടിൽ ജോർജ്ജ് കിത്തുവിനോടൊപ്പം ഒരിക്കൽ പോയത് ഞാനോർക്കുന്നു.

സ്റ്റാൻഡിലുറപ്പിച്ച ക്യാൻവാസും മേശപ്പുറത്തെ ചായക്കൂട്ടുകളും പാതി മുഴുമിപ്പിച്ച സ്വപ്നങ്ങൾ പോലെ പൂർണതയിലേക്കുള്ള വഴിയേ പല ഘട്ടങ്ങളിലായി കണ്ട കുറേ ചിത്രങ്ങളുമായിരുന്നു മുറിയിലെ പ്രധാന കാഴ്ച.

പലപ്പോഴായി സംഘടിപ്പിച്ച കുറെ നല്ല പുസ്തകങ്ങൾ. വിശ്രുതരായ ചിത്രകാരന്മാരെയും ശില്പികളെയും കുറിച്ചുള്ളവയാണ് ഏറെയും. ക്ലാസിക് ചലച്ചിത്രങ്ങളെയും മാധ്യമത്തിലെ പെരുന്തച്ചന്മാരെയും കുറിച്ചുള്ള ഏതാനും സചിത്രഗ്രന്ഥങ്ങളും കണ്ടതോർക്കുന്നു.

ഡേവിഡ്ലീനും കുറസോവയും ഫെല്ലിനിയും ഹിച്ച്കോക്കും ഐസൻസ്റ്റൈനും പുഡോവ്കിനും അവർക്കൊപ്പം മൈക്കലാഞ്ചേലോയും ഡാവിഞ്ചിയും റെംബ്രാന്റും വാൻഗോഗും പിക്കാസ്സോയും എല്ലാം ഇടകലർന്ന്....

റെംബ്രാന്റിന്റെ ഫ്രെയിമുകൾ തന്നെ ഏറെ സ്വാധീനിച്ചിട്ടുള്ളതായി ഭരതൻ പറഞ്ഞിരുന്നു. സ്വാഭാവികം. ഭരതന് മാത്രമല്ലല്ലോ കുലപതി ഗുരു. ഉപാസകർക്ക് എന്നും ആദ്യപാഠമായിരുന്നല്ലോ റെംബ്രാന്റിന്റെ ഫ്രെയിമുകൾ......അതിജീവിക്കാനുള്ള ആദ്യ വെല്ലുവിളിയും!

പുസ്തകങ്ങൾ അതീവ കൗതുകത്തോടെ ഞാൻ മറിച്ചുനോക്കുന്നത് കണ്ട് ഭരതൻ പറഞ്ഞതും ഓർമ്മയുണ്ട്.

“ഇതൊന്നും ഞാൻ വായിച്ചു തീർത്ത പുസ്തകങ്ങളല്ല. അവിടെ നിന്നും ഇവിടെ നിന്നും ചിലതൊക്കെ വായിക്കും. അതിലേറെ ഞാൻ ഇവയിലെ ചിത്രങ്ങളുമായാണ് ഇടപഴകാറുള്ളത്. മനസ്സാകെ കലമ്പുമ്പോൾ ഈ ചിത്രങ്ങളിലൂടെ കണ്ണോടിച്ച് കുറച്ചുസമയം ഇരുന്നാൽ ഈ സുമനസ്സുകളുടെ ഭാവന വ്യാപരിച്ച വിസ്മയലോകത്തിലൂടെ ഒന്ന് കറങ്ങിത്തിരിച്ചുവരാം. മനസ്സിനതൊരു ശക്തിപകരും. ഒരു തരം റീചാർജ്....!”

ഒട്ടും ഓർഗനൈസ്ഡ് അല്ലാത്ത വായനക്കാരനായ എനിക്ക്, അതേ പ്രകൃതമാണ് ഭരതനുമെന്നറിഞ്ഞപ്പോൾ ഒരു സാത്മീഭാവം കൂടുതൽ തോന്നി. ഞാനന്ന് സിനിമയിൽ എത്തിപ്പെട്ടിട്ടില്ല. ബാങ്കുദ്യോഗസ്ഥനാണ്. കൂട്ടത്തിൽ ഫിലിം സൊസൈറ്റി പ്രസ്ഥാനവും. ഇപ്പോൾ മിൽവാക്കിയിൽ ദൃശ്യമാധ്യമ കലയിൽ പ്രൊഫസറായ പീറ്റർ ലാൽ അട്ടിപ്പേറ്റിയോടൊപ്പം ചില ഹ്രസ്വചിത്രങ്ങളുടെയും ഡോക്യുമെന്ററികളുടെയും പ്രവർത്തനങ്ങളുമുണ്ട്.

അതിനെക്കാൾ പ്രധാനമായി ഫ്രീലാൻസ് ജേർണലിസവും.

*ഫോക്കസ്** എന്ന പേരിൽ മലയാളത്തിലെ ആദ്യത്തെ ലിറ്റിൽ മാഗസിനുകളിലൊന്ന് നടത്തിവരുന്ന കാലം. ലബ്ദപ്രതിഷ്ഠർക്കൊപ്പം എഴുതിത്തുടങ്ങുന്നവർക്കും തുല്യപ്രാധാന്യം നൽകിയിരുന്നു *ഫോക്കസ്സ്.* ബാലചന്ദ്രൻ ചുള്ളിക്കാട് പി.കെ. പാറക്കടവ്, ടി.വി.കൊച്ചുബാവ, കെ.ആർ.ടോണി..... അങ്ങിനെ *ഫോക്കസ്സിൽ* അക്കാലത്ത് എഴുതിയിരുന്ന പലരും പിന്നീടു പ്രസിദ്ധരായി. ഭരതൻ *ഫോക്കസ്* പതിവായി വായിക്കുമായിരുന്നു.

ഞങ്ങളെ തമ്മിൽ ആദ്യം പരിചയപ്പെടുത്തിയത് ദേവരാജൻ മാസ്റ്ററാണെന്ന് മുൻപേ പറഞ്ഞു.

അതുകഴിഞ്ഞ് കാനായി കുഞ്ഞിരാമൻ *എ റിയൽ ആർട്ടിസ്റ്റ്* എന്ന് പറഞ്ഞൊരിക്കൽ പരിചയപ്പെടുത്തിയിട്ടുണ്ട് എറണാകുളത്തുവെച്ച്. ആദ്യ നിമിഷം ഭരതൻ ഓർത്തിരുന്നില്ല രണ്ടാമതു കാണുമ്പോൾ.

മൂന്നാമതൊരു പരിചയപ്പെടൽ കൂടിയുണ്ടായി. തിരുവനന്തപുരത്ത് യൂണിവേഴ്സിറ്റി കോളേജിന്റെ സമീപത്തായുള്ള ഇന്ത്യൻ കോഫി ഹൗസിൽ നിന്നും ഇറങ്ങിവരുമ്പോൾ അരവിന്ദൻ സ്കൂട്ടറിൽ വരുന്നു. എന്നെ കണ്ട് നിർത്തി. കുശലങ്ങൾ പറയുന്നതിനിടയിൽ പിൻസീറ്റിലിരുന്ന ഭരതനെ പരിചയപ്പെടുത്തി.

“വൈകിട്ട് ഇറങ്ങുമോ? ഭരതനുമുണ്ടാകും. കുറച്ചുനേരമിരിക്കാം.”

അരവിന്ദന്റെ ക്ഷണം സ്വീകരിക്കാൻ അന്ന് കഴിയാതെവന്നു. രാത്രിതന്നെ എറണാകുളത്ത് തിരിച്ചെത്തേണ്ടതുണ്ടായിരുന്നു.

---

* *ഫോക്കസ്സിലാണ്* തന്റെ കവിത ആദ്യമായി അച്ചടിച്ചുവരുന്നതെന്നും എസ്.ബാലചന്ദ്രൻ (ചുള്ളിക്കാട്) എന്ന പേരിൽ അധ്യാപകനായ കവി സിപ്പി പള്ളിപ്പുറം വഴി എത്തിച്ചുതന്ന കവിത അച്ചടിച്ചുവന്നപ്പോൾ തന്റെ പേര് ബാലചന്ദ്രൻ ചുള്ളിക്കാട് എന്ന് തിരുത്തിയിരുന്നതായും അത് നന്നെന്ന് കണ്ട് പിന്നീട് താനാ പേര് തുടരുകയാണുണ്ടായതെന്നും ബാലൻ ഒരിക്കൽ കോഴിക്കോട്ട് ഞാൻ കൂടി പങ്കെടുത്ത വേദിയിൽ സംസാരിച്ചപ്പോൾ അയവിറക്കിയ ഓർമ്മ.

ഉണ്മയാന മനിതൻ!

പരാങ്കുശപുരത്തെ കൊട്ടാരമാളത്തിൽ കണ്ട ചലച്ചിത്രസംബന്ധിയായ ഗ്രന്ഥങ്ങളിലൊന്നിൽ അഡയാറിലെ ഫിലിം ഇൻസ്റ്റിറ്റ്യൂട്ട് ലൈബ്രറിയുടെ റബ്ബർസ്റ്റാമ്പ് കണ്ട് ചോദ്യഭാവത്തിൽ ഞാൻ കിത്തുവിന്റെ നേർക്കുനോക്കി. കിത്തു ചുണ്ടിലൂറിയ ഒരു ചിരിയോടെ പറഞ്ഞു:

"അത് ഫൈനും കൂടിച്ചേർത്തടച്ച് അവിടെ സെറ്റിൽ ചെയ്തു.!"

പരാങ്കുശപുരത്തെ ആ വീട് ഒരുപാട് പേരുടെ സംഗമകേന്ദ്രം കൂടിയായിരുന്നു. മദിരാശിയിൽ വരുമ്പോഴൊക്കെ അരവിന്ദൻ അവിടെ മുടങ്ങാതെ വന്നെത്തുമായിരുന്നു.

കോടമ്പാക്കം തെരുവുകളിൽ മദ്യനിരോധനത്തിന്റെ നാളുകളിൽ സൈക്കിൾ ട്യൂബുകളിൽ നിറച്ച വീര്യലായനി ഷർട്ടിനുള്ളിൽ ദേഹത്ത് ചുറ്റി ദാഹശമനത്തിന് നിവൃത്തിയുണ്ടാക്കിയിരുന്ന ഒരു കന്തസ്വാമിയുടെ കഥ പവിയും ബാലചന്ദ്രൻ ചുള്ളിക്കാടും ബക്കറുമൊക്കെ പറഞ്ഞ് ജോൺ അബ്രഹാമുമായി ബന്ധപ്പെട്ട് ധാരാളം കേട്ടിട്ടുണ്ട്. ജോണിന്റെ വലിയ ആരാധകനും സുഹൃത്തുമായിരുന്നുവത്രെ കന്തസ്വാമി. ആവശ്യക്കാർക്ക് ട്യൂബിന്റെ വാൽവ് തുറന്ന് പോക്കറ്റിൽ കരുതിയ ചെറിയ ചില്ലുഗ്ലാസിൽ കൃത്യമളവിൽ വീര്യം പകർന്നുകൊടുക്കുകയും കൃത്യമായി പണമെണ്ണി വാങ്ങുകയും ചെയ്യുന്ന കന്തസ്വാമി തരാനുള്ള പണത്തിന്റെ കണക്ക് സൂക്ഷിക്കുകയോ ഓർമ്മിപ്പിക്കുകയോ ചെയ്യാതെ വീണ്ടും വീണ്ടും മടികൂടാതെ മദ്യം നൽകുമായിരുന്ന ഏക കസ്റ്റമർ ജോൺ അബ്രഹാമായിരുന്നു! ജോൺ ഫിലിംമേക്കറാണെന്നൊന്നും കന്തസ്വാമിക്കറിയില്ലായിരുന്നു. അതൊന്നും അയാൾ അന്വേഷിച്ചിട്ടുമില്ല. ഹൃദയത്തിൽ വിശുദ്ധിയുള്ള മനുഷ്യനായാണ് കന്തസ്വാമി ജോണിനെ സ്നേഹിച്ചിരുന്നത്.

'ഉണ്മയാന മനിതൻ സാർ അവർ....തങ്കമാന മനസ്സ്.'

തൊണ്ടയിലൂടെയിറങ്ങുമ്പോൾ അന്നനാളം കത്തി കുടലത്രയും പൊള്ളിക്കുന്ന ശക്തിയുണ്ടായിരുന്നു കന്തസ്വാമി വിളമ്പുന്ന വീര്യത്തിനെന്നാണ് പവിയുടെയും ബക്കറിന്റെയും ബാലചന്ദ്രന്റെയുംമൊക്കെ അനുഭവസാക്ഷ്യം.

ആ പൊള്ളലിൽ കണ്ണുമിഴിക്കുന്ന ഉപഭോക്താവിനോട് കന്തസ്വാമി ഒരലിവു കാണിക്കും. ഷർട്ടിന്റെ പോക്കറ്റിലെ പോളിത്തീൻ കവറിൽ കരുതിയിരുന്ന ഒരു മിശ്രിതം കൈവെള്ളയിൽ ഒരു നുള്ള് സൗജന്യമായി നൽകും. ഉള്ളിയുടെ അളവിന് ഇരട്ടി എരിവുമൂത്ത പച്ചമുളകും പിന്നെ മറ്റെന്തെല്ലാമോ ചെറുചേരുവകളും നുറുക്കിയരിഞ്ഞ മിശ്രിതം അതേപടി വായിലിട്ടിറക്കുമ്പോൾ ഇന്ദ്രിയങ്ങളിൽ പിന്നെ നിറഞ്ഞാടുന്ന ഏക രുചിഭാവം എരിവിന്റേതു മാത്രമാകും. അത് പകർന്നു തരുന്ന സന്ത്രാസത്തിൽ നടന്ന് എത്തേണ്ടിടത്ത് എത്താമെന്നുള്ളതാണത്രെ അതിന്റെ സവിശേഷത.

വീര്യവും അതിന്റെ തുടർച്ചയിൽ എരിവും ചേർന്നു വേഗതയേറിയ ചുവടുകളുമായി ജോൺ അബ്രഹാം പലപ്പോഴും നടന്നെത്താറുണ്ടായിരുന്നത് പരാങ്കുശപുരത്തു ഭരതന്റെ സന്നിധിയിലേക്കായിരുന്നു.

സ്വപ്നങ്ങളിൽ അഭിരമിക്കുക പ്രകൃതശീലമായിരുന്നല്ലോ ഇരുവർക്കും. പ്രകാശനമാർഗങ്ങളും അനുപാതങ്ങളും വിരുദ്ധമായിരുന്നപ്പോഴും മറ്റേതു ലഹരിയേക്കാളും അവരെ ഉന്മത്തരാക്കിയത് ആ സ്വപ്നങ്ങൾതന്നെയായിരുന്നു. പകലും രാവും, സംഗീതവും സാഹിത്യവും സിനിമയും നിറങ്ങളായി തിമിർത്താടുന്ന യാമങ്ങളാകും പിന്നീട്. അരവിന്ദനും പവിയും എത്തിപ്പെടുന്ന ചില രാവുകൾ അവരൊരുമിക്കുമ്പോൾ പകലുകൾക്കായി വഴിമാറുന്നത വരറിയാറുമില്ല. നിശബ്ദസംഗീതവുമായി ചില രാവുകളിൽ ബക്കറിന്റെ സാന്നിധ്യവും പരാങ്കുശപുരത്തു പതിവായിരുന്നു!

ഭംഗിയായി പാടുമായിരുന്നു ജോൺ എന്നു ഭരതൻ പറഞ്ഞിട്ടുണ്ട്.

"ജോൺ പക്ഷേ പാടുന്നത് ജോണിനുവേണ്ടിയിട്ടാണ്..."

*ചാമര*ത്തിന്റെ ചിത്രീകരണനാളുകളിൽ കോട്ടയത്തെ സി.എം.എസ്. കോളേജിലെ പ്രണയമരച്ചോലയിലൂടെ നടക്കുമ്പോൾ ഒരു കാലത്ത് ആ ക്യാമ്പസ്സിലെ സർവ്വമാന വിദ്യാർത്ഥിനികളുടെയും സ്വപ്നനായകനായിരുന്നു സുമുഖസുന്ദരനായ ഒരു വിദ്യാർത്ഥിയുടെ ചിത്രം ഭരതൻ വാക്കുകൾ കൊണ്ടു മനസ്സിൽ കോറിയിട്ടു തന്നു. കോളേജിലെ ബാസ്കറ്റ്ബോൾ ടീമിലെ ഏറ്റവും മികച്ച കളിക്കാരൻ, ഗിത്താറിന്റെ തന്ത്രികൾ മീട്ടി കനമുള്ള ശബ്ദത്തിൽ ശോകസുന്ദരമായ ശ്രുതിയിൽ പ്രണയഗാനങ്ങൾ പാടിയിരുന്ന ഗായകൻ.... ആ വിദ്യാർത്ഥിക്കു പേര് ജോൺ അബ്രഹാം എന്ന് കോട്ടയത്തെ എം.ഡി.സെമിനാരി സ്കൂളിൽ സഹപാഠിയായിരുന്ന നടൻ തിലകന്റെ സാക്ഷ്യം. പിന്നീട് വിമൻസ് കോളേജ് പ്രിൻസിപ്പലായിരുന്ന കോന്നിയൂർ ലീലയും സുരേന്ദ്രനാഥൻ തിലകനും വിദ്യാർത്ഥികൾക്കായി ദേശീയതലത്തിൽ നടന്ന മത്സരസ്വഭാവമുള്ള കലോത്സവത്തിൽ പങ്കെടുത്തതും ഫൈനൽ റൗണ്ടു വരെ എത്തിയ തനിക്ക് പഴയ സഹപാഠി ജോൺ

നിറമനസ്സോടെ പ്രോത്സാഹനം പകർന്നു തന്നതും തിലകന്റെ ഓർമയിലെ നിറമുള്ള ചിത്രങ്ങൾ. (ബൽരാജ് സാഹ്നിയടക്കമുള്ള വൻ സിംഹങ്ങളായിരുന്നു ഉത്തരേന്ത്യൻ സംഘത്തിന്റെ നിറവും ഉണർവും പരിവേഷവുമായി പിന്നാമ്പുറത്തു നിരന്നിരുന്ന അണിയറക്കാരത്രെ!)

ഭരതന്റെ പരാങ്കുശപുരത്തെ യജ്ഞപ്പുരയിൽ പതിവായെത്താറുള്ള മറ്റൊരാളുണ്ട്. ബാലുമഹേന്ദ്ര. നിറവും നിഴലും വെളിച്ചവും ഇടകലർത്തി ക്യാമറയെ ബ്രഷാക്കി തീർത്തു സുന്ദരികളുടെ മനോഹരചിത്രങ്ങളുടെ വലിയ ബ്ലോഅപ്പ് പ്രിന്റുകളുമായി ഇടയ്ക്കും തലയ്ക്കും കടന്നുവന്നിരുന്ന ബാലു അവർക്കിടയിൽ ഒരാൾ തന്നെയായിരുന്നു. ബാലുവിനു ലഹരി പകരാൻ വീര്യം വേറെ വേണ്ടിയിരുന്നില്ലെന്നു മാത്രം. അഴകായ അഴകിലെല്ലാം ലഹരി നുകർന്നിരുന്ന ബാലുവിന് അഴകിൽ അനുരക്തനാകാൻ വേണ്ടി മാത്രം പിറന്ന ഭരതനെങ്ങനെ അന്യനാകും. *പ്രയാണം* മാത്രമേ ഇവരുടെ സർഗ്ഗാത്മക പങ്കാളിത്തത്തിനു ഭൂമികയായുള്ളൂ എന്നതു ദുഃഖകരമാണ്. *അണിയം* ഒരു സ്വപ്നമായി പെയ്തിറങ്ങിയ നാളുകളിൽ ഭരതനെയും ബാലുവിനെയും വീണ്ടും ആ ചിത്രത്തിനുവേണ്ടി അണിനിരത്താൻ ഞാനാഗ്രഹിച്ചിരുന്നു. ചിത്രം നടക്കാതെ വന്നപ്പോൾ ആ മോഹം ആഗ്രഹം മാത്രമായി.

ഭരതനോടൊപ്പം പങ്കുകാരനായി ഒരു ചിത്രത്തിൽ ചേർന്നു കാണണമെന്നു ഞാനാഗ്രഹിച്ച മുൻ തലമുറയിലെ മറ്റൊരു ഛായാഗ്രാഹകനുമുണ്ട്; മാർക്കസ് ബാർട്ട്ലി. സേതുവേട്ടൻ (സംവിധായകൻ സേതുമാധവൻ) വഴി ഉണ്ടായ ഒരു അല്പസൗഹൃദത്തിന്റെ സ്വാതന്ത്ര്യമുപയോഗിച്ചു ഞാനത് ബാർട്ട്ലി സാറിനോടു അതു പറയുകയും ചെയ്തു. അദ്ദേഹത്തിനുമതു സമ്മതം.

"Oh that would be wonderful....Am game!"

എന്റെ ഇത്തരം അതിമോഹങ്ങൾ ഭരതനിഷ്ടമായിരുന്നു. ബാർട്ട്ലിയെ പഴയതലമുറയുടെ ആളായി കാണാൻ ഭരതൻ തയ്യാറല്ലായിരുന്നു. "മൂപ്പരു നമ്മളെല്ലാവരേക്കാളും young ആണ്" എന്ന് തിരിച്ചറിഞ്ഞിരുന്ന ഭരതൻ ആ കൂടിച്ചേരൽ ആഗ്രഹിച്ചിരുന്നു. പക്ഷേ നടന്നില്ല. മോഹിപ്പിക്കുക എന്നതിന്റെ ആത്യന്തിക ഫലം മോഹിച്ചിരുന്നു എന്നതുതന്നെ.

*പ്രയാണ*ത്തെ തുടർന്നുള്ള നാളുകളിൽ മദിരാശിയിലെത്തുമ്പോഴൊക്കെ പത്മരാജനും യജ്ഞശാലയിലെ പതിവുകാരനായി.

പരാങ്കുശപുരത്തെക്കുറിച്ചുള്ള പരാമർശത്തിൽ സന്ദർഭവശാൽ ജോൺ കടന്നുവന്നതുകൊണ്ടു ജോണിന്റെ ദാരുണപൂർണമായ അന്ത്യത്തെക്കുറിച്ചുള്ള വാർത്ത ഭരതനെ ഫോണിലൂടെ ഞാനറിയിച്ച നിമിഷം കൂടി ഓർത്തു പോകുന്നു. നെടുമുടി വേണു വിളിച്ചുപറഞ്ഞാണെന്നു തോന്നുന്നു മരണ

വാർത്ത ഞാനറിഞ്ഞത്. മദിരാശിയിൽ ഭരതനെ ഫോണിൽ വിളിച്ചു വിവരം പറഞ്ഞു. ഒരു നിമിഷത്തെ മൗനം.

"അപ്പോൾ അതു സംഭവിച്ചു. അല്ലേ?"

അല്പം കഴിഞ്ഞ് ഒരു വാക്കുകൂടി.

"പ്രതീക്ഷിച്ചിരുന്നതാണ്...."

ഒന്നു നിർത്തി; വീണ്ടും,

"ജോണിന്റെ അവസാനം ഇങ്ങനെയെന്തെങ്കിലുമാകുമെന്ന്....ഇങ്ങനെ മരിക്കുവാനല്ലേ ജോണിനു കഴിയൂ...."

ഒരു ഞടുക്കത്തോടെ ഭരതന്റെ അന്നത്തെ ആ സ്വരത്തിൽ, ആ വാക്കുകൾ പേറിയിരുന്ന വിശേഷമാനത്തിൽ എനിയ്ക്കു പിന്നീട് പവിയുടെ ശബ്ദവും മനസ്സുംകൂടി ചേർന്നുകേൾക്കേണ്ടി വന്നു; അറിയേണ്ടി വന്നു.

"അവന് (ഭരതനെ ഉദ്ദേശിച്ച്) മരിക്കാതിരിക്കാൻ കഴിയുമായിരുന്നില്ലെടാ...."

ഭരതനിണങ്ങുന്ന വിശേഷണം ജോണിനും ഇണങ്ങുന്നതിങ്ങിനെ! ഭരതനും ജോണിനും ഇണങ്ങുന്ന വിശേഷണം തനിക്കും ഒപ്പം ഇണങ്ങുന്നുവെന്ന് ജീവിതാന്ത്യം കൊണ്ട് എഴുതിച്ചേർക്കുകയായിരുന്നുവല്ലോ പവി പിന്നീട്!

മരണശേഷം നിറം പിടിപ്പിച്ച കഥകളിലെ അതിശയോക്തികളിലൂടെ ജോൺ അബ്രഹാമിനെ അവധൂതനായും പ്രവാചകനായും അവതാരമായും ഘോഷിക്കുന്നതിനോടുള്ള ചൊടിപ്പ് പലകുറി പങ്കിട്ടുണ്ടു ഭരതനും പവിയും.

മരണദേവനൊരു വരം കൊടുത്താൽ, മരിച്ചവരൊരുദിനം തിരിച്ചുവന്നാൽ അക്കൂട്ടത്തിൽ ജോണുണ്ടാകുമെങ്കിൽ കവിവചനം സത്യമാകും. "ചിലരൊക്കെ പൊട്ടിച്ചിരിക്കും; ചിലർ പോയൊളിക്കും, ചിലർ അപ്പോൾ തന്നെ മരിക്കും!"

ഉറപ്പാണല്ലോ ജോൺ അബ്രഹാം ഉറക്കെ വിളിച്ചു പറയുമെന്ന് "ഈ ഘോഷിക്കപ്പെടുന്ന ജോൺ ഞാനല്ല" എന്ന്.* "എവിടെ ജോൺ?" എഴുതിയ ബാലചന്ദ്രൻ ചുള്ളിക്കാട് ഈ സത്യം പരസ്യമായി പ്രസ്താവിച്ചു കണ്ടു ഒരിക്കൽ; പുണ്യം!

* പ്രശസ്തങ്ങളായ പല സർദാർജി തമാശകളുടെയും പിതൃത്വം ചാർത്തപ്പെട്ടിട്ടുണ്ട് ജോണിൽ.

പരസ്പരമറിഞ്ഞവർ

*പ്രയാണ*ത്തിന്റെ നാളുകളിൽ ശ്രീവിദ്യ തമിഴ് ചലച്ചിത്രരംഗത്തെ അറിയപ്പെടുന്ന നടിയായി മാറിയിരുന്നു. അവരുടെ സ്വപ്നലാസ്യം തത്തിനിൽക്കുന്ന കണ്ണുകളും പറയാതെയേറെ പറയുവാൻ വെമ്പുന്ന ചുണ്ടുകളും മോഹിപ്പിക്കുന്ന മേനിയഴകും സ്വാഭാവികതയോട് അടുത്തു നിന്ന അഭിനയശീലിലെ വശ്യതയും ദേശഭാഷാഭേദമില്ലാതെ അവരെ ദക്ഷിണേന്ത്യയുടെ പ്രിയപ്പെട്ട സുന്ദരിസഖിയായി ജനഹൃദയങ്ങളിൽ പ്രതിഷ്ഠിച്ചിരുന്നു. മദിരാശിയിലെ പരാങ്കുശപുരത്തെ നിരവീടുകളിലൊന്നിന്റെ മുകളിലെ നിലയിൽ അഭിനയത്തിരക്കിന്റെ ഒഴിവുവേളകളിൽ ഭരതനെ തേടി വിദ്യയെത്തുമ്പോൾ ആ കോളനിയിലെ സർവ്വ കണ്ണുകളും വിദ്യയുടെ ചുറ്റും ആരാധനയോടെ പരതുക സ്വാഭാവികം. അഴകിന്റെ ദേവതയുടെ ആരാധനാമൂർത്തിയെന്ന നിലയിൽ ഭരതന് അവിടെ അങ്ങിനെ ലഭ്യമായ പ്രത്യേക ആദരവ് ആരെയാണ് അസൂയപ്പെടുത്താതിരുന്നിട്ടുണ്ടാവുക!

സാമ്പ്രദായികരീതിവട്ടങ്ങളിലായിരുന്നില്ല ആ ചങ്ങാത്തം ഒരിക്കലും. അതുകൊണ്ടു തന്നെ ആ സന്ദർശനങ്ങൾക്കുമുണ്ടായിരുന്നു പ്രത്യേകതകൾ. താനിഷ്ടപ്പെടുന്ന, തനിക്കു മനസ്സുകൊണ്ട് 'ആധിപത്യവും' അതിന്റെ അവകാശവുമുള്ള ഒരാൾ സ്വന്തം നിലയിൽ എങ്ങിനെ വസിക്കുന്നു; വർത്തിക്കുന്നു എന്നു കണ്ടു ബോദ്ധ്യപ്പെടുവാനെത്തുന്ന പങ്കാളിയായിരുന്നു ഓരോ സന്ദർശനവേളയിലും പ്രിയസഖി.

സിഗരറ്റ് കുറ്റികളും അവിടവിടെയായി പല ഘട്ടങ്ങളിലായി നിരന്ന പൂർത്തിയാകാത്ത ചിത്രങ്ങളും മുഷിഞ്ഞ വസ്ത്രങ്ങളും എല്ലാം ചേർന്ന് ആകെ അലങ്കോലമായി കിടക്കുന്ന ആ മുറിയിൽ കടന്നുവന്ന് ചോദ്യഭാവത്തിൽ ഭരതനെ നോക്കുമായിരുന്ന വിദ്യയുടെ മുഖം എനിക്ക് സങ്കല്പിക്കുവാനാകും. "ഇങ്ങിനെയൊക്കെയാണു ഞാൻ" എന്നൊരു അർദ്ധ പുഞ്ചിരിയുടെ അലക്ഷ്യഭാവത്തിൽ ആ അലങ്കോലത്തിലൊരു ഭാഗമായി ചടഞ്ഞുകൂടാൻ തുനിയുന്ന ഭരതനെ അതിനുവിടാതെ മുറിയത്രയും അടുക്കി വൃത്തിയാക്കി മുഷിഞ്ഞ വസ്ത്രങ്ങൾ കഴുകിയലക്കി വെൺമയാക്കി വീട്ടിലേയ്ക്കു

പൊതിഞ്ഞു കൊണ്ടു പോയി ഇസ്തിരിയിട്ടു തിരികെയെത്തിക്കുമായിരുന്നത്രെ വിദ്യ!

ആ കൊട്ടാരത്തിലെ അടുക്കളയുടെ പാർവ്വത്യാരായിരുന്നത് (അടുക്കളയുടെ മാത്രമല്ല; അക്കാലത്തെ ആ മനസ്സിന്റെയും ആ ജീവിതത്തിന്റെയും കൂടി എന്നു കർമ്മം കൊണ്ട് തെളിയിക്കുകയും ചെയ്തു ചങ്ങാതി പലതവണ) സതീഷ് എന്ന മലയാളിയായിരുന്നു.

സതീഷ് മനസ്സോടെ അടുക്കളയിൽ പ്രവേശനസ്വാതന്ത്ര്യം അനുവദിച്ചിട്ടുള്ളത് ആ സുന്ദരിക്കുമാത്രമായിരുന്നു. ശ്രീവിദ്യ അടുക്കളയിൽ കയറി സതീഷിനെ തുണയാളാക്കി വച്ചു വിളമ്പിയിരുന്ന കായക്കൂട്ടുള്ള ഭക്ഷ്യവിഭവങ്ങളുടെ സുഗന്ധം വിദ്യ പൊയ്ക്കഴിഞ്ഞു നാളുകളോളം ആ മുറിയിൽ തങ്ങി നില്ക്കുമായിരുന്നു........പെട്ടെന്ന് ഏതെങ്കിലും നിമിഷത്തിൽ മുന്നറിയിപ്പില്ലാതെ കടന്നുവരുന്ന ചങ്ങാതിമാർ ആ ഗന്ധം നുകർന്ന് കുസൃതി നിറഞ്ഞ ചോദ്യഭാവത്തിൽ കണ്ണുകൊണ്ട് "വെങ്കായം മണക്കുന്നല്ലോ കാറ്റേ.....നീ വരുമ്പോൾ" എന്ന് നാവെടുത്തു ചോദിക്കാതെ നിശ്ശബ്ദം ആരായുന്നതും കണ്ണിലൊരു തിളക്കത്തോടെ ഒരു തുറന്ന ചിരിയിൽ പ്രതികരണം ഒതുങ്ങുന്നതും അവിടത്തെ പതിവു നിമിഷങ്ങളായിരുന്നു.

എത്രയോ തവണ വിദ്യ പരാങ്കുശപുരത്തെ ആ മുറിയിൽ സന്ദർശകയായെത്തിയിട്ടുണ്ട്. എന്നാൽ വിദ്യ അഭിനയിക്കുന്ന ചിത്രങ്ങളുടെ പരസ്യകലയുമായി ബന്ധപ്പെട്ടല്ലാതെ ഭരതൻ ആ അഴകിനെ വർണ്ണങ്ങളിൽ ചാലിച്ചൊരിക്കലും ക്യാൻവാസിൽ വേറെ പകർത്തിയിട്ടില്ല. ചിത്രകാരന്റെ ഇക്കാര്യത്തിലെ അലംഭാവം എന്നെ അത്ഭുതപ്പെടുത്തിയിട്ടുണ്ട്. അഴകിനെ ആവാഹിക്കുവാനാണ് മഹാചിത്രകാരൻ വർണ്ണക്കൂട്ടുകൾ മനുഷ്യനു സമ്മാനിച്ചതെന്നു വിശ്വസിച്ചിരുന്ന ഭരതനോട് ഞാനിതിന്റെ കാരണമാരാഞ്ഞപ്പോൾ ഒരു ചിരിയിലൂടെയായിരുന്നു ആദ്യമുത്തരം. പിന്നെ ആത്മഗതം പോലെ രണ്ടുവാക്കുകളും.

"പ്രത്യേകം വരയ്ക്കുന്നതെന്തിന്?"

ഓർത്തപ്പോൾ ശരിയാണ്. "താളത്തിൽ താളത്തിൽ താരമ്പൻ കൊട്ടുന്ന മേളത്തിൽ........" എന്നേ ഹൃദയത്തിൽ പതിഞ്ഞുകഴിഞ്ഞ ആ ചിത്രം വരയ്ക്കുക ആവർത്തനമാകും. മനസ്സിൽ പതിഞ്ഞിരിക്കാവുന്ന ഛായകൾ അനവധിയുണ്ട്. അവയ്ക്കിടയിൽ അഴകിന്റെ അഴകായി വിദ്യയുടെ ശ്രീയാർന്ന ചിത്രം പതിഞ്ഞപ്പോൾ അതിനു വേറിട്ട ഇടം എപ്പോഴേ പതിച്ചുകിട്ടിയിരുന്നു...... ഒരുപക്ഷേ അവർ തമ്മിൽ കണ്ടുമുട്ടും മുൻപേ....പൂർവ്വജനികളിൽ എന്നോ തുടങ്ങിയ അപൂർവ്വമായൊരു രാഗശ്രുതിയുടെ തുടർപ്രവാഹത്തിലെ ഇടനിമിഷങ്ങൾ മാത്രമല്ലേ ഞാനറിഞ്ഞിട്ടുള്ളൂ.

ഇപ്പറഞ്ഞതിൽ ഒരതികാല്പനികത കലർന്നുവോ എന്നു ശങ്കിക്കണ്ട, ഉണ്ടെന്നു തന്നെയാണുത്തരം.

വായിച്ചും കണ്ടും കേട്ടും കൊണ്ടും പങ്കിട്ടും അറിഞ്ഞ ഏത് ഗാഥയേക്കാളും അവ്യാഖ്യേയവും അനുപമവും അസാധാരണവുമായ ഒരു ഭാവം ഭരതനും ശ്രീവിദ്യയും തമ്മിലുള്ള ഹൃദയബന്ധത്തിൽ സ്പന്ദിച്ചുനിന്നിരുന്നതിന്റെ നേർസ്പർശം ലേഖപ്പെടുത്തുമ്പോൾ സത്യസാക്ഷ്യങ്ങൾ ഉപമകളെയും അലങ്കാരങ്ങളെയും അതിശയിക്കുക സഹജം, പ്രകൃതം, ന്യായം, സ്വാഭാവികം!

അടുത്തും അകന്നും ഇടഞ്ഞും നൊന്തും നോവിച്ചും പരസ്പരം സാക്ഷാത്ക്കരിച്ച ആ രാഗഭാവങ്ങൾക്ക് അപരിമേയമായ ഒരതിശയമാനമുണ്ടായിരുന്നു. പരസ്പരം സ്നേഹിക്കുമ്പോൾ തന്നെ പരസ്പരം പൊറുത്തവരാണവർ; ക്ഷമിച്ചവരാണവർ.

അന്യോന്യം മനസ്സിലാക്കിയിരുന്നതുകൊണ്ട് അകലേണ്ടപ്പോൾ അകലുവാനുള്ള സമചിത്തത അവർ സ്വന്തമാക്കിയിരുന്നു. അപൂർവ്വം എപ്പോഴെങ്കിലും ആ ചിത്തതയുടെ സമാനുപാതങ്ങൾ അറിയാതെ തെറ്റിച്ച ഭരതനെ അലിവോടെ, കനിവോടെ, ക്ഷമയോടെ വിദ്യ തിരുത്തുന്ന നിമിഷങ്ങൾക്കും ഞാൻ സാക്ഷിയാണ്.

ഇത്രയും എഴുതി, ഇനിയുള്ളതുമെഴുതുവാൻ ആയുമ്പോൾ ആരോ സന്ദേഹസ്വരമുണർത്തി കാതിലിരുന്നു മന്ത്രിക്കും പോലെ:

"ലളിത എന്തു വിചാരിക്കും ഇങ്ങിനെയൊക്കെ എഴുതിയാൽ...."

ഉത്തരം ലളിതമാണ്; വ്യക്തമാണ്; ദൃഢവും.

തനിക്കറിയാവുന്ന സത്യങ്ങൾ ജോൺപോളിനുമറിയാവുന്നവയാണെന്ന ഓർമ്മയിൽ കാലം തന്നിൽ നിന്നപഹരിച്ച ജീവിതപങ്കാളിയുടെ അനുരാഗാർദ്രമായ മനസ്സിനെ ഓർമ്മയിൽ മറ്റാർക്കും കഴിയാത്ത വിധം അവർ ആശ്ലേഷിച്ചു പുണരും.

ഭരതനെ ലളിത അറിഞ്ഞിടത്തോളം അറിഞ്ഞ മറ്റാരിരിക്കുന്നു!

ലളിതയ്ക്കവകാശപ്പെട്ടതൊന്നും മറ്റാർക്കും പകുത്തുനൽകാതെയാണ് അവരൊന്നിച്ച നാളുകൾ തൊട്ടുള്ള ഭരതപർവ്വമെന്ന് അവരോളമറിഞ്ഞവരാരുണ്ട്!

ലാഭനഷ്ടങ്ങളുടെ ശേഷപത്രങ്ങൾക്കുവേണ്ടി ഒന്നുചേർന്നവരായിരുന്നില്ല ഭരതനും ലളിതയും. പരസ്പരം അറിഞ്ഞും പൂർണ്ണമായി മനസ്സിലാക്കിയും തന്നെ, കൈക്കൊണ്ട തീരുമാനമായിരുന്നുവല്ലോ തുടർന്നുള്ള ജീവിതം ഇനി ഒരുമിച്ചെന്ന്.

പ്രായോഗികമതിയായിരുന്നു ലളിത; തീരെ അല്ലായിരുന്നു ഭരതൻ; അതുകൊണ്ടാണവർക്കു ചേർന്നുപോകുവാൻ കഴിഞ്ഞതും...

ആ ചേർച്ച ഭരതന്റെ പ്രകൃതത്തിൽ മാറ്റങ്ങൾ വരുത്തിയിരിക്കാം; സ്വാഭാവികം. അതിനെ കലർപ്പുകൾ' എന്നു വിശേഷിപ്പിച്ചവർ പലരുമുണ്ട്; പക്ഷേ അവരോർക്കേണ്ട സത്യം ഒന്നുണ്ടായിരുന്നു.....

ഭരതനും ലളിതയും ജീവിച്ചത് അവരുടെ ജീവിതമാണ്; അവർ പങ്കിട്ടത് ഒരു സ്വപ്നലോകമായിരുന്നില്ല ഒരിക്കലും; കണ്ണുനീരും കയ്പും സ്നേഹത്തിന്റെയും പാരസ്പര്യത്തിന്റെയും ധാരണകളുടെയും ഉപ്പും പങ്കിടലിന്റെ നിർവൃതിയും കണ്ടെത്തലുകളുടെ സത്യസാക്ഷ്യങ്ങളുമായിരുന്നു.

അതേറ്റവും നന്നായി മനസ്സിലാക്കിയിരുന്നു ശ്രീവിദ്യ. ഭരതന്റെ മനസ്സിലെ നിറങ്ങളിലാണ് വിദ്യയുടെ ശ്രീത്വം നിറവാർന്ന് തുയിലാടിയതെങ്കിൽ ഭരതന്റെ ജീവിതത്തിലെ യാഥാർത്ഥ്യങ്ങളെയാണ് പങ്കാളിത്തത്തിലൂടെ ലളിത അർത്ഥപൂർണ്ണമാക്കിയത്.

ശ്രീവിദ്യ ഭരതനെ എന്നും മോഹിപ്പിച്ചിരുന്നു; ഒരു സ്വപ്നം കണക്കെ പ്രകോപിപ്പിച്ചിരുന്നു; പ്രലോഭിപ്പിച്ചിരുന്നു.

കർമ്മകാണ്ഡത്തിൽ, ജീവിതപ്രയാണത്തിൽ ശക്തിയായി, പിൻബലമായി, ആശ്വാസവും ആശ്രയവുമായി ഇടഞ്ഞും ഇണങ്ങിയും ശ്രുതി ചേർന്നിരുന്നു ലളിത.....

ഭരതന്റെ മനസ്സിൽ ലളിതയേക്കാൾ മുൻപേ ചേക്കേറിയത് വിദ്യയാണ്. പക്ഷേ അന്നേ (എന്നേ....!) ഇരുവർക്കുമറിയാമായിരുന്നു ഒരു ജീവിതം പങ്കിടുക തങ്ങൾ ഒരുമിച്ചാവില്ലയെന്ന്! അത്തരമൊരു പങ്കാളിത്തം തങ്ങളുടെ രാഗനിവർത്തനത്തിൽ ആവശ്യമോ പ്രസക്തമോ, പ്രാപ്തമോ അല്ലെന്ന് തുടക്കത്തിലേ തിരിച്ചറിഞ്ഞുകൊണ്ട് ഒന്നായി വർത്തിക്കാതെയും, അകന്നിരുന്നുകൊണ്ടും പരസ്പരം ആരാധിക്കാം; പ്രണയിക്കാം; സ്വപ്നങ്ങളായി അന്യോന്യം ആത്മാവിൽ കത്തിപ്പടരാം എന്നുറപ്പിച്ച മനസ്സായിരുന്നു ഇരുവരുടേതും. ഒപ്പം അത് മനസ്സിലാകുന്ന മനസ്സായിരുന്നു ലളിതയുടേത്. അതുകൊണ്ട് ആ പരിവൃത്തത്തിൽ ആരും പ്രതിയോഗികളായില്ല. ആകുമെന്ന് പ്രതീക്ഷിച്ചവർ, അതിനായി ശ്രമിച്ചവർ വിഡ്ഢികളുമായി.*

* മാതൃഭൂമി ആഴ്ചപ്പതിപ്പിൽ പാളങ്ങൾ എന്ന പംക്തിയിൽ ഞാനീ സത്യസാക്ഷ്യം കുറിക്കുമ്പോൾ അതിൽ അസഹിഷ്ണത പ്രകടിപ്പിച്ചവർ പലരുണ്ട്. എന്നാൽ അത്യപൂർവ്വമായ ഒരു മനുഷ്യജന്മത്തിന്റെ ഇടവും വലവുമായി വർത്തിച്ച മനസ്സുകളുടെ പ്രകാശവൃത്തത്തിൽ ഭരതനെ കൂടുതൽ തിരിച്ചറിയുവാനും ആ തിരിച്ചറിവിൽ കൂടുതൽ സ്നേഹിക്കുവാനും കഴിഞ്ഞുവെന്നു പറഞ്ഞവരാണേറെയും. അസഹിഷ്ണതയുടെ പ്രചാരകർ പല വേഷങ്ങളിൽ വിമർശനസ്വരങ്ങളുയർത്തി; അവർക്കൊപ്പം ചേരുമെന്ന പ്രതീക്ഷയിൽ പാവം ലളിതയെ പേർത്തും പേർത്തും ചോദ്യവർഷങ്ങൾ ഉതിർത്തുകൊണ്ട് പ്രകോപിതയാക്കുവാനും ശ്രമങ്ങളുണ്ടായി. ഭരതനെയും ലളിതയേയും കുറിച്ച് ഞാൻ മനസ്സിലാക്കിയതും അവരിൽ നിന്നും ഞാൻ കണ്ടറിഞ്ഞതും തെറ്റായിരുന്നില്ലെന്ന് ലളിത കുലീനമായ തന്റെ മറുപടിയിൽ ഒരിക്കൽക്കൂടി എന്നെ ബോധ്യപ്പെടുത്തി. ഞാനർപ്പിച്ച വിശ്വാസം; അതിന്റെ പിന്നിൽ അർച്ചിച്ച സ്നേഹസൗഹൃദം വൃഥാവിലായില്ല. ഈ പ്രപഞ്ചത്തിൽ മറ്റാരേക്കാളും നന്നായി ഭരതനെ തിരിച്ചറിഞ്ഞതു താൻ തന്നെയെന്ന് ലളിത സാക്ഷ്യപ്പെടുത്തുമ്പോൾ നിറഞ്ഞ മിഴികളോടെ നമസ്ക്കരിക്കുക മാത്രം എന്റെ ഊഴം.

എപ്പോഴോ കൊച്ചു കൊച്ചു കലഹങ്ങൾ ജ്വലിച്ചുയർന്നുള്ള പിണക്കത്തിന്റെ സഹജമായ പരിസമാപ്തിയിൽ മൂക്കു ചീറ്റി സാരിത്തലപ്പുകൊണ്ട് മുഖം പൊത്തി എങ്കക്കാടുള്ള പാലിശ്ശേരിത്തറവാട്ടിലെ കുളപ്പടവിൽ ഞാനും അന്തരിച്ച (സുഹൃത്തും കഥാകൃത്തും) വിജയൻ കരോട്ടും കാൺകെ, കേൾക്കെ, ലളിത വിതുമ്പിക്കൊണ്ട് പറഞ്ഞ ആത്മഗതം പോലുള്ള വാക്കുകൾ ഞാനോർക്കുന്നുണ്ട് ഇപ്പോഴും.

“ഞാനൊരു വെറും ഭാര്യയല്ലല്ലോ......ആണോ?”

അല്ലെന്നു പറഞ്ഞാശ്വസിപ്പിച്ചില്ല ആ നിമിഷം ഭരതൻ. പക്ഷേ മനസ്സുകൊണ്ട് നൂറുതവണ ഭരതൻ അതേറ്റു പറയുന്നതിനു ഞാൻ സാക്ഷിയാണ്. ഏറ്റുപറച്ചിലുകളുടെ ഔപചാരികതകൾ അപ്രസക്തമായിരുന്ന അവരുടെ ജീവിതത്തിൽ പറയാതെയും കേൾക്കാതെയും അത് മനസ്സിലേറ്റുവാങ്ങുകയും ഒപ്പം “വെറുമൊരു ഭർത്താവായിരുന്നില്ല ഭരതൻ” എന്ന് അതേ വായ്പോടെ ആത്മാവിലേറ്റു പറയുകയും ചെയ്തിട്ടുണ്ടു ലളിത.

മനുഷ്യബന്ധങ്ങളുടെ ഭാവസഹസ്രങ്ങളിൽ ഓരോ വ്യക്തിയുടെയും മനസ്സിന്റെ രസതന്ത്രങ്ങൾക്കു പകർന്നാടുവാൻ കഴിയുന്ന അവസ്ഥാന്തരങ്ങൾ ഒരെഴുത്തുകാരന്, ഒരു മനുഷ്യന്, പാഠങ്ങളാകുമെങ്കിൽ ആ അർത്ഥത്തിൽ, ഫലത്തിൽ, *ഞാൻ പഠിച്ച ഏറ്റവും ഫലശ്രുതിയാർന്ന പാഠപുസ്തകങ്ങളാണ് ഭരതനും ലളിതയും ശ്രീവിദ്യയും......* ഓരോ പുനർവായനയിലും അതുവരെ കാണാതിരുന്ന അർത്ഥതലങ്ങൾ വെളിപ്പെടുത്തിതരുന്ന, അറിയാപ്പുറങ്ങളിലെ പുതുപുതുപൊരുളുകൾ കൊണ്ട് വിസ്മയപ്പെടുത്തുന്ന, പാഠപുസ്തകങ്ങൾ! ഈ വെളിപാടുകൾ ലേഖപ്പെടുത്തുന്നത് ഒരു പങ്കുവയ്ക്കലായിത്തന്നെയാണ്. അതു ഭരതന്റെ ആത്മാവിനു മനസ്സിലാകും. ശ്രീവിദ്യയുടെ ആത്മാവിനു മനസ്സിലാകും. ഇരുവരെയും തിരിച്ചറിഞ്ഞിരുന്ന ലളിതയ്ക്കു മനസ്സിലാകും. മതി.

ലളിതയ്ക്കവകാശപ്പെട്ടതൊന്നും ശ്രീവിദ്യ ആഗ്രഹിച്ചിട്ടില്ല. ശ്രീവിദ്യയ്ക്കു പതിച്ചു നൽകിയതൊന്നും തന്റെ നഷ്ടങ്ങളായിരുന്നില്ലെന്ന് ലളിതയ്ക്ക് അനുഭവബോദ്ധ്യവുമായിരുന്നു.

പരിചയിച്ച അനുപാതങ്ങൾക്കും പഴകിയ ശീലുകൾക്കുമപ്പുറത്ത് സത്യം സത്യമായി ത്രസിച്ചു നിന്നിരുന്ന ഈ മനസ്സുകളെ അവ, അവർ തീർത്തുവെന്നു പിന്നുള്ളവർ വിധിയെഴുതുവാൻ തിടുക്കപ്പെട്ട എല്ലാ വിഷമവൃത്തങ്ങൾക്കുമതീതമായി ഞാനെന്നും നമിച്ചിട്ടേയുള്ളൂ.....

കല്ലിൽ കൊത്തിവച്ച കവിത

വിദ്യയുടെ ചിത്രം ക്യാൻവാസിൽ വരയ്ക്കുവാൻ തുനിയാതിരുന്ന ഭരതൻ പക്ഷേ മേശപ്പുറത്തു സൂക്ഷിക്കാവുന്ന ഒരു മിനിയേച്ചറായി എളിക്കു കൈ കൊടുത്തു സ്വപ്നം കാണുന്ന കണ്ണുകളുമായി ലാസ്യഭാവത്തിൽ ചെരിഞ്ഞു കിടക്കുന്ന അഴകിന്റെ അംഗസൗഷ്ഠവമത്രയും തുടിച്ചുനിൽക്കുന്ന ഒരു ശില്പം തീർത്തിരുന്നു. പരാങ്കുശപുരത്തെ നാളുകളിലത്രയും ആ മനോഹര ശില്പം ഭരതന്റെ വർണ്ണക്കൂട്ടുകൾ നിരത്തിയ മേശയ്ക്കൊരലങ്കാരമായി കാണാമായിരുന്നു.

ലളിതയുമൊത്തുള്ള വിവാഹം കഴിഞ്ഞ് അവരൊന്നിച്ചു വീടെടുത്തു കുടുംബമായി താമസിക്കുവാൻ തുടങ്ങിയപ്പോൾ എങ്ങിനെയോ *'കല്ലിൽ കൊത്തി വച്ച ആ കവിത'* അപ്രത്യക്ഷമായി. ഭരതനതൊളിച്ചുവയ്ക്കില്ല; ഒളിച്ചുവെയ്ക്കണമെന്നു ലളിത ആഗ്രഹിക്കുകയുമില്ല. ഒരു പ്രതിമയുടെ പ്രത്യക്ഷസാന്നിദ്ധ്യത്തിന്റെ പരിവൃത്തത്തിന് ആ മനോഃവേഴ്ചയിൽ അല്ലെങ്കിലുമെന്തു പ്രസക്തി!

ആരോ കവർന്നെടുത്തതാവാം. അതിപ്പോഴും സൗന്ദര്യാരാധകനായ ആ ചോരന്റെ സ്വകാര്യമുറിയെ മോഹിപ്പിക്കുന്ന അലങ്കാരമായി നിറവാർന്നു നിൽക്കുന്നുമുണ്ടാകാം.

"എന്റെ കൈയിലില്ല ജോൺ. കിട്ടിയില്ല. ഉവ്വെങ്കിൽ ഞാനില്ലെന്നു കള്ളം പറയില്ലെന്നറിയില്ലേ.....പക്ഷേ കിട്ടിയിരുന്നെങ്കിൽ എന്നു ഞാനാശിച്ചുപോകുന്നു......"

വിദ്യയുടെ വാക്കുകളെ എനിക്ക് വിശ്വാസമാണ്. ഭരതന്റെ മുൻപിലെത്തുമ്പോൾ ആ മുഖത്തെ പുഞ്ചിരിയുടെ പ്രകാശത്തിലും കണ്ണുകളിൽ മിന്നുന്ന തിളക്കത്തിലും ഒരു കണ്ണാടിയിലെന്നോണം താൻ തന്നെത്തന്നെ കാണുന്നുവെന്നു പറഞ്ഞിട്ടുള്ള ശ്രീവിദ്യയെ ഞാൻ അവിശ്വസിക്കില്ല.

പ്രയാണം കഴിഞ്ഞുള്ള നാളുകൾ വറുതിയുടേതായിരുന്നു ഭരതന്. വിദ്യ തിരക്കേറിയ നടിയായി. പലപ്പോഴും ഷൂട്ടിംഗിനായി കൊടൈക്കനാലിലേയ്ക്കും ഊട്ടിയിലേയ്ക്കും യേർക്കാർഡിലേയ്ക്കും ട്രെയിനിൽ

പോകുമ്പോൾ നിർബന്ധിച്ചു ഭരതനെക്കൂടി കൂട്ടും. അവർ തമ്മിലൊന്നിക്കുമ്പോൾ പരസ്പരസംവേദനം അധികവും വാക്കുകളിലൂടെയായിരുന്നില്ല; രാഗങ്ങളിലൂടെയായിരുന്നു!'

"ഹിന്ദോളരാഗം എത്ര പാടിയാലും എത്ര കേട്ടാലും കൊതി തീരില്ല നമ്മുടെ ആത്മസുഹൃത്തിന്. അതു കഴിഞ്ഞാൽ പ്രിയം മോഹനം. ഞാൻ അവിടം കൊണ്ടുനിറുത്തില്ല. രാഗമാലിക തന്നെ. മത്സരമായാണ് ആലാപനം."

"ഓരോ രാഗത്തിനും ഞങ്ങൾ ഓരോ നിറങ്ങൾ സങ്കല്പിക്കും.... നിറങ്ങളും രാഗങ്ങളും ആ നിമിഷങ്ങളിൽ നിറഞ്ഞാടും."

ഫസ്റ്റ് ക്ലാസ് മുറിയുടെ സ്വച്ഛതയെ കാർന്നാക്രമിക്കുവാനെത്തുന്ന ട്രെയിനിന്റെ "ഛുക്ഛുക്' ഭേരികൾക്കു പക്ഷേ പുലരുവോളം നീണ്ട ആ സംഗീതയാമങ്ങൾക്കും നിറംപാടലുകൾക്കും അലോസരമാകുവാൻ കഴിഞ്ഞിരുന്നില്ല. രാവാട(നൈറ്റ് ഡ്രസ്സിന് നല്ലൊരു മലയാളഭാഷ്യം. കടപ്പാട് സി.രാധാകൃഷ്ണനോട്) ധരിച്ച വിദ്യയും പതിവു യാത്രാവേഷമായ ലുങ്കിയും ജുബ്ബയും ധരിച്ച ഭരതനും മുറിക്കു പുറത്തിറങ്ങി കമ്പാർട്ട്മെന്റിന്റെ പുറത്തേയ്ക്കുള്ള ഡോറിൽ താഴെ കാലുകൾ പുറത്തേക്കിട്ടിരുന്നുകൊണ്ടാകും സംഗീതോപാസന തുടരുക.

ചിലപ്പോഴൊക്കെ ട്രെയിൻ സിഗ്നലിനുവേണ്ടി നിൽക്കും. ലെവൽ ക്രോസ്സിൽ പച്ചചുമപ്പുകൊടികൾ പേറി നിൽക്കുന്ന ഗെയ്റ്റ് കീപ്പർ കടന്നുപോകുന്ന ട്രെയിനിലെ ഡോർസ്റ്റെപ്പിൽ തമിഴകം മുഴുവൻ ആരാധിക്കുന്ന ഇഷ്ടതാരത്തെ അപ്രതീക്ഷിതമായി ഒരു മിന്നായം പോലെ കാണും. കണ്ട കാഴ്ച സത്യമോ തോന്നലോ എന്നറിയാതെ ആ നിമിഷം തരിച്ചുനിൽക്കും. ഒടുവിൽ സത്യമെന്നുറപ്പിച്ചു പിന്നീടു മറ്റാരോടെങ്കിലും ഇക്കഥ വിസ്തരിക്കുവാൻ തുടങ്ങുമ്പോൾ "നേത്തു നൈറ്റ് രൊമ്പ ജാസ്തിയാ ശാപ്പിട്ടിർന്തത്" എന്ന ആക്ഷേപ കമന്റോടെ അവർ അയാളെ പുച്ഛിക്കുന്ന നിമിഷം ട്രെയിനിലിരുന്നേ കണ്ട് ഇവരിരുവരും ആസ്വദിച്ചു പൊട്ടിച്ചിരിക്കും.... ഇത്തരം എത്രയെത്ര നിമിഷങ്ങൾ.......ഓരോന്നും പറയുമ്പോൾ ആ നിമിഷങ്ങൾ മനസ്സുകൊണ്ടൊരാവർത്തി കൂടി അനുഭവിക്കുമ്പോഴുള്ള നിർവൃതി ഭരതന്റെ മുഖത്തെ തിളക്കത്തിൽ നിന്നെത്ര തവണ വായിച്ചറിഞ്ഞിരിക്കുന്നു! എന്നോടു മാത്രമായിരുന്നുമില്ലല്ലോ ആ പറച്ചിലുകൾ.... അങ്ങിനെ പറയുമ്പോൾ, പിന്നീടതു കേട്ടവർ തമ്മിൽ പരസ്പരം പങ്കിടുമ്പോൾ ഒരിക്കൽക്കൂടി ആ നിമിഷങ്ങൾ നുകർന്ന് ആഹ്ലാദിച്ചിരുന്നു ഭരതൻ; വിദ്യയും.

പ്രയാണം പൂർത്തിയാകുന്ന ഘട്ടമെത്തിയപ്പോൾ ഭരതനു സ്വാഭാവികമായും സാമ്പത്തിക ഞെരുക്കമുണ്ടായി. പലരിൽ നിന്നും കടം വാങ്ങേണ്ടതായും വന്നു. അക്കൂട്ടത്തിൽ ഒരു ശ്രുതി അടുത്ത വൃത്തങ്ങളിൽ പരന്നിരുന്നു, വിദ്യയുടെ കൈയിൽ നിന്നും ഭരതൻ കടംവാങ്ങിയിട്ടുണ്ട് എന്ന്. വിദ്യ

തിരക്കുള്ള താരം. ഭരതൻ സാമ്പത്തിക ഞെരുക്കത്തിലും. അവർ തമ്മിൽ നല്ല അടുപ്പത്തിലും. അപ്പോൾ പിന്നെ കടം വാങ്ങേണ്ടതാണല്ലോ; വാങ്ങാവുന്നതാണല്ലോ. അതായിരുന്നിരിക്കണം അഭ്യൂഹത്തിനു പിന്നിലെ ന്യായം. അതു സത്യമാകാനെത്രത്തോളം സാധ്യതയുണ്ടെന്നറിയില്ല. ഇത്തരം കാര്യങ്ങളിൽ ഒരു ദുരഭിമാനിയായിരുന്നു ഭരതൻ എന്നാണ് ഞാൻ മനസ്സിലാക്കിയിട്ടുള്ളത്. അതെന്തായാലും ഇതേക്കുറിച്ചുള്ള ചെറിയ സൂചനപോലും ഭരതൻ സഹിച്ചിരുന്നില്ല. ക്ഷോഭിക്കുക മാത്രമല്ല; അക്രമാസക്തനാവുകവരെ ചെയ്തു ചങ്ങാതി. ആ കോപം പരിധികൾ കടന്ന് എല്ലാവരെ അന്ധാളിപ്പിച്ച ഒരു സന്ദർഭവുമുണ്ടായി.

പ്രയാണം ഇറങ്ങിക്കഴിഞ്ഞു സാമ്പത്തികനേട്ടമൊഴികെ മറ്റെല്ലാ പുകഴും നേടി വറുതിയുടെ നാളുകൾ ബാക്കിയായ കാലം.

ഒരു ദിവസം ഒരു സ്വകാര്യസദസ്സിൽ പി.എൻ.മേനോൻ ഭരതനെ കണ്ടപ്പോൾ മേൽ കേൾവിയുമായി ബന്ധപ്പെട്ട് ഒരു പരാമർശം നടത്തി. ഭരതൻ അതിനോട് പ്രതികരിച്ചത് വിറളിയെടുത്ത് കോപാന്ധനായി മുഷ്ടി ചുരുട്ടി പി.എൻ.ന്റെ മൂക്കിന്റെ പാത്തി ഇടിച്ചു തകർത്തു ചോരപ്പുഴ ഒഴുക്കിക്കൊണ്ടായിരുന്നു. അതിന്റെ ഓർമ്മബാക്കിയായി മൂക്കിൽ പ്ലാസ്റ്ററും പേറി നടന്നു പി.എൻ. കുറച്ചുനാൾ. ഒരു പൊതുചടങ്ങിന് പി.എൻ. വന്നപ്പോൾ മൂക്കിലെ ഈ പ്ലാസ്റ്റർ അല്പം ഇളകിക്കണ്ട് മുൻപേ അവിടെ എത്തിയിരുന്ന ഭരതൻ അടുത്തുചെന്നു സ്നേഹവായ്പോടെ ശ്രദ്ധാപൂർവ്വം അതുനേരെയാക്കി പതിച്ചു കൊടുത്ത കാഴ്ചയും ഓർമ്മയിലുണ്ട്! ആശ്ലേഷബദ്ധരായി പരസ്പരം തോളിൽ കൈയിട്ടുകൊണ്ടാണ് ആ വിരുന്നുരാവിനോട് ഇരുവരും യാത്ര പറഞ്ഞതും!

അവരിരുവർക്കും പരസ്പരം സ്നേഹിക്കാതിരിക്കുവാനും ആരാധനയോടെ ആദരിക്കാതിരിക്കുവാനും കഴിയില്ലായിരുന്നു എന്നതാണ് ആത്യന്തികമായി നാം വായിച്ചെടുക്കുന്ന സത്യം; അതുകൊണ്ടുതന്നെ കാരണം കണ്ടെത്തി അന്യോന്യം കലഹിക്കാതിരിക്കുവാനും!

പി.എൻ. മേനോനോടു ഞാനൊരിക്കൽ ചോദിച്ചു.

“ചേട്ടന്റെ ഒരു ചിത്രത്തിലും ശ്രീവിദ്യ അഭിനയിക്കാതെ പോയതെന്താണ്? അവർ നല്ല നടിയായിരുന്നില്ലേ?”

“She is a terific actress! എന്റെ ചിത്രങ്ങളിൽ അഭിനയിച്ചിട്ടുള്ള ഏതു നടിയേക്കാളും Versatile.... സുന്ദരി, ദ്രാവിഡവടിവ്. ഏതു ക്യാരക്ടറാണെടാ അവൾക്കിണങ്ങാത്തത്! ഭാവങ്ങൾ കൃത്യം. ഒരളവ് കൂടില്ല. കുറയില്ല. Subdued, subtle.....superb!”

“എന്നിട്ടും?”

"എന്നിട്ടും....."

ഒരു നിമിഷാർദ്ധത്തെ മൗനത്തിനു വിട്ടുകൊടുത്തശേഷം പി.എൻ. പറഞ്ഞു.

"എന്നിട്ടും ഞാനവളെ കാസ്റ്റ് ചെയ്തില്ല. In not so doing... നഷ്ടം എന്റേതായിരുന്നു. Still....I did'nt. അരുതെന്ന് തോന്നി."

ആ അരുതിനു അർത്ഥതലങ്ങൾ ഏറെയായിരുന്നല്ലോ!

പി.എൻ.മേനോന് പി.എൻ.മേനോന്റെ മനസ്സ്, ഭരതന് ഭരതന്റെ മനസ്സ്; ഇരുവർക്കും ചേർന്ന് അതിലും വലിയൊരു ചലച്ചിത്ര മനസ്സ്! പഠിക്കും തോറും പാഠങ്ങൾക്ക് അർത്ഥവ്യാപ്തി കൂടുകയായിരുന്നു!

ശ്രീവിദ്യ ഭരതന്റെ ഒരു ചിത്രത്തിൽ ആദ്യമായഭിനയിക്കുന്നത് *കാറ്റത്തെ കിളിക്കൂടി*ലാണ്*. ആ കഥയുടെ ആദ്യബീജം നെടുമുടി വേണു എന്നോടാണ് പറയുന്നത്. ഞാൻ പറഞ്ഞാണ് ഭരതൻ അതുകേൾക്കുന്നതും ഗൃഹലക്ഷ്മിക്കുവേണ്ടി സിനിമയാക്കുവാൻ തീരുമാനിക്കുന്നതും. കഥയായി കേൾക്കുമ്പോഴേ എന്റെ മനസ്സിൽ തെളിഞ്ഞ രൂപം വിദ്യയുടേതാണ്. ഭരതനും അതുതന്നെ തോന്നി. നിർമ്മാതാവ് പി.വി. ഗംഗാധരനും ടി. ദാമോദരനും മറിച്ചൊരഭിപ്രായമുണ്ടായില്ല.

വലിയ ഉത്സാഹവും ആവേശവുമായിരുന്നു വിദ്യയ്ക്ക് ആ ചിത്രത്തിൽ അഭിനയിക്കുവാൻ. പലരും കരുതിയത് ഭരതന്റെ സാമീപ്യസമ്പർക്കസാദ്ധ്യതയായിരുന്നു അവരുടെ ആ താത്പര്യത്തിനു പിന്നിലെന്നാണ്. ആഗ്രഹിച്ചിരുന്നു എങ്കിൽ എന്നേ കഴിയുമായിരുന്നതാണത്; ഒരുമിച്ചൊരു ചിത്രത്തിന്റെ പരിവൃത്തമില്ലാതെ തന്നെ അവരിരുവർക്കും എന്നും പ്രാപ്തവും സാദ്ധ്യവുമായിരുന്നു ആ സാമീപ്യ സമ്പർക്കമെന്നു അക്കൂട്ടരോർത്തില്ല. പരസ്പരം കാണാതെ അകന്നിരുന്നും മനസ്സുകൊണ്ടടുപ്പം തുടരുവാൻ കഴിയുന്ന ഒരപൂർവ്വ ബന്ധത്തിൽ അത്തരം പരിഗണനകൾ ഒരു ഘടകമേ ആകുന്നില്ലല്ലോ.

വിദ്യയെ ആകർഷിച്ചത് മറ്റൊന്നാണ്. അതിൽ നാം വായിച്ചറിയേണ്ടത് ഒരഭിനേത്രിയുടെ സ്വാർത്ഥാധിഷ്ഠിതം കൂടിയായ *passion* തന്നെ ആണ്. സംവിധാനരംഗത്ത് ഭരതൻ അതിനകം തന്റെ മികവ് വേണ്ടുവോളം അടയാളപ്പെടുത്തിക്കഴിഞ്ഞിരുന്നു. ഭരതനിലെ സംവിധായകനുമൊത്തുള്ള പങ്കാളിത്തത്തേയും അതിലൂടെ തന്നിലെ അഭിനേത്രിയുടെ സർഗ്ഗപ്രാപ്തിയിലെ ഇനിയും വെളിപ്പെടുത്തപ്പെടാത്ത അലരുകളുടെ പ്രകാശനത്തെയുമാണ് പ്രത്യാശയും പ്രതീക്ഷയും സാദ്ധ്യതയുമായി വിദ്യ കണ്ടത്; മോഹിച്ചത്.

---

* ആ സിനിമയ്ക്ക് തിരക്കഥയും സംഭാഷണവുമെഴുതിയത് എന്റെ സുഹൃത്ത് ടി.ദാമോദരനായിരുന്നു.

വ്യാഖ്യാതാവായ സംവിധായകന്റെ മുൻപിൽ തന്റെ സത്ത സമർപ്പിക്കുമ്പോൾ വിദ്യയ്ക്കതു സർഗ്ഗാത്മകതയുടെ പാരസ്പര്യത്തിലെ വിധേയത്വം തന്നെയാണ്. ഭരതന്റെ മുമ്പിൽ മാത്രമല്ല, എല്ലാ നല്ല സംവിധായകരുടെ മുൻപിലും ആ ഹൃദയം ആ വിധേയഭാവത്തിൽ ആർദ്രമാകുമായിരുന്നു. പ്രണയം തന്നെയായിരുന്നു വിദ്യയുടെ ആ ആർദ്രത. വിദ്യയ്ക്ക് ഏറ്റവും വിശുദ്ധമായി മനസ്സിലും മുഖത്തും പ്രകാശിപ്പിക്കുവാൻ കഴിഞ്ഞിരുന്നതും പ്രണയഭാവമായിരുന്നു. അപഗ്രഥിച്ചുനോക്കിയാൽ ആത്യന്തിക വിശകലനത്തിൽ ആ ഭാവപ്രകാശനം അവരുടെ മനസ്സിന്റെ സംവേദനപ്രകൃതരീതി തന്നെയായിരുന്നു എന്നും കണ്ടെത്താം.

സംവിധായകരോടുമാത്രമായിരുന്നില്ല വിദ്യയ്ക്ക് മനസ്സിന്റെ ഈ പ്രണയചായ്‌വ്. നല്ലൊരു കവിത വായിച്ചാൽ, മധുരമായൊരു ഗാനം കേട്ടാൽ, നല്ലൊരു കഥയിലൂടെ കടന്നുപോയാൽ, മോഹിപ്പിക്കുന്ന നിറക്കൂട്ടുമായി ഒരു ചിത്രത്തിലോ ഫ്രെയിമിലോ മനസ്സു പതിഞ്ഞാൽ അസാധാരണ മികവുള്ള ഒരഭിനയമുഹൂർത്തം കണ്ടാൽ, കവിയെ, ഗായകനെ, എഴുത്തുകാരനെ, നടനെ, ചിത്രകാരനെ, ഛായാഗ്രാഹകനെ പ്രണയിക്കാതിരിക്കാനാവില്ലായിരുന്നു വിദ്യയ്ക്ക്.....എം.ടി.യോട്, പത്മരാജനോട്, യേശുദാസിനോട്, അശോക് കുമാറിനോട്, ബാലുമഹേന്ദ്രയോട്, ഗോപിയോട്, കമലഹാസനോട്, ബാലചന്ദ്രൻ ചുള്ളിക്കാടിനോട്.... എല്ലാമെല്ലാം ആ മനസ്സ് രാഗാർദ്രമായി എത്രയോ തവണ ചേർന്നു നിന്നിരിക്കുന്നു. വിദ്യയിലെ കലാകാരിയുടെ ധ്യാനപ്രകാശനത്തിൽ പ്രണയത്തിന്റെ ആ നിറക്കൂട്ട് അലങ്കാരമായിരുന്നു; ആവിഷ്ക്കാരധ്യാനത്തിനും ആസ്വാദനധ്യാനത്തിനും ഒരു പോലെ!

ആ പ്രണയപ്രകാശനത്തെ അതിന്റെ അതേ വിശുദ്ധിയിൽ ഉൾക്കൊള്ളുവാനും പ്രതിഭാവത്താൽ പൂർണ്ണമാക്കുവാനും കഴിഞ്ഞവരാണേറെയും. അപൂർവ്വം ചിലർ മാത്രം അതിനപ്പുറമുള്ള അർത്ഥച്ചാലുകൾ തേടിയലഞ്ഞു നിരാശരായിട്ടുമുണ്ടാകാം.

വിദ്യമനസ്സിലെ സൗരഭമായിരുന്ന അനുരാഗത്തിന്റെ അഴകാർന്ന കണ്ണുകൾ പകർന്നു തന്ന പ്രണയപാരസ്പര്യത്തിന്റെ അനുഭവബോദ്ധ്യത്തിന് പരസ്യമായി ആദ്യസാക്ഷ്യം പറഞ്ഞതു കെ.ബാലചന്ദറാണ്.

"She is a Director's delight"

അതിനടിവരയിട്ട് അതേറ്റു പറഞ്ഞു ഋഷികേശ് മുഖർജി.

മധുവും ഹരിഹരനും ജേസിയും ശ്രീകുമാരൻ തമ്പിയും കെ.ജി. ജോർജ്ജും മോഹനും ഫാസിലും ലെനിൻ രാജേന്ദ്രനും സത്യൻ അന്തിക്കാടും തൊട്ട് രഞ്ജിത് വരെയുള്ളവർക്ക് (കൂട്ടത്തിൽ എനിക്കുമതെ) ഈ സാക്ഷ്യത്തിന് ഹൃദയം കൊണ്ടു കൈയൊപ്പു ചാർത്താതിരിക്കുവാനാകില്ലല്ലോ!

കെ.എസ്.സേതുമാധവന്റെ ചിത്രങ്ങളോടും ആ ചിത്രങ്ങളിൽ അഭിനേതാക്കളെ കൈകാര്യം ചെയ്യുന്ന രീതിയോടും ശ്രീവിദ്യയ്ക്ക് വലിയ ആദരവായിരുന്നു. സേതുമാധവന്റെ ഒരു ചിത്രത്തിൽ അഭിനയിക്കണമെന്ന് അവരേറെ ആഗ്രഹിച്ചിരുന്നു. ഒരു ചിത്രമിണങ്ങിവന്നതുമാണ്. അവസാന നിമിഷത്തിൽ അതു നടക്കാതെ വന്നത് വിദ്യയ്ക്ക് വലിയ നിരാശയായി. ഇക്കാര്യം ഞാൻ സേതുവേട്ടനോടു പറഞ്ഞപ്പോൾ പാതി ലജ്ജയും പാതി പരിഭ്രമവും കൊണ്ട് എല്ലാ സംയമനചിത്തതയ്ക്കുമപ്പുറത്ത് ആ മുഖം തുടുത്തതിപ്പോഴും ഓർമ്മയിലുണ്ട്.

വളരെ വലിയ വിജയം നേടിയ ഒരു ചിത്രത്തിലെ നായിക ചിത്രീകരണ വേളയിൽ സേതുമാധവനോട് കലശലായ അനുരാഗം അടക്കുക വയ്യാതെ അദ്ദേഹത്തിനൊരു പ്രണയലേഖനം നൽകിയതും അതുവായിച്ചുണ്ടായ സംഭ്രമത്തിൽ രണ്ടുദിവസം അദ്ദേഹത്തിനു പനി പിടിച്ചതുമായ ഒരു കഥ ബഹദൂർ പറയുമായിരുന്നു. ഞാൻ ഈ കഥ ഒരിക്കൽ ശ്രീവിദ്യയോട് പറഞ്ഞു. അവരതാസ്വദിച്ച് ഏറെ ചിരിച്ച ശേഷം പിന്നെ പറഞ്ഞു.

"ഞാനാണെങ്കിൽ കത്തെഴുതി കൊടുക്കില്ല. നേരെ മുഖത്തു നോക്കി വിവരം പറയും!"

"എങ്കിൽ സേതുവേട്ടൻ മോഹാലസ്യപ്പെട്ടു വീഴും. ഉറപ്പ്!"

"Hey John.....you should write this incident somewhere..... വിശുദ്ധിയുടെ മനസ്സുള്ള ഇത്തരം സംവിധായകരും നമ്മുടെ ഈ സിനിമയിലുണ്ടെന്ന് എന്തിനും ഏതിനും സിനിമയിലെ അഴുക്കുമാത്രം കാണുന്ന ലോകം ഒന്നറിയട്ടെ!"

വിദ്യയുടെ ഈ കമന്റ് ഭരതനും ലളിതയുമൊരുമിച്ചുള്ളപ്പോൾ ഒരിക്കൽ ഞാൻ പറഞ്ഞതും സേതുമാധവന്റെ ആരാധകരായിരുന്ന ഇരുവരും അതു കേട്ടു ചിരിച്ചു വിദ്യയെ പിൻതാങ്ങിയതുമോർക്കുന്നു.

അപൂർവ്വം ചില ചിത്രങ്ങളിൽ ശ്രീവിദ്യ പിന്നണി പാടിയിട്ടുണ്ട്. അതിലൊരു നിമിഷം ഓർമ്മയിലെത്തുന്നു. നടക്കാതെ പോയ ഒരു പ്രൊജക്ടിന്റെ ഗാനലേഖനവേള. സൂരജ് ബാബു നിർമ്മിച്ച് പി.ചന്ദ്രകുമാർ സംവിധാനം ചെയ്യുവാനിരുന്ന ഒരു വടക്കൻ പാട്ടു കഥ. *ആറ്റുംമണമ്മേലെ ഉണ്ണിയാർച്ച.** പി.ഭാസ്കരൻ മാസ്റ്ററുടേതായിരുന്നു ഗാനങ്ങൾ. വി.ദക്ഷിണാമൂർത്തിയുടെ സംഗീതം. കമ്പോസിംഗ് കഴിഞ്ഞു വിദ്യ പാട്ടു പഠിച്ചു പാടുവാനെത്തി. വന്ദ്യവയോധികനായ ദക്ഷിണാമൂർത്തി സ്വാമി ഈണമായി വരികൾ പാടി

* കാർട്ടൂണിസ്റ്റ് തോമസായിരുന്നു ആ ചിത്രത്തിന്റെ പരസ്യകല. വിദ്യയുടെ കാന്തശക്തിയുള്ള കണ്ണുകൾ ഏല്പിക്കുന്ന സർപ്പദംശനത്തെക്കുറിച്ച് എത്ര പറഞ്ഞാലും മതിയാകുമായിരുന്നില്ല തോമസിന്! തോമസും ഇന്നൊരു ഓർമ്മ!

ക്കൊടുക്കുമ്പോൾ ഭാസ്ക്കരകവി കൈവിരലുകൾ കൊണ്ടു മെല്ലെ സോഫ ക്കൈയിൽ താളം പിടിച്ചു.

"അല്ലിമലർക്കാവിൽ വച്ചോ.....
ആറ്റുവഞ്ചിക്കടവിൽ വച്ചോ......
മല്ലികപ്പൂബാണമേറ്റു മറിമാൻ കണ്ണി....

മുഹൂർത്തത്തിനുടുക്കുവാൻ വേണ്ടി സൂരജ് ബാബു തിരുവനന്തപുരത്തെ കരാൾക്കടയിൽ നിന്നും വാങ്ങി സമ്മാനിച്ച അഞ്ചുവിരൽ വീതിയിൽ കസവുള്ള നേര്യതുടുത്തു മലയാളിമങ്കയായി മുന്നിൽ ചമ്രം പടിഞ്ഞിരുന്നു കൂടെ ചേർന്നു പാടി പഠിക്കുമ്പോൾ വിദ്യയുടെ കണ്ണുകളിൽ ഭാസ്ക്കരൻ മാസ്റ്ററുടെയും ദക്ഷിണാമൂർത്തിസ്വാമിയുടേയും നേർക്കുള്ള പ്രണയപ്രകാശം മിന്നി തിരി നീട്ടുന്നത് നേരിൽ കാണുവാൻ കൂടെ അതിഥിയായെത്തിയ ഭരതനുമുണ്ടായിരുന്നു എന്നോടൊപ്പം....

അഴകായ അഴകിനെയത്രയും അനുരാഗിയുടെ മനസ്സോടെ സമീപിച്ച ഭരതന് പക്ഷേ, തന്നോടൊഴികെ മറ്റാരോടെങ്കിലും വിദ്യയുടെ മനസ്സ് പ്രണയാർദ്രമാകുന്നത് അംഗീകരിക്കുവാൻ മാത്രം വിശാലത മനസ്സിനുണ്ടായിരുന്നോ? വളരെ *Possessive* ആയിരുന്നു ഭരതൻ അത്തരം കാര്യങ്ങളിൽ. ഒട്ടൊക്കെ ബാലിശമായിരുന്നു പലപ്പോഴും ചങ്ങാതിയുടെ പ്രതികരണങ്ങളും.

കാറ്റത്തെ കിളിക്കൂട് ലൊക്കേഷനിലെ ഒരു നിമിഷം പറയാം. ജോർജ്ജ് കിത്തുവും പോൾബാബുവുമാണ് ഭരതന്റെ സഹസംവിധായകർ. കഴിയുന്നതും സംസാരിക്കാതിരിക്കുകയാണ് കിത്തുവിനിഷ്ടം. ആംഗ്യം കൊണ്ടുമാകാമല്ലോ *communication*; അഥവാ സംസാരിച്ചാൽ തന്നെ പതിഞ്ഞ സ്ഥായിയിൽ സ്വകാര്യം പോലെ മാത്രവും (അല്ലെങ്കിൽ ഉത്തേജിതനാകണം; അതു മറ്റൊരു കിത്തു കാണ്ഠം!) കിത്തുവിനെ മുൻപരിചയമുള്ളവർക്ക് ആംഗ്യസൂചനകൾ മനസ്സിലാകും. അല്ലാത്തവർ കണ്ണു മിഴിക്കും. കിത്തുവിന്റെ ഈ പ്രകൃതം മുതലാക്കി ശ്രീവിദ്യ ഒരുപാടു കഥകൾ കല്പിച്ചുണ്ടാക്കി. സംവിധാനത്തിരക്കിനിടയിൽ ഭരതൻ നോക്കുമ്പോൾ പലപ്പോഴും (ഷൂട്ടിംഗ് വേളകളിൽ മാത്രമല്ല അന്നു യൂണിറ്റ് താമസിച്ചിരുന്ന കോഴിക്കോട് മഹാറാണി ഹോട്ടലിന്റെ കോറിഡോറിൽ തമ്മിൽ കാണുമ്പോഴും) ശ്രീവിദ്യ കിത്തുവിനോട് തമാശകൾ പറയുന്നു; ഇളകി ചിരിക്കുന്നു. കിത്തുവിന്റെ മുഖം തുടുക്കുന്നു. ഇരുനിറമുള്ള കവിളിണകൾ മിനുങ്ങി കിത്തു ആ ചിരി തമാശകളിൽ ഊറിയാടിയുലയുന്നു. അതു കാണുന്ന മറ്റുള്ളവരുടെ മുഖത്തും കൗതുകം കലർന്ന ചിരി....

ഈ പുരാവൃത്തമൊന്നുമറിയാതെ ആട്ടം കാണുകയായിരുന്ന കഥാപുരുഷന്റെ പാവം മനസ്സു കലമ്പി.

അതുപക്ഷേ ആ വിധം പ്രകാശിപ്പിക്കുവാൻ വയ്യല്ലോ. പ്രതിവിധി കണ്ടേ മതിയാകൂതാനും.

ബുദ്ധിയുണർന്നു പ്രവർത്തിച്ചു.

ഭരതൻ സംവിധാനം ചെയ്ത മഞ്ഞിലാസിന്റെ *ഈണം* (രചന: പത്മരാജൻ) ചിത്രീകരണം കഴിഞ്ഞിരിക്കുകയാണ്. എഡിറ്റിംഗും മറ്റും ഈ ഷൂട്ടിംഗ് കൂടി പൂർത്തിയാക്കി ഒരുമിച്ചാകാം എന്ന മുൻ തീരുമാനം ചങ്ങാതി മാറ്റി. റഫ് കട്ട് തീർത്തുവച്ചാൽ അത്രയും എളുപ്പമല്ലേ എന്നൊരു ന്യായം സ്വയം കണ്ടെത്തി. എം.എസ്.മണിയാണ് *ഈണ*ത്തിന്റെ എഡിറ്റർ. സഹസംവിധായകരിൽ ഒരാൾ മദിരാശിയിലെത്തിയാൽ ആ ജോലി തുടങ്ങാം. ഇവിടെയിപ്പോൾ സഹായികളിൽ ഒരാൾ കുറഞ്ഞതുകൊണ്ടുപ്രശ്നവുമില്ല. എങ്കിൽപ്പിന്നെ കിത്തു മദിരാശിക്കു പോകട്ടെ എന്നായി നിർദ്ദേശം!

“പണിഷ്മെന്റ് ട്രാൻസ്ഫറാണങ്കിളേ....” എന്നു ചിരിയൊതുക്കി പറഞ്ഞുകൊണ്ടാണു പിറ്റേന്നു കിത്തു യാത്ര പറഞ്ഞത്!

ഇതുപറയുമ്പോൾ ഇതേ വീർപ്പിൽത്തന്നെ പറയേണ്ട ഒന്നു കൂടിയുണ്ട്.

കിത്തു അഡയാർ ഫിലിം ഇൻസ്റ്റിറ്റ്യൂട്ടിൽ സംവിധാന വിദ്യാർത്ഥിയായിരിക്കുന്ന നാളുകളിലാണ് *പ്രയാണ*ത്തിന്റെ നിർമ്മാണപ്രവർത്തനങ്ങൾ നടക്കുന്നത്. അന്നുതൊട്ടേയുള്ള ആത്മബന്ധമാണ് ഭരതനുമായി. സഹസംവിധായകരായി പലരും ഭരതനോടൊപ്പം ഉണ്ടായിട്ടുണ്ട്. അവരിൽ കിത്തുവിനോടായിരുന്നു ഭരതന് ഏറ്റവുമടുപ്പം. ചങ്ങാതിയോ സഹോദരനോ ആയാണ് ഭരതൻ കിത്തുവിനെ കണ്ടിട്ടുള്ളത്, അന്നും അവസാനംവരെയും ഒരുപോലെ. പെറ്റമ്മ കഴിഞ്ഞാൽ ജീവിതത്തിൽ കിത്തു ഏറ്റവും വിലമതിച്ചിട്ടുള്ളതും ഭരതനെയാണ്. (എനിക്കദ്ദേഹം മൂന്നാമിടമേ പതിച്ചു തന്നിട്ടുള്ളൂ....)

തമ്മിൽ കലഹിക്കാൻ ലഭിക്കുന്ന ഒരു പഴുതും ഇരുവരും നഷ്ടപ്പെടുത്താതിരുന്നതും ഈ അടുപ്പം കൊണ്ടാവണം. ഭരതനോട് ഏറ്റവും കൂടുതൽ പിണങ്ങിയിട്ടുണ്ടാവുക (ഒരുപക്ഷേ എന്നേക്കാൾ ഏറെ) കിത്തുവായിരിക്കണം. ഒന്നും രണ്ടും ചിത്രങ്ങൾ വരെ വിട്ടകന്നു നിൽക്കും. പിന്നീട് ഞാനിടപെട്ടു ശകാരിച്ചും അനുനയപ്പെടുത്തിയും കൂട്ടിയിണക്കും. അവർ ചേരേണ്ടവരായിരുന്നതുകൊണ്ട് ഈ അനുരഞ്ജനദൗത്യം പല കുറി തുടർച്ചയായി ഏറ്റെടുക്കുവാൻ എനിക്കു മടിയുണ്ടായിട്ടുമില്ല. തിരിച്ചെത്തിക്കഴിഞ്ഞാൽ നിമിഷാർദ്ധം കൊണ്ടു പൂർവ്വസ്ഥായിയുടെ ഏറ്റവും സ്നിഗ്ദമായ ശ്രുതിയിലെത്തും ഇരുവരുടെയും വേഴ്ച. ഇണക്കങ്ങളുടെയും പിണക്കങ്ങളുടെ ഇത്തരം കഥകൾ അജയനും പോൾ ബാബുവിനും ഇതേ അളവിലല്ലെങ്കിലും അയവിറക്കാനുണ്ടാകും.

ഏറ്റവും രസകരമായി തോന്നിയിട്ടുള്ളത് ഭരതനും കിത്തുവിനുമിടയിലുണ്ടായിരുന്ന *communication* ആണ്. "കിത്തുവേ....." എന്നു ഭരതൻ ഉറക്കെയൊരാത്മഗതം പോലെ വിളിച്ചാൽ എത്ര അകലത്തിരുന്നാലും കിത്തുവിന്റെ മറുവിളി കേൾക്കാം: "ഓയ്...." കൂടുതൽ വിശദീകരണം വേണ്ട. വിളിച്ചതെന്തിനാണെന്ന് അവർക്കു പരസ്പരം മനസ്സിലാകും.

പലപ്പോഴും അവർ തമ്മിൽ സംസാരിക്കുക കണ്ണുകൾ കൊണ്ടും തലയുടെ നേർത്ത വെട്ടിക്കൽ കൊണ്ടുമായിരുന്നു. അറ്റ കൈയ്ക്ക് ഒരു ചൂളം വിളി. അത് ചോദ്യം. മറുചൂളം, മറുപടി. സംവേദനം പൂർണ്ണം.

ഇവരിരുവരെയും അനുകരിച്ചു ഗോപിയും അടൂർഭാസിയും ഈ ചൂളംവിളിയുടെ ശബ്ദകോശം ആശയസംവേദനത്തിനുപയോഗിച്ചുനോക്കി കുറച്ചു നാൾ. സോഡ ചോദിക്കുമ്പോൾ ചായയും സിഗററ്റ് വേണ്ടപ്പോൾ പഴം പൊരിയും കിട്ടുന്ന അപകടാവസ്ഥയിൽ അവർ വായ്മൊഴിയിലേയ്ക്ക് ആത്മരക്ഷാർത്ഥം മടങ്ങി!

ആ കിത്തുവിനെയാണ് ഭരതൻ *നിർബന്ധിത മദിരാശി സേവനത്തിന്* നിയോഗിച്ചത്. ഇത്തരം ചെറിയ ചെറിയ ദുഃശാഠ്യങ്ങളും കൊതിക്കെറുവുകളും അല്പത്തരങ്ങളും കൂടി ഇട കലർന്നതാണ് ഭരതന്റെ വലിയ മനസ്സ് എന്ന് അറിയാവുന്നതുകൊണ്ട് കിത്തു അനുസരണയുള്ള കുഞ്ഞാടായി . കലഹവും കലാപവും ശകാരവും മുൻപേ സൂചിപ്പിച്ചതുപോലെ അവർക്കിടയിലെ ആത്മബന്ധത്തിന്റെ അടയാളസൂത്രങ്ങളായിരുന്നുവല്ലോ. അതിനപ്പുറം ഒന്നിനുമൊരു കാരണമാകുവാൻ മാത്രം എരിവ് ഇരുവരും ഇതിനു കല്പിച്ചും കാണില്ല. ഇപ്പോഴും മനസ്സിന്റെ ഒരു പകുതികൊണ്ടു ഭരതനെ നമസ്ക്കരിക്കുമ്പോൾ തന്നെ മറുപകുതികൊണ്ടു ഭരതനോടു കലഹിക്കാതിരിക്കുവാൻ കഴിയില്ല കിത്തുവിന്... ഗോപി പറയുമായിരുന്നു. *യഥാ ഗുരു... തഥാ ശിഷ്യ!*

തന്റെ സഹായികൾ സ്വതന്ത്രസംവിധായകരാകുന്നതിൽ എന്നും ആഹ്ലാദിക്കുകയും അഭിമാനിക്കുകയും ചെയ്തിരുന്ന ഭരതമനസ്സ് പക്ഷേ അവർ തന്നെ വിട്ട് മറ്റു സംവിധായകരുടെ കീഴിൽ അസോഷ്യേറ്റ് ചെയ്യുന്നത് ഒരിക്കലും (പുറമേയ്ക്കതു ഭാവിക്കാറില്ലെങ്കിലും) മനസ്സുകൊണ്ടിഷ്ടപ്പെട്ടിരുന്നില്ല. കിത്തു സേതുമാധവന്റെയും ശശിധരന്റെയും ഗോപിയുടെയും പ്രതാപ് പോത്തന്റെയും ചിത്രങ്ങളിൽ സഹകരിച്ചപ്പോഴും ജയരാജ് ശ്രീനിവാസന്റെയും കൂടെ ചേർന്നപ്പോഴും ഉള്ള അനുഭവം ദൃഷ്ടാന്തം.

സംവിധാനസഹായികൾക്കു മാത്രമായിരുന്നില്ല ഈ മനോഭാവത്തിന്റെ സംവരണമായ *possessiveness.* തിരക്കഥാകൃത്ത് എന്ന നിലയിൽ ഞാൻ മറ്റാരുടെയെങ്കിലും ചിത്രത്തിൽ സഹകരിക്കുമ്പോൾ പറയാതെ പറയുന്ന

കലഹവും പരിഭവവും കെറുവും ഭരതന്റെ മുഖത്തു നിന്നും വായിച്ചെടുക്കാം. ആദ്യകാലങ്ങളിൽ മോഹന്റെയും ഐ.വി.ശശിയുടെയും തിരക്കഥകളിൽ പത്മരാജൻ വ്യാപൃതനാകുമ്പോഴും ഭരതന് ഈ പരിഭവം പതിവായിരുന്നു. *പെരുവഴിയമ്പല*ത്തോടെ സ്വതന്ത്രസംവിധായകനായ പത്മരാജൻ സ്വയം ഇതിനതീതനായി നിശ്ശബ്ദം പ്രഖ്യാപിച്ചപ്പോൾ ഭരതൻ പിന്നെപ്പിന്നെ ആ പരിഭവം നിർവ്വാഹമില്ലാതെ ഒഴിവാക്കി. മറ്റുള്ളവർക്കുവേണ്ടിയുള്ള തിരക്കഥാ ദൗത്യം പിന്നീടുള്ള പ്രയാണത്തിൽ പത്മരാജനും അപൂർവ്വമായിരുന്നല്ലോ. മറ്റ് തിരക്കഥാകൃത്തുക്കളുടെ കാര്യത്തിൽ ഇതങ്ങിനെ അത്ര പ്രകടമായി കണ്ടിട്ടില്ല എന്നു തോന്നുന്നു. ഏതായാലും എന്റെ കാര്യത്തിൽ ഒരു പ്രത്യേക അധികാരവും അവകാശവും ഭരതൻ പ്രകടിപ്പിച്ചിരുന്നു എന്നതിൽ ഞാൻ ഗൂഢമായെങ്കിലും ആനന്ദിച്ചിട്ടുണ്ട്. സംവിധായകരുടെ *possessiveness*ന്റെ കാര്യം പറയുമ്പോൾ ഞാൻ കൂടുതൽ അടുത്ത് ഇടപഴകിയിട്ടുള്ള സേതുവേട്ടനും മോഹനും ഇക്കാര്യത്തിൽ ഒട്ടും പുറകിലായിരുന്നില്ല എന്നുകൂടി പറയാതെ വയ്യ! അതിലുമേറെ വിചിത്രം ഇവരെല്ലാം പരസ്പരം ഹൃദയം കൊണ്ട് ഏറെ ബഹുമാനിക്കുകയും സ്നേഹിക്കുകയും ചെയ്തിരുന്നവരാണ് എന്നതാണ്. അടുത്തടുത്ത് ഈ മൂന്നുപേരുടെയും ചിത്രങ്ങളുടെ ജോലികൾ ഏറ്റെടുക്കേണ്ടിവന്നപ്പോഴൊക്കെ എന്റെ രക്തസമ്മർദ്ദം ഉയർന്നിട്ടുമുണ്ട്. ഓരോ തലത്തിൽ ഏറെ പ്രിയപ്പെട്ടവരാണല്ലോ എല്ലാവരും; പിണക്കുവാനും പിണങ്ങുവാനും വയ്യാത്ത വിധം മനസ്സു കൊണ്ട് എന്നെ കീഴ്പ്പെടുത്തിയവരായിരുന്നല്ലോ ഇവർ. കലഹിക്കുമ്പോഴും എനിക്കവരിൽ നിന്നകന്നുമാറാനുമാകുമായിരുന്നില്ലല്ലോ... മറ്റു സംവിധായകർ പിന്നെ കുറെക്കൂടി പ്രായോഗികചിന്താഗതിക്കാരായിരുന്നു. മേൽപ്പറഞ്ഞ ഇവരിലാരുടെയെങ്കിലും ചിത്രവുമായാണ് ഞാൻ ബന്ധപ്പെട്ടിട്ടുള്ളതെങ്കിൽ *'ഇനിയതു കഴിഞ്ഞിട്ടു നോക്കിയാൽ മതി ഇയാളെ'* എന്ന് തീർപ്പെഴുതി സ്വയം മാറി നിന്നിരുന്നു പലരും. അത്തരം പങ്കാളിത്തങ്ങൾ എന്നിലെ എഴുത്തുകാരന്റെ ശ്രേയസ്സിന് ഏറെയാവശ്യമാണെന്നു തിരിച്ചറിഞ്ഞ്, അലിവോടെ പലകുറി ക്ഷമിച്ചു കാത്തിരിക്കുകയോ വഴിമാറി വേറെ ചാലിലൂടെ സഞ്ചരിക്കുകയോ ചെയ്തിട്ടുണ്ട് ജേസിയും ചന്ദ്രകുമാറും സത്യൻ അന്തിക്കാടും. സുമനസ്സുകളുടെ അത്തരം കരുതൽ സുകൃതം തന്നെ!

പ്രണയപുണ്യങ്ങൾ

വിദ്യാപർവ്വത്തിലേയ്ക്കു മടങ്ങാം

രഞ്ജിത്തിന്റെ *തിരക്കഥ* എന്ന ചിത്രത്തിലെ കേന്ദ്രകഥാപാത്രത്തിന് ശ്രീവിദ്യയുടെ ജീവിതവുമായി സാമ്യമുണ്ടെന്നും കമലാഹാസന് വിദ്യയുമായുണ്ടായിരുന്ന പ്രണയമാണ് അതിലെ പ്രമേയത്തിന്റെ ഭൂമികയെന്നും ഒരു കേൾവി പരന്നിരുന്നു. വിദ്യയുടെ മനസ്സറിഞ്ഞിട്ടുള്ള രഞ്ജിത്ത് ഒരിയ്ക്കലും അതേറ്റു പാടില്ലെന്ന് എനിക്കുറപ്പാണ്.

മരണത്തോടടുത്ത നാളുകളിൽ, ഒരുമിച്ചൊരു ചിത്രത്തിൽ അഭിനയിക്കാതെ വർഷങ്ങളോളം മാറിനിന്ന കാലത്തെ അകൽച്ച മറന്ന് കമലഹാസനെ കാണണമെന്ന് വിദ്യ ആഗ്രഹം പ്രകടിപ്പിക്കുകയും അതറിഞ്ഞു കമലഹാസൻ അവരെ കാണാനെത്തുകയും ചെയ്തിരുന്നു. ആ നിമിഷത്തിന്റെ ഇരുവശവും കഥയിടങ്ങൾ വേറെ തീർത്ത് രഞ്ജിത് ചമച്ചൊരു കഥയുണ്ടാക്കിയതായിരുന്നു *തിരക്കഥ.* കല്പിതം, ഭാവനാസൃഷ്ടം; സാമ്യമത്രയും ആരോപിതം!

കമലഹാസനോടുമാത്രമായിരുന്നില്ല; എല്ലാ കലാകാരന്മാരോടും വിദ്യയ്ക്ക് പ്രണയമായിരുന്നുവല്ലോ...രഞ്ജിത്തിനോടും എന്നോടും വരെ. മാംസനിബദ്ധമായല്ലാതെയും പ്രണയത്തിന് അർത്ഥസാക്ഷാത്ക്കാരമാകാമെന്നു തെളിയിച്ച അനുരാഗിണിയാണ് വിദ്യ. എന്റെ സുഹൃത്ത് ആലങ്കോട് ലീലാകൃഷ്ണൻ കവി പി.കുഞ്ഞിരാമൻ നായരുടെ ജീവിതത്തിലെ ചില നിമിഷങ്ങളെ അടയാളപ്പെടുത്തിക്കൊണ്ട് *പി.യുടെ പ്രണയപാപങ്ങൾ* എന്നൊരു പുസ്തകമെഴുതിയിരുന്നു. അത്തരമൊരു അടയാളപ്പെടുത്തലിന് ശ്രീവിദ്യയുടെ ജീവിതത്തിലെ നിമിഷങ്ങളുടെ പരിവൃത്തത്തിനു മുതിർന്നാൽ *പ്രണയപാപങ്ങൾ* എന്ന പ്രയോഗം ഞാൻ *പ്രണയപുണ്യങ്ങൾ* എന്നു നിസ്സംശയം തിരുത്തും.

ആത്മാവും ദേഹിയും നിറയെ പ്രണയത്തിന്റെ അസുലഭ സൗരഭ്യം വഹിച്ച് പ്രണയപരവശയാവുകയായിരുന്നില്ല വിദ്യ; പ്രണയം തന്നെയായി സ്വയം വിലയം പ്രാപിക്കുകയായിരുന്നു.

ആ ആത്മാവ് അതിനാകാവുന്ന സമസ്തസൗരഭവും വിശുദ്ധിയുടെ വീറും അർപ്പിച്ച് ഒരാളെ മാത്രമേ, ദേഹിമനസ്സനതീതമായി പ്രണയിച്ചിട്ടുള്ളൂ....

ഒന്നുമൊന്നും തിരിച്ചാവശ്യപ്പെടാതെ....പ്രതീക്ഷിക്കാതെ....ഒരാളെമാത്രം.... അതെന്റെ പ്രിയ ചങ്ങാതി ഭരതനെയായിരുന്നു!

മറ്റെല്ലാവർക്കും....ഞാനടക്കം മറ്റെല്ലാവർക്കും ആ പ്രസരണത്തിന്റെ ചെറിയ ചെറിയ അലരുകളുടെ പ്രകാശപ്പൊട്ടുകൾ മാത്രമാണ് അവകാശപ്പെടാനുണ്ടാവുക.

എന്നാൽ അതേ ആഴത്തിൽ, അളവിൽ എന്റെ ചങ്ങാതി ആ പ്രണയം തിരികെ നൽകിയിരുന്നോ?

ചോദ്യം ഞാൻ ചോദിച്ചിട്ടില്ല.

ഉത്തരം ഭരതൻ പറഞ്ഞിട്ടുമില്ല.

ഇടർച്ചയുടെ നിമിഷങ്ങളിൽ ഭരതൻ ആ ബന്ധത്തിൽ അവകാശവാദങ്ങളുടെ വ്യംഗ്യമുയർത്തി demanding ആയിപ്പോയ സന്ദർഭങ്ങളിലൊക്കെ കലഹിച്ചിട്ടുണ്ടു വിദ്യ; ഒഴിഞ്ഞുമാറിയിട്ടുമുണ്ട്. ഇണക്കങ്ങൾക്കും ഒഴിഞ്ഞുമാറലുകൾക്കും കലഹങ്ങൾക്കും ഒരുപോലെ സാക്ഷിയായിട്ടുണ്ടു ഞാൻ. എറണാകുളത്തെ ഭാരത് ടൂറിസ്റ്റ്ഹോമിൽ അത്തരമൊരു അവകാശസൂചനയുമായി കടന്നുവന്ന ഭരതനെ നോവിക്കാതെ ഒഴിവാക്കുവാൻ താൻ മുറിയൊഴിഞ്ഞു മദിരാശിക്കു മടങ്ങുകയാണെന്നു പറഞ്ഞു വിദ്യ ഒരിയ്ക്കൽ. മുറിയൊഴിഞ്ഞു ലഗ്ഗേജുമായി ഒരു കാറു വിളിച്ച് ഭരതൻ സ്ഥലം വിട്ടു എന്നുറപ്പുവരുന്നതുവരെ നഗരവീഥികളിൽ പ്രദക്ഷിണം നടത്തിയ വിദ്യ പിന്നീട് മുറിയിലേയ്ക്കു മടങ്ങി. ഭരതനോടൊപ്പം ഈ സന്ദർഭത്തിൽ ചെന്നുപെട്ട നടൻ കുഞ്ചൻ ഇതിനു സാക്ഷിയാണ്. വിദ്യ അപ്രകാരം മടങ്ങി മുറിയിലെത്തിയ വിവരം ഭരതനറിഞ്ഞില്ല. തനിക്കുവേണ്ടി മദിരാശി യാത്ര മാറ്റിവയ്ക്കാതെ, തന്നെ ഒഴിവാക്കുകയായിരുന്നു വിദ്യ എന്ന തോന്നൽ തന്നെ ധാരാളമാകുമായിരുന്നു ചങ്ങാതിക്കു കലഹത്തിന്.

സുപ്രിയയ്ക്കുവേണ്ടി ഹരിപോത്തൻ നിർമ്മിക്കുവാനിരുന്ന *ഒരു കടങ്കഥ പോലെ* എന്ന ചിത്രത്തിനുവേണ്ടി ആലുവാ പാലസ്സിൽ ഞങ്ങൾ ചർച്ചയ്ക്കിരുന്നിടത്തുനിന്നുമായിരുന്നു ഭരതന്റെ ഈ എറണാകുളം യാത്ര. എങ്ങിനെയോ എപ്പോഴോ കിട്ടിയ ചില സൂചനകളിൽ കലഹം കലാപമായി ഹരിപോത്തനോടും കവി പഴവിള രമേശനോടും എന്നോടുമിടഞ്ഞ് ആ ചിത്രം തന്നെ നടക്കാതെ വന്ന സാഹചര്യമുണ്ടാക്കി ഭരതൻ.

ലഹരിയുടെയും അവനവനിൽ നിന്നു തന്നെയുള്ള ഒളിച്ചോട്ടത്തിന്റെയും നിയന്ത്രിക്കാനാവാത്ത ഉച്ചസ്ഥായിയിൽ തിമർത്താടിയ തുടർന്നാളുകൾ ഭരതന്റെ ജീവിതത്തിലെ ഇടർച്ചയുടെ മുഖ്യപാദങ്ങളിലൊന്നായി മാറിയതിന് സംവിധായകരായ ജയരാജും അമ്പിളിയും നിശ്ശബ്ദ സാക്ഷികൾ.

വിദ്യയെ വേണമെങ്കിൽ താനവഗണിക്കുന്നതായി നടിക്കും. (നടിക്കാനല്ലേ കഴിയൂ!) പക്ഷേ തിരിച്ചപ്രകാരമൊരു അവഗണനന താങ്ങാനാകുമായിരുന്നില്ല എന്റെ ചങ്ങാതിക്ക്. സത്യത്തിൽ അവഗണിച്ചതായിരുന്നില്ല വിദ്യ; ഔചിത്യ

പൂർവ്വം ഒരു embarassing situation ഒഴിവാക്കിയതായിരുന്നു. (അടിച്ചേല്പി ക്കപ്പെടുന്ന സാന്നിദ്ധ്യത്തിന് അതു പ്രണയനിർഭരമായിരുന്നാൽപ്പോലും വഴ ങ്ങുന്ന മനസ്സായിരുന്നില്ല വിദ്യയുടേതും.) വിദ്യയുടെ ആ കരുതൽ ഭരതൻ മനസ്സിലാക്കിയില്ല; അറിഞ്ഞില്ല. വിദ്യയുടെ മാത്രമല്ല; ആരുടേയും. ഭരതന്റെ ശരികൾ എന്നും ഭരതന്റേതുമാത്രമായിരുന്നല്ലോ!

ആരെ പ്രണയിക്കണമെന്നത് വിദ്യയുടെ മാത്രം തീരുമാനമായിരുന്നു; ഇച്ഛയായിരുന്നു; സ്വകാര്യദാഹമായിരുന്നു എന്നും. അതിൽ മറ്റുള്ളവരുടെ, അവരെത്ര പ്രിയപ്പെട്ടവരായിരുന്നാലും അനിഷ്ടത്തെയോ അലോസര ത്തെയോ അവർ തെല്ലും ഗൗനിച്ചിട്ടുമില്ല. പ്രണയം ശ്രീവിദ്യയ്ക്ക് ജീവശ്വാസ മായിരുന്നുവല്ലോ, എന്നും...... അവസാനനിമിഷം വരെയും.

ഭരതനെക്കുറിച്ചുള്ള കരുതൽ എന്നും വിദ്യയ്ക്കുണ്ടായിരുന്നു. ഭരതനെ ക്കുറിച്ച് എന്നും ഉൽക്കണ്ഠപ്പെട്ടിരുന്നു വിദ്യ. ഇന്ദിരാഗാന്ധി വധിക്കപ്പെട്ട ദിവസം നഗരത്തിൽ കലാപം കത്തിപ്പടർന്നപ്പോൾ സ്കൂളിൽ പോയ ശ്രീക്കുട്ടി സുരക്ഷിതയായി വീട്ടിൽ തിരിച്ചെത്തുംവരെ ഉള്ളിൽ നീറിയ അമ്മ മനസ്സിന്റെ പിടച്ചിൽ ഫോണിലൂടെ പങ്കിട്ട വിദ്യയുടെ കരുതലിനെക്കുറിച്ച് ലളിതതന്നെ പറഞ്ഞിട്ടുണ്ട് എന്നോട്.

ഭരതന്റെ ജീവിതം കലാശക്കൊട്ടിൽ എരിഞ്ഞുകത്തുമ്പോൾ വിറയാർന്ന ശബ്ദത്തിലുള്ള അന്വേഷണങ്ങളോടെ ദിവസത്തിൽ പല പ്രാവശ്യം വിദ്യ യുടെ ഫോൺവിളികൾ എന്നെ തേടിയെത്തിയിരുന്നതും ഓർമ്മയിലുണ്ട്.

ഇരുവരും ഓർമ്മയായി മാറിയശേഷമുള്ള ഈ പുനർവായനയിൽ രണ്ടു തലങ്ങളിലും പ്രകൃതങ്ങളിലും നിന്നുകൊണ്ട് ഇരുവരും പരസ്പരം വർഷിച്ച സ്നേഹാർജ്ജവങ്ങളിലെ അപരിമേയവും അവ്യാഖ്യേയവും അപൂർവ്വവുമായ ഭാവങ്ങൾ ഇതിഹാസസമാനമായിരുന്നു എന്നു ഞാൻ തിരിച്ചറിയുകയാണ്.

ഭരതനിലെ ദേവനെയും അസുരനെയും ഒരു പോലെ പ്രണയിക്കുകയും പാലിക്കേണ്ട അകലങ്ങൾ ആവുന്നിടത്തോളം പാലിക്കുകയും ചെയ്തിരുന്നു വിദ്യ. ദേവനെയും അസുരനെയും ഒരു പോലെ അനുഭവിച്ചു പങ്കിടുകയും രണ്ടിന്റെയും നിശിത തീവ്രതീക്ഷ്ണതകളുടെ അഗ്നിയിൽ നീറുകയും ചെയ്തുകൊണ്ടു ഒരു മനുഷ്യജന്മത്തിൽ ആകാവുന്നിടത്തോളം ആ മന സ്സിനോടു ചേർന്നു നിന്നു ലളിത.

ലളിതയിലെ അഭിനേത്രിയെ ആദരപൂർവ്വം ആരാധിച്ചിരുന്നു വിദ്യ. വിദ്യ യുടെ അഭിനയസിദ്ധിയെ ലളിതയും ആദരിച്ചിരുന്നു. പതിവു അനുപാത ങ്ങൾക്കപ്പുറത്തായിരുന്നു ഇരുവരുടെയും മനസ്സ്.

രണ്ടും ചേർന്നേ ഭരതന്റെ ചിത്രം പൂർണ്ണമാകൂ.

ആരെയാദ്യം നമിക്കണം?

ഭരതനെയും ലളിതയേയും വിദ്യയേയും തീർത്ത, അവർക്കീ മനസ്സു പകുത്തു നൽകിയ മഹാകലാകാരനെത്തന്നെ!

എഴുത്തുകാരന്റെ മനസ്സിലെ ശരി

***കാ**റ്റത്തെ കിളിക്കൂടിൽ* വിദ്യ അഭിനയിക്കുമ്പോൾ അതപകടത്തിൽ വന്ന വസാനിക്കുമെന്നു ഭയന്നവരും പ്രതീക്ഷിച്ചവരും അതാഗ്രഹിച്ചവരും ഏറെ യുണ്ട്. അവരെ നിരാശപ്പെടുത്തി ഭരതനും വിദ്യയും.

ഇത്തിരിപ്പൂവേ ചുമന്ന പൂവേ ഒരുക്കുമ്പോൾ വിദ്യയുടെ പേര് നിർദ്ദേശ മായുയർന്നിരുന്നു. ഭരതനും ആദ്യം ആ ചായ്‌വുണ്ടായിരുന്നു. നിർദ്ദയം വിദ്യ വേണ്ടെന്ന് ശഠിച്ചു ഞാൻ. അതിനെന്നെ പ്രേരിപ്പിച്ചത് മേൽ സൂചിപ്പിച്ച തരം ഭീതിയോ ആശങ്കയോ ഒന്നുമായിരുന്നില്ല. *കാറ്റത്തെ കിളിക്കൂടിൽ* കഥയുടെ ആദ്യബീജം കേൾക്കുമ്പോഴേ വിദ്യ മതി എന്നു തോന്നിപ്പിച്ച അതേ intuition തന്നെയാണ് *ഇത്തിരിപ്പൂവേ ചുമന്നപൂവേയിൽ* വിദ്യ വേണ്ട എന്നു തോന്നിപ്പിച്ചതുമെന്നേ സത്യം സത്യമായ ഉത്തരമായുള്ളൂ.....

ആരു പറഞ്ഞിട്ടോ എന്തോ *ഇത്തിരിപ്പൂവേ ചുമന്നപൂവേയിൽ* താൻ ഇല്ലാതെ വന്നത് എന്റെ ശാഠ്യപൂർണ്ണമായ നിലപാട് മൂലമാണെന്നു വിദ്യ അറിഞ്ഞു. പരിഭവിക്കുകയോ പിണങ്ങുകയോ ചെയ്യുന്നതിനു പകരം എന്നെ വിളിച്ചു നന്ദി പറയുകയാണവർ ചെയ്തത്.

"I know John, you will have some reason for taking a stand like that ... ഇക്കാര്യത്തിൽ എഴുത്തുകാരന്റെ മനസ്സിലെ ശരിയുടെ കൂടെയാണു ഞാൻ. I can understand....... പിന്നെ....."

അർദ്ധോക്തിയിൽ വിദ്യ നിറുത്തിയപ്പോൾ ഞാൻ ചോദിച്ചു.

"പിന്നെ?"

"Moreover....?"

ഒരു സ്വകാര്യം പങ്കിടുന്നതുപോലെ ശീൽക്കാരസ്വരത്തിലാണവർ ബാക്കി മന്ത്രിച്ചത്:

" Yes.....too much of familiarity....nearness... അതൊഴിവാക്കുന്നത് നല്ല താണ്....ഞങ്ങൾക്കു പരസ്പരം കൂടുതൽ സ്നേഹിക്കുവാൻ അതാവശ്യമി ല്ലാത്തപ്പോൾ പ്രത്യേകിച്ചും."

കെ.ആർ.വിജയയാണ് വിദ്യയ്ക്കു പകരം ആ വേഷമഭിനയിച്ചത്. സരിതയെ ശ്രമിച്ചിരുന്നു. ഉദ്ദേശിച്ച സമയത്ത് കാൾഷീറ്റ് ലഭ്യമായിരുന്നില്ല. വിജയയ്ക്ക് ആ ചിത്രത്തിലെ അഭിനയത്തിന് സംസ്ഥാന അവാർഡ് ലഭിച്ചുവെന്നാണ് ഓർമ്മ.

ഒരു ഭരതൻ ചിത്രത്തിൽ നിന്നു കൂടി ശ്രീവിദ്യയെ ഒഴിവാക്കുന്നതിന് എന്റെ നിർബ്ബന്ധശാഠ്യം കാരണമായിട്ടുണ്ട്. വ്യക്തിപരമായ നിലയിൽ എനിയ്ക്കേറ്റവും അടുപ്പമുണ്ടായിരുന്ന, ഞാനേറെ ആദരിച്ചിരുന്ന നടിയാണ് വിദ്യ. ആ ഊഷ്മളതയും വിശ്വാസവും അതിന്റെ ബോദ്ധ്യവും വിദ്യയ്ക്കുമുണ്ടായിരുന്നു. എന്നിട്ടും വിദ്യ വയ്യെന്ന് ഞാൻ വിലക്കി.

*ഒരു മിന്നാമിനുങ്ങിന്റെ നുറുങ്ങുവെട്ട*ത്തിലെ സരസ്വതിടീച്ചറാകുവാൻ ഭരതൻ ആദ്യം നിർദ്ദേശിച്ചത് വിദ്യയെയാണ്. *ഇത്തിരിപ്പൂവേ, ചുവന്ന പൂവേ*യുടെ കാര്യത്തിലെന്നതുപോലെ ഇവിടെയും ആ കഥാപാത്രം വിദ്യയെപ്പോലൊരു നടിയുടെ അഭിനയപ്രാപ്തി ആവശ്യപ്പെടുന്നു എന്ന ബോദ്ധ്യമായിരുന്നു ഭരതനെയതിനു പ്രേരിപ്പിച്ചതും. എന്നിട്ടും ഞാനെതിർത്തപ്പോൾ ഭരതൻ കൂടുതൽ ശഠിച്ചില്ല. ഗീതയായാലോ എന്നായി. അതിനും ഞാൻ വഴങ്ങിയില്ല. ഒരുപാടു തർക്കങ്ങൾക്കും കലഹങ്ങൾക്കും ശേഷമാണൊടുവിൽ ശാരദയിൽ വന്നെത്തുന്നത്. അവിടെ എന്റെ ആ നിലപാടിന്റെ പുറകിൽ ഒരെഴുത്തുകാരന്റെ മനസ്സിലെ സങ്കല്പത്തിന്റെ ശരി കാണാൻ ഭരതൻ തയ്യാറാവുകയായിരുന്നു.

ഏതാനും ചിത്രങ്ങളിൽ വളരെ ഔപചാരികമായി ഒത്തുചേർന്നിട്ടുണ്ടെങ്കിലും മോഹന്റെ *രചന*യോടെയാണ് മനസ്സുകൊണ്ടു വിദ്യയും ഞാനും തമ്മിലടുക്കുന്നതും സർഗ്ഗാത്മകതയുടെ ചാലിൽ പരസ്പരം അടയാളപ്പെടുത്തുന്നതും. അതിനുമുൻപു മോഹനും ഞാനുമാദ്യമൊരുമിച്ച *കഥയറിയാതെ*യിൽ വിദ്യ നന്നായിത്തന്നെ അഭിനയിച്ചിരുന്നു. എങ്കിലും ആ ചിത്രം എന്നെ സംബന്ധിച്ചിടത്തോളം (നിർമ്മാതാവിനെ സംബന്ധിച്ചിടത്തോളവും) സുഖകരമായ ഒരോർമ്മയായിരുന്നില്ല. മോഹനുവേണ്ടി *ആലോല*മെഴുതുമ്പോൾ വിദ്യയെ ആലോചിച്ചിരുന്നു പക്ഷേ അന്നവർ ഫ്രീയല്ലായിരുന്നു.

പിന്നീടാണ് *രചന*യിലെ ഊഴം. മോഹൻ ഫോണിലൂടെ പറഞ്ഞ കഥയുടെ ത്രെഡ് കേട്ടാണ് അവർ സമ്മതിക്കുന്നത്. തൃശൂരിലായിരുന്നു ഷൂട്ടിംഗ്. തിരക്കഥയുടെ ഏറ്റവും സങ്കീർണ്ണമായ അവസാനഭാഗം എഴുതിത്തീരാത്തതിന്റെ അഗ്നിച്ചൂടിൽ എരിപൊരികൊണ്ടു നിൽക്കുകയാണു ഞാൻ. വിദ്യയ്ക്കു ഞാൻ പറഞ്ഞ് തിരക്കഥ പൂർണ്ണമായും കേൾക്കണമെന്ന ആവശ്യം നിർമ്മാതാവ് ശിവൻ കുന്നമ്പിള്ളി അവതരിപ്പിച്ചു. പെട്ടെന്ന് അകാരണമായി എനിക്കീർഷ്യ വന്നു.

"എനിക്കുവയ്യ. താരങ്ങളുടെ മുറിയിൽ ചെന്നു കഥപറയുവാൻ....."

ശിവൻ അനുനയപ്പെടുത്തുവാൻ ശ്രമിച്ചു. പിൻതുണയ്ക്കു ചിത്രത്തിന്റെ കഥാകൃത്തുകൂടിയായ പ്രശസ്ത നിശ്ചലഛായാഗ്രാഹകനായ ആന്റണി ഈസ്റ്റ്മാനും ചേർന്നു.

"വളരെ Tough ആയ ക്യാരക്ടറല്ലേ.....അതു പൂർണ്ണമായും ഉൾക്കൊള്ളാൻ വേണ്ടിയല്ലേ അവരത് കേൾക്കണമെന്നു പറയുന്നത്. അതു ന്യായമല്ലേ?"

നൂറുവട്ടം ന്യായം!

എന്റെ ഈർഷ്യ പൂർണ്ണമായും വരുതിക്കു വഴങ്ങി വശപ്പെട്ട് അക്ഷരങ്ങളായി പകുത്തുകിട്ടാത്ത കഥാപാത്രങ്ങൾ തീർക്കുന്ന വിഷമസന്ധിയോടായിരുന്നല്ലോ.

ഞാനൊന്നയഞ്ഞു.

"മോഹന്റെ മുറിയിൽ വരാം. അല്ലെങ്കിൽ ലൊക്കേഷനിൽ കാണുമ്പോൾ പറഞ്ഞുകേൾപ്പിക്കാം."

അവരെല്ലാം എലൈറ്റ് ഹോട്ടലിലും ഞാൻ മാത്രം രാമനിലയത്തിലുമായിരുന്നു താമസം. വിദ്യ പക്ഷേ എന്നെ നിഷ്പ്രഭനാക്കി.

"ജോൺ എവിടേയ്ക്കും വരണ്ട. ഞാൻ ജോണിന്റെ മുറിയിൽ ചെല്ലാം."

ഒരു പകൽ മുഴുവൻ എന്റെ മുറിയിൽ ചെലവഴിച്ച് വിദ്യ കഥ കേട്ടു. താനഭിനയിക്കേണ്ട കഥാപാത്രത്തിന്റെ അരികുകളിലെ സൂക്ഷ്മാംശങ്ങളിൽ വരെ ആ മനസ്സു കടന്നുചെന്നു.

അതിനിടയിലെപ്പോഴോ ഗോപി വന്നു. ഗോപിയെ ഒഴിവുസമയം മുഴുവൻ വശീകരിച്ചുവരുത്തി കഥാപാത്രങ്ങളെ ഗോപിയുടെ ആത്മാവിലേയ്ക്കു പകർന്ന് ആ പകർച്ചയിൽ കൂട്ടലും കിഴിക്കലും നടത്തിയാണ് ഞാനാ ചിത്രത്തിലെ രണ്ടാം പകുതിയുടെ ഉത്തരാർദ്ധം എഴുതി മുഴുമിപ്പിച്ചിരുന്നത്.

ആ സായാഹ്നം എന്റെ മുൻപിൽ കഥാപാത്രങ്ങളായി പകർന്നാടിയത് ഇരുവരും ചേർന്നായിരുന്നു!

ഗോപിയോടു കടുത്ത ആരാധനയായിരുന്നു വിദ്യയ്ക്ക്."Gops" എന്നേ വിളിക്കുമായിരുന്നുള്ളൂ.... *സന്ധ്യമയങ്ങുംനേരത്തി*ലെ ഗോപിയുടെ അഭിനയം കണ്ട് ശ്രീവിദ്യ ആരോ വശം കൊടുത്തയച്ച ഒരു ചെറു കുറിപ്പ് ഗോപി എന്നെ കാണിച്ചിട്ടുണ്ട്.

"My dear Gops......I simply adore you.... I love you for what you've done on screen. It is just Great. I envy you man! There is no better word for that. With lots of love......yours own....."

ഒപ്പിന്റെ സ്ഥാനത്ത് ഒരു വൃത്തം; അതിൽ നക്ഷത്രമുഴുപ്പിൽ രണ്ടു കണ്ണുകളും.

ഈ കത്ത് ഭരതനെ കാണിച്ചിരുന്നോ എന്നു ഞാൻ ഗോപിയോട് ചോദിച്ചിട്ടുണ്ട്.

"വേണ്ട.....ഇതൊരു സ്വകാര്യ സന്തോഷമാണ്. I can share it with you. Not with others......And especially not with Bharathan!"

ആ especiallyഎന്ന വിശേഷണത്തിൽ ഭരതന്റെ മനസ്സറിഞ്ഞ ചങ്ങാതിയുടെ കരുതലുണ്ടായിരുന്നു.

*കാറ്റത്തെ കിളിക്കൂടി*ന്റെ ചിത്രീകരണനാളുകളിൽ നാലഞ്ചു ദിവസം ഞാൻ കോഴിക്കോടുണ്ടായിരുന്നപ്പോൾ ഭരതനുള്ളപ്പോഴും ഇല്ലാത്തപ്പോഴും ഗോപിയും മോഹൻലാലും ശ്രീവിദ്യയും ഒഴിവുവേളകളിൽ എന്റെ മുറിയിൽ വരുമായിരുന്നു.

വിദ്യ വന്നാൽ ഷൂട്ടിംഗിന്റെ തിരക്കില്ലെങ്കിൽ ഏറെ നേരം സംസാരിച്ചിരിക്കും. വായിച്ച കഥകൾ പറയും. പാട്ടുകൾ മൂളും. ചിലങ്കയണിയാതെ ആ കവിൾതുടിപ്പും കണ്ണുകളിലെ അഴകും അവിടെ നൃത്തം ചവിട്ടും. ഞങ്ങളുടെ സംസാരത്തിനിടയ്ക്കാകും ചിലപ്പോൾ ഭരതൻ വന്നു കൂടെച്ചേരുക; തുടർ സദിര് ഒരുമിച്ചാണ് പിന്നെ. മറ്റു ചിലപ്പോൾ ഒരുമിച്ചിരിക്കുന്നിടത്തു നിന്നും ഞങ്ങളിരുവരെയും മുറിയിൽ ബാക്കിയാക്കി ചങ്ങാതി കൃത്യാന്തര ബാഹുല്യവുമായി ഇറങ്ങിപ്പോകും. ഒരിക്കലും കലുഷമായതായി തോന്നിച്ചിട്ടില്ലാത്ത ഞങ്ങളുടെ ചങ്ങാത്തത്തിൽ ഭരതമനസ്സിന് എന്നെ വിശ്വാസമായിരുന്നു; പാവം കിത്തുവിനെ വിശ്വാസമില്ലായിരുന്നു എന്നൊന്നും ഇതിനർത്ഥമില്ല. അതപ്പോഴത്തെ ആ മനസ്സിന്റെ രസതന്ത്രം. താനും വിദ്യയുമായുള്ള ഹൃദയബന്ധത്തിന്റെ അപൂർവ്വമാനം മറ്റാരേക്കാളും എനിക്കടുത്തറിയാമെന്ന വിശ്വാസബോദ്ധ്യം വിദ്യയ്ക്കെന്നതുപോലെ ഭരതനുമുണ്ടായിരുന്നിരിക്കണം.

ആ വിശ്വാസത്തോടു ഞാൻ കാണിക്കുന്ന സത്യസന്ധതയില്ലായ്മയായി എന്റെയീ തുറന്നു പറച്ചിലിനെ കണ്ടവരുണ്ട്. ഒളിഞ്ഞുനോക്കി വിളിച്ചു പറയുന്ന വൃത്തികെട്ട മനസ്സാണ് എന്റേതെന്ന് പഴി ചാർത്തിയവരുണ്ട്. കണ്ട സാക്ഷ്യങ്ങളാണത്രയും; കാണാത്ത പുറങ്ങൾ ഭരതൻ പറഞ്ഞുതന്നെ അറിഞ്ഞവയുമാണ്. അതെന്നോടു പറയും മുൻപെ ലളിതയോടാകും ഭരതൻ പറഞ്ഞിട്ടുണ്ടാവുക. സ്വകാര്യങ്ങളും പരസ്യവൃത്തിയും തമ്മിൽ എല്ലാവർക്കുമുള്ള അകലങ്ങളായിരുന്നില്ല ഭരതന്. ആ മനസ്സിന്റെ അനുപാതങ്ങൾ അത്രയും വേറെയായിരുന്നു. ഭരതനെ അടയാളപ്പെടുത്തുമ്പോൾ

പറയരുതാത്തതൊന്നും പറഞ്ഞു കറുത്ത നിഴലുകൾ വീഴ്ത്തരുതെന്ന നിഷ്ഠ പ്രധാനമാണ്, അനിവാര്യമാണ്. അതേപോലെ പറയേണ്ടതൊന്നും പറയാതെ പോകരുതെന്ന കരുതലും. ഭരതനെയാണെനിക്ക് അക്ഷരങ്ങളിൽ വരച്ചിടുവാനുള്ളതെങ്കിൽ സ്വപ്നവും സത്യവും ചേർന്നതാണ് ഭരതൻ. ഒരു കലാകാരന്റെ ചിത്രം വരയ്ക്കുമ്പോൾ അതപൂർണ്ണമാകരുതെന്നും ഇത്തരം അപൂർവ്വതകൾ കൂടി ചേരുമ്പോഴേ ഭരതനെപ്പോലൊരു അസാധാരണജന്മത്തിന്റെ നേർക്കാഴ്ചയാകൂ എന്നും അതിങ്ങിനെ തന്നെ വേണമെന്നും പറഞ്ഞു എന്റെ കുറിപ്പുകൾ വായിച്ച് കെ.എസ്. സേതുമാധവൻ.

മുൻപേ പറഞ്ഞുവല്ലോ, ഞാൻ പഠിച്ച ഏറ്റവും ഫലശ്രുതിയാർന്ന പാഠങ്ങളാണ് ഭരതനും ലളിതയും വിദ്യയുമെന്ന്! പാഠങ്ങൾ ചൊല്ലുമ്പോൾ കളവരുത്. അപൂർണ്ണതയരുത്......ഒന്നില്ലാതെ ഒന്ന് പൂർണ്ണമാകാത്തിടത്ത്, ആ അപൂർണ്ണതയെ കൂടെച്ചേർന്ന മറ്റൊന്ന് തിരിച്ചറിയുന്ന സത്യപശ്ചാത്തലങ്ങളിൽ പ്രത്യേകിച്ചും...! ആത്മാക്കളതു മനസ്സിലാക്കും....എല്ലാമറിയുന്ന ലളിതയ്ക്ക് ഇതുൾക്കൊള്ളാനാകും. അതിനപ്പുറം ഒരു ന്യായമില്ല എനിക്ക്. ന്യായമാവശ്യമില്ല എനിക്ക്.

തുടർപ്രയാണത്തിൽ *ഒഴിവുകാല*ത്തിന്റെ ചിത്രീകരണനാളുകളിൽ ഇടർച്ചയുടെ ആദ്യകാണ്ഠം പെരുമ്പറ മുഴക്കിയപ്പോൾ എന്റെ ചങ്ങാതിയുടെ കാലുകൾ പതറിയത്, ചുവടുകൾ തെറ്റിയത് വേദനയോടെ ഞാനറിഞ്ഞിരുന്നു. പലതും ഭരതൻ എന്നോട് മറച്ചുവച്ചു. വിദ്യ പക്ഷേ മറവില്ലാതെ മനസ്സിൽ ആളിയ ഭരതനെക്കുറിച്ചുള്ള വ്യഥയും ആധിയും ഭീതിയും ഉൽക്കണ്ഠയും തുറന്നു പങ്കുവച്ചു. ആശങ്കകളും വിഹ്വലതകളും അതേ വിശുദ്ധിയിൽ പങ്കുവച്ചു ലളിതയും. എപ്പോഴോ ഭരതനും മനസ്സു തുറന്നു.

"ഞാൻ പറയാതെയും അറിയുന്നുണ്ടല്ലോ......"

ആ വാക്കുകളിൽ പശ്ചാത്താപവും കുറ്റബോധവും തരിമ്പുമുണ്ടായിരുന്നില്ല. അത്ര പോലും പരിഭവവും അസൂയയും. വിദ്യയും ഞാനും തമ്മിലുള്ള സൗഹൃദത്തിൽ ഒരു നിഴൽപ്പാടിന്റെ കറുത്ത കറ ഒരു ചീത്ത സ്വപ്നത്തിൽപ്പോലും ആരോപിക്കുവാൻ ഏതു ലഹരിയിൽ സ്വയം നഷ്ടപ്പെട്ടാലും ഭരതനാകുമായിരുന്നുമില്ല. വിദ്യയെക്കാളേറെ പിടച്ചിലോടെ ഇടനെഞ്ചിലെ തീ പങ്കിട്ടിട്ടുണ്ടു ലളിത. ഇരുവർക്കും ചങ്ങാതി മാത്രമായിരുന്നില്ല ഞാൻ. ലളിത പറഞ്ഞും ഞാനറിയുമെന്നു ഭരതനുറപ്പുണ്ടായിരുന്നു.

പിഴവുകളെ, ഇടർച്ചകളെ, ഭ്രംശങ്ങളെ ന്യായീകരിച്ചിട്ടുമില്ല എന്റെ ചങ്ങാതി. പരുഷമായി വഴക്കു പറഞ്ഞിട്ടുണ്ടു ഞാൻ. ക്രൂരമായി, നൊമ്പരപ്പെടുത്തിക്കൊണ്ടു കടന്നാക്രമിച്ചിട്ടുണ്ടു ഞാൻ. ശകാരവും കലഹവും കുറ്റപ്പെടുത്തലും എല്ലാം എനിക്കവകാശപ്പെട്ട അധികാരമായും സ്വാതന്ത്ര്യമായും

വിട്ടുതന്ന് മനസ്സിന്റെ ആഴങ്ങളിലെ അണയാത്ത നേരിനെ അഗ്നി സ്ഫുടം ചെയ്തു പ്രകാശമായി മുഖത്തു വിടർത്തി നിശ്ശബ്ദം ആ മനുഷ്യൻ "എന്തു ചെയ്യാനെന്റെയിഷ്ടാ....ഞാനിങ്ങിനെയായി!" എന്ന് സ്വയമേറ്റു പറയുമ്പോഴൊക്കെ നിരായുധനായതു ഞാനായിരുന്നല്ലോ....!

ഭരതൻ ഒരോർമ്മയായി കടന്നുപോയ ശേഷം പലപ്പോഴും വിദ്യയും ഞാനും തമ്മിൽ കണ്ടിട്ടുണ്ട്. ഫോണിലൂടെ സംസാരിച്ചിട്ടുണ്ട്. എന്നുമുണ്ടായിരുന്ന അതേ ഊഷ്മളതയോടെ, ആർജ്ജവത്തോടെ, സൗഹൃദം പങ്കിട്ടുണ്ട്. പക്ഷേ ഒരിക്കൽപ്പോലും ഒരക്ഷരം പോലും ഭരതനെക്കുറിച്ചു ഞങ്ങൾ തമ്മിൽ സംസാരിച്ചിരുന്നില്ല. ഭരതൻ ജീവിച്ചിരുന്നപ്പോൾ എവിടെവച്ച് എപ്പോൾ കണ്ടാലും എന്തു സംസാരിച്ചാലും ഒടുവിൽ വന്നെത്തുക ഭരതനിലായിരുന്നു. അതു പിന്നീടു മനഃപൂർവ്വം ഒഴിവാക്കുമ്പോഴും പല പല വിഷയങ്ങളിലൂടെ പരതിയിറങ്ങുമ്പോഴും ഞങ്ങളിരുവരുടെയും മനസ്സിൽ ആ ചങ്ങാതി മാത്രമാണല്ലോ ഉണ്ടായിരുന്നത്! മനസ്സിലത്രയും വിങ്ങിനിൽക്കുന്ന ഒരോർമ്മയുടെ പവിത്രതയെ വാക്കുകൾ കൊണ്ടു അടയാളപ്പെടുത്താതിരിക്കുവാനുള്ള അലിവു പരസ്പരം കാണിച്ചുപോന്നു ഞങ്ങൾ.

ഭരതനില്ലാത്ത ജീവിതത്തിലെ പ്രധാന നിമിഷങ്ങളിൽ ആവശ്യമെന്നു തോന്നിയപ്പോഴൊക്കെ അവകാശ സ്വാതന്ത്ര്യത്തോടെ എന്ന ബന്ധപ്പെട്ടിട്ടുണ്ടു ലളിത... എന്റെ മകളുടെ വിവാഹം നിശ്ചയിച്ച വിവരം ഞാനാദ്യം വിളിച്ചറിയിച്ചവരിലൊരാൾ ലളിതയായിരുന്നു...

സൗഹൃദത്തിന്റെ ഊഷ്മളശുദ്ധിയിൽ

രചനയുടെ ചിത്രീകരണവേളയ്ക്കിടയിലാണ് എന്റെ ഭാര്യ അയിഷ അപൂർവ്വമായൊരു അസുഖത്തിന്റെ പിടിയിൽ വീണ് ജീവിതത്തിനും മരണത്തിനുമിടയിലുള്ള നൂൽപ്പാലത്തിലൂടെ മാസങ്ങൾ താണ്ടിയ പരീക്ഷണഘട്ടമുണ്ടാകുന്നത്. എറണാകുളത്തും കോട്ടയത്തും തിരുവനന്തപുരത്തും രക്ഷയുടെ പ്രകാശം കാണാതെ മദിരാശിയിലും ഒടുവിൽ വെല്ലൂരിലുമായി അയിഷയേയും കൂട്ടി ഞാൻ അലഞ്ഞ നാളുകളിൽ നിത്യവുമെന്നോണം ഫോണിലൂടെയും കഴിയുമ്പോഴൊക്കെ നേരിലും വിവരങ്ങൾ ആരാഞ്ഞും സാന്ത്വനം പകർന്നും ആശ്വാസമായി കൂടെ നിന്ന സേതുവേട്ടന്റെയും ഭരതന്റെയും ലളിതയുടെയും മോഹന്റെയും നിർമ്മാതാവു രാമചന്ദ്രന്റെയും (മുരളി മൂവീസ്) ഗോപിയുടെയും സുകുവേട്ടന്റെയും (മദിരാശിയിലെ ഓഡിറ്റർ സുകുമാരൻ) ശങ്കരാടിയുടെയും നിരയിൽ ശ്രീവിദ്യയുമുണ്ടായിരുന്നുവെന്ന് നന്ദിയോടെ ഞാനോർക്കുന്നു.

ഗോപി സംവിധാനം ചെയ്ത *ഉത്സവപിറ്റേന്നി*ന്റെ പൂജയ്ക്കു മദിരാശിയിലെ പ്രസാദ് സ്റ്റുഡിയോയിൽ കാണുമ്പോൾ വിദ്യയുടെ തടി നന്നായി കുറഞ്ഞിരുന്നു. (തടിയേറിയപ്പോഴും മുഖത്തിന്റെ ശ്രീയ്ക്കു മാറ്റമുണ്ടായിരുന്നില്ല) അവരൊരു ശസ്ത്രക്രിയയ്ക്കു വിധേയയായതാണു കാരണമെന്നറിയാം; എങ്കിലും ഞാൻ ചോദിച്ചു.

“Hai Sree....you look trim...എന്താണിതിന്റെ രഹസ്യം?”

ചുണ്ടൊരല്പം കൂർപ്പിച്ചു കണ്ണിൽ പതിവുകുസൃതി തിളക്കത്തോടെ ഉടൻ വന്നു മറുപടി.

“A broken marriage”

എന്നോടൊപ്പം ഭരതനുമുണ്ടായിരുന്നു അപ്പോൾ. നിർമ്മാതാവ് ജോർജ്ജ് തോമസുമായുള്ള വിദ്യയുടെ വിവാഹബന്ധം ഇടർച്ചയുടെ ഉച്ചസ്ഥായിയിലെത്തി, അവർ നിയമപരമായിത്തന്നെ വേർപിരിഞ്ഞുകഴിഞ്ഞിരുന്നു അപ്പോഴേക്കും.

ഞാൻ പറഞ്ഞു: “But I cannot afford that.”

ഞാനന്നു തടി വയ്ക്കാനാരംഭിച്ചിരുന്നു. ഞങ്ങളുടെ സംസാരം കേട്ടു ഭരതൻ പൊട്ടിച്ചിരിച്ചു. പാതി തമാശയും പാതി ഗൗരവവുമെന്ന് അനുമാനിക്കുവാൻ പാകത്തിനു വിദ്യ പറഞ്ഞു.

"ചിരിച്ചോ ചിരിക്കുവാനല്ലേ യോഗം!"

ഭരതന്റെയൊപ്പം ചിരിയിൽ വിദ്യയും പങ്കുചേർന്നു. പിന്നെ ചിരി മാഞ്ഞു. കളി കാര്യമാകുമോ എന്ന് ഭയപ്പെടേണ്ടി വന്നില്ല. അപ്പോഴേക്കും കമലഹാസനും യേശുദാസും പ്രതാപ് പോത്തനും ആ വഴി വന്നു. പുറകെ വിൻസന്റ് മാസ്റ്ററും ഭാരതിരാജയും. സംസാരം ഗോപിയുടെ ആരോഗ്യം മെച്ചപ്പെട്ടു വരുന്നതിലുള്ള ആഹ്ലാദത്തിലേയ്ക്കു നീങ്ങി.....ഗോപിക്കു ആശംസകൾ നേർന്നുകൊണ്ട് വിദ്യ വൈകാതെ പോവുകയും ചെയ്തു.

ഞാനോർക്കുന്നു അന്നു വൈകുവോളം കൂടെയുണ്ടായിരുന്ന ഭരതൻ പിന്നീടു മുഴുകിയത് ചിരികളി തമാശകുശലങ്ങളിലല്ല. റിക്കാർഡിംഗ് വേളയിൽ യേശുദാസിന്റെ സ്വരമാധുരിയിൽ ദേവരാജസംഗീതച്ചിറകിൽ കാവാലം വരികൾ മനസ്സിൽ പടർന്നിറങ്ങിയപ്പോൾ ഒന്നും പറയാതെ ഏറെ മനസ്സിലടക്കി ഭരതൻ കാവാലത്തിന്റെ കരംകവർന്നു നെഞ്ചോടുചേർത്തു. അഭിനന്ദനമോ, സാന്ത്വനമോ, കൃതജ്ഞതയോ അതോ അതിനെല്ലാമതീതമായ ഏതോ ഹൃദയഭാവമോ എന്താണ് ആ കണ്ണുകളിൽ നനഞ്ഞുനിന്നിരുന്നതെന്ന് അറിയില്ല. അറിയാൻ ശ്രമിച്ചുമില്ല. അന്നുരാത്രി ഗോപിയുടെ മുറിയിൽ ഒന്നിച്ചുകൂടിയപ്പോൾ വികാരസാന്ദ്രമായി ഭരതൻ ആ വരികൾ ഓർത്തു പാടി:

"കത്തിത്തീർന്ന പകലിന്റെ
പൊട്ടും പൊടിയും ചാർത്തി
ദുഃഖസ്മൃതികളിൽ നിന്നല്ലോ.....
പുലരി പിറക്കുന്നൂ.......വീണ്ടും...."

ഭരതൻ ഓർമ്മയായി മാറിയ ശേഷവും ഫോണിലൂടെയുള്ള ക്ഷേമാന്വേഷണങ്ങൾ പിന്നീടു വിദ്യ പതിവാക്കിയിരുന്നല്ലോ. രണ്ടുമൂന്നു മാസങ്ങൾ കൂടുമ്പോഴെങ്കിലും ഒരു വിളി ഉറപ്പായിരുന്നു. ഒരു പ്രത്യേക സ്വരത്തിൽ ഈണത്തിൽ ആ മനസ്സു കാതിലെത്തി ചോദിക്കും.

"Guess who is speaking?"

ആ ശ്രുതിയിൽ വിറവാർന്ന സ്ഥായിയിൽ അടുപ്പത്തിന്റെ അകലത്തോടെ അങ്ങിനെ ചോദിക്കുക ശ്രീ മാത്രമായിരുന്നു! മദിരാശിയിൽ നിന്നും തിരുവനന്തപുരത്തേയ്ക്കു താമസം മാറ്റിയപ്പോഴും പതിവു മുടങ്ങിയില്ല. ഒരിക്കൽപ്പോലും ഞാൻ അങ്ങോട്ടു വിളിക്കാറില്ലായിരുന്നു.

അന്താരാഷ്ട്ര ചലച്ചിത്രമേളയോടനുബന്ധിച്ചു തിരുവനന്തപുരത്തുണ്ടായിരുന്നപ്പോഴാണ് ഒടുവിലായി കണ്ടത്. രോഗത്തിന്റെ കറുത്ത നിഴലുകൾ ആക്രമിക്കുവാനെത്തിയ വിവരം ഞാനന്ന് അറിഞ്ഞിരുന്നില്ല.

ഒരിക്കൽ മാത്രമേ ഞാൻ വിദ്യയെ അങ്ങോട്ടു വിളിച്ചിട്ടുള്ളൂ.... മരണത്തിനു മാസങ്ങൾക്കു മുൻപ്. ഒന്നു ചെന്നു കാണണമെന്നു തോന്നി. സാന്ത്വനിപ്പിക്കുവാനോ സമാശ്വസിപ്പിക്കുവാനോ ഒന്നുമല്ല. വിദ്യയെ അവർക്കു സ്വയമാശ്വസിപ്പിക്കുവാൻ, സാന്ത്വനിപ്പിക്കുവാൻ കഴിഞ്ഞില്ലെങ്കിൽ പിന്നെ എനിക്കോ? വെറുതെ ഒന്നു കാണണം. വിളിച്ചു. വിവരം പറഞ്ഞു. ഒരു നിമിഷമെടുത്തു മറുപടിക്ക്......

"വേണ്ട ജോൺ. മനസ്സിൽ എന്റെയൊരുമുഖമില്ലേ.... അതതേപടി സൂക്ഷിക്കൂ...കാണാൻ വന്നാൽ അതെനിക്കു embarrassing ആകും അരുത്. അതുകൂടി എനിക്കിന്നു താങ്ങാനിട വരുത്തരുത്. വരണമെന്ന്, കാണണമെന്നു തോന്നിയില്ലേ.....ധാരാളം. നമുക്കു പരസ്പരം ഓർമ്മിക്കാം ജോൺ. Let us remember each other for ever..."

അതായിരുന്നു യാത്രാമൊഴി.

മദിരാശിയിലെ ഹോസ്പിറ്റലിൽ ഇനിയൊരു മടക്കമില്ലെന്നുറപ്പായ അവസാനനാളുകളിൽ ഭരതനെ ചെന്നൊന്നു കാണാൻ മനസ്സു നൊന്തു. ഞാനാനോവു പവിയുമായി പങ്കിട്ടു.

"വേണ്ടെടാ.....നമുക്ക് അവന്റെ നിസ്സഹായമായ ആ കിടപ്പു താങ്ങാനാവില്ലെന്ന് അവനറിഞ്ഞൂടേ. പോകണ്ട. അവൻ മനഃസമാധാനത്തോടെ മരിച്ചോട്ടെ."

ദിവസവും ഫോണിൽ ബന്ധപ്പെടുന്നതിനിടയിൽ ഒരിക്കൽപ്പോലും ലളിത "എന്തേ വരാത്തതെന്ന്" ചോദിച്ചില്ല. ലളതിയ്ക്കതു മനസ്സിലാകുമായിരുന്നു.

ഞങ്ങൾ പോയില്ല. അതിന്റെ മൂന്നാം ദിവസം ഭരതൻ മരിച്ചു.

രണ്ടുവർഷങ്ങൾക്കുമുൻപു മോഹനും ഞാനും ഒരു യാത്ര കഴിഞ്ഞു മടങ്ങവേ തൃശൂരിലെത്തി. പവി അവിടെ ഹോസ്പിറ്റലിൽ അല്പം ആസന്ന നിലയിലാണ്. കാണാനായി ഹോസ്പിറ്റൽ വരെ പോയി. മോഹൻ മാത്രമേ മുകളിൽ പോയി പവിയെ കണ്ടുള്ളൂ. സ്റ്റെപ്പ്സ് കയറുവാൻ വയ്യാത്തതു കൊണ്ടു ഞാൻ കാറിലിരിക്കുകയാണെന്നു പറഞ്ഞ മോഹനെ നോക്കി പവി അലിവോടെ പറഞ്ഞു.

"അവൻ ഈ കിടപ്പിൽ കാണാൻ വരാതിരിക്കയാവും. എനിക്കിഷ്ടമെന്നു പറഞ്ഞുകൊടുത്തിട്ടു വേണ്ടല്ലോ അവനു മനസ്സിലാകുവാൻ!"

പവിക്ക്, ഭരതന്, എന്നെ മനസ്സിലാകുമായിരുന്നു.....രണ്ടു ദിവസം കഴിഞ്ഞു രാവിലെ മോഹൻ എന്നെ വിളിച്ചത് പവിയുടെ വിയോഗവാർത്ത അറിയിക്കുവാനായിരുന്നു. ഇരുവരും ഓർമ്മയായി മറയുന്നതിനിടയിൽ കാലത്തിന്റെ മറുകരയിൽ വിലയം പ്രാപിച്ച ഒരു ചേങ്ങിലഗീതത്തെക്കുറിച്ചുകൂടി ഓർക്കാതെ വയ്യ. ഹൈദർ. ഭരതന്റെയും പവിയുടെയും ആത്മസുഹൃത്ത്. കലാമണ്ഡലം ഹൈദരലി. ദാരുണമായ ഒരു കാറപകടം ഹൈദരലിയുടെ ജീവനപഹരിച്ച ദുഃഖവാർത്ത വിളിച്ചറിയിച്ചത് കൈരളി ടി.വി.യിൽ നിന്നും ഷിബു ചക്രവർത്തിയാണ്. സംസ്കാരത്തിനു ഞാൻ പോയില്ല. ഭരതനും പവിക്കും എന്നെ മനസ്സിലാകുമെങ്കിൽ അവരിരുവരുടെ മനസ്സിലെ നിറനിലാത്തിളക്കത്തിൽ ആ സൗഹൃദ പാരസ്പര്യത്തിന്റെ ഇഴുക്കവുമായി എന്റെ മനസ്സിൽ കടന്നുവന്ന ഹൈദർക്കും എന്നെ മനസ്സിലാകും...

ഒടുവിലൊടുവിലായപ്പോൾ പകർന്നാടുവാൻ കിട്ടുന്ന കഥാപാത്രങ്ങൾ ശ്രീവിദ്യയെ ഏറെ നിരാശയാക്കിയിരുന്നു. രോഗത്തിനു കീഴടങ്ങി സ്വയം ഉൾവലിയുവാൻ തുടങ്ങുന്നതിനു മുൻപൊരുനാൾ മോഹനെ എവിടെയോ വച്ചു കണ്ടപ്പോൾ അതിനിടയിൽ അവർക്കിടയിലുണ്ടായിപ്പോയ ഏതോ പിണക്കത്തെ നിശ്ശേഷം മറന്നുകൊണ്ട് വിദ്യ പറഞ്ഞുവത്രെ.

“മടുത്തു മോഹനാ..... ഈ നരച്ച മുടിയുടെ stripഉം ഒട്ടിച്ചു ഒരേ അച്ചിലുള്ള കഥാപാത്രങ്ങളെ ആവർത്തിച്ചാവർത്തിച്ചു മടുത്തു. നിങ്ങളാ ജോണിനെ പിടിച്ചിരുത്തി ‘രചന’ പോലെ അഭിനയിക്കുവാൻ കാതലുള്ള, കാമ്പുള്ള ഒരു കഥയൊന്നാലോചിക്ക്...... Don’t you think I deserve a better deal?”

തീർച്ചയായും, എല്ലാ അർത്ഥത്തിലും, പ്രിയമുള്ള ശ്രീ.....നിങ്ങൾ ഒരു *Better deal* അർഹിച്ചിരുന്നു. സപര്യയിൽ മാത്രമല്ല....ജീവിതത്തിലും....!

ലളിതം, സത്യം!

ഉദയായ്ക്കുവേണ്ടി കെ.എസ്. സേതുമാധവൻ തോപ്പിൽ ഭാസിയുടെ പ്രശസ്ത നാടകമായ *കൂട്ടുകുടുംബം* സിനിമയാക്കുന്ന നാളുകൾ. സ്റ്റുഡിയോയിലാണു മുഖ്യചിത്രീകരണം. കെ.പി.എ.സി.യുടെ നാടകങ്ങളിൽ അഭിനയിച്ചു ശ്രദ്ധേയരായ അഭിനേതാക്കളിൽ ചിലരെക്കൂടി ചിത്രത്തിലുൾപ്പെടുത്തുന്നുണ്ട്. അക്കൂട്ടത്തിൽ കായംകുളത്ത് കെ.പി.എ.സി. ആസ്ഥാനത്തിനടുത്തുനിന്നും വന്ന ഒരു നടിയുമുണ്ട്. ചെറുപ്പക്കാരി; ശാലീനത വഴിയുന്ന മുഖം. "ഒരു ക്യാരക്ടർ തോന്നിപ്പിക്കുന്ന മലയാളിത്തമാർന്ന മുഖം" എന്നാണു സേതുമാധവൻ പറഞ്ഞിട്ടുള്ളത്. അത്യാവശ്യം പാടും. ഒരല്പം തുറന്ന പ്രകാശസ്ഥായിയിലാണെങ്കിലും വളരെ റിയലിസ്റ്റിക്കാണ് അഭിനയശൈലി. സഹപ്രവർത്തകരിൽ പലർക്കും ഇല്ലാത്ത ഒരധികസ്വഭാവം കൂടിയുണ്ട് ഇദ്ദേഹത്തിന്; ഒഴിവുസമയത്തു സൊറ പറഞ്ഞിരിക്കുന്നതിനു പകരം ഏതെങ്കിലും നോവലോ കഥയോ പുസ്തകവുമായി ഒരിടത്തു മാറിയിരുന്ന് അതിൽ മുഴുകും. ഈ പ്രത്യേകതകളൊക്കെ സേതുമാധവൻ അന്നേ ശ്രദ്ധിച്ചിരുന്നു. പക്ഷേ കഥാപാത്രം സെറ്റിലെത്തിയതു വല്ലാത്ത അങ്കലാപ്പോടെയാണ്. രാത്രി മുഴുവൻ ആ പേടിയിൽ കരയുകയായിരുന്നുവത്രെ!

നാടകത്തിൽ വേണ്ടുവോളം ആത്മവിശ്വാസം നേടിയിട്ടുണ്ടെങ്കിലും സിനിമയിൽ, ക്യാമറയുടെ മുൻപിലായല്ലാതെ, സംവിധായകന്റെയും ക്യാമറാമാന്റെയും മറ്റു യൂണിറ്റംഗങ്ങളുടെയും മുൻപിൽ വച്ചു വേണമല്ലോ പ്രകടനം. അതും കഥാഗതിക്കൊത്തുള്ള തുടർച്ചയിലോ രംഗത്തിലെ തന്നെ വികാരഭാവത്തിന്റെ പാരസ്പര്യത്തിലോ അല്ല. മുറിച്ചുമുറിച്ച് ആവശ്യപ്പെടുന്ന അളവുകളിലേയ്ക്കു മാത്രമായി അഭിനയിക്കണം. അങ്ങനെ അഭിനയിക്കുമ്പോൾ ഇപ്പോൾ പ്രകാശിപ്പിച്ച ഭാവത്തിന്റെ തുടർച്ചയിൽ വരേണ്ട ഭാഗം അതിനു മുൻപോ പിൻപോ വരുന്ന ചില ഭാഗങ്ങൾ ചിത്രീകരിച്ചു കഴിഞ്ഞ ശേഷം പിന്നീടായിരിക്കും പ്രകാശിപ്പിക്കേണ്ടി വരിക. സീനിന്റെ മധ്യഭാഗമോ അവസാന ഭാഗമോ ആകും ചിത്രീകരണ സൗകര്യത്തിനുവേണ്ടി ആദ്യമെടുക്കുക; ആദ്യഭാഗം ഇടയ്ക്കോ അവസാനമോ ആയും. ആകെക്കൂടി തുമ്പും വാലുമില്ലാത്ത ഒരു സമ്പ്രദായം. *Out of continuity* അഭിനയത്തിന്റെ

പ്രായോഗിക വശങ്ങളൊന്നും പരിചയിച്ച കളരിയിലെ പാഠങ്ങളിലില്ലായിരുന്നുവല്ലോ. അതായിരുന്നു പേടിക്കടിസ്ഥാനം.

തൊട്ടടുത്തു കണ്ണഞ്ചിക്കുന്ന പ്രകാശത്തോടെ ജ്വലിക്കുന്ന ലൈറ്റുകൾ. ക്രെയിനിലും ട്രോളിയിലും ട്രാക്കിലും സ്റ്റാന്റിലുമായി മാറി മാറി ഇടംപിടിക്കുന്ന ക്യാമറ. അതിനിടയിൽ ഓരോ ഷോട്ടിനും മുൻപായി മുഖത്തിനു മുൻപിൽ സഹസംവിധായകൻ കൊണ്ടുവന്ന് ശബ്ദത്തോടെ അടിക്കുന്ന ക്ലാപ്പ് ബോർഡ്....

സിനിമയുടെ സാങ്കേതികത ആ പാവത്തിനെ വല്ലാതെ പരിഭ്രമിപ്പിച്ചിരുന്നു. അതാ മുഖത്തുനിന്നും സേതുമാധവനു വായിക്കുവാൻ കഴിഞ്ഞു. അവരുടെ ഭാഗം എടുത്തിട്ടില്ല. എടുക്കാൻ പോകുന്നതേയുള്ളൂ. മറ്റുള്ളവരുടെ ഭാഗങ്ങൾ ചിത്രീകരിക്കുന്നതു കണ്ടപ്പോഴേ കരുതിവന്നിരുന്ന ആത്മധൈര്യം മുഴുവൻ ചോർന്നു പോയിരിക്കുന്നു.

ഗുരുവും കെ.പി.എ.സി.യുടെ സാരഥിയുമാണ് തോപ്പിൽ ഭാസി. *കൂട്ടുകുടുംബം* നാടകത്തിൽ താനഭിനയിച്ചിട്ടുള്ളതുമാണ്. അതുകൊണ്ട് അതിലൊരു അധൈര്യത്തിനു കാരണമില്ല. പക്ഷേ, ഈ സാങ്കേതികത, അതാവശ്യപ്പെടുന്ന നൈരന്തര്യം വിട്ടുള്ള ചിത്രീകരണരീതി... അതാണവരെ കുഴപ്പിച്ചത്. വന്നുപെട്ട സ്ഥിതിക്കു മാനം പോകാതെ അവസാനിപ്പിച്ചു രക്ഷപ്പെട്ടാൽ മതി എന്നായി പ്രാർത്ഥന.

സേതുമാധവൻ അവരെ ആശ്വസിപ്പിച്ചു.

"ടെൻഷനാവണ്ട. വളരെ സാവകാശം നമുക്കു റിഹേഴ്സൽ ചെയ്തുറപ്പിക്കാം. എന്നിട്ടു പൂർണ്ണ വിശ്വാസവും ധൈര്യവുമായിക്കഴിഞ്ഞശേഷം മതി ടേക്ക്!"

അതു കേട്ടപ്പോൾ ഒരാശ്വാസം തോന്നി. റിഹേഴ്സൽ സമയത്തു ലൈറ്റുകൾ തെളിഞ്ഞപ്പോഴൊന്നും പരിഭ്രമിച്ചില്ല. ക്ലാപ്പ് ഒഴിവാക്കുകയും ചെയ്തു. റിഹേഴ്സലല്ലേ... ടേക്ക് അല്ലല്ലോ... ടേക്ക് വരുമ്പോഴത്തേയ്ക്കായി കരുതി പരിഭ്രമം മാറ്റിവച്ച് ധൈര്യപൂർവം റിഹേഴ്സലിൽ അഭിനയിച്ചു. അടുക്കള കോലായയിലിരുന്നു മുറത്തിൽ അരി ചേറ്റുകയാണു കഥാപാത്രം. അരിയിലെ കല്ലു പെറുക്കി കളയുന്നതിനിടയിൽ മുഖമൊന്നുയർത്തി ഒരു ചെറിയ വാചകം പറയണം. വീണ്ടും മുറം ചേറ്റണം. അത്രയേ വേണ്ടിയിരുന്നുള്ളൂ. നിർദ്ദേശപ്രകാരം ചെയ്തു.

"ബ്യൂട്ടിഫുൾ.... നന്നായി."

സേതുമാധവൻ പറഞ്ഞപ്പോൾ സന്തോഷം തോന്നി. ഒപ്പം ചങ്കിടിപ്പോടെ മനസ്സിൽ പ്രാർത്ഥിക്കുകയും ചെയ്തു.

"ഈശ്വരാ... ടേക്കിലും കുഴപ്പം കൂടാതെ ചെയ്യാൻ പറ്റണേ..."

ഉൾക്കിടിലത്തോടെ ടേക്കിന്റെ ഊഴം കാത്തു നില്ക്കുമ്പോൾ അതാ ക്യാമറ ആംഗിൾ മാറ്റുന്നു; ലൈറ്റുകൾ വേറെയിടത്തേയ്ക്കു നീക്കുന്നു. പകപ്പു വിട്ടുമാറാത്ത മുഖത്തോടെ ചോദ്യഭാവത്തിൽ സംവിധായകനെ നോക്കി. സ്നേഹപൂർണ്ണമായ ഒരു ചിരിയോടെ സൂത്രക്കാരനായ കുടുംബ കാരണവരുടെ സ്വരത്തിൽ സേതുമാധവൻ പറഞ്ഞു:

"റിഹേഴ്സലെന്നു പറഞ്ഞെടുത്തതു ടേക്കായിരുന്നു. ആദ്യ ടേക്ക് തന്നെ ഓക്കെയായി. അതാണ് ബ്യൂട്ടിഫുൾ എന്നു പറഞ്ഞത്! ഇനി ടെൻഷൻ വേണ്ട."

ആശ്വാസത്തോടെയും അത്ഭുതത്തോടെയും തന്നെ നോക്കി കൈകൂപ്പു മ്പോൾ അവരുടെ മിഴികൾ നിറഞ്ഞിരുന്നു എന്നാണു സേതുമാധവന്റെ ഓർമ്മ.

അതായിരുന്നു സിനിമയിൽ ലളിതയുടെ തുടക്കം; രണ്ടു തവണ ഇന്ത്യ യിലെ മികച്ച സഹനടിക്കുള്ള ദേശീയ അവാർഡ് നേടിയ, മലയാളം കണ്ട ഏറ്റവും മികച്ച അഭിനേത്രികളുടെ മുൻനിരയിൽ തുടക്കത്തിലേ സ്ഥാനമു റപ്പിച്ച കെ.പി.എ.സി. ലളിതയുടെ പ്രകാശമാനമായ ചലച്ചിത്രാഭിനയ സപര്യ യിലെ ആദ്യ മുഹൂർത്തം! ഇങ്ങിനെയായിരുന്നില്ല തുടക്കമെങ്കിൽ സിനിമ വേണ്ട നാടകം മതി എന്നുറപ്പിച്ചു പിൻതിരിയുമായിരുന്നു താൻ എന്നു ലളിത എപ്പോഴും പറയും.

*കൂട്ടുകുടുംബ*ത്തിലേതു താരതമ്യേന ചെറിയ വേഷമായിരുന്നു. പക്ഷേ അതിന്റെ ചിത്രീകരണത്തിനിടയിലെ ഒഴിവുവേളകളിൽ ലളിത മാറിയിരുന്നു വായിച്ച രണ്ടു നോവലുകൾ സേതുമാധവന്റെ ശ്രദ്ധയിൽപ്പെട്ടു. അദ്ദേഹം ലളിതയോട് ആ നോവലുകളെക്കുറിച്ചു ചോദിച്ചു മനസ്സിലാക്കി. സൂചനക ളിൽ നിന്നും താത്പര്യം തോന്നി ആ നോവലുകൾ വാങ്ങി വായിച്ചു. അവ രണ്ടും ഏറെ വൈകാതെ മഞ്ഞിലാസിനു വേണ്ടി സിനിമയാക്കി.

പമ്മന്റെ *അടിമകൾ* ആയിരുന്നു അവയിലൊന്ന്.

രണ്ടാമത്തേത് അയ്യനേത്തിന്റെ *വാഴ്വേമായ*വും.

*വാഴ്വേമായ*ത്തിൽ കഥാനായകനായ സുധിയുടെ അയൽവക്കത്തെ ലൈൻ വീട്ടിൽ താമസിക്കുന്ന ദമ്പതികളെ അവതരിപ്പിച്ചതു ബഹദൂറും ലളി തയുമാണ്. നിത്യവും സന്ധ്യയ്ക്കു ജോലി കഴിഞ്ഞു മദ്യപിച്ചെത്തുന്ന ഭർത്താവ് വീട്ടിലെ ചട്ടിയും കലവും ഉടച്ചു ഭാര്യയെ നിഷ്ക്കരുണം തല്ലി ച്ചതയ്ക്കുമ്പോൾ മനം നൊന്ത് അവർ അയാളെ പ്രാകുന്നതും പിറ്റേന്നു പുതിയ ചട്ടിയും കലവും വാങ്ങി കുറ്റബോധത്തിന്റെ ജാള്യതയോടെ കടന്നു

വരുന്ന ഭർത്താവിനെ വ്രീളാ വിവശയായി പ്രണയപൂർവം അവർ എതിരേല്ക്കുന്നതുമായ രംഗങ്ങൾ അക്കാലത്തു കുടുംബസദസ്സുകൾക്കിടയിൽ വലിയ പ്രീതി നേടിയിരുന്നു.

തമ്മിൽക്കാണുമ്പോഴൊക്കെ ഏതാണു പുതിയ പുസ്തകം എന്നു സേതുമാധവൻ ലളിതയോടാരായുമായിരുന്നുവെന്നു ലളിത പറയാറുണ്ട്.

ഹാസ്യനടി എന്ന ലേബലിൽ പരിമിതപ്പെടാതെ വൈവിധ്യമാർന്ന വേഷങ്ങളിലൂടെ അഭിനയത്തികവ് പ്രത്യക്ഷമായി പ്രകാശിപ്പിക്കുവാനുള്ള നിരവധി സന്ദർഭങ്ങൾ നിയോഗവശാൽ ലളിതയെ തേടിയെത്തി. തോപ്പിൽ ഭാസി സംവിധാനം ചെയ്ത *ചക്രവാകത്തിലെ* ഭ്രാന്തിപ്പാറുവും *അനുഭവങ്ങൾ പാളിച്ചകളിൽ* ഒളിവിൽ പാർക്കാനെത്തുന്ന ചെല്ലപ്പനെ മനസ്സിലാരാധിച്ചുകൊണ്ട് 'കൊച്ചാട്ടനെ'ന്ന വിളിയോടെ *'കല്ല്യാണി കളവാണി'* പാടി നടക്കുന്ന പൂത്തുമ്പി പോലുള്ള നാടൻ പെൺകിടാവും... അഭിനയയാനത്തിലെ ആദ്യപാദത്തിൽത്തന്നെ ലഭിച്ച കഥാപാത്രങ്ങളെ ഒന്നിനൊന്നു മികച്ചതാക്കുവാൻ ലളിതയ്ക്കു കഴിഞ്ഞിരുന്നു.

എരൂർ വാസുദേവിന്റെ *ജീവിതം അവസാനിക്കുന്നില്ല* നാടകം കെ.പി.എ.സി. അവതരിപ്പിക്കുമ്പോഴേക്കും ലളിത ചലച്ചിത്രതാരമെന്ന നിലയിൽ പ്രശസ്തയായിക്കഴിഞ്ഞിരുന്നു. എങ്കിലും ഷൂട്ടിങ് ഇല്ലാത്തപ്പോഴൊക്കെ നാടകത്തിനോടിയെത്തും. അങ്ങനെ കൂടെച്ചേർന്ന ഒരരങ്ങിലാണു ലളിതയെ ഞാനാദ്യം കാണുന്നത്. കഥാപാത്രവും കഥാസന്ദർഭവുമൊഴികെ മറ്റൊന്നും ആരും മുൻപിലില്ലെന്ന ഭാവമാണ് അഭിനയിക്കുമ്പോൾ ഞാനവരിൽ ആദ്യം ശ്രദ്ധിച്ച സവിശേഷത.

ഐ.വി. ശശിയുടെ *ഈ മനോഹരതീരത്തിൽ* ലളിത ചെറിയൊരു വേഷത്തിലഭിനയിച്ചിരുന്നു. മധു, സുകുമാരൻ, ജയൻ, ബഹദൂർ, പപ്പു, ജയഭാരതി, വിധുബാല തുടങ്ങി പ്രശസ്തരായ പലരും ചിത്രത്തിലുണ്ടായിരുന്നു. എറണാകുളത്തുള്ള ഒരു പൊതു സുഹൃത്തിന്റെ വീട്ടിൽ ആയിരുന്നു ചിത്രീകരണം. ഷൂട്ടിങ്ങിനു യൂണിറ്റുകാർ വന്നു വീടാക്രമിച്ച് അധീശത്വം സ്ഥാപിച്ചതോടെ, ഇനി പറഞ്ഞിട്ടു കാര്യമില്ലെന്ന മനസ്താപത്തിൽ പകൽ സമയം വീടുവിട്ടു മാറി നിന്ന വീട്ടുടമ ലളിത അഭിനയിക്കുന്ന ദിവസം മാത്രം അവരുടെ പ്രകടനം കാണാൻ മുടങ്ങാതെ വന്നെത്തുമായിരുന്ന കഥ ചിത്രത്തിന്റെ കലാസംവിധായകനായ കിത്തോ പറഞ്ഞിട്ടുണ്ട്.

ലളിതയുമായി ഞാനാദ്യം പരിചയപ്പെടുന്നതു മദിരാശിയിലെ അശോക്നഗറിലെ അവരുടെ വാടകവീട്ടിൽ വച്ചാണ്. അന്നവർ ഭരതന്റെ ജീവിതപങ്കാളിയായിട്ടില്ല. അവർ തമ്മിൽ പ്രണയബന്ധവുമില്ല. അതിലുമേറെ യാദൃച്ഛികം, ഏറെ അകലെയല്ലാതെ താമസിച്ചിരുന്ന കെ.ജി. ജോർജ്ജിന്റെ

വീട്ടിൽ ഒരു സൗഹൃദസന്ദർശനത്തിനു പോയി വരുന്ന വഴി ഭരതനും ഞാനുമൊത്താണ് അവിടെ പോയതെന്നുള്ളതാണ്. അവരുടെ മുഖത്ത് ഔപചാരികതയുടെ അകൽച്ച കണ്ടില്ല. സിനിമാനടിയുടെ വീടാണെന്ന തോന്നലുമുണ്ടായില്ല. നാട്ടിലും വീട്ടിലും എത്രയോ കാലമായി പരിചയവും അടുപ്പവുമുള്ള ഒരാളുടെ വീട്ടിൽ ചെന്നു ചേർന്നാലെങ്ങിനെയോ അങ്ങിനെ. കുശലഭാഷണം കഴിഞ്ഞു ഇറങ്ങുവാൻ തുടങ്ങുമ്പോൾ സ്നേഹപൂർവ്വം ഒരു പ്രലോഭനം.

"ഇച്ചിരെ നേരമിരിക്കാമെങ്കിൽ ചൂടുകഞ്ഞീം ഉണക്കച്ചെമ്മീൻ ചമ്മന്തീം ചുട്ട പപ്പടോം ഉണക്കപ്പരവ വറുത്തതും കഴിച്ചേച്ചു പോകാം..."

മദിരാശിയിലെ ഭക്ഷണസമ്പ്രദായങ്ങളുടെ വിശപ്പു കെടുത്തുന്ന പരിവൃത്തത്തിൽ മോഹിപ്പിക്കുന്ന ഒരു വാഗ്ദാനമായിരുന്നു അത്. പക്ഷേ എനിയ്ക്കന്നു വൈകീട്ടു മടങ്ങേണ്ടതുണ്ടായിരുന്നു. ഭരതന് തോപ്പിൽഭാസിയുടെ പുതിയ ചിത്രത്തിന്റെ കലാസംവിധാന കാര്യങ്ങൾ ചർച്ച ചെയ്യുവാൻ അദ്ദേഹം താമസിക്കുന്ന എഗ്മൂറിലെ വിക്ടോറിയ ഹോട്ടലിലെത്തണം.

ഇനിയൊരിക്കലാകാം എന്നു പറഞ്ഞു മടങ്ങി.

ഒരിക്കൽ എന്നതു നിരവധിനിരവധി തവണ എന്നായി പിന്നീട്; അടുക്കളയിൽ കയറി അധികാരപൂർവം വിളമ്പിയെടുത്തു കഴിക്കുവാൻ സ്വാതന്ത്ര്യമുള്ള സഹോദരസ്ഥാനം എനിക്കവർ പിന്നീടു പതിച്ചു നല്കിയിരുന്നല്ലോ...!

ഭരതനും ലളിതയും തമ്മിൽ മനസ്സുകൊണ്ടടുപ്പമായ വൃത്താന്തം ജോർജ്ജ് കിത്തു പറഞ്ഞാണ് ഞാനാദ്യമറിയുന്നത്. ഒരു കേൾവിക്കപ്പുറം അതു ഗൗനിച്ചുമില്ല.

നിലമ്പൂരിൽ ഐ.വി. ശശിയുടെ *അനുഭവങ്ങളേ നന്ദി*യുടെ ഷൂട്ടിങ് നടക്കുന്നു. ശങ്കരാടിയുടെ മുറിയിൽ വന്നതാണു ഞാൻ. അവിടെ നിന്നു നോക്കിയാൽ ലോഡ്ജിന്റെ പോർട്ടിക്കോ താഴെ കാണാം. ഒരു കാറു വന്നു നില്ക്കുന്നതും അതിൽ നിന്നും പരിചിതമുഖമുള്ള ഒരു താടിക്കാരൻ ലളിതയോടൊപ്പം ഇറങ്ങുന്നതും അല്പനേരം സംസാരിച്ചു നിന്നശേഷം താടിക്കാരൻ ലളിതയെ അവിടെയാക്കി കാറിൽക്കയറി പോകുന്നതും കാറു കൺവെട്ടത്തുനിന്നു മറയുവോളം ലളിത നോക്കി നിൽക്കുന്നതും ഞാൻ ശ്രദ്ധിച്ചു. അപരിചിത മുഖം ഭരതന്റേതാണെന്നു തോന്നി. പക്ഷേ ശശിയുടെ സെറ്റിൽ ഭരതന്റെ സാന്നിദ്ധ്യം പ്രതീക്ഷിച്ചിരുന്നില്ല! അതുകൊണ്ടാകാം (കിത്തു പറഞ്ഞ കേൾവി ഗൗരവമായിട്ടെടുക്കാത്തതുകൊണ്ട് അതൊട്ടോർത്തുമില്ല) അതങ്ങിനെ കൂട്ടിയിണക്കിയില്ല.

ലൊക്കേഷനിലെത്തി മധുവും ശങ്കരാടിയും ശശിയുമായി സംസാരിച്ചു നില്ക്കുമ്പോഴാണ് ജയഭാരതിയും സീമയും മീനയുമൊപ്പം ലളിത കാറിൽ വന്നിറങ്ങുന്നത്.

മധു കൈ കാണിച്ചു ലളിതയെ അടുത്തു വിളിച്ചു.

"എപ്പഴാ മധുരം?"

ലജ്ജാവതിയായി മധുവിന്റെ മുൻപിൽ നിന്നു ചിരിച്ച ലളിതയുടെ മുഖം ഇപ്പോഴുമുണ്ടു മനസ്സിൽ. കാര്യമറിയാതെ നോക്കിനിന്ന മറ്റുള്ളവരോടായി മധു പറഞ്ഞു:

"അറിഞ്ഞില്ലേ ലളിതയുടെ കല്ല്യാണം കഴിഞ്ഞത്? നമ്മുടെ ഭരതനാണു വരൻ!"

എല്ലാവരും ലളിതയെ അഭിനന്ദിച്ചതും ലളിത അഭിമാനപൂർവം വ്രീളാവതിയായി അവർക്കിടയിൽ തിളങ്ങിനിന്നതുമോർക്കുന്നു.

ലളിത പറഞ്ഞു:

"ആരോടും പറഞ്ഞില്ല; കഴിഞ്ഞിട്ടു പറയാമെന്നു കരുതി!"

അപ്പോൾ ഞാൻ പോർട്ടിക്കോയിൽ കണ്ടതു തോന്നലായിരുന്നില്ല; സത്യമായിരുന്നു. വിവാഹശേഷം അഭിനയിക്കുവാനായി ആദ്യമായി സെറ്റിലെത്തിയതായിരുന്നു ലളിത.

ഗാർഹസ്ഥ്യത്തിന്റെ നിറങ്ങൾ

പ്രയാണപാതയിൽ ഏറെ വൈകാതെ *ചാമര*ത്തിന്റെ തിരക്കഥാനിയോഗവുമായി ഞാൻ ഭരതനോടൊപ്പം കൂടെച്ചേർന്നു. മദിരാശിയിൽ കെ.കെ. നഗറിലെ വാടക ഫ്ളാറ്റിൽ നിർമ്മാതാവ് അപ്പച്ചനോടൊപ്പം ഭരതനെ കാണാൻ ഒരിക്കൽ ചെല്ലുമ്പോൾ ഗർഭിണിയായിരുന്ന ലളിതയേയും കൂട്ടി ഡോക്ടറെ കാണാൻ പോകുവാനുള്ള ഒരുക്കത്തിലായിരുന്നു ഭരതൻ. ഞങ്ങൾ വന്നപ്പോൾ ഔചിത്യപൂർവ്വം ഭരതനെ ചർച്ചകൾക്കായി ഞങ്ങളോടൊപ്പം വിട്ടിട്ടു ഒരു ചങ്ങാതിയെ കൂടെ കൂട്ടി ഡോക്ടറെ കാണാൻ പോയി ലളിത. സ്വന്തം തൊഴിൽ തനിക്കു പ്രധാനമാണെന്നതു പോലെ മറ്റുള്ളവർക്ക് അവരുടെ തൊഴിലും പ്രധാനമാണെന്നറിയുവാനും അതിനായി തന്റെ സൗകര്യങ്ങളും കുടുംബ താത്പര്യങ്ങളും ഇണക്കി പകുത്തു മാറ്റുവാനും എന്നും ശ്രദ്ധിച്ചിട്ടുണ്ടു ലളിത. പതിറ്റാണ്ടുകൾ നീണ്ട ഭരതനൊത്തുള്ള സഹവർത്തിത്വത്തിനിടയിൽ ഒരിക്കൽപ്പോലും ഞങ്ങളായി വിളിച്ചിരുത്തി കഥ പറയുമ്പോഴല്ലാതെ ചർച്ചകളിൽ ലളിത ഒരു intruder ആയി കടന്നു വന്നിട്ടില്ല. മുഖസ്തുതിയായി പ്രശംസകൾ പറഞ്ഞിട്ടില്ല. മനസ്സിൽ തോന്നുന്ന അഭിപ്രായം നിശിതമായി മുഖം മറയില്ലാതെ പറയും; അതും ചോദിച്ചാൽ മാത്രം. അല്ലാത്തപ്പോൾ ഞങ്ങളെ ഞങ്ങളുടെ ഏകാഗ്രതയ്ക്കു വിട്ടു നല്ല ഒരു വീട്ടമ്മയായി ഒഴിഞ്ഞു നില്ക്കും. എനിക്കറിയാമായിരുന്നു എല്ലാ കഥകളും അവരൊറ്റയ്ക്കാകുമ്പോൾ ഭരതൻ ലളിതയോടു ചർച്ച ചെയ്യാറുള്ള കാര്യം. പിറ്റേന്നു തമ്മിൽ കാണുമ്പോൾ ലളിത പറഞ്ഞ അഭിപ്രായം ഭരതൻ പറയും. പക്ഷേ അതിന്റെ പേരിൽ സ്വയം സ്വാധീനത്തിനു വഴങ്ങുകയോ അതിനായി എന്നെ പ്രേരിപ്പിക്കുകയോ ചെയ്യില്ല. കാസ്റ്റിംഗിന്റെ കാര്യത്തിൽ ചിലപ്പോൾ ഞാനും ഭരതനും തമ്മിൽ തർക്കങ്ങളുണ്ടാകും. അപ്പോഴൊക്കെ മിക്കവാറും എന്റെ പക്ഷത്തായിരുന്നു ലളിത.

ലളിതയും ഞാനും തമ്മിൽ കാണുമ്പോഴൊക്കെ സംസാരമധികവും വായിച്ച കഥകളെക്കുറിച്ചും കണ്ട ചിത്രങ്ങളെക്കുറിച്ചും നാടകങ്ങളെക്കുറിച്ചും കേട്ട ഗാനങ്ങളെക്കുറിച്ചാകാറാണു പതിവ്. ഭരതനും എന്റെ കുടുംബവും അവയ്ക്കിടയിൽ കടന്നുവരികയും...

എന്റെ മകൾ ജിഷയേക്കാൾ ഏതാനും മാസങ്ങൾക്ക് ഇളയതാണ് അവരുടെ മകൾ ശ്രീക്കുട്ടി. ശ്രീക്കുട്ടിയെ പ്രസവിച്ച് കഴിഞ്ഞു ലളിത കായംകുളത്തെ വീട്ടിലുള്ളപ്പോൾ *ചാമര*ത്തിന്റെ ഒരു റൗണ്ട് ചർച്ച കഴിഞ്ഞു ഭരതൻ കായംകുളത്തേയ്ക്കു പോകുവാൻ എന്നെയും എസ്സ്.എൻ. സ്വാമിയേയും കൂടെ കൂട്ടി. ബോണിയെമ്മിന്റെ മധുരോദാരസംഗീതലഹരിയിലായിരുന്നു യാത്ര. കായംകുളം ജങ്ഷനു മുൻപിലായിട്ടാണു റോഡരികിൽത്തന്നെ ലളിതയുടെ വീട്. ഞങ്ങൾ അവിടെയെത്തുമ്പോൾ സന്ധ്യയായിരുന്നു. ഭരതനു കൃത്യമായി വീടു കണ്ടുപിടിക്കുവാനാകുന്നില്ല: മുൻപേ വന്നിട്ടുള്ളതാണ് എങ്കിലും. വീടു കടന്നു വണ്ടി മുൻപോട്ടു പോയി. അല്പം കഴിഞ്ഞാണ് അതു മനസ്സിലായത്. വണ്ടി തിരിച്ചു അടുത്തുകണ്ട മാടക്കടയിൽക്കയറി സ്വാമി അന്വേഷിച്ചു.

"ഇവിടെ സിനിമയിലഭിനയിക്കുന്ന കെ.പി.എ.സി. ലളിതയുടെ വീടെവിടെയാണ്?"

കടക്കാരൻ സ്വാമിയെ ഒന്നു നോക്കി. കാറിനകത്തിരിക്കുന്ന ഭരതനെയും എന്നെയും കണ്ടു.

"അവരുടെ ഭർത്താവല്ലേ ആ ഇരിക്കുന്നത്. അങ്ങേർക്കറിയില്ലേ?"

ചമ്മലോടെ, രാത്രിയായതുകൊണ്ടു കൃത്യമായി കണ്ടെത്തുവാൻ കഴിഞ്ഞില്ല എന്നു തുറന്നു സമ്മതിച്ചതും നാലു വീടപ്പുറത്തുള്ള വീട് അയാൾ കൈചൂണ്ടിക്കാണിച്ചു തന്നതും ഞങ്ങൾ പിന്നീട് വിവരിച്ചപ്പോൾ അതുകേട്ട് ഒരുപാടു ചിരിച്ചു ലളിത അന്ന്.

ചെറിയ ചെറിയ കാര്യങ്ങൾക്കുള്ള പിണക്കങ്ങൾക്കിടയിൽ ലളിതയ്ക്കെതിരെ ഭരതൻ തൊടുക്കാറുള്ള വജ്രായുധമാണ് *കായംകുളം വാൾ* എന്ന പ്രയോഗം. നിളയുടെ തീരത്തെ എങ്കക്കാടിൽ ജനിച്ചു വളർന്നതിന്റെ ഒരു ഹുങ്കുമതിലുണ്ടായിരുന്നു എന്നു കൂട്ടുക. ഒരു നിമിഷം മിണ്ടാട്ടം മുട്ടും ലളിതയ്ക്ക്. പിന്നെ തന്റെ നിരപരാധിത്വം സ്ഥാപിക്കുന്ന ഒരു കൊച്ചുകുട്ടിയുടെ നിഷ്ക്കളങ്കതയോടെ പറയും:

"അങ്ങിനെയൊരു പ്രയോഗം ഉണ്ടെന്നല്ലാതെ ഞങ്ങൾക്കാർക്കും ആ സ്വഭാവമില്ലല്ലോ... പോരാത്തതിനു ഞാനിങ്ങു കരീലക്കുളങ്ങരയിലല്ലേ... കായംകുളം അങ്ങപ്പുറത്താ...."

ലളിതയുടെ അഭിനയപർവ്വത്തെ മാധ്യമങ്ങൾ ഗൗരവപൂർവ്വം അടയാളപ്പെടുത്തുവാൻ തുടങ്ങുന്നത് അടൂർഗാപാലകൃഷ്ണന്റെയും പത്മരാജന്റെയും ചിത്രങ്ങളിലെ പ്രകടനങ്ങളോടുകൂടിയാണ്. മുഖ്യധാരയിലെ പ്രകടനങ്ങളിലും ഒട്ടും കുറവല്ലാത്ത തികവും മികവും അഭിനയത്തിൽ പുലർത്തിയിരുന്നുവെങ്കിലും അവയെ രേഖപ്പെടുത്തുവാൻ മടിച്ചുനിന്നവർക്കൊരു നല്ല മറുപടിയായി ഭരതന്റെ *അമര*ത്തിലെ അഭിനയത്തിന് അവർക്കു ലഭിച്ച

മികച്ച നടിക്കുള്ള ദേശീയ അവാർഡ്. മീഞ്ചന്തയിലും കടപ്പുറത്തെ കുടിൽ വക്കത്തും ഇടഞ്ഞും ഇണങ്ങിയും പകർന്നാടി തികച്ച ആ കഥാപാത്രം ആ ജീവിതസംസ്കൃതിയോടു ചേർന്നുനിന്ന് അതിന്റെ ഭാഗമായാണ് പ്രേക്ഷകനു അനുഭവവേദ്യമായത്. ഒട്ടും പുറകിലല്ലാത്ത അഭിനയത്തികവുമായി മമ്മൂട്ടിയും മുരളിയും അശോകനും ഒപ്പമുണ്ടായിരുന്നിട്ടും ദേശീയാംഗീകാരത്തിന്റെ പകിട്ടുതേടിയെത്തിയതു ലളിതയെയായിരുന്നല്ലോ. പത്മരാജന്റെ *പെരുവഴിയമ്പല*ത്തിൽ അറിയാതെ ചെയ്യേണ്ടിവന്ന കൊലപാതകത്തിന്റെ വിറങ്ങലിപ്പു വിട്ടുമാറാത്ത മനസ്സുമായി നിന്ന വാണിയൻ കുഞ്ചുവിനെ നോക്കി ശൃംഗാരച്ചിരിയോടെ ആടുകള്ളാ.... എന്നു വിളിച്ച് സാന്ത്വനം പകരുന്ന തന്റേടിയായ നാട്ടിൻപുറത്തുകാരിയേയും കൊത്തുകോഴികളുടെ പുറകെ അലയുന്നതിനിടയിൽ തൻ പാതിയെ മറന്ന *ആരവ*ത്തിലെ കൊക്കരക്കോയുടെ തമിഴത്തിപ്പൊണ്ടാട്ടിയേയും വിവാഹത്തിനു പോകുവാൻ മാറിയ വസ്ത്രവുമുടുത്തൊരുങ്ങിപ്പോകുമ്പോൾ മേലാകെ ചെളി തെറിപ്പിച്ചു കടന്നുപോയ ലോറിയെ നോക്കി ആരാധനയോടെ എന്തൊരു സ്പീഡാ....! എന്നാശ്ചര്യപ്പെട്ട ശങ്കരൻകുട്ടിയെ ശാസനാപൂർവ്വം തടുത്തുകൂട്ടി ആനയിക്കുന്ന *കൊടിയേറ്റ*ത്തിലെ നായികയേയും ലളിത അവതരിപ്പിച്ചത് സമാനതകളും താരതമ്യങ്ങളുമില്ലാത്ത വിധം അന്യൂനമായിട്ടായിരുന്നു.

ശബ്ദസ്ഥായിയിലെ തുറന്നപ്രകാശനത്തെ അമർത്തിയ തേങ്ങലുകളിൽ തളച്ചൊതുക്കി സാധിതമാക്കിയ സംയമിതാഭിനയത്തിന്റെ മികവിലൂടെയാണ് *ശാന്ത*ത്തിലെ പ്രകടനം ലളിതയ്ക്കു രണ്ടാമതും ദേശീയ അവാർഡ് നേടിക്കൊടുത്തത്.

മുഖ്യധാരയിൽ സജീവമായി തുടരുമ്പോൾ തന്നെ എല്ലാ തലത്തിലുമുള്ള സിനിമയിലേയ്ക്കു തന്റെ അഭിനയമനസ്സിനെ ലളിത പാകപ്പെടുത്തിയിരുന്നു. സിനിമയിലും നാടകത്തിലും മാത്രമല്ല, ടെലിവിഷനിലും അവർ സ്വന്തം സാന്നിദ്ധ്യം മിഴിവോടെ രേഖപ്പെടുത്തിയിട്ടുണ്ട്.

കെ.സുരേന്ദ്രന്റെ വിഖ്യാതനോവലായ *ശക്തി* ഗോപിയെ മുഖ്യ കഥാപാത്രമായി സേതുമാധവന്റെ സംവിധാനത്തിൽ നിർമ്മിക്കുവാൻ മുരളിമൂവീസ് രാമചന്ദ്രൻ ശ്രമിച്ചിരുന്നു. രണ്ടു പ്രധാന സ്ത്രീകഥാപാത്രങ്ങളിലൊന്നിന് ലളിതയെയാണ് ഉദ്ദേശിച്ചിരുന്നത്. നോവൽ വായിച്ചിരുന്ന ലളിതയ്ക്ക് വലിയ താത്പര്യവുമായിരുന്നു ആ വേഷത്തിൽ. തിരക്കഥാകൃത്തെന്ന നിലയിൽ എനിയ്ക്കുമാവേശം തോന്നിയ പ്രൊജക്ട് നിർഭാഗ്യവശാൽ മുൻപോട്ടു പോയില്ല. ലളിതയ്ക്കതു നിരാശയായതോർക്കുന്നു.

ഒട്ടേറെ അഗ്നിപരീക്ഷകളെ ജീവിതത്തിൽ നേരിടേണ്ടി വന്നിട്ടുണ്ടു ലളിതയ്ക്ക്. നന്നെ ചെറുപ്പത്തിൽ തന്നെ നിശ്ചലഛായാഗ്രാഹകനായ അച്ഛനു താങ്ങായി കുടുംബത്തിന്റെ ഭാരം ഏറ്റെടുത്തു. അനുജത്തിയുടെയും അനുജന്റെയും ജീവിതം കരുപ്പിടിപ്പിക്കുവാൻ മുൻകൈയ്യെടുത്തു.

ഞാനെപ്പോഴും ശ്രദ്ധിച്ചിട്ടുള്ള ലളിതയുടെ ഒരു പ്രത്യേകത ആ പ്രകൃത ത്തിലെ നേർവിരുദ്ധമായ രണ്ടു പാരമ്യങ്ങളാണ്. മുൻപേ സൂചിപ്പിച്ചതു പോലെ വഴക്കുകൂടുമ്പോൾ, അതു ഭരതനോടുമാത്രമല്ല, മക്കളായ ശ്രീക്കു ട്ടിയോടും സിദ്ധാർത്ഥനോടും ചങ്ങാതിമാരായ ഞങ്ങളോടുമൊക്കെ... ഒരു കൊച്ചുകുട്ടിയെപ്പോലെയാകും അവർ. മൂക്കു ചീറ്റിപ്പിഴിഞ്ഞു, കണ്ണു നിറഞ്ഞു ശബ്ദമിടറി പതം പറയുമ്പോലെ സ്വയം സങ്കടപ്പെടും.... തുടർന്നു ശണ്ഠ കൂടാൻ എതിർമുഖത്തിനു കഴിയാതെ താനേ അനുനയത്തിനു തയ്യാറായി പ്പോകുംവിധം മയപ്പെടുത്തിയെടുക്കും. എന്നാൽ അല്ലാത്തപ്പോഴധികവും ഒരു മേധാഭാവമാണ്. നമ്മെയൊക്കെ നോക്കി പരിരക്ഷിക്കുന്ന ഒരു സംരക്ഷ കയുടെ, ഉള്ളിലെ വാത്സല്യം പുറത്തു കാണിയ്ക്കാത്ത, കനപ്പെടുത്തിയെ ടുത്ത ആജ്ഞാഭാവം. ശകാരിക്കുമ്പോൾ ശരിക്കും അധികാരസ്വരത്തിൽ..... അറിയാതെ ഒരു വിധേയഭാവം ജനിപ്പിക്കുംവിധത്തിലും...! പവി പറയാറു ണ്ടായിരുന്നത് പോയ ജന്മത്തിൽ ലളിത ഒരു ടീച്ചർ, അല്ലെങ്കിൽ ഒരു മജി സ്ട്രേട്ടെങ്കിലുമായിരുന്നിരിക്കണമെന്നാണ്! ആരെയും പേടിയില്ലാത്ത പവി യ്ക്കു ഉള്ളാലെ പേടിയുള്ള അപൂർവ്വം വ്യക്തികളിലൊരാൾ ലളിതയായിരുന്നു. അതു പവി സ്വകാര്യമായി ഏറ്റുപറയാറുമുണ്ട്; ഒരനുബന്ധവാക്യത്തോടെ.

"ഇതിനി കൊട്ടിഘോഷിക്കുവാനൊന്നും നിൽക്കണ്ട. ക്ഷേമയെങ്ങാനും അറിഞ്ഞാൽ അക്കൂട്ടത്തിൽ മൂപ്പത്തിയെക്കൂടി ചേർക്കണമെന്ന ഡിമാന്റ് വയ്ക്കും. തീർന്നില്ലേ ജന്മം പിന്നെ!"

തമാശകൾ ഇഷ്ടമായിരുന്നു ലളിതയ്ക്ക്. പറയാനും കേൾക്കുവാനും. ഭരതന് ഒരിക്കൽ ശ്വാനസ്നേഹം കലശലായി മുന്തിയ ഇനം നായ്ക്കളെ വീട്ടിൽ വളർത്തുവാൻ തുടങ്ങി. അവറ്റയെ പരിശീലിപ്പിക്കുവാൻ പവിയുടെ ഭാഷയിൽ ഒരു *നായ മാഷി*നെയും ഏർപ്പാടാക്കി. അദ്ദേഹം വന്നു കടുകട്ടി ഇംഗ്ലീഷിൽ നായ സഖാവിനോട് *Stand, Sit, Up, Down, Right Hand, Left Hand, Jump, Run....* തുടങ്ങിയ ആജ്ഞാവാക്യങ്ങൾ വിളമ്പി പരിശീലനം നടത്തിക്കൊണ്ടിരിക്കുകയാണ് പവിയും ഞാനും കടന്നു ചെല്ലുമ്പോൾ ഒരു ദിവസം. ഞങ്ങളെ കണ്ടതും ലളിത കൗതുകത്തോടെ പവിയെ നോക്കി. നായ വിദ്യാഭ്യാസത്തെക്കുറിച്ചു ഒരു *പവിയൻ* കമന്റ് ഉതിരുമെന്നുറപ്പാണ ല്ലോ. ലളിതയുടെ പ്രതീക്ഷ തെറ്റിയില്ല.

"ഹൗ എന്റെ ലളിതാമ്മേ, ഈ വീട്ടിൽ ആകപ്പാടെ വിലപിടിപ്പുള്ള ഒരു വസ്തൂന്നു പറയ്യണത് അവനാണ്... ഭരതൻ... അവനെ അവനു സൂക്ഷി ക്കാൻ പറ്റണില്ലെങ്കിൽ പിന്നെ എത്ര ഇംഗ്ലീഷ് പഠിപ്പിച്ചിട്ടും ഈ നായയെന്തു ചെയ്യാനാണ്!"

അതു കേട്ടു ലളിത ഏറെനേരം ചിരിച്ചു.

സഖാവ് ലളിത!

ഇ*ത്തിരിപ്പൂവേ ചുമന്ന പൂവേ* എന്ന ചിത്രത്തിന്റെ തിരക്കഥാചർച്ചയുമായി ഭരതനും ഞാനും കോഴിക്കോട്ട് വെസ്റ്റ് ഹില്ലിലെ ഗവൺമെന്റ് ഗസ്റ്റ്ഹൗസിൽ താമസിക്കുന്നു. ദിവസങ്ങൾ നീണ്ടുനിന്ന മാർക്സിസ്റ്റ് പാർട്ടിയുടെ ഒരു സമ്മേളനം നഗരത്തിൽ നടക്കുന്നതു പ്രമാണിച്ച് ഇ.എം.എസ്സും ഇ.കെ. നായനാരും ഗസ്റ്റ് ഹൗസിൽ താമസമുണ്ട്. പലപ്പോഴും തമ്മിൽ കാണും. പക്ഷേ നേതാക്കൾ ഞങ്ങളെ കണ്ട മട്ടു ഭാവിക്കാറില്ല. അതു ഞങ്ങൾക്കു ക്ഷീണമായെങ്കിലും ആരാണെന്നു മനസ്സിലാകാത്തതാകാം കാരണമെന്നു സമാധാനിച്ചു. നാളെ സമ്മേളനം തീരും. തിരക്കഥാചർച്ച തുടരുന്നതു കൊണ്ടു ഞങ്ങൾ പിന്നെയും അവിടെ തുടരും. സഖാക്കൾ രണ്ടുപേരും രാവിലെ സ്ഥലം വിടും.... അന്നു ഭക്ഷണമുറിയിൽ ഏതാണ്ട് ഒരേ സമയത്താണ് ഞങ്ങളും അവരുമെത്തിയത്. ഒപ്പം ഇരുന്നായി ഭക്ഷണം. ഊണിനൊപ്പം മീൻകറി. ഇ.എം.എസ്സിന് ഇഷ്ടപ്പെട്ട വിഭവം. ഒരല്പം ചാറോടെ ചോറിലൊഴിച്ചു കുഴച്ചു ഒരുരുള കഴിച്ചുനോക്കിയ ശേഷം ഇ.എം.എസ്സ്. ഒരു മുഖവുരയുമില്ലാതെ എന്റെ മുഖത്തു നോക്കി ചോദിച്ചു:

"മീൻകറിക്ക് എരിവല്പം കൂടുതലാണ്. ഇല്ലേ?"

ഒരു നിമിഷം ഞാൻ പകച്ചു ഭരതനെ നോക്കി. ഭരതൻ കറി ഒരല്പം രുചിച്ചു നോക്കി. ഞാനും. ശരിയാണ്. പതിവിലും കൂടുതലുണ്ട് എരിവ്. മനസ്സുകൊണ്ടു പാതി കർഷകനായിരുന്നതുകൊണ്ട് ഭരതൻ അതിനൊരു വിശദീകരണം പെട്ടെന്നു കണ്ടെത്തി.

"കർണ്ണം പൊട്ടി മുളകിനു എരിവു കൂടുതലാണ്."

"അതെയോ?"

തലയാട്ടിക്കൊണ്ട് ഇ.എം.എസ്സ്. അല്പം കൂടി മീൻകറി വിളമ്പി.

"എന്നാലും നല്ല രുചീണ്ട്."

ശരിവച്ചുകൊണ്ടു നായനാർ തലയാട്ടി. സംസാരം പിന്നെയും മുറിഞ്ഞു. നിശ്ശബ്ദത വീണ്ടും കനം തൂങ്ങുവാൻ തുടങ്ങുമ്പോൾ ഒരു മുഖവുരയുമില്ലാതെ നായനാർ ഇ.എം.എസ്സി.നോടു ചോദിച്ചു.

"ഈയെമ്മിന് ഇവരാരാണെന്നു മനസ്സിലായോ?"

ഉവ്വെന്നോ ഇല്ലെന്നോ യഥേഷ്ടം വ്യാഖ്യാനിക്കുവാൻ പാകത്തിന് ഇ.എം.എസ്സ്. ഞങ്ങളെ നോക്കി നിഷ്ക്കളങ്കമായി പുഞ്ചിരിച്ചു. നായനാർ വിശദമായി പരിചയപ്പെടുത്തി:

"ഇതു ഫിലിം ഡയറക്ടർ ഭരതൻ... ഇതു ജോൺപോൾ; തിരക്കഥയുടെ ആളാണ്... കെ.ടി.സി.യിലെ ഗംഗന്റെ പുതിയ പടത്തിന്റെ ഏർപ്പാടിനാ ഇവരിവിടെ..."

ഇ.എം.എസ്സ്. മനസ്സിലായ മട്ടിൽ തലയാട്ടി.

ഞങ്ങൾ കണ്ണു മിഴിച്ചു. ഞങ്ങൾ ആരാണെന്നറിയാമായിരുന്നിട്ടാണ് അപ്പോൾ ഇത്രയും നാൾ പരിചയഭാവം നടിക്കാതിരുന്നത്!

ഭരതനെ ചൂണ്ടിക്കാട്ടി ഇ.എം.എസ്സി.നോടു നായനാർ പറഞ്ഞു.

"ഇയ്യാളുമായിട്ടു പ്രസ്ഥാനത്തിന് ഒരടുത്ത ബന്ധമുണ്ട്."

ഭരതന് അമ്പരപ്പ്; അത്ഭുതം. ഇ.എം.എസ്സി.ന്റെ മുഖത്തു ചോദ്യഭാവം.

"കെ.പി.എ.സി.യിലുണ്ടായിരുന്ന നടി ലളിതയില്ലേ... ഓൾടെ കെട്ടിയവനാ ഭരതൻ...!"

മനസ്സിലായെന്ന മട്ടിൽ തുറന്ന ചിരി ഇ.എം.എസ്സി.ന്റെ മുഖത്ത്.

ഈ വിവരം ലളിതയുടെ മുൻപിൽ വച്ചു പറയുമ്പോൾ അഭിമാനഗർവ്വിന്റെ കളിഭാവത്തിൽ ഞെളിഞ്ഞു നിന്നു ലളിത.

ലെനിൻ രാജേന്ദ്രന്റെ *മീനമാസത്തിലെ സൂര്യ*ന്റെ പ്രദർശന വിജയം എറണാകുളത്തെ രാജേന്ദ്രമൈതാനിയിലാഘോഷിക്കുമ്പോൾ സി. അച്യുതമേനോനായിരുന്നു മുഖ്യാതിഥി. ഭാരത് ടൂറിസ്റ്റ്ഹോമിൽ ഭരതനും ലളിതയും താമസിക്കുന്ന മുറിയുടെ അടുത്തുള്ള മുറിയായിരുന്നു അച്യുതമേനോന്റേത്. ഭരതനോടൊപ്പം ഞാനും അന്നു സഹസംവിധായകനായിരുന്ന ജയരാജുമുണ്ട്. കോറിഡോറിലൂടെ വരുമ്പോൾ തുറന്നിട്ട വാതിലിലൂടെ അച്യുതമേനോൻ ലളിതയെക്കണ്ടു. ചിരപരിചിതഭാവത്തിൽ നിന്നു ഒരടുത്ത ബന്ധുവിനോടെന്നതുപോലെ കുശലം പറഞ്ഞു. ഭവ്യതയോടെ എഴുന്നേറ്റു നിന്ന ഞങ്ങൾക്കു പകുത്തു കിട്ടിയത് ഒരു ചെറുചിരി മാത്രം! ആണുങ്ങൾ ആണുങ്ങളെ അറിയുമെന്ന ചൊല്ലിന് *ആണുങ്ങൾ പെണ്ണുങ്ങളെ അറിയു*മെന്നൊരു പാഠഭേദമാകാമെന്നായി ഭരതൻ!

തകഴിയുടെ *രണ്ടിടങ്ങഴി* വീണ്ടും സിനിമയാക്കുവാനൊരാലോചനയുണ്ടായി. ഭരതനും ഞാനും ജയരാജും തോട്ടപ്പിള്ളിയിൽ വർഗീസ് വൈദ്യന്റെ കല്പകവാടിയിൽ താമസിച്ചുകൊണ്ടു ദിവസവും ശങ്കരമംഗലത്തിൽ പോയി തകഴിച്ചേട്ടനുമായി ചർച്ചകൾ നടത്തും. കായംകുളത്തുണ്ടായിരുന്ന ലളിത ഒരു ദിവസം ഞങ്ങൾക്കൊപ്പം വന്നു. നാലഞ്ചു ദിവസത്തെ ഇടപഴകൽ കൊണ്ടു തകഴിച്ചേട്ടനുമായും കാത്തച്ചേച്ചിയുമായും ഇരുവരുടെയും എ.ഡി.സി.യായിരുന്ന പങ്കനുമായും ഒരുവിധം അടുപ്പം ഞങ്ങൾ സ്ഥാപിച്ചെടുത്തിരുന്നു.

പക്ഷേ, ലളിത വന്നപ്പോൾ ലളിതയായി വീട്ടുകാരി; കാത്തചേച്ചിക്കു ലളിത അനുജത്തിയെപ്പോലെ. മുൻപ് *അനുഭവങ്ങൾ; പാളിച്ച*കളുടെ ചിത്രീകരണത്തിനു വന്നപ്പോൾ തൊട്ടുള്ള പരിചയവും അടുപ്പവുമാണ്. "നേരാംവ്വണ്ണം മുണ്ടുടുക്കുവാൻ അന്നു ലളിതയ്ക്കു മാത്രമേ അക്കൂട്ടത്തിലറിയാമായിരുന്നുള്ളൂ. പിന്നുള്ളവരെ ഉടുക്കാൻ പഠിപ്പിച്ചത് കാത്തയും ലളിതയും കൂടാ..." തകഴിച്ചേട്ടൻ പഴയ ഓർമ്മകൾ അയവിറക്കി.

ലഭിക്കേണ്ടിയിരുന്ന പല അംഗീകാരങ്ങളും കിട്ടാതെ പോയിട്ടുണ്ടു ഭരതന്; അതിൽ അദ്ദേഹത്തിനു പലപ്പോഴും ഉള്ളിൽ വിഷമവും തോന്നിയിട്ടുണ്ട്. പക്ഷേ ലളിതയ്ക്കു ദേശീയ അവാർഡ് ലഭിച്ചപ്പോഴും സംസ്ഥാന അവാർഡുകൾ പലതവണ ലഭിച്ചപ്പോഴും ഇ.എം.എസ്സിനെയും ഇ.കെ. നായനാരെയും സി. അച്യുതമേനോനെയും തകഴിയേയും പോലുള്ളവർ തന്റെ സാന്നിദ്ധ്യത്തിൽ വച്ചുപോലും ലളിതയോടു കൂടുതൽ സൗഹൃദവും വാത്സല്യവും പ്രകടിപ്പിക്കുകയും ലളിതയുടെ ഭർത്താവെന്ന നിലയിൽ തന്നെ പരിചയപ്പെടുകയും പരിചയപ്പെടുത്തുകയും ചെയ്തപ്പോഴുമൊക്കെ അതിൽ അഭിമാനിച്ചിട്ടേയുള്ളൂ ഭരതൻ. ഒട്ടും അസഹിഷ്ണതപ്പെടാതെ ആഹ്ലാദിച്ചിട്ടേയുള്ളൂ ഭരതൻ. അതേ മനസ്സ് ലളിതയ്ക്കു തിരിച്ചുമുണ്ടായിരുന്നു. ഒരിക്കൽ ആകാശവാണിക്കു നല്കിയ ഒരഭിമുഖസംഭാഷണത്തിൽ ഭരതൻ തനിയ്ക്കേറ്റവും ഇഷ്ടപ്പെട്ട നടൻ നെടുമുടിവേണുവും നടി ലളിതയുമാണെന്നു പറഞ്ഞതു ഭംഗിവാക്കായിട്ടായിരുന്നില്ലല്ലോ...

അഭിനയത്തിൽ എന്നതുപോലെ ജീവിതത്തിലും കാപട്യങ്ങൾ എടുത്തണിഞ്ഞില്ല ലളിത. നേരിനെ നേരായി കാണാനും എല്ലാ നീറ്റലുകൾക്കുമതീതമായി അതിനെ സ്വീകരിക്കുവാനും കഴിഞ്ഞ മനസ്സായിരുന്നു ലളിതയുടെ ശക്തി. ഒന്നിലേറെ തവണ ഭരതൻ മരണത്തെ മുഖാമുഖം കണ്ട പരീക്ഷണഘട്ടങ്ങളുണ്ടായപ്പോഴും പതറാതെ സാമ്പത്തികമടക്കമുള്ള എല്ലാ പ്രതിസന്ധികളെയും നേരിടുവാനുള്ള ശക്തി ലളിതയ്ക്കു പകർന്നു കിട്ടിയത് ഈ നേരിൽ നിന്നാണെന്നു ഞാൻ വിശ്വസിക്കുന്നു. ഒറ്റയാൾപട്ടാളമായാണ് ലളിത പൊരുതിയത്. സഹഭാവം കൊണ്ടു സാന്ത്വനിപ്പിക്കുവാനല്ലാതെ മറ്റൊരു വിധത്തിലും സഹായിക്കുവാൻ ഞാനടക്കമുള്ള സുഹൃത്തുക്കൾക്കാർക്കുമായില്ല. അവസാനശ്വാസം വരെ ഭരതനു ലഭിക്കേണ്ട കരുതലും ചികിത്സയും ശുശ്രൂഷയും സ്നേഹവും ലഭിക്കുവാൻ അവർ ജാഗ്രത പുലർത്തി. സ്വയമുരുകുമ്പോഴും അതു പുറത്തേയ്ക്കു ഭാവിക്കാതെ ആ വിളക്കണയുംവരെ അതിനു കാവലായി അവർ കാവൽ നിന്നു; ഭരതൻ ഓർമ്മയായി മാറിയ ശേഷം മക്കൾക്കും.

ഒരു നിമിഷം ഓർമ്മയിൽ നിന്നൊരിക്കലും മായുന്നില്ല. ഭരതൻ മരിക്കും മുൻപേ കെ.കെ. നഗറിൽ വർഷങ്ങൾ കൊണ്ടു പണിതും ഇടിച്ചും പുതുക്കിപ്പണിതും തീർത്ത സ്വപ്നസൗധം വില്ക്കുവാൻ തീരുമാനമായിരുന്നു. ഭരതന്റെ മരണശേഷം വീടൊഴിയും മുൻപ് ഭരതന്റെ സ്വകാര്യശേഖരങ്ങൾ

തിരഞ്ഞെടുത്ത് എടുത്തു വയ്ക്കുമ്പോൾ ഞാൻ കൂടെയുണ്ടാവണമെന്നു ലളിത നിർബ്ബന്ധിച്ചു. ഓരോരോന്നോരോന്നായി ഷെൽഫുകളിൽ നിന്നും പുറത്തെടുക്കുവാൻ മകൻ സിദ്ധാർത്ഥനുമുണ്ടായിരുന്നു സഹായത്തിന്. മുഴുമിപ്പിച്ചതും മുഴുമിപ്പിക്കാത്തതുമായ കുറെ പെയിന്റിംഗുകൾ, സ്കെച്ചുകൾ, ചില കത്തുകൾ... രേഖകളും കുറിപ്പുകളുമായി കോറിയിട്ടിരുന്ന ചില ശ്ലഥ ചിന്തകളും ചിത്രങ്ങളും... അങ്ങിനെ പലതും. അക്കൂട്ടത്തിൽ ദീർഘചതുരാകൃതിയിലുള്ള ഒരിളംനീല കടലാസ്സു താഴെ വീണു. സിദ്ധാർത്ഥൻ അതു കുനിഞ്ഞെടുത്ത് എന്റെ നേർക്കു നീട്ടി. തൃശൂരിലെ ഇപ്പോഴത്തെ കോളേജ് ഓഫ് ഫൈൻ ആർട്സിൽ അർദ്ധവർഷ വിദ്യാർത്ഥിയായിരുന്ന കാലത്ത് പെയിന്റിംഗിൽ ഒന്നാം സമ്മാനം നേടിയതിന് ഭരതനു ലഭിച്ച സർട്ടിഫിക്കറ്റായിരുന്നു അത്.

പേര്: കെ.പി. ഭരതൻ

വിഷയം: മരണം

ആ മുറിയിൽ, ആ വീട്ടിൽ, അപ്പോഴും മരണം മണക്കുന്നത് ഒരു ഞെട്ടലോടെ ഞങ്ങളറിഞ്ഞു!

ഒൻപതു വർഷങ്ങൾ കഴിഞ്ഞു വീണ്ടുമൊരു കർക്കിടകപ്പതിന്നാലിന്, തൃശൂരിലെ സാഹിത്യ അക്കാദമി ഹാളിലെ ഭരതൻ സ്മൃതി സന്ധ്യയിൽ ഭരതന്റെ ചങ്ങാതിമാരെല്ലാം ഒത്തുകൂടി; ഗോപിയും വേണുവും അടക്കം എല്ലാവരും. അന്ന് അനുസ്മരണ ചടങ്ങുകളും വിദ്യാധരൻമാസ്റ്ററുടെ നേതൃത്വത്തിൽ വേണുഗോപാലും ബിജുനാരായണനും മനോജ് കെ. ജയനും ലതികയും മറ്റനേകം പ്രശസ്തരും ചേർന്നവതരിപ്പിച്ച ഭരതന്റെ പ്രിയപ്പെട്ട ഗാനങ്ങൾ ചേർത്തുള്ള സംഗീതപ്രണാമവും എല്ലാം കഴിഞ്ഞു തിരക്കൊഴിഞ്ഞപ്പോൾ സദസ്യർക്കിടയിൽ ഇരുന്നിരുന്ന എന്റെയടുക്കൽ ലളിത വന്നു. ഒന്നും മിണ്ടിയില്ല. പരസ്പരം നോക്കിപോലുമില്ല. എന്റെ കൈയെടുത്തു സ്വന്തം കൈയിൽ വച്ചു. പിന്നെ പെട്ടെന്ന് എന്റെ ചുമലിൽ മുഖമമർത്തി ഒരു നിമിഷം തേങ്ങി. എന്റെ കണ്ണുകൾ അപ്പോൾ നിറഞ്ഞിരുന്നുവെന്ന് രണ്ടു സീറ്റപ്പുറമിരുന്നു ഇതു കണ്ടു കണ്ണുനിറഞ്ഞ ഗോപി പിന്നീടു പറഞ്ഞു. ഒരക്ഷരം മിണ്ടാതെ അടുത്ത നിമിഷം ലളിത സാരിത്തലപ്പുകൊണ്ടു മുഖം തുടച്ചു യാത്രപോലും പറയാതെ എഴുന്നേറ്റു പോയി. വാക്കുകൾ വേണ്ടായിരുന്നല്ലോ ആ മനസ്സിലെ നൊമ്പരത്തീയും അതിലെ പിടച്ചിലും എനിക്കു പകർന്നു കിട്ടാൻ... ആ കണ്ണുനീരിന്റെ ചൂടും അതേല്പിച്ച പൊള്ളലും മനസ്സിലിന്നും നീറിനില്ക്കുന്നു. സ്നേഹിച്ച പുരുഷനെ നന്മയിലും തിന്മയിലും ശക്തിയിലും ദൗർബ്ബല്യത്തിലും സൗന്ദര്യത്തിലും വൈരൂപ്യത്തിലും പൂർണ്ണമായും ആത്മാവിന്റെ ഭാഗമായി ഏറ്റുവാങ്ങുവാൻ സഖിയായും പത്നിയായും ഗുരുവായും വിമർശകയായും സംരക്ഷകയായും പുണ്യമായും സുകൃതമായും സത്യമായും സ്വയം സമർപ്പിച്ച ഒരു മനസ്സിന്റെ സത്യസാക്ഷ്യമായിരുന്നുവല്ലോ അത്...!

തുടർപ്രയാണങ്ങൾ

ഭരതന്റെ സപര്യയിലെ തുടർനാളുകളിലേയ്ക്കു മടങ്ങാം. '*പ്രയാണം* കഴിഞ്ഞു ഭരതൻ പിന്നീടൊരു ചിത്രം സംവിധാനം ചെയ്യുന്നത് 1977ലാണ്. (മഞ്ഞിലാസിന്റെ *ഗുരുവായൂർ കേശവൻ*) 1995ലായിരുന്നല്ലോ *പ്രയാണം*. ആ രണ്ടു വർഷങ്ങളിലെ ക്ലേശദൈർഘ്യം ഏറെ നീണ്ടതായിരുന്നു ഭരതന്.

'പ്രയാണത്തോടൊപ്പവും തൊട്ടുപുറകെയുമായി ഒരു മാറ്റത്തിന്റെ അലകൾ വിവിധശ്രേണികളിലുണർത്തിയ കുറച്ചു ചിത്രങ്ങൾ പുറത്തിറങ്ങി. അരവിന്ദന്റെ *ഉത്തരായനം*, കെ.ജി.ജോർജ്ജിന്റെ *സ്വപ്നാടനം*, കെ.പി. കുമാരന്റെ *അതിഥി*, കെ.ടി.മുഹമ്മദിന്റെ *സൃഷ്ടി*, പി.എ.ബക്കറിന്റെ (പവിയുടെയും) *കബനീനദി ചുമന്നപ്പോൾ*, രവിയുടെ *അരുത്*, അസീസിന്റെ *ഞാവൽപ്പഴങ്ങൾ*, കെ.തങ്കപ്പന്റെ *സമസ്യ*, മധുവിന്റെ *കാമം, ക്രോധം, മോഹം, അക്കൽദാമ*. ഐ.വി.ശശിയുടെ *ഉത്സവം*. ബേബിയുടെ *ശംഖുപുഷ്പം*, എൻ.എൻ.പിഷാരടിയുടെ *മുത്ത്*, രാമുകാര്യാട്ടിന്റെ *ദ്വീപ്*, ഗോവിന്ദന്റെ *സരിത*, എൻ.ശങ്കരൻനായരുടെ *പൂജയ്ക്കെടുക്കാത്ത പൂക്കൾ*, തോപ്പിൽ ഭാസിയുടെ *മിസ്സി, പൊന്നി, സർവ്വേക്കല്ല്, യുദ്ധകാണ്ഡം* ഇക്കൂട്ടത്തിൽ ഭരതനു താങ്ങായത് *ഞാവൽപ്പഴങ്ങളു*ടെയും *കബനീനദി ചുമന്നപ്പോളി*ന്റേയും പരസ്യകലയും *പൊന്നി, മിസ്സി, യുദ്ധകാണ്ഡം, സർവ്വേക്കല്ല്* തുടങ്ങിയ ചില ചിത്രങ്ങളുടെ കലാസംവിധാനച്ചുമതലയുമായിരുന്നു.

*പൊന്നി*യുടെ ചിത്രീകരണനാളുകളിൽ കമലഹാസനുമൊത്തു പങ്കിട്ട രാവുകളിൽ നാമ്പെടുത്തതാണത്രെ പിന്നീട് *ആരവ*മായി പുറത്തിറങ്ങിയ സിനിമയുടെ കഥാബീജം. ഒഗനക്കൽ വച്ച് ഇരുവരും നേരിൽ പരിചയപ്പെട്ട *മരുത്* എന്ന ഒരു യഥാർത്ഥ കഥാപാത്രത്തിന്റെ ജീവിതപരിവൃത്തത്തിനു ചുറ്റുമായാണ് ആ പ്രമേയം വികസിപ്പിച്ചെടുത്തത്. മരുതിനെ (ചിത്രത്തിൽ ആ വേഷം പകർന്നാടിക്കൊണ്ടായിരുന്നു പിന്നീട് നെടുമുടി വേണുവിന്റെ തിരശ്ശീലയിലെ അങ്കപ്പുറപ്പാട്) അവതരിപ്പിക്കാൻ ആവേശം തോന്നി കമലഹാസൻ ചിത്രം സ്വയം നിർമ്മിക്കുവാൻ കൂടി തയ്യാറായി. ഷീലയെയായിരുന്നു ചായക്കടക്കാരിയുടെ വേഷത്തിന്ന് ഉദ്ദേശിച്ചിരുന്നത്. അത് നടക്കാതെ

പോയി എന്നുമാത്രമേ ഭരതൻ സൂചിപ്പിച്ചിട്ടുള്ളൂ. അതല്ല നിർമ്മാതാവെന്ന നിലയിൽ കമൽ ഭരതന് ഈ ചിത്രത്തിനുവേണ്ടി അഡ്വാൻസ് നൽകിയിരുന്നുവെന്നും ഒരു വാക്കുപോലും പറയാതെ ഭരതൻ അതു വേറെ ചിത്രമാക്കിയതിൽ കമലിന് ഏറെ വിഷമമുണ്ടായിരുന്നുവെന്നും കമലിന്റെ മാനേജറായിരുന്ന ഡി.എൻ.എസ്സ്. ഒരിക്കൽ പറഞ്ഞിട്ടുണ്ട്. ശരിയാകാം; അറിയില്ല. ശരിയായിരുന്നുവെങ്കിൽ *'തേവർമകൻ'* കമലഹാസന്റെ ഒരു മധുരപ്രതികാരമായിരുന്നുവോ! അതറിഞ്ഞിട്ടായിരുന്നോ ചിത്രീകരണവേളയിലെ ഭരതന്റെ അലംഭാവങ്ങൾ? അറിയില്ല. പ്രതികാരങ്ങളെയും അലംഭാവങ്ങളെയും (അതായിരുന്നു പ്രത്യക്ഷനിമിത്തങ്ങളെങ്കിൽ) മറികടന്നുകൊണ്ട് മനസ്സിന്റെ ആ അല്പശകലങ്ങൾക്കതീതമായി സർഗ്ഗാത്മകത സ്വയം അടയാളപ്പെടുത്തുന്നു എന്ന് *'തേവർമകന്റെ'* കലാപരമായ മികവ് ബോദ്ധ്യപ്പെടുത്തുന്നുണ്ടു പക്ഷേ. ഭരതനും കമലഹാസനും ഞാനും നിങ്ങളുമടങ്ങുന്ന പാവം മനുഷ്യർ എന്നും ഈ സത്യത്തെ നമിച്ചേ മതിയാകൂ.

*ആരവ*ത്തിന്റെ കഥാബീജം കാവാലത്തിന്റേതാണെന്നും പത്മരാജൻ തിരക്കഥയെഴുതി താൻ ഈ ചിത്രം സംവിധാനം ചെയ്യുവാൻ ഒരാലോചനയുണ്ടായിരുന്നുവെന്നും രാജീവ് നാഥ് എന്നോടു പറഞ്ഞു. എങ്ങിനെയോ കഥ അറിയാനിടവന്ന ഭരതൻ പിന്നീടതു സ്വന്തമാക്കുകയായിരുന്നുവത്രെ! ഞാനതുടനെ കാവാലത്തെ വിളിച്ചന്വേഷിച്ചു. അതിൽ തരിമ്പുപോലും സത്യമില്ലെന്നു കാവാലം പറഞ്ഞു. പത്മരാജനും താനും തമ്മിൽ അങ്ങിനെയൊരു സങ്കല്പം പങ്കിട്ടിട്ടേയില്ല. ഭരതൻ പറഞ്ഞുതന്നെയാണ് താൻ ആ കഥ കേൾക്കുന്നത്. സംഗീതം ചിട്ടപ്പെടുത്തുന്നതിനിടയിൽ താൻ ചില നിർദ്ദേശങ്ങൾ പറഞ്ഞിരുന്നത് ഭരതൻ തിരക്കഥയിൽ ഉൾക്കൊള്ളിച്ചിട്ടുണ്ട്. പിന്നെയെന്തിനു രാജീവ് നാഥ് അങ്ങിനെയൊരു *Claim* പറഞ്ഞു? വെറുതെ....അതെ വെറുതെ തന്നെ....!

ബക്കറിന്റെ ആദ്യചിത്രമായ *കബനിനദി ചുമന്നപ്പോൾ* പുറത്തിറങ്ങുന്നത് ഇക്കാലത്താണെങ്കിലും സംവിധായകനാകുവാനുള്ള ബക്കറിന്റെ ശ്രമം മുൻപേ തുടങ്ങിയിരുന്നു. കഥയും പ്രകൃതവും വേറെയായിരുന്നുവെങ്കിലും ആദ്യചലച്ചിത്രശ്രമത്തിന്റെ പേരും *കബനീനദി*യുമായി ബന്ധപ്പെട്ടായിരുന്നു എന്നതാണ് കൗതുകകരം. സുധീറും ഉഷാനന്ദിനിയും അഭിനയിച്ച കുറെ രംഗങ്ങൾ മദിരാശിയിൽ ചിത്രീകരിക്കുകയും ചെയ്തു. ഉമ ഇൻവെസ്റ്റ്മെന്റ്സിന്റെ സാരഥിയായിരുന്ന ഗുപ്തയായിരുന്നു നിർമ്മാതാവ്. എന്തെല്ലാമോ കാരണത്താൽ ചിത്രം മുൻപോട്ടുപോയില്ല. പിന്നീടാണ് പവിത്രപ്രവേശം. തൃശൂർ പ്രവിശ്യയിലെ പ്രജകളായിരുന്നല്ലോ ബക്കറും പവിത്രനും പത്രപ്രവർത്തകനായി തുടങ്ങി കാര്യാട്ടിന്റെ കളരിയിൽ ശിക്ഷണം നേടി

നിർമ്മാണനിർവ്വഹകനായും നിർമ്മാതാവായും *(ഓളവും തീരവും, മാൻപേട)* അങ്കം വെട്ടി *എങ്കിൽപ്പിന്നെ ഇനി സംവിധാനം തന്നെ* എന്ന് അരയും കച്ചയും മുറുക്കിയിറങ്ങി വിധിവൈപരീത്യത്താൽ ഇടയിൽ പതറിനിന്ന ബക്കറിനോടു *എന്നാൽപ്പിന്നെ തുടങ്ങ്വല്ലേ....?* എന്നു പറഞ്ഞ്. തോളിൽ കൈയിട്ട് പിൻതുണയ്ക്കുമ്പോൾ ഒരു വ്യവസ്ഥമാത്രമേ താനുന്നയിച്ചുള്ളു എന്നാണു പവിമൊഴി.

"പുറപ്പെടുമ്പോൾ ആ പേരും ('കബനീനദി ചുമന്നപ്പോൾ) സായ്‌വും (ബക്കർ) മാത്രം മതി പഴയ ചലച്ചിത്രശ്രമത്തിൽ നിന്നും."

പുതിയ തുടക്കത്തിൽ കഥ മാറി, ആട്ടവും. സുധീറിനേയും ഉഷാനന്ദിനിയേയും പവി പ്രേരണയിൽ ബക്കർ വെട്ടി; പകരം ആദ്യന്തം നിറസാന്നിദ്ധ്യമായി കൂടെച്ചേർത്തതോ സാക്ഷാൽ ടി.വി.ചന്ദ്രനെയും! ആദ്യ ധാരണ ബക്കറും പവിത്രനുമൊന്നിച്ചു നിർമ്മാണം; സംവിധാനം എന്നായിരുന്നു. ബക്കറിനു പക്ഷേ അവശ്യഘട്ടത്തിൽ സാമ്പത്തിക സമാഹരണത്തിനു കഴിയാതെ വന്നപ്പോൾ നിർമ്മാണം പൂർണ്ണമായും പവിയുടെ ചുമതലയിലായി. എങ്കിൽ സംവിധാനം ബക്കർ തനിച്ചാവട്ടെയെന്നു തീരുമാനിച്ചതും ആ സുമനസ്സു തന്നെ!

കബനീനദി ചുമന്നപ്പോൾ എന്ന ടൈറ്റിൽ കൈയ്യക്ഷര വടിവിലാണു ഭരതൻ വരച്ചത്. രേഖാചിത്രങ്ങളിലൂടെയായിരുന്നു വിളംബരം ഏറെയും. വെള്ളയിൽ മറൂണിനോടു ചായ്‌വുള്ള നേർത്ത രേഖകളുടെ കടുത്ത സാന്നിദ്ധ്യം ചിത്രത്തിലെ പ്രമേയധാരയുടെ പ്രതിഫലനം കാഴ്ചയിൽ പകർന്നുതരുംവിധമായിരുന്നു. സെൻസർഘട്ടത്തിൽ ഒരുപാടു കടമ്പകൾ കടന്നുവേണ്ടി വന്നിരുന്നു. ഒടുവിലെത്തിപ്പെട്ട കോലത്തിൽ ചിത്രത്തിനു പ്രേക്ഷകരുടെ മുൻപിലെത്തുവാൻ. നക്സലൈറ്റ് ആശയധാരയെ പിൻതുണയ്ക്കുന്നുവെന്ന പേരിലാകാം അടിയന്തിരാവസ്ഥയുടെ പ്രകൃതമറവിൽ ചിത്രത്തെ കെ.കരുണാകരൻ ഏറെ എതിർത്തിരുന്ന കഥയും പവിയും ബക്കറും പറഞ്ഞിരുന്നു. ആ വർഷത്തെ സംസ്ഥാന ചലച്ചിത്ര അവാർഡുകൾ പ്രഖ്യാപിച്ചപ്പോൾ രണ്ടാമത്തെ മികച്ച ചിത്രം *കബനീനദി ചുമന്നപ്പോൾ* ആയിരുന്നു. മികച്ച സംവിധായകൻ പി.എ.ബക്കറും. റിലീസായതു പിറ്റേ വർഷമാണെങ്കിലും ആ വർഷം തന്നെ സെൻസർ ചെയ്തതുകൊണ്ട് *സ്വപ്നാടനം* മികച്ച ചിത്രമായി. *പ്രയാണം* ഭരതന് മികച്ച കലാസംവിധായകനുള്ള അവാർഡ് നേടി. ബാലുമഹേന്ദ്രയായിരുന്നു മികച്ച ഛായാഗ്രാഹകൻ (ചിത്രം *ചുവന്ന സന്ധ്യകൾ*) നിഗ്രഹിക്കാൻ ഉയർത്തിയ കൈകൾ തന്നെ അവാർഡ് നിശയിൽ പ്രശംസാപത്രം നൽകുവാൻ നീണ്ട കാഴ്ച കൗതുകരമായിരുന്നു.

അതിലും വിചിത്രങ്ങളായ നിമിഷങ്ങളാണ് കാലം തുടർന്നുള്ള നാളുകൾക്കായി കരുതിവച്ചിരുന്നത്. കടുത്ത ഇടതുപക്ഷ ചിന്താഗതിക്കാരനായിരുന്ന ബക്കർ കോൺഗ്രസ്സ് മുന്നണിക്കുവേണ്ടി പ്രചരണചിത്രം തയ്യാറാക്കുവാൻ മുൻപോട്ടു വന്ന കഥ കാർട്ടൂണിസ്റ്റ് യേശുദാസൻ പറഞ്ഞു കേട്ടിട്ടുണ്ട്. കെ. കരുണാകരനെക്കുറിച്ചു ഒരു ദീർഘഡോക്യുമെന്ററി സംവിധാനം ചെയ്തുകൊണ്ട് പവി അവിടെയും ബക്കറിനെ കടത്തി വെട്ടി. അക്കഥ കേട്ടു ചോദ്യഭാവത്തിൽ തന്നെ നോക്കിയ ഭരതന്റെ നേർക്ക് പവി നിഷ്ക്കളങ്കഗൂഢമായി ഊറിച്ചിരിച്ചുകൊണ്ടു പറഞ്ഞതും ഓർമ്മയിലുണ്ട്:

“ഇങ്ങിനെയൊക്കെയല്ലേടാ നമുക്കു പ്രതികരിക്കാൻ പറ്റൂ...!”

ബക്കർ 1975ൽ *മണിമുഴക്കം* സംവിധാനം ചെയ്തുകൊണ്ട് കൂടുതൽ ശ്രദ്ധേയനായി. സാറാതോമസിന്റെ *മുറിപ്പാടുകൾ* എന്ന നോവലായിരുന്നു പ്രമേയത്തിന്റെ സ്ഥാനം. നടൻ ശ്രീനിവാസൻ ആദ്യമായി മുഖ്യവേഷത്തിലഭിനയിച്ച ചിത്രമായിരുന്നു *മണിമുഴക്കം* കാർട്ടൂണിസ്റ്റ് തോമസായിരുന്നു നിർമ്മാതാവ്. ഭരതനെയാണ് കലാസംവിധായകനായി കരാർ ചെയ്തിരുന്നത്. ഭരതൻ എറണാകുളത്തെത്തി. ടെർമിനസ്സ് ഹോട്ടലിൽ ആയിരുന്നു താമസം.

മഹാരാജാസ് കോളേജിനോട് ഏറ്റവുമടുത്തായുള്ള (ഹോസ്റ്റലിനും ഗ്രൗണ്ടിനും എതിർവശത്തായി) ബാർ അറ്റാച്ച്ഡ് ഹോട്ടൽ എന്ന നിലയിൽ കാമ്പസിലെ തലമുറകളുടെ സ്വതന്ത്രവീര്യപാനസപര്യയിലെ ആദ്യ അരങ്ങായിരുന്നു അന്നാളുകളിൽ ‘ടെർമിനസ്സ്’. ഇന്ന് ആ ഹോട്ടലില്ല. ആ സ്ഥാനത്ത് കല്യാൺസിൽക്ക്സിന്റെ കൂറ്റൻ ബഹുനില ഷോറൂമാണ്. കാമ്പസ്സിൽ വച്ചു കണ്ടുമുട്ടുന്നതിലുമേറെ പതിവായി പവിയും ഞാനും (മറ്റനേകർ തമ്മിലുമെന്നതുപോലെ)* കണ്ടുമുട്ടാറുള്ളത് ടെർമിനസ്സിലെ ഇരുണ്ട ഇടനാഴികളിൽ വച്ചാണ്.

എറണാകുളത്ത് ആദ്യമായി ശീതീകരിച്ചു കള്ളു പരിഷ്കൃത റസ്റ്റാറന്റിൽ ലഭ്യമാക്കിയ ടോഡി പാർലറും പോഞ്ഞിക്കരയിലെ കള്ളുഷാപ്പിൽ അഴിമുഖത്തിനഭിമുഖമായുള്ള ഇറാമ്പലുമായിരുന്നു മറ്റു പതിവുസംഗമസ്ഥലങ്ങൾ. ആ ഇറാമ്പലിൽ ഒരു സന്ധ്യയിൽ അതിഥിയായി ജോൺ അബ്രഹാം ചേക്കേറിയതുമോർക്കുന്നു. അരികിലൂടെ വന്നു കൈ ബലമായി കവർന്നെടുത്തു

---

* ഈയടുത്ത നാളിൽ ഒരു സമസ്യപോലെ ഞങ്ങൾ ചങ്ങാതിമാരിൽ അമ്പരപ്പു തീർത്തുകൊണ്ടു കോടതിയോടടുത്തുള്ള ബാർ അസോസിയേഷൻ ലൈബ്രറിയിൽ ഗ്രന്ഥശേഖരങ്ങളെ സാക്ഷിയാക്കി ജീവിതത്തോടു നാടകീയമായി വിട പറഞ്ഞു. *ത്രാസ*ത്തിന്റെ സംവിധായകൻ അഷറഫ് പടിയത്തായിരുന്നു (പടിയൻ) മറ്റൊരു സ്ഥിരം പതിവുകാരൻ. സംവിധായകൻ കമലിന്റെ അമ്മാവനും ഗുരുവുമായിരുന്ന പടിയൻ പവിയെപ്പോലെ എന്നോടൊപ്പം ഒരു *മഹാരാജാസ്* പ്രജയായിരുന്നു.

പിടിച്ചു കുലുക്കുമ്പോൾ അനുഭവപ്പെട്ട ദാർഢ്യം ജോണിന്റെ ശബ്ദത്തിനു മുണ്ടായിരുന്നു.

"Hi John.....You are a John....Iam a John!"

അതായിരുന്നു അഭിവാദ്യവാക്യം; അകമ്പടിയായി പവിമൊഴി.

"ജോണായ ജോണിനെ ജോണെന്നു കണ്ടളവിലുണ്ടായ......"

ജോണിന്റെ പൊട്ടിച്ചിരിയുടെ ഘനഗംഭീരസ്ഥായിയിൽ ബാക്കി വരികൾ മുങ്ങിപ്പോയി.

പാതികരയിലും പാതികായലിലെ വെള്ളത്തിലുമെന്നോണം ബെഞ്ചും ഡസ്ക്കുമിട്ടാണ് ഇറാമ്പലിലെ ഇരിപ്പ്. വെള്ളമല്ല പായലും പോളയും തത്തി നിൽക്കുന്ന ചെളിയാണ് താഴെ. അതിനിടയിലൂടെ നുരഞ്ഞെത്തുന്ന കൊച്ചു ഞണ്ടുകൾക്കിറുക്കാൻ വിട്ടുകൊടുക്കാതെ കാലുകൾ ഡസ്ക്കിന്റെ താഴത്തെ പടിയിൽ കയറ്റി വച്ചു വേണം ഇരിക്കാൻ. മുൻപിൽ കായലിലൂടെ കടന്നു പോകുന്ന ചരക്കുവള്ളങ്ങളും ലൈൻബോട്ടുകളും കാണാം. മച്ചുവകളിൽ നിന്നും വിദേശിടൂറിസ്റ്റുകൾ കൈയ്യുയർത്തി കാണിക്കും. അഴിമുഖത്തു തുറ മുഖത്തേയ്ക്കുള്ള പ്രവേശനാനുമതി കാത്തുകിടക്കുന്ന കപ്പലുകൾ. പശ്ചാ ത്തലത്തിൽ അസ്തമയത്തിന്റെ ചെഞ്ചുമപ്പിൽ മുഴുവൃത്തമായി സൂര്യൻ. ദീപാലംകൃതമാകുവാൻ തുടങ്ങുന്ന വാർഫുകളിൽ പടുകൂറ്റൻ ക്രെയിനുകൾ. കൂമ്പാരം കൂട്ടിയ സൾഫറും കരിയും. കൺടെയ്നറുകളുടെ നിര... ബസ്സു കളുടെയും വാഹനങ്ങളുടെയും പ്രവാഹം . കൂട്ടത്തിൽ ഇടയ്ക്ക് പുക തുപ്പിയും കൂകി വിളിച്ചും കടന്നുപോകുന്ന തീവണ്ടികൾ. അപൂർവ്വമായി നേവൽ ബേസിന്റെ പ്രാന്തത്തിലുള്ള എയർപോർട്ടിലേയ്ക്കു പറന്നിറങ്ങു കയും അവിടെ നിന്നു പറന്നുയരുകയും ചെയ്യുന്ന വിമാനങ്ങളും നേവിയുടെ ഹെലികോപ്ടറുകളും.....

അന്ന് ആ അസ്തമയത്തെ സാക്ഷിയാക്കി ജോൺ ശ്രുതിമധുരമായി പാടി; ടാഗോറിന്റെ അതിപ്രശസ്തങ്ങളായ വരികൾ....

"എത്ര മനോഹരമാണവിടത്തെ ഗാനാലാപനശൈലി!"

നിമിഷങ്ങൾ കൊണ്ടു ജോൺ അവിടത്തെ അന്തരീക്ഷവുമായിണങ്ങി. പോഞ്ഞിക്കരയിൽ കുട്ടനാടിന്റെ ഗൃഹാതുരത്വം കണ്ടെടുത്തിട്ടാവാം അവിടത്തെ പതിവുകാരോട് അടുത്തിടപഴകി അവരിലൊരാളായി.....അല്ലെ ങ്കിലും കുട്ടനാടൻ നന്മയുമായി ചെന്നു ചേക്കേറുന്നയിടമെല്ലാം ജോണിന് സ്വന്തം സ്ഥലമാവുക പതിവായിരുന്നല്ലോ.......

ഭരതൻ പറയാറുള്ള ഒരനുഭവസാക്ഷ്യമോർത്തുപോകുന്നു.

ഒരു തിരുവോണത്തലേന്ന് പരാങ്കുശപുരത്തെ യജ്ഞശാലയിലെ നൈവേദ്യാർച്ചന കഴിഞ്ഞു നാട്ടിലേയ്ക്കു മടങ്ങി ജോണും പവിയും. ട്രെയിൻ

പുറപ്പെടുന്നതിനു തൊട്ടുമുൻപ് എങ്ങിനെയോ മദിരാശി സെൻട്രൽ സ്റ്റേഷനിലെത്തി. പ്ലാറ്റ്ഫോം ടിക്കറ്റുപോലും എടുത്തിട്ടില്ല. കയ്യിൽ കാര്യമായി പണവുമില്ല. അതൊന്നും സാരമാക്കാവുന്ന ബോധതലങ്ങളിലായിരുന്നില്ല ഇരുവരും. തിരുവോണത്തലേന്നായതുകൊണ്ടു വല്ലാത്ത തിരക്കുണ്ട്. അതൊന്നും ഗൗനിക്കാതെ നേരെ ഫസ്റ്റ്ക്ളാസ്സ് കമ്പാർട്ടുമെന്റിൽ അപ്പർബെർത്തിൽ കയറിക്കിടന്നുറക്കമായി. നാലുപേർക്കിരിക്കാവുന്ന മുറിയാണ്. ഒരുയർന്ന മിലിട്ടറി ഉദ്യോഗസ്ഥനും കുടുംബവുമാണു താഴെ സീറ്റിൽ. വണ്ടി പുറപ്പെട്ടു. ആർക്കോണമടുക്കാറായപ്പോൾ ജോണിനു ഒരു മൂത്രശങ്ക. എഴുന്നേറ്റു താഴെയിറങ്ങി ടോയ്‌ലറ്റുവരെ പോയി കാര്യം സാധിക്കുന്നതിലുള്ള ക്ലേശമോർക്കുമ്പോൾ മടി. ജോൺ പതിഞ്ഞ സ്വരത്തിൽ സ്വയം ശാസിച്ചു.

“കയറിക്കിടക്കുന്നതിനുമുൻപായിക്കൂടായിരുന്നോ? ങ്ഹാ... ഇനിയവിടെ നിൽക്ക്!”

ജോണിനെ ജോൺ അനുസരിച്ചു. പക്ഷേ ശരീരം വഴങ്ങിയില്ല. പിടിച്ചുനിൽക്കാവുന്ന ഘട്ടം കഴിഞ്ഞപ്പോൾ സംഭവം സ്വയമേ ബഹിർഗ്ഗമിച്ചു. അല്ലെങ്കിലും പിറന്നുവീണ നാളുകളിൽ അതായിരുന്നുവല്ലോ പതിവുശീലമെന്നു ജോൺ കരുതിയിരിക്കും. മുകളിലെ ബർത്തിൽ നിന്നും താഴേയ്ക്കൊലിച്ചിറങ്ങുന്ന ജലപ്രവാഹം ശരീരത്തിൽ വീണപ്പോൾ മിലിട്ടറി ഉദ്യോഗസ്ഥൻ എഴുന്നേറ്റു ജോണിനെ തട്ടിവിളിച്ചു.

"Excuse me, നിങ്ങളുടെ water bottle ലീക്ക് ചെയ്യുന്നുണ്ടെന്നു തോന്നുന്നു.”

ജോണിലെ സത്യസന്ധനുണർന്നു. അദ്ദേഹം നിഷ്ക്കളങ്കം പട്ടാളമേധാവിയെ തിരുത്തി.

“No Sir, വാട്ടർബോട്ടിൽ ലീക്ക് ചെയ്തതല്ല. ഞാൻ മൂത്രമൊഴിച്ചതായിരുന്നു!”

തുടർന്നവിടെ മുഴങ്ങിയത് യുദ്ധമുന്നണിയിൽ ശത്രുസൈന്യത്തിന്റെ നേർക്കെടുക്കാനായി കരുതിവച്ചിരുന്ന സമസ്തപട്ടാളശൗര്യവുമൊരുമിച്ചായിരുന്നു എന്നു പറയേണ്ടതില്ലല്ലോ. അറ്റൻഡർമാർ ഓടിയെത്തി. പുറകെ ടിക്കറ്റ് എക്സാമിനറും. വണ്ടി ആർക്കോണമെത്തിയപ്പോൾ റെയിൽവെ പോലീസും. കളി കാര്യമായി. ജോണും പവിയും റെയിൽവേ പോലീസിന്റെ സ്റ്റേഷനിലെ ലോക്കപ്പ് സെല്ലിലാക്കി ബാക്കി ഉറക്കം.

തിരുവോണനാളിൽ ഉണർന്നെഴുന്നേൽക്കുമ്പോഴാണ് താനിപ്പോഴും ആർക്കോണത്താണെന്നുള്ള ബോധോദയം പവിക്കുണ്ടാകുന്നത്. വീട്ടിൽ എല്ലാവരും ഒന്നിച്ചോണമുണ്ണാൻ താൻ വരുന്നതു കാത്തിരിക്കുമ്പോൾ താനിവിടെ ലോക്കപ്പ് മുറിയിൽ....പവി കരച്ചിലായി.

ജോണിനു പിന്നെ എല്ലായിടവും വീടുപോലെ, എല്ലാദിവസവും തിരുവോണം. ചങ്ങാതിക്കൊരു കൂസലുമില്ല. ലോക്കപ്പിൽ സഹതടവുകാരായി വന്നുപെട്ടിട്ടുള്ളവരുമായി ജോൺ ചങ്ങാത്തത്തിലായിക്കഴിഞ്ഞിരുന്നു അപ്പോഴേക്കും. അവരിലധികവും ചില്ലറ മോഷണത്തിനും മറ്റു കുറ്റങ്ങൾക്കും പിടിയിലായ പാവം കള്ളന്മാരായിരുന്നു. അവരിൽ നിന്നും കളവിന്റെ ട്രേഡ് രഹസ്യങ്ങൾ പഠിച്ചെടുക്കുവാനും തന്റെ കൈവശമുള്ള ചില്ലറ ലൊട്ടുലൊടുക്കു ജാലവിദ്യകൾ അവരെ പഠിപ്പിക്കാനുമായിരുന്നു ജോണിന്റെ ഉത്സാഹം.

പവിയുടെ കരച്ചിൽ കണ്ടലിവുതോന്നിയ ഏതോ കോൺസ്റ്റബിൾ മദിരാശിയിൽ ഭരതനെ വിളിച്ചു പറഞ്ഞു. കടം വാങ്ങി (സ്വാഭാവികമായും) പണമുണ്ടാക്കി ഭരതനും ബക്കറും കൂടി ആർക്കോണത്തുവന്ന് ഇരുവരെയും പിഴയടച്ചു മോചിപ്പിച്ചെടുക്കുകയായിരുന്നു. അന്ന് പരാങ്കുശപുരത്തെ മാളത്തിൽ തിരുവോണരാവാഘോഷിക്കുമ്പോഴും ജോൺ ശ്രുതിമധുരമായി പാടിയിരിക്കും...

എത്ര മനോഹരമാണവിടത്തെ ഗാനാലാപനശൈലി....!'

ഏതു സാഹചര്യവുമായും ഏതിടവുമായും ആരുമായും പെട്ടെന്നിണങ്ങിച്ചേരുവാനും പൊരുത്തപ്പെട്ടുപോകുവാനും കഴിഞ്ഞിരുന്ന ജോണിനെങ്ങിനെ ജോണുമായി മാത്രം ചേർന്നുപോകുവാനായില്ല എന്നതു ഉത്തരം കിട്ടാതെ പോയ ചോദ്യമായി! വളരെക്കുറച്ചുമാത്രമേ ജോണുമായി ഞാനിടപഴകിയിട്ടുള്ളൂ. ജോണിനെ അടുത്തറിഞ്ഞിട്ടുള്ള പലരും എന്റെ ആത്മസുഹൃത്തുക്കളായിരുന്നു. സ്നേഹിക്കാനറിയാവുന്ന ആർജ്ജവമാർന്ന ഒരു വലിയ ഹൃദയം എല്ലാ അരാജകത്വഘോഷങ്ങൾക്കിടയിലും ജോൺ ആർദ്രമായി പുലർത്തിയിരുന്നു എന്ന് സാക്ഷ്യപ്പെടുത്തിയവരാണ് എല്ലാവരും. എങ്കിലും ബിരുദാനന്തരബിരുദവിദ്യാർത്ഥികൾക്കിടയിൽ അബദ്ധവശാൽപ്പെട്ടുപോയ പ്രൈമറി വിദ്യാർത്ഥിയെപ്പോലെ സന്ദേഹിച്ചും സങ്കോചപ്പെട്ടും പകച്ചും ഒഴിഞ്ഞുനില്ക്കുവാനേ തോന്നിയിട്ടുള്ളൂ ജോണിന്റെ മുൻപിൽ എനിക്ക്. അതൊരു യോഗ്യതയായിട്ടല്ല; നഷ്ടമായിത്തന്നെ ഞാൻ തിരിച്ചറിയുന്നുമുണ്ട്!

ടെർമിനസ് ഹോട്ടലിലെ ഭരതന്റെ മുറിയിലേയ്ക്ക് മടങ്ങാം. ഞാനും കിത്തുവുമൊത്ത് അവിടെ ചെല്ലുമ്പോൾ സദിരുസജീവമായിക്കഴിഞ്ഞിരുന്നു. ഭരതനും പവിയും തന്നെ മുഖ്യഗായകർ. പാട്ടുകൾക്കിടയിലെ വേളകളിൽ മാത്രം രണ്ടുവാക്കു പിശുക്കിയുരിയാടുന്ന ബക്കറിന്റെ നിശ്ശബ്ദസാന്നിദ്ധ്യമുണ്ടവിടെ. നിർമ്മാതാവായ കാർട്ടൂണിസ്റ്റ് തോമസ് തിരക്കിലാണ്. എങ്കിലും എന്തോ അത്യാവശ്യകാര്യത്തിനെന്നോണം അരമണിക്കൂർ ഇടവിട്ട് ഓടി

യെത്തും. *സംസ്കൃതജഢിലമായ രണ്ടു പച്ചമൊഴി* കൂട്ടി ഒരു കവിൾ മോന്തി അതേ തിരക്കിൽ മറയും. സദിരിലും സുരപാനത്തിലും ഭാഗഭാക്കാകാതെ സൗഹൃദത്തിന്റെ ലഹരിമാത്രം പങ്കിടാനെത്തിയ ഒരതിഥിയേയുമോർക്കുന്നു; പ്രഗത്ഭ പത്രപ്രവർത്തകനായ രാംജി. ദേശീയതലത്തിൽ തന്നെ ശ്രദ്ധിക്കപ്പെട്ടിരുന്ന ഒരു പൂർവ്വാശ്രമ കഥയുണ്ടു രാംജിക്കു പത്രപ്രവർത്തനത്തിൽ. ബോംബെയിലുണ്ടായിരുന്ന നാളുകളിൽ രാംജിയുടെ കീഴിൽ കുറച്ചു നാൾ താൻ പത്രപ്രവർത്തകനായിരുന്ന കഥ നടൻ ശങ്കരാടി പറയാറുണ്ട്. *കൊച്ചിൻ വിൻഡോ* എന്ന പേരിൽ എറണാകുളത്തുനിന്നും ഒരിംഗ്ലീഷ് മാസിക പ്രസിദ്ധപ്പെടുത്തി ഒതുങ്ങിക്കഴിയുകയാണ് അപ്പോൾ രാംജി. ഞാൻ ആ മാസികയിൽ വല്ലപ്പോഴും എഴുതാറുണ്ടായിരുന്നു. മിതഭാഷിയും മാന്യനുമായ (മറ്റുള്ളവർ അങ്ങിനെയല്ല പ്രകടപ്രത്യക്ഷതലത്തിൽ എന്നേ അർത്ഥമാക്കേണ്ടൂ) രാംജിയുടെ സാന്നിദ്ധ്യം ആ ഒത്തുചേരലിന് ഒരു കൊളാഴിന്റെ വിരുദ്ധശ്രുതി പകർന്നു തരുന്നതിനിടയിലാണ് മൂവി ബഷീർ എന്ന ചങ്ങാതിയുടെ അവതാരം. ഒരു പാടു നന്മ മനസ്സിൽ പേറി നടക്കുകയും അതത്രയും *പച്ചമൊഴിയുടെ സംസ്കൃതവടിവിൽ* മാത്രം പ്രകാശിപ്പിക്കുകയും ചെയ്യുന്ന പ്രകൃതമാണ് ബഷീറിന്റേത്. അക്കാര്യത്തിൽ ബഷീറിന്റെ ചെരിപ്പിന്റെ വാറഴിക്കില്ല കാർട്ടൂണിസ്റ്റ് തോമസ്! *മൂവി* എന്ന പേരിൽ ഒരു പ്രസിദ്ധീകരണം നടത്തിയിരുന്നു തിക്കുറിശ്ശി ശിഷ്യനായ ബഷീർ. ഇദ്ദേഹത്തിന്റെ ഭാര്യാസഹോദരിയുടെ പുത്രനാണു നടൻ മമ്മുട്ടി. കൊച്ചിൻ ഹനീഫ സംവിധാനം ചെയ്ത *വാത്സല്യ*ത്തിന്റെ നിർമ്മാതാവായി ബഷീർ പിന്നീട്. ഓമനിച്ച് വളർത്തിയ രണ്ടാൺമക്കളെ പറക്കമുറ്റാറായപ്പോഴേക്കും വിധി കവർന്നെടുത്തതിന്റെ ദുഃഖം ബഷീറിന് മരണകാരണമായി.

ഇതിനിടയിൽ മറ്റൊരാൾ കൂടി അവിടെ എത്തിപ്പെട്ടു. കാർമൽ ജോണി. സഹൃദയനായ നിർമ്മാതാവും വിതരണക്കാരനുമായ ജോണിയാണ് കെ. ജി. ജോർജ്ജിന്റെ *ഓണപ്പുടവ* നിർമ്മിച്ചത്. ജോണിക്കൊരു പ്രത്യേകതയുണ്ട്. ആദ്യത്തെ രണ്ടുമൂന്നു പെഗ്ഗ് കഴിഞ്ഞാൽ തുടർന്ന് പിന്നീടു സംസാരമത്രയും ആംഗലത്തിലാക്കിയാകും ലഹരിയോടു നീതി പുലർത്തുക. ബോധാബോധതലങ്ങളിൽ നക്ഷത്രങ്ങൾ മിന്നി ശ്രുതി കൂടുമ്പോഴൊക്കെ ജോണി അയവിറക്കാറുണ്ടായിരുന്ന ഒരു സ്വപ്നമുണ്ട്:

"ഒരിംഗ്ലീഷ് ചിത്രം നിർമ്മിക്കണം; ബക്കർ മതി സംവിധാനം!"

"ബെസ്റ്റ് ....നല്ലസ്സൽ കോമ്പിനേഷൻ! രണ്ടാളും ഇംഗ്ലീഷിൽ കെങ്കേമന്മാർ! പോരെന്നുണ്ടെങ്കിൽ അറ്റകൈയ്ക്ക് കാർട്ടൂണിസ്റ്റ് തോമസ്സിനെക്കൂടി ചേർത്തോട്ടേന്ന്!"

പവി സ്വകാര്യം പറയും.

സിനിമയെ ഒരുപാട് സ്നേഹിക്കുകയും സിനിമ നൽകിയതിലേറെ സിനിമയ്ക്കുവേണ്ടി നഷ്ടപ്പെടുത്തുകയും ചെയ്ത ജോണി അടുത്തിടെ ഓർമ്മയായപ്പോൾ സംസ്ക്കാരവേളയിൽ എത്തിനോക്കുവാനുണ്ടായത് നാലോ അഞ്ചോ സിനിമക്കാർ മാത്രമായിരുന്നു!

ടെർമിനസ്സിലെ ബാറിൽ നിന്നും *ഞാനിവിടുണ്ട്* എന്ന് ഓർമ്മിപ്പിക്കുവാൻ മാത്രം ഇടയ്ക്കു മുറിയിൽ വന്നെത്തിനോക്കി ബാറിലെ ധ്യാനമേശയിലേയ്ക്കു തന്നെ മടങ്ങുന്ന ഒരു ചങ്ങാതിയെക്കുറിച്ചുകൂടി പറഞ്ഞാലേ ആ രാവിലെ ഭരതന്റെ മുറിയുടെ ചിത്രം പൂർണ്ണമാകൂ. കറുപ്പിലും വെളുപ്പിലും ഛായകൾക്കു നിറപ്പകിട്ടേറുമെന്നും ആ അഴകാണ് അഴകെന്നും തെളിയിച്ച ഛായാലേഖകൻ വിപിൻദാസാണ് കഥാപുരുഷൻ. ബാറിൽ അന്നത്തെ തന്റെ സന്തതസഹചാരിയും നിഴലുമായിരുന്ന നാരായണസാമിയെന്ന ബ്രാഹ്മണ യുവാവിനെ തൊട്ടിരുന്നുള്ള പതിവുധ്യാനത്തിനിടയിൽ നിന്നുമായിരുന്നു ദാസിന്റെ ഈ എത്തിനോട്ടം. ബാറിന്റെ പിന്നാമ്പുറത്ത് ഒഴിഞ്ഞ മദ്യകുപ്പികൾ കുന്നോളം കൂമ്പാരം കൂട്ടിയതിൽ ചാഞ്ഞു ചെരിഞ്ഞുനിൽക്കുന്ന വിപിൻദാസിന്റെ ഒരു നിശ്ചലചിത്രം ആന്റണി ഈസ്റ്റ്മാൻ ലേഖപ്പെടുത്തിയത് അന്നാളുകളിൽ ഏതോ വാരികയിൽ പ്രസിദ്ധപ്പെടുത്തിയിരുന്നു. മുറിയിലേയ്ക്കുള്ള ദാസിന്റെ ഹ്രസ്വസന്ദർശനവേളയിൽ നിഴലായി ഈ ബ്രാഹ്മണയുവാവുമുണ്ടാകും. മുറിയിലുള്ള എല്ലാവരും നാരായണസ്വാമിക്കു പരിചയക്കാരും ചങ്ങാതിമാരുമാണ്. നഗരത്തിൽ വരുന്ന സിനിമക്കാർക്കെല്ലാം ചങ്ങാതിയായ ഇദ്ദേഹത്തെ *മാളോരുടെ സ്വാമി* എന്ന് സ്നേഹപൂർവ്വം വിശേഷിപ്പിക്കുമായിരുന്നു സംവിധായകൻ മോഹൻ....കുറച്ചുകാലം ചങ്ങാതി കാർട്ടൂണിസ്റ്റ് തോമസിന്റെ *"designers"* എന്ന പ്രശസ്തമായ പരസ്യക്കമ്പനിയിലെ ഉദ്യോഗസ്ഥനായിരുന്നു. അതിനും മുൻപ് തോമസിന്റെ ഭാര്യാപിതാവായ ഗർവ്വാസ് ജോണിന്റെ ഉടമസ്ഥതയിലുള്ള കൊച്ചിയിലെ ആദ്യത്തെ പ്രമുഖ ബ്ലോക്ക് സ്റ്റുഡിയോയിലും. പരിണാമത്തിന്റെ പൂർവ്വദിശയിൽ നിന്നും ക്രമേണ ഉത്തരഘട്ടത്തിലേയ്ക്കു കടന്നപ്പോൾ പേരൊന്നു പരിഷ്കരിച്ച ബ്രാഹ്മണയുവാവ് എസ്സ്.നാരായണസ്വാമിയിലെ നാരായണനാമം ചുരുക്കി "എൻ" എന്ന അക്ഷരത്തിലൊതുക്കി. *എസ്സ്.എൻ.സ്വാമി* എന്നു സ്വയം ജ്ഞാനസ്നാനം ചെയ്തതും സുരപാനപർവ്വം താണ്ടി യോഗപർവ്വത്തിലേയ്ക്കു കുടിയേറിയതും രാശിചക്രങ്ങളെ സാക്ഷ്യം നിറുത്തി മലയാളത്തിന്റെ മുഖ്യധാരയിൽ *എസ്സ്.എൻ.സ്വാമി* താരപ്രഭയുള്ള തിരക്കഥാകൃത്തായി മാറിയതും പിന്നീടുള്ള ചരിത്രം. സി.കെ.സ്വാമി എന്ന ഓമനപ്പേരിലും സ്വാമി കുറച്ചിട അറിയപ്പെട്ടിരുന്നു. *സിനിമ കണ്ടുപിടിച്ച സ്വാമി* എന്നായിരുന്നു ചുരുക്കെഴുത്തിനു പൂർണ്ണരൂപം!

അന്ന് രാവേറെ ചെന്നപ്പോൾ ആ മുറിയിൽ ആരെല്ലാമോ തമ്മിൽ വഴക്കായി. ആര് ആരുമായി എന്തിന്റെ പേരിൽ എന്നതിനൊന്നും പ്രസക്തിയില്ലാതായിക്കഴിഞ്ഞിരുന്നു അപ്പോഴേക്കും. വഴക്കു മൂത്ത് ഉന്തും തള്ളുമായി. ഭരതൻ പെട്ടെന്ന് വ്രണിതചിത്തനായി. ക്ഷുഭിതനായി ബാഗുമെടുത്തു മുറി വിട്ടു (ആ ചിത്രം വിട്ടും) പുറത്തിറങ്ങി. കിത്തുവും ഞാനും കൂടെയും. റോഡ് കുറകെ കടന്ന് ഞങ്ങൾ പോയത് മഹാരാജാസ് കോളേജ് ഗ്രൗണ്ടിലെ മുത്തശ്ശിമരങ്ങളുടെ ചുവട്ടിലേയ്ക്കായിരുന്നു. ആകാശത്തിലെ നക്ഷത്രങ്ങളോട് അരിശം പങ്കിട്ട് മുത്തശ്ശിമരച്ചോലയിൽ മലർന്നുകിടന്നു ഭരതൻ മനസ്സു ശാന്തമാക്കിയപ്പോഴേക്കും ചങ്ങാതിയായ അഡ്വക്കേറ്റ് പ്രകാശ് കലങ്ങോട്ടിനെ വിളിച്ചുണർത്തി ഭരതനു മദിരാശിയിലെത്തുവാനുള്ള പണം കടം വാങ്ങി (അക്ഷരാർത്ഥത്തിൽ ദരിദ്രനായാണു ഭരതൻ പടിയിറങ്ങിയത്!) കിത്തുവുമെത്തി. കടം വാങ്ങുന്ന കാര്യത്തിൽ ഡോക്ടറേറ്റ് എടുത്തിട്ടുണ്ടു കിത്തു അന്നേ!

കാമ്പസ്സ് നാളുകളിൽ ചങ്ങാതിമാരുമൊത്ത് ഞാനെന്റെ കൗമാരയൗവന സന്ധികളിലെ മനസ്സിന്റെ തുടിപ്പുകൾ പങ്കിട്ടിരുന്നത് ഈ മുത്തശ്ശി മരച്ചുവട്ടിലാണ്. ഇതേ ചോലയിൽ ആകാശനക്ഷത്രങ്ങളെ നോക്കി പിന്നീടേറെ വൈകാതെ ഇതു പോലൊരു പാതിരായാമത്തിലാണ് ആദ്യമായി പ്രേക്ഷകരുടെ മുൻപിൽ സിനിമയായെത്തിയ ഒരു തിരക്കഥയുടെ ചേരുവകൾ ഞാൻ പരതിയതും. അന്ന് ആ സ്വപ്നങ്ങൾ പങ്കിടുവാനും അവയെ നിറങ്ങളായി പ്രകാശിപ്പിക്കുവാനും ഈ മരച്ചോലയിൽ എന്നോടൊപ്പം ഭരതനുമുണ്ടായിരുന്നു, കൂടെ കിത്തുവും. മൂവരുടെയും ഈ ഒത്തുചേരലിലെ യാദൃച്ഛികതയിൽ ഒരു നിയോഗം കാണാതെ വയ്യ.

സുമനസ്സിന്റെ സ്നേഹസാക്ഷ്യം

*പ്രയാണ*ത്തിനായിരുന്നു ആ വർഷത്തെ ഫിലിംഫെയർ അവാർഡ്. അവാർഡ് നിശ മദിരാശിയിലെ പഞ്ചനക്ഷത്രഹോട്ടലുകളിലൊന്നിലും. ഭരതന് ക്ഷണമുണ്ട്. ഇത്രയും വലിയ ഒരു ചടങ്ങിൽ ബഹുമാനിതനാകുവാൻ ലഭിക്കുന്ന ആദ്യസന്ദർഭമാണ്. ഭരതൻ പക്ഷെ പോകുന്നില്ലെന്നു തീരുമാനിച്ചു.

ധരിക്കുവാൻ നല്ലൊരു വസ്ത്രമില്ല. ആകെയുള്ളത് പിന്നിനരച്ച രണ്ടു പാന്റും സ്ലാക്കുമായി ചുരുങ്ങിയിരുന്നു അപ്പോഴേക്കും! ചെരുപ്പാണെങ്കിൽ പലവട്ടം പൊട്ടി ഇനി സാഹസം വയ്യെന്ന ആപത്‌വിലാപഘട്ടത്തിലും!

ഭരതന് അക്കാലത്തൊരു സ്കൂട്ടറാണുള്ളത്. അത്യപൂർവ്വമായേ അതു പുറത്തെടുക്കാറുള്ളൂ. ഇന്ധനം വാങ്ങുവാൻ പണമില്ലാത്തതുതന്നെ പ്രശ്നം. വല്ലപ്പോഴും ഇത്തിരി ചില്ലറ തടഞ്ഞാൽ അതിൽ പെട്രോളടിക്കും. ഒരു ലിറ്ററിൽ കൂടുതൽ ഒരു കാലത്തും അടിക്കുക പതിവില്ലാത്തതുകൊണ്ട് പെട്രോൾ ടാങ്കിൽ ഒരു ലിറ്റർ കൊള്ളുന്ന അളവിനു മുകൾഭാഗം ഇന്ധനസ്പർശമേൽക്കാതെ അവിടവിടെ തുരുമ്പു പിടിച്ചു ദ്രവിച്ചു സുഷിരങ്ങൾ വീണിട്ടുണ്ടെന്നും അതുകൊണ്ടു അബദ്ധവശാൽ ഒരു ലിറ്ററിൽ കൂടുതൽ എങ്ങാനും പെട്രോൾ എപ്പോഴെങ്കിലും ടാങ്കിലൊഴിച്ചുപോയാൽ ഒരു ലിറ്റർ കഴിച്ചു ബാക്കിയുള്ളതത്രയും നിർബ്ബാധം, നിസ്സങ്കോചം, ഈ സുഷിരങ്ങളിലൂടെ പുറത്തേയ്ക്കൊലിച്ചുപോകുമെന്നും സുഹൃത്തുക്കളുടെ സാക്ഷ്യം. ലാംബ്രട്ടാകമ്പനിക്കാർ ആദ്യമായി സ്കൂട്ടർ നിരത്തിലിറക്കിയ കാലത്തെയോ മറ്റോ മോഡലായതുകൊണ്ടു സത്യമാകാനാണു സാദ്ധ്യതയും! എന്തായാലും ഗട്ടറിൽ ചാടുമ്പോഴൊക്കെ ഒരു ലിറ്ററിന്റെ അവശേഷങ്ങളിൽ നിന്നുവരെ പുറത്തേയ്ക്കു തുള്ളി തെറിക്കുകയും അതുവീണു ഭരതന്റെ ഉള്ള സ്ലാക്കുകളുടെ പിൻഭാഗത്തുനേർത്ത വട്ടത്തിലുള്ള നരച്ചപ്പാടുകൾ സുലഭമായുണ്ടാവുകയും ചെയ്തതു സത്യമായിരുന്നു.

വസ്ത്രദാരിദ്ര്യം ഒരു വശത്ത്, സ്കൂട്ടറിലെങ്കിൽ സ്കൂട്ടറിൽ പഞ്ചനക്ഷത്രഹോട്ടലിൽ ചെന്നെത്തി തിരികെ വരാനാവശ്യമായ ഇന്ധനം സംഭരിക്കുവാൻപോലും ത്രാണിയില്ലാത്ത ചുറ്റുപാട് മറുവശത്ത്.

ചടങ്ങിന് പോകുന്നില്ലെന്ന ഭരതന്റെ തീരുമാനം അറിഞ്ഞപ്പോൾ പരാങ്കുശപുരത്തെ ശാലയിൽ അടുക്കളയുടെയും ഭരതനമസ്സിന്റെയും പാർവ്വത്യാരായിരുന്ന സതീഷിന്റെ മനസ്സുനൊന്തു. പുറത്തേയ്ക്കിറങ്ങിപ്പോയ സതീഷ് മടങ്ങിവന്നത് ഭരതന് ഒരു പുതിയ സ്ലാക്കും പാന്റും ഷൂസും വാങ്ങി മനഃക്ലേശമില്ലാതെ അവാർഡ് നിശവരെ അന്തസ്സായി പോയി മടങ്ങുവാനാവശ്യമായ ദ്രവ്യവുമായാണ്..... അവശേഷിച്ചിരുന്ന ഏതോ വിലപ്പെട്ട സ്വകാര്യസമ്പാദ്യം പണയക്കടയിൽ അടങ്കൽ വച്ചു സ്വരുക്കൂട്ടിയതായിരുന്നു ആ സുമനസ്സ് ഇതത്രയും. ലളിതയുമായി കുടുംബജീവിതമാരംഭിക്കുംവരെ ഭരതനോടൊപ്പമുണ്ടായിരുന്ന സതീഷ് പിന്നീട് നാട്ടിലേയ്ക്കു മടങ്ങി. സതീഷിനെ വീണ്ടും കൂടെ കൂട്ടാൻ ഇടയ്ക്ക് *ആവതു വന്ന* നാളുകളിലെപ്പോഴോ ഭരതൻ ശ്രമിച്ചിരുന്നു. അതിനകം നാട്ടിൽ വേരുകൾ തേടിക്കഴിഞ്ഞിരുന്ന സതീഷ് സ്നേഹപൂർവ്വം (ബുദ്ധിപൂർവ്വമെന്ന് കിത്തു) ആ ക്ഷണത്തിൽ നിന്നൊഴിവായി. 2008-ൽ ഭരതൻ ഫൗണ്ടേഷൻ തൃശൂരിൽ ഭരതസ്മൃതി ആചരിക്കുമ്പോൾ സദസ്യർക്കിടയിൽ സതീഷിനെ കണ്ടുവെന്നു കിത്തു പറഞ്ഞു. എനിക്ക് കാണണമെന്നുണ്ടായിരുന്നു. സംഘാടകബാദ്ധ്യതകൾക്കിടയിൽ കഴിഞ്ഞില്ല.

തിരുവനന്തപുരത്ത് ഭരതനോട് മനസ്സോടെ സൗമനസ്യം കാണിച്ചിട്ടുള്ളവരായിരുന്നു ക്യാപ്റ്റൻ പത്മാക്ഷനും (ഇദ്ദേഹത്തെക്കുറിച്ചു മുൻപേ പറഞ്ഞു) നികുഞ്ജം കൃഷ്ണൻനായരും. മേജർ റാങ്കിലേയ്ക്കുള്ള പ്രൊമോഷനൽ പോസ്റ്റിംഗ് പ്രതീക്ഷിച്ചിരുന്ന പത്മാക്ഷന്റെ മരണം അപ്രതീക്ഷിതമായിരുന്നല്ലോ. ഭാര്യാസമേതം സിനിമ കാണാൻ തിയ്യേറ്ററിൽ പോയി മടങ്ങുമ്പോൾ നെഞ്ചുവേദന അനുഭവപ്പെട്ടുവെന്നും സ്വയം ഡ്രൈവ് ചെയ്ത് ഹോസ്പിറ്റലിൽ ചെന്ന് അഡ്മിറ്റാവുകയായിരുന്നുവെന്നുമാണ് അനന്തപത്മനാഭൻ പറഞ്ഞുള്ള അറിവ്. മരണമറിഞ്ഞു ഭരതനെത്തി. ജ്യേഷ്ഠന്റെ മരണം പത്മരാജന് വലിയൊരാഘാതമായിരുന്നു. സംസ്കാരം കഴിഞ്ഞുമടങ്ങുവാൻ തുടങ്ങിയ ഭരതനെ പത്മരാജന്റെ അമ്മ വിലക്കി. കുറച്ചു നാളുകൾ പത്മരാജനോടൊപ്പം വീട്ടിൽ പിടിച്ചു നിറുത്തി.

“രാജനു മനസ്സിനൊരു ധൈര്യത്തിന് ഒരു തുണയായി. ഭരതൻ കുറച്ചു ദിവസം കൂടെ നിൽക്കണം.”

മനസ്സുകൾ കൊണ്ടിരുവർക്കുമിടയിലുണ്ടായിരുന്ന പൊരുത്തവും പാരസ്പര്യവും ആ അമ്മ നന്നായറിഞ്ഞിരുന്നുവല്ലോ! ഞവരയ്ക്കൽ തറവാടിന്റെ പറമ്പിലും ഗ്രാമത്തിലെ പാടവരമ്പിലും പ്രത്യേകലക്ഷ്യമില്ലാതെ അലഞ്ഞുനടന്ന നാളുകളിൽ മനസ്സിൽ രൂപപ്പെട്ടതാണ് *രതിനിർവ്വേദ*ത്തിന്റെ ചലച്ചിത്രഭാഷ്യത്തിന്റെ ആദ്യദൃശ്യരൂപം. ഇല്ലിക്കാടുകളും സർപ്പക്കാവുകളും കൊഴിഞ്ഞു വീണ പാലപ്പൂക്കളും കാച്ചിൽ വള്ളികളും കൗമാരമനസ്സിൽ

രതികാമനകൾ ഉണർത്തിവിട്ട കഥയിടങ്ങളും പലപ്പോഴായി ഇരുവരും കണ്ട റിയുകയായിരുന്നു. ഈ ചിത്രത്തിൽ മാത്രമല്ല പത്മരാജൻ തന്റെ പല കഥ കളിലും സജീവസാന്നിദ്ധ്യമാക്കാറുള്ള മഴ ആ നാളുകളിൽ തങ്ങളൊരു മിച്ച് പങ്കിട്ടനുഭവിച്ചതും ഭരതൻ അയവിറക്കുമായിരുന്നു!

"ഓണാട്ടുകരയിലെ മഴ മറ്റെല്ലായിടത്തെയും മഴയുടെ കൂട്ടല്ല, പെയ്തി റങ്ങുന്നത് ദേഹിയിൽ മാത്രമല്ല ; മനസ്സിലും കൂടാണ്!"

രതിനിർവ്വേദം എന്ന വാക്ക് പെട്ടെന്ന് മനസ്സിലാവില്ലെന്ന ന്യായത്തിൽ ചിത്രത്തിന്റെ പേര് *രതി + പപ്പു* എന്നാക്കി മാറ്റുവാനൊരു ശ്രമം ചിത്രം പുറ ത്തിറങ്ങും മുൻപു നടന്നതും നിർമ്മാതാവായ ഹരിപോത്തൻ വീറോടെ അതിനെ എതിർത്തു തങ്ങൾക്കൊപ്പം നിന്നതുമായ കഥ ഭരതനും പത്മരാ ജനും പറഞ്ഞു കേട്ടിട്ടുണ്ട്.

"പപ്പു"വിൽ എത്രത്തോളം പത്മരാജനുണ്ട്?"

ഞാനൊരിക്കൽ ചോദിച്ചു:

"ഞാൻ മാത്രമല്ല, ഭരതനും ഹരിയും ജോണും പപ്പുവായി വേഷമിട്ട കൃഷ്ണചന്ദ്രനും എല്ലാവരുമുണ്ട്. അതുകൊണ്ടല്ലേ.... നിങ്ങളുടെയും നിങ്ങ ളുടെയും....നിങ്ങളുടെയും കൗമാരത്തിന്റെ കഥ എന്നു ഞാനതിനെ വിശേ ഷിപ്പിച്ചത്.....!"

പത്മരാജൻ പറഞ്ഞു.

സിനിമയിലെ സാമ്പ്രദായിക ചിട്ടവട്ടങ്ങൾക്ക് സങ്കല്പിക്കുവാനാകാത്ത പ്രമേയധാരയായിരുന്നല്ലോ *രതിനിർവേദ*ത്തിൽ. അതിലെ രതിഭാവത്തിൽ മാത്രം ആകൃഷ്ടരായവരാണ് ഹരിപോത്തനെ ചിത്രനിർമ്മാണത്തിന് പിൻതുണയ്ക്കാമെന്ന വാഗ്ദാനവുമായി ആദ്യം കടന്നുവന്ന ചിലർ. അവ രുടെ പ്രാകൃതസങ്കല്പങ്ങളെ തൃപ്തിപ്പെടുത്തുവാൻ മാത്രം, തുറന്ന രതി ചിത്രത്തിലുണ്ടാകുന്നില്ലെന്നു വന്നപ്പോൾ അവരതിനെ ചോദ്യങ്ങൾ കൊണ്ട് പ്രതിരോധിക്കുവാൻ ഒരുമ്പെട്ടതും അക്ഷരാർത്ഥത്തിൽ സംഹാരരുദ്രനായി മാറിയ ഹരി കൈയ്യൂക്കു കൊണ്ടു തന്നെ അവരെ കൈകാര്യം ചെയ്തി റക്കിവിട്ടതുമായ അനുഭവം ഭരതനും പത്മരാജനും ഒരുപോലെ സാക്ഷ്യ പ്പെടുത്തിയിട്ടുണ്ട്. രതിയുടെ സ്വാഭാവികചോദനകളുടെ കൗമാരത്തിന്റെ സഹജമായ കല്പനാധാരയിലൂടെയുള്ള വിന്യാസമാണ് ചിത്രത്തിന്റെ ശക്തിയും മികവുമെന്ന തിരിച്ചറിവു വേണ്ടുവോളമുണ്ടായിരുന്നു ഹരി പോത്തന്. എന്നിട്ടും പപ്പുവിന്റെ ഭാവനയിൽ രതിയുടെ മോഹിപ്പിക്കുന്ന ദൃശ്യ ങ്ങൾ കോർത്തിണക്കി ഒരു സ്വപ്നരംഗം ചിത്രത്തിൽ കടന്നുവന്നു. പ്രിവ്യൂ സമയത്തു ഞാനതുകണ്ടു നെറ്റി ചുളിച്ചപ്പോൾ ഹരി പറഞ്ഞു.

"സാധാരണക്കാർക്കുവേണ്ടിയാണീ രംഗം."

ഹരിയുടെ പ്രേരണയിലായിരുന്നു ആ രംഗം ഉൾപ്പെടുത്തിയതെന്നു വ്യക്തം.

"ചിത്രത്തിൽ മൊത്തം കലർപ്പുണ്ടാക്കാൻ ഹരിപോത്തൻ സമ്മതിച്ചിട്ടില്ല. പിന്നെ ഈയൊരിത്തിരി കലർപ്പ്... അതങ്ങു കണ്ണടച്ചേരെ...."

നിർമ്മാതാക്കൾക്കിടയിലെ കലാകാരനായിരുന്നു ഹരി. അദ്ദേഹത്തിന്റെ കണക്കുകൾ തെറ്റായിരുന്നില്ലെന്നു അനുഭവം ബോദ്ധ്യപ്പെടുത്തുകയും ചെയ്തു. ചിത്രത്തിന്റെ പൊതുസ്വഭാവവുമായി ചേർന്നുപോകുന്നതായിരുന്നു ആ മേമ്പൊടി എന്നതു സമ്മതിക്കാതെയും വയ്യ.

സാമ്പത്തിക പരിമിതികളുടെ നിസ്സഹായതയുടെ പേരിൽ (ബന്ധങ്ങളുടെ വിധേയത്വത്തിന്റെ പേരിലും, രതിയായി ജയഭാരതി ഉദാഹരണത്തിന്) വേണ്ടി വന്ന അവസാനനിമിഷ ഒത്തുതീർപ്പുകളൊഴിച്ചു നിറുത്തിയാൽ പത്മരാജന്റെയും ഭരതന്റെയും തലച്ചോറിൽ കയറി ചിന്തിക്കുവാൻ തയ്യാറാവാത്ത സഹൃദയത്വം ഹരിയിലെ നിർമ്മാതാവിനുവേണ്ടുവോളമുണ്ടായിരുന്നു. ജയഭാരതിക്കുപകരം ഉണ്ണിമേരിയായിരുന്നു ഭരതന്റെയും പത്മരാജന്റേയും ആദ്യകാലസങ്കല്പത്തിൽ രതിചേച്ചി. ഗ്രാമ പശ്ചാത്തലത്തിൽ സങ്കല്പിച്ച ദൃശ്യാഖ്യാനം ഒടുവിൽ നെല്ലിയാമ്പതിയിലെ തേയില മടക്കുകളിലേയ്ക്കു പ്രായോഗിക പരിഗണനകളുടെ പേരിൽ മാറ്റിയുറപ്പിക്കേണ്ടി വന്നതു വലിയൊരു വിട്ടുവീഴ്ചയായി. മുളങ്കാടും സർപ്പക്കാവും അവിടത്തെ ഭൂപ്രകൃതിയിൽ പിന്നീട് മദിരാശിയിൽ ചിത്രീകരിച്ചു ആരോപിച്ചു ഉൾപ്പെടുത്തേണ്ടി വന്ന ഗതികേട് ഭരതനെ ഖിന്നനാക്കിയിരുന്നു.

ഞവരയ്ക്കൽ തറവാടിന്റെ പ്രാന്തപരിസരങ്ങളിലെ അലസനടത്തക്കിടയിൽ അവർ കണ്ടുമുട്ടിയ ചില മനുഷ്യർ പിന്നീട് പത്മരാജന്റെ രചനകളിലൂടെയും ചിത്രങ്ങളിലൂടെയും മലയാളി മനസ്സിൽ ചിരഃപ്രതിഷ്ഠ നേടി. ഓണാട്ടുകരക്കാർക്കു സുപരിചിതനായ ചെല്ലപ്പനാശാരി തന്നെ ഒന്നാമൻ. ഒരിടത്തൊരു ഫയൽവാനിലെ മേസ്തിരിയും തവളപിടുത്തക്കാരനുമൊക്കെ ആ ഗ്രാമ പാർശ്വങ്ങളിലെ പരിചിത മുഖങ്ങളിൽ നിന്നുയിരെടുത്തവരായിരുന്നു.

സിനിമയോടുള്ള ഭ്രമത്തിന്റെ പേരിൽ ഏറെ കഷ്ടനഷ്ടങ്ങൾ സഹിച്ചിട്ടുള്ള സഹൃദയനാണ് സി.രാമൻ കുട്ടി നായർ എന്ന സി.ആർ.കെ. *ശബരിമലശ്രീധർമ്മശാസ്താ* എന്ന പേരിൽ എം.കൃഷ്ണൻ നായരുടെ സംവിധാനത്തിൻ കീഴിൽ ഒരു ചിത്രം അദ്ദേഹം നിർമ്മിച്ചിരുന്നു. സി.ആർ.കെ. മഞ്ഞിലാസിന്റെ സാരഥി എം.ഒ.ജോസഫിന്റെ അടുത്ത സുഹൃത്തായിരുന്നു. സി. ആർ.കെ.യുടെ നിർബ്ബന്ധപൂർവ്വമായ പ്രേരണയുടെ കൂടി ഫലമായാണ് അതുവരെ നിർമ്മിച്ചു വന്ന ചിത്രങ്ങളുടെ സരണി വിട്ടു *ഗുരുവായൂർ കേശവൻ* എന്ന ചിത്രം നിർമ്മിക്കുവാൻ മഞ്ഞിലാസ് തയ്യാറാകുന്നത്. വലിയ

ഗുരുവായൂർ ഭക്തനായിരുന്ന സി.ആർ.കെ ഒരു legend പോലെ ഹൃദയങ്ങളിൽ നിറഞ്ഞു നിന്നിരുന്ന ഗജരാജന്റെ പുരാവൃത്തം സിനിമയായാൽ അതിനു വലിയ ജനപ്രീതി ലഭിക്കുമെന്നു പ്രതീക്ഷിച്ചിരുന്നു. പതിവുമട്ടിലുള്ള ഒരു ഭക്തിചിത്രമല്ല അവരാഗ്രഹിച്ചതെന്നതാവണമല്ലോ ഭരതനെ സംവിധാന ചുമതല ഏൽപ്പിക്കുവാൻ കാരണവും. ഒരു പക്ഷെ സാമ്പ്രദായിക മട്ടിലുള്ള ഒരു ഭക്തിചിത്രമായി അതിനു ചേരുന്ന ഒരു സംവിധായകന്റെ കീഴിൽ ആ ചിത്രം ഒരുക്കിയിരുന്നുവെങ്കിൽ ജനപ്രീതി എന്ന സി.ആർ.കെ.യുടെ പ്രത്യാശയെങ്കിലും സഫലമാകുമായിരുന്നോ! ഭരതന്റെ സംവിധാനശൈലി ചിത്രത്തിനു ചിലയിടങ്ങളിൽ (ഗാനരംഗങ്ങളിൽ എന്നേ പറയാനാകൂ) അലങ്കാരമായപ്പോൾ അതിശയോക്തികളുടെ നിറക്കൂട്ടുകൾ വേണ്ടിടത്ത് ആ അർത്ഥത്തിൽ അപര്യാപ്തയായി മാറുകയും ചെയ്തു. ഒരു ഫോക്‌ലോർ പോലെ പറയാവുന്ന ഒരു കഥയായാണ് താൻ ആ ചിത്രത്തെ വിഭാവനം ചെയ്തതെന്നു ഭരതൻ പറഞ്ഞിരുന്നു. ആ പ്രതീക്ഷയോടെയാണ് ഞാനടക്കം പലരും ആ ചിത്രത്തെ ഉറ്റുനോക്കിയിരുന്നതും. എന്നാൽ അതിനിണങ്ങുന്ന ഒരു തിരക്കഥാഭാഷ്യം നേടിയെടുക്കുവാൻ ഭരതനുകഴിഞ്ഞില്ല. ഉണ്ണികൃഷ്ണൻ പുതൂരും എൻ.ഗോവിന്ദൻകുട്ടിയുമായിരുന്നു ചിത്രത്തിന്റെ രചന. ഇരുവരും തങ്ങളുടേതായ പരിവൃത്തത്തിൽ സ്വയമടയാളപ്പെടുത്തിയിട്ടുള്ള പ്രതിഭാധനർ തന്നെ. പക്ഷെ തന്റെ മാധ്യമസങ്കല്പത്തിന്റെ ധാരയിലേയ്ക്ക് അവരുടെ മനസ്സുകളെ പാകപ്പെടുത്തുവാനോ അവരുടെ സങ്കല്പധാരയിൽ നിന്നും തനിയ്ക്കാവശ്യമായ കൂട്ടുകളെ സ്ഫുടം ചെയ്തെടുക്കുവാനോ ഭരതൻ ശ്രമിച്ചില്ല. അല്ലെങ്കിൽ ശ്രമിച്ചിട്ടും ഭരതനു കഴിയാതെ പോയി. അത്തരമൊരു പശ്ചാത്തലവുമായി ഒരു ചിത്രത്തിന്റെ ഓഫർ വരുമ്പോൾ വയ്യെന്നു പറയാവുന്ന ഒരു ചുറ്റുപാടിലായിരുന്നില്ല വറുതിയുടെ ആ നാളുകളിൽ ഭരതൻ എന്നത് ഇതിന്റെ മറ്റൊരു വശം.

ആയിടയ്ക്കൊരു ദിവസം തമ്മിൽ കണ്ടപ്പോൾ പി.എ.ബക്കർ ഭരതൻ കേശവമാഹാത്മ്യം സിനിമയാക്കുന്നതിനെ വിമർശിച്ചതുമോർക്കുന്നു. *ഭരതനെപ്പോലൊരാൾ* ഇങ്ങിനെയൊരു സിനിമയെടുക്കുവാൻ പാടുണ്ടോ എന്ന ബക്കറിന്റെ രോഷത്തിൽ ഭരതനിലുള്ള വിശ്വാസവും ഭരതനെക്കുറിച്ചുള്ള പ്രത്യാശയും തന്നെയാണു നിഴലിട്ടിരുന്നത്. ഭരതൻ അന്നാളുകളിൽ നേരിട്ടിരുന്ന സാഹചര്യങ്ങളുടെ സമ്മർദ്ദം ബക്കറിനു സങ്കല്പിക്കുവാനാകുന്നതുമായിരുന്നില്ലല്ലോ. അതു മനസ്സിലാക്കാവുന്ന ഘട്ടമെത്തിയപ്പോഴാവണം സ്വന്തം വിശ്വാസത്തിന് വിരുദ്ധമായതായാലും ഒരു രാഷ്ട്രീയ പ്രചരണചിത്രമെങ്കിലും നേടിയെടുത്തു കർമ്മനിരതനാകുവാൻ ബക്കർ ആഗ്രഹിച്ചുപോയതും. അനുഭവങ്ങൾ തന്നെയാണു എന്നും വഴികാട്ടികൾ തീർക്കുന്നത്; നല്ലതിലേയ്ക്കായാലും അരുതാത്തതിലേയ്ക്കായാലും!

*ഗുരുവായൂർ കേശവനോ*ടൊപ്പം മറ്റൊരു മഞ്ഞിലാസ് ചിത്രത്തിന്റെ സംവിധാനച്ചുമതലകൂടി ഭരതൻ നിർവ്വഹിച്ചു. ഉറൂബിന്റെ രചനയായിരുന്നു *അണിയറ*യ്ക്കടിസ്ഥാനം. ആത്മഗതങ്ങൾക്ക് അമിതമായ പ്രാധാന്യം നൽകിക്കൊണ്ടുള്ള ഉറൂബിന്റെ തിരക്കഥയിൽ ദൃശ്യാംശത്തേക്കാൾ സാഹിത്യാംശം മുന്നിട്ടുനിന്നിരുന്നു. കഥയിലെ നിർണ്ണായക കഥാപാത്രങ്ങൾക്ക് അനുയോജ്യരായില്ല തിരഞ്ഞെടുത്ത പല അഭിനേത്രികളും. *അണിയറ* തീരെ ശ്രദ്ധിക്കപ്പെട്ടില്ല. അക്കാലത്തു ഏതോ വാരികയ്ക്ക് നൽകിയ ഒരഭിമുഖത്തിൽ ചിത്രത്തിന്റെ പരാജയത്തിനുകാരണം ഉറൂബിന്റെ തിരക്കഥയുടെ ദൗർബ്ബല്യമാണെന്നു ഭരതൻ പറഞ്ഞതിന്റെ പേരിൽ ഞാനേറെ കലഹിച്ചിട്ടുണ്ട്.

യോജിക്കുവാൻ കഴിയാത്ത ഒരു നിലപാടാണിത്. തിരക്കഥ എഴുതിയ ശേഷം മാത്രമാണല്ലോ ചിത്രീകരണം. *അണിയറ*യുടെ തിരക്കഥ ദുർബ്ബലമാണ് എന്നു ഭരതന് ചിത്രീകരണത്തിനുമുൻപു ബോദ്ധ്യപ്പെട്ടിരുന്നില്ലെങ്കിൽ അതു ഭരതന്റെ തന്നെ വീഴ്ചയാണ്. പത്മരാജന്റെ നല്ല തിരക്കഥയായിരുന്നതുകൊണ്ടുമാത്രമാണോ *രതിനിർവ്വേദ*വും *തകര*യും വിജയങ്ങളായത്? അവ നല്ല തിരക്കഥകളായതിന്റെ ക്രെഡിറ്റിൽ ഒരോഹരി ഭരതനും അവകാശപ്പെട്ടതാകുമ്പോൾ ഉറൂബിന്റെ *അണിയറ* അപ്രകാരമാകാതായതിന്റെ പിഴവിലും ഭരതൻ ഓഹരി പറ്റിയേ മതിയാകൂ.... കഥയുടെയും നോവലിന്റേയും മേഖലയിൽ വളരെ ശ്രേഷ്ഠമായ ഔന്നത്യം സ്വന്തം സർഗ്ഗശക്തികൊണ്ടു കാലാതിശയിയായി അടയാളപ്പെടുത്തിയിട്ടുള്ള ഉറൂവിനെപ്പോലെ പ്രതിഭാധനനായ ഒരു വ്യക്തിയെക്കുറിച്ചുള്ള ഇത്തരം ഒരു പരാമർശം ഗുരുനിന്ദയായിപ്പോയെന്നു തന്നെ ഞാൻ ശഠിച്ചു. താനൊരു മഹാനായ തിരക്കഥാകൃത്താണെന്നു ഉറൂബ് എവിടെയും അവകാശപ്പെട്ടിട്ടില്ല. രാമുകാര്യാട്ടിനോടും പി. ഭാസ്കരനോടുമൊപ്പം നിവർത്തിച്ചതാണ് അദ്ദേഹത്തിന്റെ ശ്രദ്ധേയങ്ങളായ മറ്റു തിരക്കഥാരചനകൾ *(നീലക്കുയിൽ, രാരിച്ചൻ എന്ന പൗരൻ). വൈശാലിയും, താഴ്വാര*വും എഴുതുമ്പോൾ ഭരതനിലെ സംവിധായകന്റെ ദൃശ്യബോധം തനിക്കു പ്രചോദനനും പ്രകോപനവുമായിരുന്ന കഥ എം.ടി. പറഞ്ഞിട്ടുണ്ട്. അതേ സാക്ഷ്യം പത്മരാജനും ആവർത്തിച്ചിട്ടുണ്ട്. ലോഹിതദാസിനും എനിക്കുമൊക്കെ അതേറ്റുപറയുവാൻ സന്തോഷമേയുണ്ടായിട്ടുള്ളു. അവ്വിധം ഉറൂബിനു പ്രചോദനവും പ്രകോപനവുമാകുവാൻ ഭരതനു കഴിഞ്ഞില്ല എന്ന സത്യം മറച്ചുവയ്ക്കരുത്. ഉറൂബിന്റെ തിരക്കഥാവൈഭവത്തിൽ ബോദ്ധ്യംപോരായിരുന്നെങ്കിൽ തുടക്കത്തിലേ അതു പറഞ്ഞു തന്റെ മനസ്സിലെ സിനിമയോടുചേർന്നുനിൽക്കുന്ന ഒരു തിരക്കഥ ലഭ്യമാകുന്ന സംവിധാനം കണ്ടെത്തുവാൻ ശ്രമിക്കണമായിരുന്നു ഭരതൻ. അതുണ്ടായില്ല. *ഗുരുവായൂർകേശവ*നിലും *അണിയറ*യിലുമുണ്ടായ പാളിച്ചകളിൽ തിരക്കഥാകൃത്തുക്കളെ പ്രതി ചേർക്കാം. പക്ഷേ ഒറ്റപ്പെടുത്തി, വിരൽ ചൂണ്ടി കുറ്റം

ചാർത്തരുത്. നേട്ടങ്ങളിൽ ഒന്നാം സമ്മാനത്തിനവകാശപ്പെട്ടവർ കോട്ടങ്ങളിലും പ്രഥമസ്ഥാനം പങ്കിട്ടെടുത്തേ മതിയാകൂ.

കുറച്ചു വർഷങ്ങൾക്കുമുൻപു സമാനമായൊരു സംഭവമുണ്ടായി. ഹരിഹരന്റെ *പ്രേംപൂജാരി* പുറത്തിറങ്ങി ശ്രദ്ധിക്കപ്പെടാതെ വന്നു. ഒരു ട്രെയിൻ യാത്രയിൽ ഒന്നിച്ചപ്പോൾ എസ്സ്.എൻ.സ്വാമി ഹരിഹരന്റെ സാന്നിദ്ധ്യത്തിൽ ചിത്രം നന്നാവാതെ പോയത് തിരക്കഥയുടെ ദൗർബ്ബല്യം മൂലമാണെന്നു പറഞ്ഞപ്പോൾ ഞാനതിനെ എതിർത്തതു തിരക്കഥാകാരന്മാരുടെ കുലത്തോടുള്ള വർഗ്ഗസ്നേഹം കൊണ്ടായിരുന്നില്ല. ഹരിഹരനുഗുരുതുല്യനായ ഡോ. ബാലകൃഷ്ണന്റേതായിരുന്നു ആ ചിത്രത്തിന്റെ തിരക്കഥ. ഏറെക്കാലത്തിനുശേഷമാണ് അദ്ദേഹം തിരക്കഥാരംഗത്തേക്കു വീണ്ടും കടന്നുവന്നതും. ഹരിഹരന്റെ ചിത്രരചനാരീതികൾ മനസ്സിലാക്കിയിട്ടുള്ളവർക്കെല്ലാം അറിയാവുന്ന സത്യമാണ് ആരെഴുതിയാലും എഴുതിക്കിട്ടുന്ന തിരക്കഥ അതേപടി ദൃശ്യങ്ങളാക്കി പകുത്തുപകർത്തുകമാത്രം ചെയ്യുന്നതിൽ പരിമിതപ്പെടുന്നതല്ല ഹരിഹരന്റെ സംവിധാനദൗത്യമെന്ന്. ഡോ.ബാലകൃഷ്ണന്റെ തിരക്കഥയിൽ ശക്തിക്ഷയമുണ്ടായിരുന്നെങ്കിൽ അതുകണ്ടെത്തുകയും നികത്തി പരിഹരിക്കുകയും ചെയ്യാതിരുന്ന ഹരിഹരൻ തന്നെയാണ് എന്റെ ദൃഷ്ടിയിൽ ഒന്നാംപ്രതി എന്നു ഞാൻ പറഞ്ഞപ്പോൾ തലകുലുക്കിക്കൊണ്ട് ഹരിഹരൻ എനിക്കു കൈ തന്ന് അതിനോടു യോജിച്ചു.

ഞാനതു നൂറുശതമാനവും സമ്മതിക്കുന്നു.

ആത്യന്തികമായി ഭരതനും അതിനോടുയോജിക്കുമെന്നു തന്നെ ഞാൻ കരുതുന്നു. സിനിമയെന്ന മാദ്ധ്യമം അടിസ്ഥാനപരമായും ആത്യന്തികമായും സംവിധായകന്റെ കലയാണെന്നു വിശ്വസിക്കുന്നതുകൊണ്ടാണ് എനിക്കിങ്ങനെ കലഹിക്കേണ്ടിവരുന്നത്. സംവിധായകനെ സിനിമയുടെ author ആയി അംഗീകരിക്കുമ്പോൾ തിരക്കഥാകാരന്റെ സ്ഥാനമെന്ത് എന്ന ചോദ്യം വേണ്ട. സർവ്വപ്രധാനമാണത്. എന്നാൽ അതേസമയം സംവിധായകന്റെ മനസ്സിലുള്ള സിനിമയുടെ സങ്കല്പത്തിനുവിധേയമായി മാത്രമാണ് അതിനു പ്രസക്തി. മറിച്ചു സംഭവിക്കുന്നുണ്ടെങ്കിൽ അതാകസ്മികം മാത്രം; just by accident only. അതിനെ സാമാന്യവൽക്കരിച്ചുകൂടാ.... Applied writing ആണു തിരക്കഥ. ഒരു നിർദ്ദിഷ്ട ലക്ഷ്യത്തിനുവേണ്ടിയാണത് നിവർത്തിക്കപ്പെടുന്നത്. അതിനവകാശപ്പെടാവുന്ന എല്ലാ മൗലികതയും ആ പരിവൃത്തത്തിനു വിധേയമത്രെ.

യാത്രയിതു തുടരുന്നു

1977 ആകുമ്പോഴേക്കും ഹരിപോത്തൻ പത്മരാജനെ ഐ.വി. ശശിയോടു ചേർത്ത് *ഇതാ ഇവിടെ വരെ* നിർമ്മിച്ചു. ആ ചിത്രം ഒരു വൻ വിജയമായ തോടെ പത്മരാജൻ നക്ഷത്രപദവിയുള്ള തിരക്കഥാകൃത്തായി. *രതി നിർവ്വേദ*മായിരുന്നല്ലോ ഭരതനും പത്മരാജനും ഇതിനിടയിൽ സഹകരിച്ച ചിത്രം. ആ ചിത്രവും ഏറെ ശ്രദ്ധിക്കപ്പെട്ടതോടെ പത്മരാജനു തിരക്കേറി. ആ തിരക്കുകൾക്കിടയിൽ പത്മരാജന്റെ തിരക്കഥാ പങ്കാളിത്തം പെട്ടെന്നു ലഭ്യമല്ലാതെ വന്ന സാഹചര്യത്തിൽ രചനയുടെ ദൗത്യം കൂടി ഭരതൻ സ്വയം ഏറ്റെടുത്ത ചിത്രമാണ് *ആരവം*.

കാലം തെറ്റിപ്പിറന്ന ചിത്രമായാണ് ചരിത്രം *ആരവ*ത്തെ സാക്ഷ്യപ്പെടുത്തുന്നത്. ഭരതനെപ്പോലൊരു കലാകാരന്റെ അനിബദ്ധപ്രകൃതത്തിന്റെ പ്രതിഫലനം ഈ ചിത്രത്തിൽ കാണുന്നവരുണ്ട്. പ്രേക്ഷകരിൽ പലരും, ഒപ്പം കെ.ജി. ജോർജ്ജിനെപ്പോലുള്ള സഹയാത്രികരും, ഭരതന്റെ മികച്ച ചിത്രങ്ങളിലൊന്നായി *ആരവ*ത്തെ കാണുന്നു. ക്യാമറ സ്റ്റാന്റിലുറപ്പിക്കാതെ തുടർച്ചയായി കൈയ്യിലേന്തിക്കൊണ്ട് (ഛായ: അശോക് കുമാർ) ദൈർഘ്യമാർന്ന മദ്ധ്യദൃശ്യങ്ങൾക്കിടയിൽ പൊടുന്നനവെ അതിസമീപദൃശ്യങ്ങൾ കലർത്തിക്കൊണ്ടുള്ള ചിത്രത്തിലെ സന്നിവേശം ആവേഗചടുലതയുടെ പുതിയൊരു ദൃശ്യാനുഭവമായിരുന്നു. സാമ്പ്രദായിക രീതിവട്ടങ്ങളെ പാടെ ഉപേക്ഷിച്ചു തന്റേതു മാത്രമായ *സ്പർശ*ത്തോടെ ദൃശ്യങ്ങളെ വരുതിപ്പുറത്തു വിളക്കിച്ചേർക്കുവാൻ കഴിയുന്ന ഒരു ശൈലി ഭരതൻ പ്രാപ്യമാക്കുന്നത് ഈ ചിത്രം തൊട്ടാണ്. പ്രത്യക്ഷവ്യംഗ്യങ്ങളായിത്തന്നെ രതിയും വെറിയും വയലൻസും ഭരതൻ ദൃശ്യങ്ങളിൽ പകുത്തുവച്ചു. കറുത്ത തമാശയുടെ സൂചകങ്ങളിലൂടെ സമൂഹത്തെയും ജീവിതത്തേയും നോക്കി വേദന കലർന്ന നർമ്മോക്തികൾ പറഞ്ഞു ആ കഥാപാത്രങ്ങൾ. കാരിക്കേച്ചറിന്റെ വിദൂര സ്വഭാവമുള്ള ഒരു ആഖ്യാനതലം തൽഫലമായി ചിത്രത്തിനു കൈവന്നു. വിരുദ്ധ ഭാവങ്ങളുടെ ഇടഞ്ഞ പാരസ്പര്യം അതിനൊരു കൊളാഴിന്റെ മാനവും പകർന്നു നൽകി. ഗൂഢവ്യംഗ്യങ്ങളായി ദ്യോതിപ്പിക്കുന്നതിനു പകരം ഒന്നും ദുർഗ്രഹമായി വിടാതെ നിശിതതീക്ഷ്ണമായി

പ്രത്യക്ഷസൂചകങ്ങളായിത്തന്നെ പറയുകയായിരുന്നു ഭരതൻ. സന്നിവേശത്തിലും ദൃശ്യതാളത്തിലും പുലർത്തിയ ഈ അപൂർവ്വതയെ ശ്രദ്ധേയമായ ഒരു മാതൃകയായി പ്രാമാണിക ചലച്ചിത്ര സൈദ്ധാന്തികനായ പി.കെ. നായർ* വിശേഷിപ്പിച്ചിട്ടുണ്ട്. പക്ഷേ ചിത്രത്തിലെ ധ്വനികളും വ്യംഗ്യങ്ങളും അന്നത്തെ പ്രേക്ഷക സാമാന്യത്തിന്റെ ആസ്വാദന സമ്പ്രദായത്തിന് ഇണങ്ങാതെ വരികയും ചിത്രം വൻ പരാജയമാവുകയുമാണ് ഉണ്ടായത്. ഭരതനും ബഹദൂറിന്റെ ഭാര്യാസഹോദരനായ അമീറുമായിരുന്നു നിർമ്മാണത്തിൽ പങ്കാളികൾ. ആ കടക്കെണിയിൽനിന്നും കരകയറുവാൻ ഏറെ നാൾ വേണ്ടി വന്നു ഇവർക്ക്.

ആരവം റിലീസ് ചെയ്യുമ്പോൾ ഭരതൻ എറണാകുളത്തുണ്ട്. കാർട്ടൂണിസ്റ്റ് യേശുദാസൻ അന്നു ഭരതനെ അത്താഴത്തിനു ക്ഷണിച്ചിരുന്നു. പ്രേക്ഷകർ ചിത്രം നിർദ്ദയമായി നിരാകരിക്കുകയാണെന്ന സത്യം ഭരതനു വലിയ ആഘാതമായി. ഭരതനാകെ തളർന്നു. യേശുദാസനും അന്ന് *കട്ട് കട്ട്* കാർട്ടൂൺ ചലച്ചിത്ര മാസികയുടെ പത്രാധിപരായിരുന്ന (പിന്നീട് നിർമ്മാതാവും) ഈരാളിയും ഞാനും ചേർന്നു ഭരതനെ കലൂരിലുള്ള ഡോ. പി. എം. കുര്യാക്കോസിന്റെ വീട്ടിലെ ക്ലിനിക്കിൽ കൊണ്ടുപോയതും ഓർക്കുന്നു.

പരസ്യമാധ്യമരംഗത്തു പ്രവർത്തിക്കുകയായിരുന്നു പ്രതാപ്പോത്തൻ (ഹരി പോത്തന്റെ അനുജൻ) ഈ ചിത്രത്തിലൂടെയാണ് അഭിനയരംഗത്തേയ്ക്കു കടന്നുവരുന്നത്. വേണു ഇതിനകം 'തമ്പി'ൽ ചെറുതെങ്കിലും ഒരു വേഷം അഭിനയിച്ചിരുന്നു. സംഗീതസംവിധായകനായ ഔസേപ്പച്ചൻ (അന്നു പ്രഗത്ഭനായ വയലിനിസ്റ്റ്) ഒരു ചെറുവേഷത്തിൽ *ആരവ*ത്തിൽ അഭിനയിച്ചു. കാവാലമെഴുതി എം.ജി. രാധാകൃഷ്ണൻ ഈണം പകർന്ന *ആരവ*ത്തിലെ ഗാനങ്ങൾ ഇന്നും അപൂർവ്വത്തനിമയോടെ മിഴിവാർന്നു നിൽക്കുന്നു. ഇതെല്ലാമായിരിക്കുമ്പോഴും, പരാജയം പക്ഷേ പരാജയം തന്നെയാണല്ലോ...!

ചലച്ചിത്ര വ്യവസ്ഥിതിയുടെ സഹജപ്രകൃതമനുസരിച്ച് ഈ പരാജയ ചിത്രത്തിൽ ഒത്തുചേർന്നവർ എത്രയും അടുത്ത ക്ഷണം കൂട്ടം പിരിഞ്ഞു സ്വന്തം രക്ഷ തേടി പോവുകയാണു വേണ്ടത്. പക്ഷേ അടുത്തൊരു ചിത്രമാരംഭിക്കുമ്പോൾ അവരാരെയും ഭരതൻ ഒഴിവാക്കിയില്ല. അവരെത്തന്നെ വീണ്ടും സഹകരിപ്പിച്ചു.

പ്രതാപ് പോത്തനെയും നെടുമുടി വേണുവിനെയും ഛായാഗ്രഹകനായ അശോക്കുമാറിനെയും സംഗീത സംവിധായകനായ എം.ജി. രാധാകൃഷ്ണനെയും ശാഠ്യപൂർവ്വം ഉൾപ്പെടുത്തിക്കൊണ്ടുതന്നെ അടുത്ത ചിത്രം ഒരുക്കി. ഭരതൻ ആകെ ഒഴിവാക്കിയത് തിരക്കഥാകൃത്തിന്റെ റോളിൽ നിന്നും തന്നെത്തന്നെയാണ്. സ്വയം രചന പിന്നീടു പരീക്ഷിച്ചില്ല. ഭരതന്റെ സർഗ്ഗശക്തിയിൽ

* പൂനയിൽ ദേശീയ ഫിലിം ആർക്കൈവ്സിന്റെ സ്ഥാപകനും അന്തർദ്ദേശീയതലത്തിൽ ആദരിക്കപ്പെടുന്ന ചലച്ചിത്ര പണ്ഡിതനുമാണു പി.കെ. നായർ.

പൂർണ്ണവിശ്വാസമുള്ള ഒരു നിർമ്മാതാവിനെ (വി.വി. ബാബു) ലഭിച്ചത് ആ സംരംഭത്തിന് ഒരനുഗ്രഹമായി. പത്മരാജന്റേതായിരുന്നു രചന. *തകര* ചരിത്ര വിജയമായെങ്കിലും പ്രദർശനത്തിനെത്തുന്നതു വരെ ചിത്രത്തെ അന്നത്തെ വ്യവസ്ഥിതി സന്ദേഹപ്പാടകലെയാണ് കണ്ടതെന്നതു മറന്നുകൂടാ...

ലോറി പത്മരാജന്റെ രചനയിൽ ഐ.വി. ശശിയുടെ സംവിധാനത്തിൻ കീഴിൽ നിർമ്മിക്കുവാനായിരുന്നു ഹരിപോത്തൻ ആദ്യമുദ്ദേശിച്ചത്. അതു പോലെ *കൈകേയി* പത്മരാജന്റെ രചനയിൽ ഭരതൻ സംവിധാനം ചെയ്യു വാനും. എവിടെയോ എങ്ങിനെയോ ധാരണകളിൽ ഇടർച്ചകൾ ഉണ്ടായ പ്പോൾ *ലോറി*യുടെ സംവിധായകൻ ഭരതനായി; *കൈകേയി*യുടെ സംവി ധായകൻ ഐ.വി. ശശിയും. സിനിമയിലെ മായാജാലങ്ങൾ തന്നെ! പി.എൻ. മേനോൻ:എം.ടി. ദ്വയത്തിന്റെ *വെസ്റ്റേൺ* ജനുസ്സിലുള്ള *മാപ്പുസാക്ഷി*യുമായി ആവേഗതാളത്തിൽ *ലോറി*ക്കു സാമ്യമുണ്ടാകാമെങ്കിലും തികച്ചും വ്യത്യ സ്തമായിരുന്നു പ്രമേയധാരയും അതിനു ഭരതൻ പകർന്ന ദൃശ്യാവിഷ്ക്കാ രവും. ഏറെ ശ്രദ്ധേയമായിരുന്നു *ലോറി*യുടെ കാസ്റ്റിംഗ്. അച്ചൻകുഞ്ഞായി രുന്നല്ലോ മുഖ്യവേഷത്തിൽ.

*ലോറി*യുടെ ചിത്രീകരണം ഷെഡ്യൂളുകളായി നീണ്ടപ്പോൾ അതിനിട യിൽ ഭരതൻ ചുമതലയേറ്റ സംവിധാന സംരംഭമായിരുന്നു ജഗൻ പിക്ച്ചേഴ്സിന്റെ *ചാമരം*. നിർമ്മാതാവായ അപ്പച്ചനും (പിന്നീടദ്ദേഹം സാഗാ പിക്ച്ചേഴ്സിന്റെ സാരഥിയായി) അക്കാലത്തെ അദ്ദേഹത്തിന്റെ സന്തതസഹ ചാരിയായിരുന്ന എസ്സ്.എൻ. സ്വാമിയും ചേർന്നാണ് ഭരതനെ ഈ ചിത്ര ത്തിനുവേണ്ടി നിയോഗിക്കാമെന്നുറപ്പിക്കുന്നത്. ചിത്രത്തിന്റെ രചനയ്ക്കായി എന്നെ പരീക്ഷിക്കാമെന്ന നിർദ്ദേശം എസ്സ്.എൻ. സ്വാമിയുടേയും ജോർജ്ജ് കിത്തുവിന്റേതുമായിരുന്നു (അവർ പരസ്പരമറിഞ്ഞിട്ടല്ലെങ്കിലും) എന്നതു ഞാൻ നന്ദിപൂർവ്വം ഓർക്കുന്നു. 1975ൽ പത്മരാജന്റെ തിരക്കഥാ മേഖല യിലെ അരങ്ങേറ്റം ഭരതന്റെ *പ്രയാണ*ത്തിലൂടെയായിരുന്നുവെങ്കിൽ അഞ്ച് വർഷങ്ങൾ കഴിഞ്ഞ് 1980ൽ ഭരതനുവേണ്ടി എഴുതിയ *ചാമര*ത്തിന്റെ തിര ക്കഥയാണു പ്രേക്ഷകരുടെ മുൻപിൽ എന്നെ തിരക്കഥാകൃത്തായി അവത രിപ്പിച്ചത്. ഇതിലൊരു താരതമ്യമില്ലെങ്കിലും എന്നെ സംബന്ധിച്ചിടത്തോളം ഇതൊരു വലിയ സുകൃതവും ഭാഗ്യവുമായി. *ചാമര*ത്തിന് മുൻപും ഒപ്പവു മായി മറ്റു ചില ചിത്രങ്ങളുടെ കൂടി തിരക്കഥകളിൽ ഞാൻ വ്യാപൃതനായി രുന്നു. എങ്കിലും ആദ്യമായി എന്റെ തിരക്കഥയുമായി പ്രദർശനത്തിനെത്തുന്ന ചിത്രം *ചാമര*മായി, എന്നത് എന്റെ തിരക്കഥാസപര്യയ്ക്കു തന്നെ അല ങ്കാരമായി. *ചാമരം* കൈകാര്യം ചെയ്തിരുന്ന പ്രമേയം അന്നത്തെ സാമ്പ്ര ദായിക സിനിമയിൽ അമ്പരപ്പു തീർക്കുംവിധം വ്യത്യസ്തമായിരുന്നു. ഒര ദ്ധ്യാപികയും വിദ്യാർത്ഥിയും തമ്മിലുള്ള പ്രണയം... സിനിമയെ സംബന്ധി ച്ചിടത്തോളം ഇത്തരമൊരു സങ്കല്പം ആത്മഹത്യാപരമെന്നു മുൻവിധിയെ ഴുതിയവരെ തീർച്ചയായും അമ്പരപ്പിച്ചിട്ടുണ്ടാവണം ചിത്രം നേടിയ

പ്രസ്താവ്യമായ വിജയം. ആവിഷ്ക്കാരത്തിൽ ആ ബന്ധം വിശ്വസനീയവും ആ സാഹചര്യത്തിൽ സ്വാഭാവികവും ആയി പ്രേക്ഷകർക്ക് അനുഭവവേദ്യമായി. ബാലകൃഷ്ണൻ മാങ്ങാടിന്റെ ഒരു നോവലായിരുന്നു *ചാമര*ത്തിനാധാരം.

പി.ആർ. നാഥന്റെ *ചാട്ട*യും കാക്കനാടന്റെ *പറങ്കിമല*യും *പാർവ്വതി*യും ഇക്കാലത്താണ് ഭരതൻ സംവിധാനം ചെയ്യുന്നത്. ഒപ്പം മുൻപേ സൂചിപ്പിച്ച തുപോലെ തമിഴിൽ *സാവിത്രി*യും *റാണി*യും പിന്നെ അനന്തുവിന്റെയും വിജയൻ കരോട്ടിന്റെയും രചനാ സഹകരണത്തോടെ മലയാളത്തിൽ *നിദ്ര*യും. പത്മരാജൻ *പെരുവഴിയമ്പല*ത്തോടെ സംവിധാനരംഗത്തേയ്ക്കു തിരിയുകയും മദ്ധ്യവർത്തി സിനിമയുടെ ശക്തിസ്രോതസ്സിന്റെ ഭാഗമായി ഭരതൻ-ജോർജ്ജ്-മോഹൻ ത്രയത്തോടൊപ്പം ചേരുകയും ചെയ്തിരുന്നു വല്ലോ. ഭരതൻ പിന്നീടു സംവിധാനം ചെയ്ത ചിത്രങ്ങളിൽ *ഒഴിവുകാല*വും *ഈണ*വും മാത്രമായിരുന്നു പത്മരാജന്റെ രചനകൾ. ഇരുവരുടെയും പങ്കാളി ത്തത്തെക്കുറിച്ചുള്ള പ്രതീക്ഷകൾക്കൊത്തുയർന്നില്ല രണ്ടു ചിത്രങ്ങളുമെ ന്നതു നിർഭാഗ്യകരമായി.

ടി. ദാമോദരനുമായി ചേർന്നു *കാറ്റത്തെ കിളിക്കൂട്* (കഥ: നെടുമുടി വേണു), തോപ്പിൽ ഭാസിയോടു ചേർന്നു *എന്റെ ഉപാസന* (കഥ: മല്ലിക യൂനസ്), ഡെന്നിസ് ജോസഫിനോടു ചേർന്നു *പ്രണാമം* (കഥ: ജയരാജ്), ലോഹിതദാസുമായി ചേർന്നു *അമരം, വെങ്കലം, പാഥേയം,* മണി ഷൊർണൂരുമായി ചേർന്നു *ദേവരാഗം*, ഷിബു ചക്രവർത്തിയുമായി ചേർന്നു *ചുരം*, പി.ആർ. നാഥനുമായി ചേർന്നു *ചാട്ട*, കൂടാതെ *ചിലമ്പ്, കേളി*, തമിഴിൽ *ആവാരം പൂ, തേവർ മകൻ* എന്നിവയും എം.ടി. വാസുദേവൻ നായരോ ടൊപ്പം *വൈശാലി, താഴ്വാരം* എന്നീ ചിത്രങ്ങളുമാണ് പിന്നീടു ഭരതൻ സംവിധാനം ചെയ്ത ചിത്രങ്ങളിൽ പ്രധാനം.

*ചാമര*ത്തിനുശേഷം കുറച്ചിട കഴിഞ്ഞാണ് ഭരതനുവേണ്ടി വീണ്ടുമൊരു തിരക്കഥയിൽ സഹകരിക്കുവാൻ എനിക്കവസരമുണ്ടായത്. മുഹമ്മദ് മാനി യുമൊത്തു *കാട്ടുതീ* നാടകത്തെ അടിസ്ഥാനമാക്കി *ആല* എന്ന ചിത്ര മൊരുക്കുവാനായിരുന്നു ഭരതൻ ആദ്യമുദ്ദേശിച്ചത്. പിന്നീടതു മാറ്റി മാനി യുടെ തന്നെ ഒരു കഥയെ ആധാരമാക്കി *പാളങ്ങൾ* മതിയെന്നു തീരുമാനി ക്കുമ്പോൾ ആകസ്മികമായാണു തിരക്കഥാ ദൗത്യം എന്നിൽ വന്നുചേരു ന്നത്. അതൊരു നല്ല അനുഭവമായി. വിജയൻ കരോട്ടുമായി ചേർന്നു *മർമ്മര*മാണു ഭരതനുവേണ്ടി പിന്നീടു ഞാൻ എഴുതിയത്. *ഓർമ്മ യ്ക്കായി*(കഥ: ഭരതൻ), *സന്ധ്യ മയങ്ങും നേരം* (കഥ: പോൾ ബാബു), *കാതോടു കാതോരം* (കഥ: ഭരതൻ), *ഒരു മിന്നാമിനുങ്ങിന്റെ നുറുങ്ങുവെട്ടം, നീലക്കുറിഞ്ഞി പൂത്തപ്പോൾ, ഒരു സായാഹ്നത്തിന്റെ സ്വപ്നം, മാളൂട്ടി (ഒരു യഥാർത്ഥ സംഭവമായിരുന്നു പ്രമേയത്തിന് അടിസ്ഥാനം)*, ചമയം എന്നീ ചിത്രങ്ങൾ തുടർന്നു വന്നു. തിക്കൊടിയന്റെ *മൃത്യുഞ്ജയം* എന്ന

നാടകത്തെ അധികരിച്ചു ഭരതനൊരുക്കിയ *ഇത്തിരിപ്പൂവേ ചുമന്ന പൂവേ* എഴുതിയതു ടി. ദാമോദരനും ഞാനും ചേർന്നായിരുന്നു.

തെലുങ്കു നിർമ്മാതാക്കൾക്കു വേണ്ടിയാണ് ഭരതൻ *മഞ്ജീരധ്വനി* ഒരുക്കിയത്. ഭരതന്റേതായിരുന്നു കഥയും തിരക്കഥയും. ചർച്ചകൾക്കായി ഭരതൻ എന്നെ കൂടെ കൂട്ടി. കടുത്ത സാമ്പത്തിക പ്രതിസന്ധിയുടെ നാളുകളിലായിരുന്നു ഞാൻ അപ്പോൾ. താമസിച്ചിരുന്ന വീടു വരെ ഋണബാദ്ധ്യതകൾ നഷ്ടപ്പെടുത്തിയ അവസ്ഥ. (അതു പിന്നീടും ആവർത്തിക്കുന്ന ജീവിത ചക്രം എനിക്കു വിധിനിയോഗം!) ആ നാളുകളിൽ മാനസികമായി തളർന്നു പോകുന്നതിൽ നിന്നും എന്നെ രക്ഷിക്കുക എന്നൊരു ലക്ഷ്യം ഭരതനുണ്ടായിരുന്നിരിക്കാം; സംഭാഷണം ഞാൻ മലയാളത്തിൽ എഴുതണമെന്നു ഭരതൻ ശഠിച്ചത് ആ പേരിൽ കുറച്ചു പണം എനിക്കു വാങ്ങിത്തരാമെന്ന സദുദ്ദേശത്തിലുമാകാം. ഭരതന്റെ ചലച്ചിത്രശൈലിയിൽ നിന്നും വളരെ വ്യതിചലിച്ചു കൊണ്ടുള്ള ഒരു കഥക്കൂട്ടാണ് *മഞ്ജീരധ്വനി*യുടേതെന്നു ഞാൻ ആശങ്കപ്പെട്ടപ്പോൾ തെലുങ്കു ചലച്ചിത്ര സംസ്കൃതിയിൽ അത്തരം സമരസപ്പെടൽ ഒഴിവാക്കുവാനാവില്ലെന്നായിരുന്നു ഭരതന്റെ വാദം. ഞാനെഴുതുന്ന മലയാള സംഭാഷണങ്ങൾ സംവിധായകൻ സേതുമാധവന്റെ മകനും ആ ചിത്രത്തിൽ ഭരതന്റെ സംവിധാന സഹായിയുമായിരുന്ന സന്തോഷ് മാധവന്റെ സഹായത്തോടെ തെലുങ്കിലെ പ്രസിദ്ധ എഴുത്തുകാരനായ ഡോ. തമ്പു (ഭാരതിരാജയുടെയും കെ. ബാലചന്ദറിന്റെയും തെലുങ്കു ചിത്രങ്ങളിൽ സഹകരിച്ചിരുന്നത് അദ്ദേഹമാണ്) മാറ്റി എഴുതിയായിരുന്നു ചിത്രീകരണം. സംഭാഷണ രചയിതാവെന്ന നിലയിൽ ഞാനെഴുതിയതല്ല ചിത്രീകരണത്തിനുപയോഗിച്ച മൊഴികൾ എന്നു സാരം. ചിത്രമായി ഭവിച്ച അക്ഷരക്കൂട്ടിൽ എനിക്കു പ്രത്യക്ഷത്തിൽ എന്തു പങ്കാണുണ്ടായിരുന്നതെന്ന് ഓർക്കുമ്പോൾ ഇപ്പോഴുമത്ഭുതമാണ്. സാമ്പത്തിക പ്രതിസന്ധികൾ മൂലം *മഞ്ജീരധ്വനി* തെലുങ്കിലും തമിഴിലും ഇറങ്ങിയില്ല. മലയാളപതിപ്പിന്റെ അവകാശം വാങ്ങിയിരുന്നത് സുഹൃത്തായ സെവൻ ആർട്ട്സ് മോഹനാണ്. മലയാളത്തിൽ ഡബ്ബ് ചെയ്യുവാൻ പാകത്തിന് തെലുങ്ക് സംഭാഷണം ഉരുവിട്ട ചുണ്ടനക്കത്തിനൊത്തു മലയാളത്തിൽ വേറെ സംഭാഷണം എഴുതണമായിരുന്നു. അത്തരം സംഭാഷണ രചനയ്ക്കു ഒരു പ്രത്യേക വൈഭവം ആവശ്യമാണ്. എനിക്കതു വഴങ്ങില്ല. അതിൽ നിപുണരായ ആരുടെയോ സഹായത്തോടെ മലയാളം മൊഴികൾ എഴുതിച്ചു ഡബ്ബ് ചെയ്താണ് *മഞ്ജീരധ്വനി*യുടെ മലയാളഭാഷ്യം തിയ്യേറ്ററുകളിലെത്തുന്നത്. അവിടെയും ആ സംഭാഷണത്തിന്റെ രചനയിൽ ഒരു പങ്കുമില്ലായിരുന്നുവെങ്കിലും ചിത്രത്തിന്റെ വിളംബരങ്ങളിൽ *ഭരതൻ-ജോൺ പോൾ* എന്നു മോഹൻ എഴുതി ചേർക്കുമ്പോൾ എനിക്കു എതിർക്കുവാനാകുമായിരുന്നില്ല. ഭരതനും എനിക്കും ഒരുപോലെ ധാരാളം ദുഷ്ക്കീർത്തിയും മോഹന് കനത്ത സാമ്പത്തികനഷ്ടവും വരുത്തിയ ചിത്രമായി മലയാളത്തിൽ മാത്രമിറങ്ങിയ *മഞ്ജീരധ്വനി.*

എഴുതുമ്പോൾ എല്ലാം എഴുതണം

ഭരതനോടൊപ്പം ഉള്ള ഓരോ ചിത്രവും ഓരോ അനുഭവമായിരുന്നു. നല്ലതും ചീത്തയും അടക്കം ആകത്തുകയിൽ എന്റെ തുലാസിൽ നേട്ടങ്ങൾക്കു തന്നെയാണ് കനക്കൂടുതൽ. ഓരോ ചിത്രവും സർഗ്ഗാത്മക പങ്കാളിത്തത്തിലെ ഓരോ ദിവസവും, ഓരോ നിമിഷവും, എന്നെ സംബന്ധിച്ചിടത്തോളം ഓരോ പാഠങ്ങളായിരുന്നു. ഇതാണു വഴിയെന്നു ചൂണ്ടിക്കാട്ടുവാനും അരുതെന്നു വിലക്കുവാനും ദിശാമുഖങ്ങൾക്കു ചൂണ്ടുപലകയായി, കൃതഹസ്തനായ ആ ചലച്ചിത്രകാരനെ ലഭിച്ചത് എന്നോ ചെയ്ത പുണ്യം! ഒരുപാടു കലഹിച്ചും അതിലേറെ പൊരുത്തപ്പെട്ടും തന്നെയാണ് തുടക്കത്തിലേ സൂചിപ്പിച്ചതുപോലെ ഞങ്ങളുടെ സൗഹൃദം നിലനിന്നതും. ഭരതന്റെ പിഴവുകളെ പിഴവുകളായി കാണുന്ന, വ്യതിചലനങ്ങളെ വ്യതിചലനങ്ങളായിത്തന്നെ അടയാളപ്പെടുത്തുന്ന, ചായ്‌വുകളെ ഭരതന്റെ സഹജപ്രകൃതത്തിന്റെ ഭാഗമായ യാഥാർത്ഥ്യമായി കണ്ടുപോന്ന എന്റെ മനസ്സിനോട് പലപ്പോഴും കലഹിച്ചിട്ടുണ്ടു ഭരതൻ; എങ്കിലും ഒടുവിൽ എന്റെ സമീപനത്തിലെ നേരു തിരിച്ചറിഞ്ഞപ്പോഴൊക്കെ എന്നെ കൂടെച്ചേർത്തു ആശ്ലേഷിച്ചിട്ടുണ്ട് ഭരതൻ; എന്റെ തെറ്റുകൾ പൊറുത്തിട്ടുമുണ്ടു ഭരതൻ.

കാലതുടർച്ചയിലോ വിഷയക്രമത്തിലോ ഈ കുറിപ്പുകളെ, ഓർമ്മകളെ, ചിന്തകളെ അടുക്കുവാൻ ഞാനിവിടെ ശ്രമിച്ചിട്ടില്ല. ഇന്നലെകളിലെ പല അലരുകളിൽനിന്നുള്ള നിമിഷങ്ങളെ തുടർന്നുള്ള കാലത്തിന്റെ കൂടി മനസ്സിൽ നിന്നുകൊണ്ട് അയവിറക്കുമ്പോൾ അവയ്ക്കു ബോധധാരയുടെ പ്രകൃതം സ്വാഭാവികം. തുടങ്ങിയതിനോടു ചേർന്നാവാറില്ല തുടർഗതി. ശാഖകളും ഉപശാഖകളും അവയിലേയ്ക്കുള്ള എത്തിനോട്ടങ്ങളും അതിന്റെ തുടർച്ചയിൽ മൂലധാരയിലേയ്ക്കു തിരിച്ചെത്തി വീണ്ടും ആ വഴി തുടരലും മനസ്സിന്റെ സഞ്ചാരപാതയുടെ സഹജരീതിയാണ്. ആ ശ്രുതി തന്നെ ഈ കുറിപ്പുകളും പിൻതുടരുന്നു. മനസ്സു പിൻതുടർന്നതു ഭരതനെയാണ്; ഭരതനോടു ചേർന്നുള്ള ജീവിതക്കാഴ്ചകളെയാണ്. അക്ഷരങ്ങൾ ആ മനസ്സിന്റെ പുറകെ അനുയാത്ര ചെയ്യുക മാത്രമാണ്. സ്വാഭാവികമായും, അനിവാര്യമായും

എന്നു കൂടി പറയട്ടെ, ഓർമ്മകളുടെയും അനുബന്ധ ചിന്തകളുടെയും ധാരകൾക്ക് കൊളാഴിന്റെ രൂപഭാവം നിയോഗം. പ്രവാഹശ്രുതി നിബദ്ധമല്ല; ആവില്ല. ജീവിതം തന്നെ അനിബദ്ധരാഗമായി നിവർത്തിച്ച ഒരു പ്രതിഭാ സാന്നിദ്ധ്യത്തെക്കുറിച്ചാകുമ്പോൾ അതും ഒരു കടങ്കഥപോലെ ഓരോ പുനർകാഴ്ചയിലും പുതിയ മാനങ്ങൾ തെളിഞ്ഞു വരുന്ന ഒരു ജീവിതത്തിന്റെ സമസ്യാസാക്ഷ്യമാകുമ്പോൾ പ്രത്യേകിച്ചും.

വളരെ കേന്ദ്രീകൃതമായ അപഗ്രഥന വിശകലനം ആവശ്യപ്പെടുന്നുണ്ട് ഭരതന്റെ ചിത്രങ്ങൾ. അക്കാദമിക് തലത്തിൽ തന്നെ അത്തരമൊരു അടയാളപ്പെടുത്തലിനു തികഞ്ഞ പ്രസക്തിയുമുണ്ട്. അതിലൊരു പിടി ചിത്രങ്ങളിൽ നേരിട്ടും മറ്റു ചില ചിത്രങ്ങളുടെ പണിപ്പുരയിൽ സാക്ഷിയായും വ്യക്തിതലത്തിൽ പങ്കുകാരനായിരുന്ന പശ്ചാത്തലത്തിൽ എന്റെ വിലയിരുത്തലുകൾ ആ ചായ്‌വുകളാൽ പരിമിതപ്പെട്ടു പോകാം. അതിനൊരുങ്ങാത്തത് ആ ഭയത്തോടെ തന്നെയാണ്.

പിന്നെ എഴുതാവുന്നത് ഓരോ ചിത്രവുമായി ബന്ധപ്പെട്ടുള്ള നിമിഷങ്ങളുടെ ഓർമ്മചിത്രങ്ങളാണ്. രണ്ടു പതിറ്റാണ്ടു കാലത്തെ സംഭവബഹുലമായ ഒരു പങ്കാളിത്തത്തിലെ അത്തരം നിമിഷങ്ങളിലേയ്ക്കു ഇവിടെ കടക്കാത്തത് വിസ്താരഭയത്താലും ഇത്തരമൊരു രചനയുടെ പ്രായോഗികതലങ്ങളിൽ അവയെ പരിമിതപ്പെടുത്താനാവാത്തതിനാലുമാണ്.

ഞങ്ങളൊരുമിച്ചുള്ള സർഗ്ഗാത്മക വേഴ്ചയിൽ ഒരു മായപ്പൊന്മാനെപ്പോലെ മിന്നിയും മറഞ്ഞും തെളിഞ്ഞും അനുഭവമായി പകർന്നറിഞ്ഞ ഭരതനെ അടയാളപ്പെടുത്തുക മാത്രമാണു ഞാൻ, ഇവിടെ.

ഞാൻ ഏറ്റവും കൂടുതൽ തിരക്കഥകൾ എഴുതിയിട്ടുള്ളത് ഭരതനു വേണ്ടിയാണല്ലോ. പറയുവാനുള്ളത് തിരക്കഥകളിലൂടെ പറഞ്ഞിരുന്നു; ഭരതൻ പറയിച്ചിരുന്നു; അതിനുള്ള വ്യാഖ്യാനങ്ങൾ ദൃശ്യാവിഷ്ക്കാരങ്ങളിലൂടെ നിവർത്തിച്ചിരുന്നു. പിന്നെയുള്ളതു വ്യക്തിപരങ്ങളായ നിമിഷങ്ങളുടെ മേൽ സൂചിപ്പിച്ച വിധമുള്ള അയവിറക്കലുകളാണ്. *ചാമരം* മുതൽ *ചമയം* വരെയുള്ള നേർക്കാഴ്ചകളുടെ ആ ഊഴം മറ്റൊരു സന്ദർഭത്തിലും തലത്തിലുമാകട്ടെ.

ചലച്ചിത്രകാരനും എഴുത്തുകാരനും എന്ന നിലയിൽ സഹവർത്തിക്കുന്നതിനു മുൻപുതന്നെ ഭരതനും ഞാനും സുഹൃത്തുക്കളായി മാറിയിരുന്നുവല്ലോ. താൻ മനസ്സിൽ താലോലിക്കുന്ന ചലച്ചിത്ര രീതികൾ ആർജ്ജവപൂർവ്വം ഉപാസിക്കുന്ന ഒരു ചലച്ചിത്രകാരനോടു സ്വാഭാവികമായും സിനിമയെ ഗൗരവപൂർവ്വം സ്നേഹിക്കുന്ന, ശ്രദ്ധിക്കുന്ന ഒരാൾക്ക് അടുപ്പം തോന്നും. *പ്രയാണം* തൊട്ടേ ഭരതനോട് അത്തരമൊരടുപ്പം തോന്നിയിരുന്നു;

പത്മരാജനോടും. *സ്വപ്നാടനം* തൊട്ടു കെ.ജി. ജോർജ്ജിനോടും *രണ്ടു പെൺകുട്ടികൾ* തൊട്ടു മോഹനോടും സമാനമായ പ്രതിപത്തി തോന്നിപ്പോന്നിട്ടുണ്ട്. നാലുപേരും നാലു തരത്തിൽ അല്ലാതെ തന്നെ സുഹൃത്തുക്കളുമായിരുന്നു. അത് ഈ അടുപ്പത്തിനു കൂടുതൽ ഇഴുക്കം പകർന്നും തന്നിരുന്നു.

ഭരതൻ കൊച്ചി നഗരത്തിലെത്തുമ്പോഴൊക്കെ ബന്ധപ്പെടുമായിരുന്നു. അല്ലെങ്കിൽ ഞാൻ അറിഞ്ഞു ചെല്ലും. സന്ദേശമെത്തിക്കുക പലപ്പോഴും ജോർജ്ജ് കിത്തുവായിരിക്കും. അല്ലെങ്കിൽ എന്നും എവിടെയും എപ്പോഴും സ്നേഹസാന്നിദ്ധ്യമായി അവതരിക്കുന്ന, അവതരിക്കാവുന്ന *പവി*യും.

ആ ഒരു കാലഘട്ടത്തിൽ എം.ജി. റോഡിലുള്ള *ദ്വാരക* ഹോട്ടലായിരുന്നു കൊച്ചിയിൽ സിനിമക്കാരുടെ പതിവു താവളം. *ദ്വാരക*യുടെ ന്യൂ ബ്ലോക്കിലാണ് അക്കാലത്ത് ഭരതൻ വന്നാലുണ്ടാവുക. രാവേറെയിരുട്ടുംവരെ, ചിലപ്പോഴൊക്കെ പുലർച്ച വരെയും, നീണ്ടുപോകാറുണ്ടു ചർച്ചകളും വെടിവട്ടവും അനുബന്ധമായ നടത്തകളും മഹാരാജാസ് കോളേജ് ഗ്രൗണ്ടിലെ മുത്തശ്ശിമരച്ചോലയിൽ ആകാശമേലാപ്പു കണ്ടും മറൈൻ ഡ്രൈവിനു മുൻപുള്ള ഷൺമുഖം റോഡിലെ പാരപ്പറ്റിൽ അഴിമുഖം കണ്ടും ഉള്ള സദിരുകളും.... വിസ്മയങ്ങളായി മനസ്സിലേറ്റിയ കാഴ്ചയിലെ കലാപങ്ങളെക്കുറിച്ചും കൊയ്യാറായ പാടം പോലെ ഉള്ളിൽ വിളഞ്ഞു കതിർ തൂങ്ങിനിൽക്കുന്ന സ്വപ്നങ്ങളെക്കുറിച്ചുമാണ് സംസാരമേറെയും. മനസ്സു തുറന്നുള്ള ആ സംവാദങ്ങൾ കൊണ്ടുണ്ടായ ഏറ്റവും വലിയ ഗുണം ഞങ്ങൾക്കിടയിൽ അകലങ്ങളില്ലാതായി എന്നതാണ്.

മുറിയ്ക്കകത്തിരിക്കുമ്പോൾ എന്തെങ്കിലും കോറി വരയ്ക്കുന്ന ശീലമുണ്ട് ഭരതന്. സംസാരം ഒരു വഴിക്കു നടക്കും; വര അതിന്റെ വഴിക്കും. പോസ്റ്ററോ പരസ്യചിത്രമോ പെയിന്റിംഗോ ആണു വരയ്ക്കുന്നതെങ്കിൽ സംസാരത്തിലേയ്ക്കു വ്യതിചലിക്കില്ല; ഏകാഗ്രതയത്രയും വരയിലായിരിക്കുമല്ലോ.... ഈ വര അതല്ല. സംസാരത്തിലുള്ള ശ്രദ്ധയും താത്പര്യവും അതിനായി പകുത്തു നല്കിക്കൊണ്ടു സമാന്തരമായുള്ള വൃത്തിയാണ്. Writing padൽ വെള്ളക്കടലാസിൽ പെൻസിൽ കൊണ്ടോ, ചാർക്കോൾ കൊണ്ടോ, രണ്ടുമില്ലെങ്കിൽ പേനകൊണ്ടോ എന്തെങ്കിലും വരച്ചുകൊണ്ടേയിരിക്കും. അതു ചിലപ്പോൾ സംസാരം കടന്നുചെല്ലുന്ന വിഷയങ്ങളുമായി ബന്ധപ്പെട്ടായിരിക്കും; അല്ലെങ്കിൽ ആ നിമിഷം മനസ്സിൽ തെളിഞ്ഞു വന്ന ഒരു ഇമേജായിരിക്കും. സ്വതന്ത്ര ഭാവനയുടെ വിഹാരപ്പകർച്ചയുമാകാം. നിയതമായ ചിട്ടയും തിട്ടവുമുണ്ടാവില്ല. കൈവിരലുകൾ ഇങ്ങിനെ വരയിൽ വ്യാപൃതമാകുമ്പോൾ ഭരതൻ അതിൽ എപ്പോഴും ഒരു സാന്ത്വന സൗഖ്യം

അനുഭവിച്ചിരുന്നു എന്നാണെനിക്കു തോന്നിയിട്ടുള്ളത്. ലഹരി രാവുകളുടെ ആദ്യപാദങ്ങളിൽ വരെ ഈ പതിവു ഭരതൻ തുടർന്നിരുന്നു. ഇടതുകൈയ്യിലെ വിരലുകൾക്കിടയിൽ കത്തിച്ചുവച്ച ഒരു സിഗററ്റിരുന്ന് എരിയുന്നുണ്ടാവും. സംസാരത്തിൽ കൃത്യമായി പങ്കുചേരും. തർക്കിക്കും. അഭിപ്രായങ്ങൾ പറയും. ഇടയ്ക്കു നർമ്മോക്തികളിൽ മുഴുകി ഉള്ളുതുറന്നു പൊട്ടിച്ചിരിക്കും. ചിലപ്പോൾ കൂട്ടത്തിലുള്ളവരെ ശകാരിക്കുകയോ ആർക്കെങ്കിലുമെതിരെ മുനയുള്ള പരിഹാസ വ്യംഗ്യങ്ങൾ തൊടുക്കുകയോ ചെയ്യും. *പവി* കൂട്ടത്തിലുള്ളപ്പോൾ, അല്ലെങ്കിൽ സമാനമായ സംഗീത ഹൃദയമുള്ളവരാരാനുമാണു കൂട്ടത്തിലെങ്കിൽ രാഗാലാപനവും കൂട്ടത്തിലുണ്ടാകും. ഏറ്റു പാടി വരുമ്പോൾ ഒടുവിൽ വന്നെത്തുക പ്രിയ രാഗമായ *ഹിന്ദോളത്തിൽ,* അല്ലെങ്കിൽ കുറഞ്ഞത് *മോഹന*ത്തിലും! ഇതിനെല്ലാമിടയിലും വര നിർബാധം തുടരും....

ചിലപ്പോൾ ഭരതനിലൊരു കുസൃതിക്കുട്ടിയുണരും. വരയ്ക്കുന്നതു കൂട്ടത്തിലാരുടെയെങ്കിലും മുഖത്തിന്റെ ഏതെങ്കിലും ഭാഗമായിരിക്കും. അതിലൊരു കുസൃതിയുടെ വ്യംഗ്യമുണ്ടാകും.

ഒരിയ്ക്കൽ ആലുവാ കൊട്ടാരത്തിലുള്ളപ്പോൾ ഒരു സദസ്സിൽ ചിത്രകാരനും സംവിധായകനുമായ അമ്പിളിയായി ഇര. അമ്പിളി നന്നായി ഓടക്കുഴൽ വായിക്കും. അതു കേൾക്കുവാൻ ഭരതനു പ്രത്യേകമിഷ്ടവുമായിരുന്നു. അമ്പിളിയുടെ ശരീരത്തിനു ഒരു കാരിക്കേച്ചർ സ്വഭാവമാണെന്നു ഭരതൻ പറയുമായിരുന്നു. നേർത്തു മെലിഞ്ഞ ശരീരം. തൂവെള്ള മുണ്ടും ജുബ്ബയും. കാറ്റു പിടിച്ചാൽ പറന്നു പോകാത്തത് നിബിഢമായി വളർന്ന മുടിതാടികൾക്കിടയിൽ കാറ്റു കടന്നു കനം തൂങ്ങി നിന്നു തുണയ്ക്കുന്നതുകൊണ്ടാണെന്നാണ് ഭരതൻ പറയുക. അമ്പിളിയെ വരച്ചപ്പോൾ താടിമുടികൾക്കായി പ്രാമുഖ്യം. അവയ്ക്കിടയിൽ മുഖത്തെ മറ്റു ഭാഗങ്ങൾ ചേർക്കുവാനിട കിട്ടിയില്ല പോലും.

ഒരു കാർട്ടൂണിസ്റ്റിന്റെ നിർമ്മമതയോടെയായിരുന്നു ഭരതന്റെ അത്തരം വരകൾ. മറ്റു ചിലപ്പോൾ കുസൃതിക്കു വേറൊരു തലമാകും. മുൻപിലോ കൂട്ടത്തിലോ മനസ്സിലോ ഉള്ള ആളെ മനസ്സിൽ പൂർണ്ണനഗ്നമായി സങ്കല്പിച്ചു വരകളിൽ മോഹിപ്പിക്കുന്നവിധം തെളിച്ചെടുക്കും. അതിന് സ്ത്രീ-പുരുഷ ജെൻഡർ വ്യത്യാസമില്ല.

1998ലെ ജനുവരിയുടെ ആദ്യപാദത്തിൽ മദിരാശിയിലെ കെ.കെ. നഗറിലെ വീടിന്റെ മൂന്നാംനിലയിലെ സ്റ്റുഡിയോ ഫ്ളോറിലായിരുന്നു ഞങ്ങൾ ഒരുമിച്ച അവസാനത്തെ സദിര്. കലാശക്കൊട്ടിന്റെ ഒടുവിലെ പാദം... ആ സന്ധ്യ മറക്കാനാവില്ല... പിറ്റേന്ന് ലളിതയും മക്കളും ഞങ്ങളും ചേർന്ന്

ഭരതനെ ഹോസ്പിറ്റലിലെത്തിക്കുകയായിരുന്നു. തുടർന്നങ്ങോട്ട് ഹോസ്പിറ്റലിലും വീട്ടിലുമായി ഒരാറു മാസം.... കത്തിതീരുകയായിരുന്നു ഭരതൻ; അതിനു മുൻപുള്ള ആളലിന്റെ തിമർത്താടലായിരുന്നുവല്ലോ അത്.

ജനുവരിയിലെ ആ സന്ധ്യയ്ക്ക് സ്റ്റുഡിയോ ഫ്ളോറിലെ ഒത്തുചേരലിൽ ഞങ്ങൾക്കൊപ്പം കെ.ജി. ജോർജ്ജും സംഗീതകാരൻ ജോൺസനും നടനും നിർമ്മാതാവുമായ പി.എ. ലത്തീഫുമുണ്ടായിരുന്നു. ബോംബെയിൽ നിന്നും വന്ന ചങ്ങാതി സുന്ദരിയൊരുവളായി അന്ന് ഇര. മോഹിപ്പിക്കുന്ന ശരീരവടിവുള്ള ആ പെൺകുട്ടിയെ മനസ്സിൽ അർദ്ധനഗ്നയായി സങ്കല്പിച്ചു എട്ടുപത്തു സ്കെച്ചുകൾ ഭരതൻ അന്ന് അവൾ കാണാതെ വരച്ചു ഞങ്ങളെ കാണിച്ചു. അഴകിനോടെന്നും അനുരാഗിയ്ക്കു അഭിരമിയ്ക്കാതെ വയ്യല്ലോ. *മധ്യമാവതി*യിൽ തുടങ്ങി രാഗാലാപനം ജോൺസനേയും കൂട്ടി *ഹിന്ദോള*ത്തിലെത്തിയിരുന്നു പതിവുപോലെ. ജീൻസും അഴകുള്ള ജുബ്ബയും ധരിച്ച പെൺകുട്ടി അക്ഷരാർത്ഥത്തിൽ ആതിഥേയയായി (ഒരു എയർഹോസ്റ്റസായിരുന്നു ഗോതമ്പിന്റെ നിറമുള്ള ആ പെൺകുട്ടിയെന്നു മോർക്കുന്നു) താഴെ ലളിതയുടെ അടുക്കളയിൽ ചെന്നു സ്നാക്ക്സുമായി വന്നും പോയുമിരിക്കുന്നതിനിടയിലായിരുന്നു ഭരതന്റെ ഈ സങ്കല്പ വിഹാരം.

അന്നാണ് ഭരതനെ ഞാൻ അവസാനമായി കണ്ടതും. ഹോസ്പിറ്റലിലും വീട്ടിലുമായി മാറി മാറി ചിലവഴിച്ച മാസങ്ങളിൽ ഫോണിലൂടെ ബന്ധപ്പെടുമായിരുന്നു.

“നാട്ടിലേയ്ക്കു മടങ്ങുകയാണ്...”

ഓരോ തവണയും ആവർത്തിക്കും.

അതിനു പ്രാരംഭമായി മദിരാശിയിലെ വീടു വിൽക്കുവാനുള്ള ആലോചനകൾ തുടങ്ങിക്കഴിഞ്ഞിരുന്നു. ഒടുവിലൊടുവിൽ ഹോസ്പിറ്റലിൽനിന്നും ഫോണിലൂടെ വീണ്ടും വീണ്ടും ആ വാക്കുകൾ ആവർത്തിക്കുമ്പോൾ ശബ്ദം നേർത്തു നേർത്തു വന്നിരുന്നതുമോർക്കുന്നു. ബോദ്ധ്യക്കുറവിന്റെ അധൈര്യത്തോടെ ഒരനുബന്ധം കൂടി ചേർത്തായി പിന്നെ പറച്ചിൽ:

“ആയുസ്സ് അനുവദിച്ചു കിട്ടിയാൽ....”

ആ സ്കെച്ചുകൾ കെ.ജി. ജോർജ്ജിന്റെ കൈവശം ചേർന്നതറിയാം. ജോർജ്ജ് പക്ഷേ പറയുന്നത് വീടുവിട്ടു വീടുമാറുന്ന ബഹളങ്ങൾക്കിടയിൽ അവ കൈമോശം വന്നുവെന്നാണ്. ഞാനതു വിശ്വസിക്കുന്നില്ല. അങ്ങനെ കൈമോശം വരുത്തുവാൻ മാത്രം നിസ്സാരമായിരുന്നില്ലല്ലോ വെള്ളക്കടലാസിൽ കറുത്ത മഷിയിൽ തെളിച്ചിട്ട വരകളിലെ മോഹഭംഗി!

ഉണർവ്വിന്റെ രാവുകളിലൂടെ

ആലുവാ കൊട്ടാരത്തിലെ താമസം നടക്കാതെ പോയ ഹരിപോത്തന്റെ *ഒരു കടങ്കഥപോലെ* എന്ന ചിത്രവുമായി ബന്ധപ്പെട്ടായിരുന്നു ഒരിയ്ക്കൽ. ഭാവിയിൽ പോസ്റ്ററുകളാക്കുവാൻ ഉദ്ദേശിച്ചാവണം ചർച്ചയ്ക്കിടയിൽ ആ ചിത്രത്തിലെ ചില നിമിഷസന്ധികളെ ഭരതൻ Writing Padൽ കോറിയിട്ടു.

ഞങ്ങൾ ഒരുമിക്കുന്ന ചിത്രങ്ങളിൽ പ്രത്യേകിച്ചും, അല്ലാത്തപ്പോഴും പലപ്പോഴും, ഇരുവരുമൊരുമിച്ചൊരു മുറിയിലാണുറങ്ങുക പതിവ്. രണ്ടു മുറികളുണ്ടായാൽക്കൂടി പെട്ടെന്നെന്തെങ്കിലും മനസ്സിലൂറി വന്നാൽ പങ്കിടുവാനും മനഃസ്ഥൈര്യത്തോടെ ഒന്നു വഴക്കു കൂടുവാനും ഞാനടുത്തുണ്ടാകുന്നതു ഭരതനിഷ്ടമായിരുന്നു; ഞങ്ങളുടെ പങ്കാളിത്തത്തിന്റെ ആദ്യമദ്ധ്യപാദങ്ങളിൽ നിർബ്ബന്ധമായും... ഒടുവിലൊടുവിലായപ്പോൾ എല്ലാറ്റിൽനിന്നും അവനവനിൽ നിന്നു വരെ ഒഴിയുകയായിരുന്നല്ലോ ഭരതൻ!

ഞാൻ എഴുതുന്ന തിരക്കഥകൾ ചിത്രീകരണ സൗകര്യത്തിനുവേണ്ടി പകർപ്പുകൾ എടുത്താലും എന്റെ (ഭംഗി കുറഞ്ഞ) കൈപ്പടയിലുള്ള തിരക്കഥയിൽ ഷോട്ടുകൾ അടയാളപ്പെടുത്തുവാനായിരുന്നു ഭരതനിഷ്ടം. ഞാനില്ലാത്തപ്പോൾ നെടുമുടിവേണു ഒരിയ്ക്കൽ ഭരതനോടതിന്റെ കാരണമാരാഞ്ഞു. *അയാൾ അടുത്തുണ്ടെങ്കിൽ അതൊരു സാന്ത്വനമാണ്; അടുത്തില്ലാത്തപ്പോൾ അയാളുടെ സാന്നിദ്ധ്യസ്പർശം പകർന്നു തരും ആ കൈപ്പട എന്നായിരുന്നുവത്രെ* ആ സുമനസ്സിന്റെ മറുപടി. സുകൃതം തന്നെ!

ഒരുമിച്ചു തങ്ങുമ്പോൾ, പാതിരാ കഴിഞ്ഞ യാമങ്ങളിലായിരിക്കും ചർച്ചയും സദിരും പാനോപചാരവും അത്താഴവും കഴിഞ്ഞു കിടക്കയിലേക്കു ചെരിഞ്ഞിട്ടുണ്ടാവുക. ഒരുറക്കം കഴിഞ്ഞു അർദ്ധപ്രജ്ഞയിൽ കണ്ണു തുറക്കുമ്പോൾ ആ ഇരുട്ടിൽ ആദ്യം തെളിയുക എരിയുന്ന സിഗററ്റിന്റെയറ്റത്തെ ചുമന്ന വൃത്തമാണ്. ഭരതൻ ഉണർന്നിരിപ്പുണ്ടാകും; കട്ടിലിൽ, അല്ലെങ്കിൽ സോഫയിലോ, ചാരുകസേരയിലോ മാറി ഉണർന്നിരുന്നു എന്തെങ്കിലും കോറി വരയ്ക്കുന്നുണ്ടാകും. എന്റെ ഉറക്കത്തിന് അലോസരമാകാതെ ജനാലയുടെ പാളി ഒരല്പം തുറന്നുവച്ചിട്ടുണ്ടാകും. അതിലൂടെ വരയ്ക്കിടയിൽ പുറത്തെ നിലാക്കാഴ്ചകളിലേയ്ക്കു ഇടയ്ക്കൊന്നു പാളി നോക്കും. നിലാവില്ലെങ്കിൽ മനസ്സിലെ നിലാപ്രഭയിൽ മാനത്തു തെളിഞ്ഞോ മറഞ്ഞോ

നിൽക്കുന്ന നക്ഷത്രങ്ങളിലേയ്ക്കാകും ദൃഷ്ടി. വീണ്ടും വര തുടരും. അങ്ങനെ വരച്ച ചിത്രങ്ങളിൽ നിന്നും പിന്നീട് ഉയിരെടുത്ത മോഹിപ്പിക്കുന്ന പോസ്റ്ററുകൾ പലതുമുണ്ട്.

ഒരു മിന്നാമിനുങ്ങിന്റെ നുറുങ്ങുവെട്ടം അവസാന റൗണ്ട് ചർച്ചകൾ ആലുവാ കൊട്ടാരത്തിലായിരുന്നു. ചർച്ചകൾക്കിടയിൽ ചിത്രത്തിലെ ഒരു സന്ദർഭം മനസ്സിലാവാഹിച്ചുകൊണ്ടു ഭരതൻ ഒരു ചിത്രം കോറിയിട്ടു. Writing Padലായിരുന്നില്ല; ഒരു ക്ഷണക്കത്തിന്റെ അച്ചടി പതിയാത്ത മറുവശത്ത്. രാവുണ്ണിനായർ മാഷും സരസ്വതി ടീച്ചറും മായമ്മ പ്രസവമുറിയിലായിരിക്കുമ്പോൾ ഉൽക്കണ്ഠാകുലരായി ഹോസ്പിറ്റൽ വരാന്തയിലെ ചാരുബെഞ്ചിലിരിക്കുന്ന ഒരു നിമിഷം. മാഷിന്റെ സന്തതസഹചാരിയായ നീളൻ കാലൻ കുട നിലത്തൂന്നി അതിൽ കൈ താങ്ങിയാണ് അദ്ദേഹത്തിന്റെ ഇരിപ്പ്... ഈ രേഖാചിത്രം പിന്നീടു മനോഹരമായ ഒരു ഫ്ളോറസെന്റ് പോസ്റ്റർ ആയി.

ഓർമ്മയ്ക്കായി എന്ന ചിത്രത്തിൽ ജെയിൽ മോചിതയായി വരുന്ന സൂസന്ന ബാലു(നെടുമുടി)വിന്റെ സ്കൂട്ടറിന്റെ പുറകിൽ യാത്ര ചെയ്യുമ്പോൾ കാറ്റിൽ തലവഴി മൂടിയിരുന്ന സാരിത്തുമ്പു പറന്നു മാറി മുഖരൂപത്തിലെ രൂക്ഷ ദൈന്യത - ടൈഫോയ്ഡ് വന്നു പറ്റെ വെട്ടി കുറ്റിയാക്കിയ മുടിയോടെ - വ്യക്തമാക്കുന്ന ഒരു നിമിഷമുണ്ട്. ചർച്ചാവേളയിൽ സൂസന്നയുടെ ആ മുഖം ഒരു പെയിന്റിംഗാക്കി ഭരതൻ. അതു പിന്നീടു പോസ്റ്ററായി. അക്കാലത്ത് ഹിന്ദി-തെലുങ്ക്-തമിഴ് ചിത്രങ്ങളിൽ നിറഞ്ഞാടുന്ന ഗ്ലാമർ നായികയായിരുന്ന മാധവിയാണ് സൂസന്നയായി അഭിനയിച്ചതെന്നുമോർക്കണം. പിന്നീടു ചിത്രീകരണവേളയിൽ *ഒരു മിന്നാമിനുങ്ങിന്റെ നുറുങ്ങുവെട്ട*ത്തിലും *ഓർമ്മയ്ക്കായി*യിലും ഈ ചിത്രങ്ങൾ അതേ മികവിൽ ഫ്രെയിമുകളാക്കി പകർത്തുകയും ചെയ്തു ഭരതൻ.

വൈശാലി ഭരതൻ ആദ്യം സങ്കല്പിച്ചിരുന്നത് ഋശ്യശൃംഗ കഥയായാണ്. *ചാമരം* നാളുകളിൽത്തന്നെ ഭരതൻ ആ ചിത്രം മനസ്സിലേറ്റി നടന്നിരുന്നതു ഞാൻ ശ്രദ്ധിച്ചിട്ടുണ്ട്. മനസ്സിലെ സിനിമ അത്രയും ചിത്രങ്ങളായി വരച്ചിട്ടിരുന്നു ഭരതൻ. "മനസ്സിൽ നിറയെ ആ സിനിമയും കൈയ്യിൽ അതിന്റെ സ്കെച്ചുകളുമായാണ്" ഭരതൻ തന്നെ തേടി വന്നതെന്നു എം.ടി. പറഞ്ഞിട്ടുമുണ്ട്. ഒരുപക്ഷേ തിരക്കഥയെഴുതും മുൻപേ സിനിമയിലെ ദൃശ്യങ്ങളത്രയും വരച്ചു കഴിഞ്ഞ ആദ്യചിത്രം അതാവണം.

പുലർച്ചയോടടുത്ത യാമങ്ങളിൽ ചിത്രരചനയിൽ മുഴുകിയിരിക്കുന്ന ഭരതനെ ഞാൻ കൗതുകത്തോടെ ശ്രദ്ധിച്ചിട്ടുണ്ട്. നിലാക്കാഴ്ചകൾക്കും ചിത്രമെഴുത്തിനുമിടയിൽ പാളി നോക്കുമ്പോൾ ചങ്ങാതി എന്നെ കാണും. അക്ഷണം മുഖത്തൊരു ചിരി വിടരും.... ഉള്ളിൽ നിന്നും പ്രകാശിച്ചെത്തുന്ന ഒരു ചിരി. പ്രത്യഭിവാദം ഒരു മറുചിരിയിലൊതുക്കി വേണമെങ്കിൽ എനിക്കു

നിർബ്ബാധം ഉറക്കം തുടരാം. അതല്ല ഉണരാമെന്നാണു ഭാവമെന്നു കണ്ടാൽ വരച്ചു വന്നതൊരിടം വരെയെത്തിച്ചു മുൻപെപ്പോഴോ പറഞ്ഞു നിറുത്തിയ ഒരു സന്ധിയിൽ നിന്നും ഒരാമുഖവുമില്ലാതെ ചർച്ച തുടരും. തർക്കവും എതിർവാദവുമായി അതു നീളും.

ഇങ്ങിനെയല്ലാത്ത സന്ദർഭങ്ങളുമുണ്ടായിരുന്നു. മനസ്സിൽ എന്തെങ്കിലും ഒരു സാദ്ധ്യത തെളിഞ്ഞു വന്നാൽ അതുടനെ പറയണം ഭരതന്; ചർച്ച ചെയ്യണം. ഉറങ്ങുകയാണെങ്കിൽ ഉണർത്തുവാൻ മടിച്ചു വെരുകിനെപ്പോലെ കട്ടിലിനു മുൻപിലൂടെ ഉലാത്തുന്ന ഭരതനെ കണ്ടു ഞാനുണർന്നിട്ടുണ്ട്. അള മുട്ടിയാൽ ആ സ്നേഹകരുതലുകൾ മാറ്റിവച്ച് അടുത്തുവന്നിരുന്നു നെറുകയിലും മുടിയിഴകളിലും തലോടിയുണർത്തി മുഖവുരയില്ലാതെ നേരെ വിഷയത്തിലേക്കു അതിവ്യഗ്രതയോടെ കടക്കുമായിരുന്ന ഭരതനെയും ഓർക്കുന്നു.

ആ ഘട്ടത്തിൽ ചർച്ച ചെയ്യുന്ന ചിത്രവുമായി ബന്ധപ്പെട്ടുതന്നെയാവണമെന്നില്ല ഈ സംവാദം. ഞാനോർക്കുന്നു.... *പാളങ്ങളു*ടെ ചർച്ചാവേളയിൽ ഭരതൻ എന്നെ വിളിച്ചുണർത്തി ചർച്ച ചെയ്തതു പിന്നീടു ചെയ്യുവാൻ വേണ്ടി മനസ്സിൽ കണ്ടുവച്ചിരുന്ന *ഓർമ്മയ്ക്കായി*യിലെ ഒരു മുഹൂർത്തത്തിന്റെ പുതിയ സാദ്ധ്യതയെക്കുറിച്ചായിരുന്നു!

മാസങ്ങൾക്കു മുൻപ് നടത്തിയ ഒരു പ്രസ്താവം കരടായോ മുറിവായോ മനസ്സിൽ നീറി കിടന്നിരുന്നതു പെട്ടെന്നു തികട്ടി വന്ന് (കക്കി വന്നു എന്നാണു ഭരതൻ പറയാറുള്ളത്) അക്ഷമയോടെ വിളിച്ചുണർത്തി ശണ്ഠ കൂടിയ രാവുകളുമുണ്ട്. പ്രതിസ്ഥാനത്തു ഞാൻ തന്നെയാവണമെന്നുമില്ല അതിന്.

ഒരിക്കൽ *സന്ധ്യമയങ്ങുംനേര*ത്തിന്റെ ചിത്രീകരണവേളയിൽ ഭരത് ഗോപിയും ഭരതനും തമ്മിൽ ഒന്നു കോർത്തു. പെട്ടെന്നുള്ള വികാരക്ഷോഭം തണുത്തപ്പോൾ രണ്ടുപേരും അതു പറഞ്ഞു തീർത്തു രമ്യതയിലാവുകയും ചെയ്തു. പിന്നീട് ഏറെക്കഴിഞ്ഞു കൊടൈക്കനാലിലൊരു രാവിൽ *കാതോടു കാതോര*ത്തിന്റെ ചിത്രീകരണനാളുകളിൽ എന്നെ വിളിച്ചുണർത്തി അന്നു ഗോപിയോടു പറയുവാൻ മറന്നു മനസ്സിൽ ബാക്കി സൂക്ഷിച്ചിരുന്ന ശണ്ഠയിലെ ഒരു വാദമുഖം വികാരാധീനനായി ക്ഷോഭപൂർവ്വം പറഞ്ഞു തീർത്തു ഭരതൻ!

പകൽ നിയതമായി ചിട്ടപ്പെടുത്തിയ ഷെഡ്യൂളുകളില്ലെങ്കിൽ പ്രഭാതങ്ങളിൽ, പ്രദോഷങ്ങളിലുമതെ, ഒരു നടത്ത പതിവുണ്ടു മദിരാശിക്കു പുറത്തു ഞങ്ങളൊരുമിച്ചുള്ളപ്പോൾ. വീറോടെയുള്ള ചർച്ചയും പരിസരം മറന്നു കൊണ്ടുള്ള തർക്കവുമാണു നടത്തയേക്കാൾ പ്രധാനം. ഞങ്ങൾ തമ്മിൽ വഴക്കു കൂടുകയാണെന്ന് കണ്ടുനിന്നവർ ധരിച്ചു പോയ നിമിഷങ്ങളുമുണ്ട്. നിശ്ശബ്ദനായി, ഏകനായി നടത്തയ്ക്കിറങ്ങുന്ന ഭരതനെ ഞാൻ കണ്ടിട്ടില്ല;

അങ്ങിനെയൊരു ഭരതൻ ഇല്ല. എന്നാൽ ഏത് ആൾക്കൂട്ടത്തിനിടയിലും ഏകാകിയാകുവാനുള്ള വിരുതൊരിക്കലും ഭരതൻ നഷ്ടപ്പെടുത്തിയിരുന്നുമില്ല.

തർക്കവും എതിർവാദവുമായി രാവുനീളുമ്പോൾ തുടർന്നുറക്കം പുലർച്ചയോടടുത്താകും. കൂടെ ഞാനോ മറ്റാരെങ്കിലുമോ ഇല്ലാത്തപ്പോഴും തുറന്ന സംവാദങ്ങൾ മാത്രമേ ഒഴിവായിരുന്നുള്ളൂ. പാതിരാവോടടുത്തു ഉണർന്നെഴുന്നേറ്റ് നിലാക്കാഴ്ചകളിൽ ഊയലാടുവാൻ മനസ്സിനെ വിട്ടുകൊടുക്കുന്ന അപ്പോൾ തോന്നുന്നതു കോറി വരയ്ക്കുന്ന, പതിവുകൾക്കു മുടക്കമുണ്ടായില്ല. ഫലമോ ഭരതനെന്നും ഉണരുവാൻ വൈകും. ഷൂട്ടിംഗ് നാളുകളിൽ നിർമ്മാതാവിനും ചിത്രീകരണത്തിനും ഇത് അങ്കലാപ്പു സൃഷ്ടിക്കുമല്ലോ. ക്ഷമ കെട്ടു വിളിച്ചെഴുന്നേൽപ്പിക്കുവാൻ ചെല്ലുന്നവർക്കു ശകാരം സംസ്കൃത വൃത്തത്തിൽ തന്നെ ഉറപ്പ്. അതു പേടിച്ച് ആരുമതിനു ധൈര്യപ്പെടില്ല. സ്വാതന്ത്ര്യമെടുത്തു ഞാൻ പക്ഷേ അടുത്തു ചെല്ലും. തഞ്ചത്തിൽ കൂടെ ചെന്നിരിക്കും. താത്പര്യമുള്ള വിഷയങ്ങൾ എടുത്തിട്ടു നയത്തിൽ സംസാരം തുടങ്ങുമ്പോൾ ഉറക്കം വിട്ടുണരുമെങ്കിലും കിടപ്പ് അവ്വിധം തന്നെ തുടരും. താനേ ഉണർന്നാലും ആ സുഖാലസ്യത്തിൽ കുറച്ചുനേരം കൂടി കിടപ്പു തുടരുക ഭരതൻ സ്വയം പ്രഖ്യാപിച്ച് അനുവദിച്ചെടുത്ത ലക്ഷ്വറിയാണ്. ആലോചിക്കുകയാണെന്നാണു മറ്റുള്ളവർ കരുതുക. ഉണർന്നിരിക്കുന്നതിന്റെ പ്രത്യക്ഷ അടയാളമായി കാല്പാദങ്ങൾ മാത്രം തുടർയായി ഇളക്കിക്കൊണ്ടു കിടപ്പു തുടരും. ഒന്നുമൊന്നുമാലോചിക്കാതെ മനസ്സിനെ പൂർണ്ണമായും ബ്ലാങ്ക് ആയി വിട്ടുകൊണ്ടു എല്ലാ ഭാരവും ത്യജിച്ച് മേഘങ്ങൾക്കിടയിലെന്നോണം സ്വച്ഛമായി പറന്ന് ഊയലാടുന്ന ഈ നിമിഷങ്ങളിലാണ് ഉള്ളത്രയും സ്ഫുടശുദ്ധമാക്കി പകർന്നാട്ടത്തിനു വേണ്ട ഊർജ്ജം സംഭരിക്കാറെന്നാണു ഭരതൻ ഈ ആർഭാടസായൂജ്യത്തെക്കുറിച്ചു സാക്ഷ്യപ്പെടുത്താറുള്ളത്.

ഭരതനെ ഓർക്കുമ്പോൾ എങ്കക്കാടു ഭരതന്റെ പാലിശ്ശേരി തറവാട്ടിലെ ഒരു സായാഹ്നം ഇന്നും മനസ്സിൽ നിറഞ്ഞുനിൽക്കുന്നു.

ഉത്രാളിക്കാവിന് അഭിമുഖമായി പാടവരമ്പുകൾക്കിപ്പുറത്ത് തന്റെ പുരയിടത്തിലെ മണ്ഡപത്തിൽ ഒരു വെടിവട്ടം. ഭരതനോടൊപ്പം പവിയും ഞാനുമുണ്ടായിരുന്നു. സൂര്യനു താഴെയുള്ള എല്ലാ വിഷയങ്ങളും സംസാരത്തിൽ കടന്നുവന്നു. സിനിമ, സാഹിത്യം, ചിത്രകല, സംഗീതം, നാടകം, തത്വചിന്ത... അങ്ങനെ പലതും... ഭരതൻ അന്നു ഏറെ സന്തോഷവാനായിരുന്നു. വരയ്ക്കാനിരിക്കുന്ന ചിത്രങ്ങളുടെ വർണ്ണക്കൂട്ടുകൾ സ്വപ്നത്തിലെന്നതുപോലെ കണ്ണുകളിൽ തിളങ്ങിക്കണ്ടു. ഭാവിയെക്കുറിച്ച് ഒരുപാടു മോഹങ്ങൾ... ഒ.വി. വിജയൻ, വി.കെ.എൻ., മാധവിക്കുട്ടി, ഞെരളത്ത്, കാനായി കുഞ്ഞിരാമൻ.... ഈ മഹാപ്രതിഭകളെക്കുറിച്ചു ഓരോ ഡോക്യുമെന്ററി ചെയ്യണം. അതൊരു പ്രണാമമാണ്. അവർ തന്ന സ്വർണ്ണഖനികൾക്കു പകരമൊരു കാണിക്ക.

പലപ്പോഴായി കുറെ ചർച്ചകളും നടത്തിയിരുന്നു ഞങ്ങൾ അതേ ചുറ്റി. പിന്നെയൊരു മോഹമുണ്ടായിരുന്നതു നമ്മുടെ കർണ്ണാട്ടിക് സംഗീതത്തിലെ രാഗങ്ങൾക്കു ചിത്രകലാസങ്കേതമുപയോഗിച്ചു രേഖാസംജ്ഞകൾ വരച്ചുണ്ടാക്കണമെന്നതായിരുന്നു. ആവഴിക്കു ചിലതൊക്കെ വരയ്ക്കുകയും ചെയ്തു.

തന്റെ ചലച്ചിത്രപർവ്വത്തിലെ വ്യതിചലനങ്ങളിൽ തനിയ്ക്കുതന്നെത്തന്നെ നഷ്ടപ്പെടുകയാണെന്നു ഭരതൻ തിരിച്ചറിയുവാൻ തുടങ്ങിയിരുന്നു, അപ്പോഴേക്കും.

"അലഞ്ഞുനടന്നുള്ള സിനിമയെടുപ്പ് ഇനിയില്ല."

ഭരതൻ സ്വയം പറഞ്ഞു:

"കുഞ്ചൻ നമ്പ്യാരെക്കുറിച്ചൊരു സിനിമ. അതാണിനി അടുത്ത പ്രൊജക്ട്. മദിരാശി മടുത്തിഷ്ടാ... ഇവിടെ മതി ഇനിയങ്ങോട്ട്... ഉത്രാളിക്കാവിലെ പൂരവും മച്ചാടുവെടിക്കെട്ടും കണ്ട്, മേളപ്പെരുക്കത്തിൽ മുഴുകി, ഇവിടത്തെ ചേറിലും മണ്ണിലും ചവുട്ടിമേലനങ്ങി തൂമ്പയെടുത്തുകിളച്ചു കൃഷിചെയ്ത് എനിയ്ക്കെന്നെ വീണ്ടെടുക്കണം. കണ്ടോളൂ... ഞാനിനിവരയ്ക്കുവാൻ തുടങ്ങുകയാണ്. ബ്രഷ് താഴെവച്ചിട്ടിനിയൊരു കളിയില്ല. കുറച്ചു ശില്പങ്ങളും ചെയ്യണം. ഈയിടെ കണ്ടപ്പോൾ കാനായി കുഞ്ഞിരാമൻ കുറെ ശകാരിച്ചു. മാതൃലാവണം ഇതാണെന്നുമറക്കരുതെന്നു പറഞ്ഞു. നേരല്ലേ? *പ്രകൃതിയുടെ ഭാഗമായി കുറച്ചു ശില്പങ്ങൾ മനസ്സിലുണ്ട്. കടൽതീരത്ത് പാതികരയിലും പാതി കടലിലുമായി മത്സ്യകന്യകമാരുടെ രാജകുമാരിയുടെ കടൽക്കൊട്ടാരത്തിലേയ്ക്കിറങ്ങുന്ന പടവുകൾ... കാതരയായ രാജകുമാരിയുടെ കണ്ണുകളിൽ ഏഴുസാഗരങ്ങളുടെ തിരയിളക്കം... ഒരു പാടു സ്വപ്നങ്ങൾ മനസ്സിലിങ്ങിനെ തെളിഞ്ഞുവിളങ്ങിവരുന്നു. അക്കൂട്ടത്തിൽ എന്റെ ഹൃദയത്തിന്റെ കൈയ്യൊപ്പുള്ള, ഞാൻതന്നെ ചെയ്യേണ്ടതെന്ന് ബോദ്ധ്യമുള്ള ഓരോ സിനിമ... മതി... ഇനിയങ്ങോട്ട് അതുമതി!"

മനസ്സിൽ തട്ടിയാണു ഭരതൻ അതുപറഞ്ഞത്. പക്ഷെ... പവിയുടെയും എന്റെയും മനസ്സിൽ ഫലശ്രുതിയെക്കുറിച്ചുള്ള ശങ്ക നിന്നുകത്തി. കോടമ്പക്കത്തിന്റെ പ്രലോഭനങ്ങളെ ഇത്രയും നാളത്തെ പതിവു ചായ്വുകൾക്കപ്പുറം അതിജീവിക്കുക എളുപ്പമല്ലല്ലോ... ഞങ്ങളുടെ മനസ്സു ഭരതൻ വായിച്ചു:

"മുഴുവനും കഴിഞ്ഞില്ലെങ്കിലും ഇതിന്റെ പാതിയെങ്കിലും കഴിഞ്ഞാൽ... ഞാൻ രക്ഷപ്പെട്ടെടാ... ജീവിച്ചിരുന്നതിനൊരർത്ഥമുണ്ടാകും"

"ഒക്കെ നല്ലതാണ്. പക്ഷേ, ടോപ്ഗിയറിൽ നിന്നും പെട്ടെന്ന് റിവേഴ്സിലേയ്ക്കെടുത്താൽ സ്റ്റക്കാകും. അതുകൊണ്ടു പതുക്കെ... പതുക്കെ മതി."

പവി പറഞ്ഞു.

---

* ശിൽപ്പ രചനയിൽ കാനായിയുടെ സമ്പ്രദായ വൃത്തങ്ങളോടായിരുന്നു ഭരതന് ആഭിമുഖ്യം; പ്രകൃതിയോടു ചേർന്നു, അനുബന്ധവും പൂരകവുമായി...

അവതാരസാന്നിദ്ധ്യം!

താഴെ അരിമുല്ലകൾ പൂത്തുനിൽക്കുന്ന തടത്തിനു മുൻപിൽ ഒരു കാറു വന്നുനിന്നു. നരച്ച ചാരരാശിയുള്ള ഇളംനീല സഫാരി ധരിച്ച വയോവൃദ്ധ നായ ഒരാൾ പ്രസരിപ്പോടെ കാറിൽ നിന്നും ചാടിയിറങ്ങി. നര വെളുപ്പിച്ച മുടിയും താടിയും അനുസരണയില്ലാതെ പാറിപ്പറക്കുന്നു. കാഴ്ച യിൽത്തന്നെ വേറിട്ട ഒരു രൂപം. പുറത്തിറങ്ങി ആദ്യം ഒരു ബീഡി കൊളു ത്തി. തൊഴുത്തിനപ്പുറത്തു ഒരു മരത്തിനരികെ നിന്നപ്പോൾ പണ്ടു വെള്ളം തേവാനുപയോഗിച്ചിരുന്ന ഒരു പഴയ ചക്രം പതിപ്പിച്ചുവച്ചിരുന്നതു കണ്ണിൽ പ്പെട്ടു. അടുത്തുചെന്ന് അതൊന്നു പരിശോധിച്ചു. തൊട്ടു തലോടി. കൊള്ളാ മെന്ന ഭാവത്തിൽ ബീഡി ആഞ്ഞുവലിച്ചുകൊണ്ടു തലയാട്ടി. ചുറ്റും നോക്കു മ്പോൾ മണ്ഡപത്തിൽ ഞങ്ങളെ കണ്ടു. അന്വേഷിച്ചതു ഭരതനെയായിരുന്ന തുകൊണ്ടു ആദ്യം കണ്ണിൽ തെളിഞ്ഞതും ഭരതൻ തന്നെ.

“ഡാ മണീ”

ദൂരെ നിന്നു കണ്ടപ്പോഴേ ഭരതന്റെ മനസ്സിൽ ആഹ്ലാദം ഇരമ്പി.

“ചേട്ടൻ.”

ഒരു യുവാവിന്റെ ചുറുചുറുക്കോടെ വന്ദ്യവയോധികനായ ആ മനുഷ്യൻ മണ്ഡപത്തിന്റെ നേർക്കു വന്നു. നടത്തയ്ക്കിടയിൽ തലയൊന്നു വെട്ടിച്ച് മുടി നെറുകയോടു ചേർത്തു തലോടി.... ചുണ്ടിൽ അപ്പോഴും കടിച്ചുപിടിച്ച ബീഡിയുമായി.

ആ വരവു നോക്കി ഞങ്ങൾ ആസ്വദിച്ചു.

“ഇതുപോലൊരാളെ വേറെ കാണണമെങ്കിൽ ഇവിടെങ്ങും തപ്പിയാൽ കിട്ടില്ല. നേരെ ജപ്പാനിലേയ്ക്കു* പോകണം. ശ്വാസമായിട്ടകത്തോട്ടു വലി യ്ക്കണതും പുകയായിട്ടും നിശ്വാസമായിട്ടും പുറത്തേയ്ക്കു വിടുന്നതു മൊക്കെ സിനിമയാണ്!”

പറഞ്ഞതു പവിയാണെങ്കിലും ഭരതനും ഞാനും മനസ്സുകൊണ്ട് അതേറ്റു പാടി.

ഭരതനോടൊപ്പം ഞങ്ങളെക്കൂടി കണ്ടപ്പോൾ പാലിശ്ശേരി നാരായണമേ നോൻ എന്ന പി.എൻ. മേനോന് വർദ്ധിച്ച സന്തോഷം.

---

* അകിരകുറസോവ അന്നു ജീവിച്ചിരിപ്പുണ്ട്.

"ഡാ പവിത്രാ... ജോണേ.... നന്നായി. എല്ലാവരേയും ഒരുമിച്ചു കണ്ടല്ലോ..."

മണ്ഡപത്തിലേയ്ക്കുള്ള പടവുകൾ നടന്നല്ല; ഓടിയാണ് അദ്ദേഹം കയറിയത്. വന്നപാടെ പവിയെ കെട്ടിപ്പിടിച്ചു; പിന്നെ എന്നെ; ഭരതന്റെ ചുമലിൽ വാത്സല്യപൂർവ്വം ഒരടിയും.

"എത്രനാളായി നെന്നെയൊക്കെ കണ്ടിട്ട്!"

മണ്ഡപത്തിൽ നിന്നാൽ, പാടവരമ്പിനപ്പുറത്ത് ഉത്രാളിക്കാവു കാണാമല്ലോ... പി.എൻ. അവിടേയ്ക്കു നോക്കി ഒന്നു തൊഴുതു.

"അമ്മേ... നാടിന്റെ ദേവിയാണ്. രുദ്രമഹാകാളിക്കാവ് ലോപിച്ചിട്ടാണ് ഉത്രാളിക്കാവായത്. അറിയ്യോ?"

ഭരതന്റെ നേർക്കു തിരിഞ്ഞു.

"ഓപ്പോളെ കണ്ടിട്ടാ വര്ണത്. അത്താഴം ഇപ്പഴേ പറഞ്ഞേൽപ്പിച്ചു."

ഭരതൻ വിശദീകരിച്ചു.

"അമ്മയെയാണ് ഓപ്പോൾ എന്നു പറഞ്ഞത്."

"ഏട്ടത്തിയമ്മ, ഓപ്പോള്, ചെറിയച്ഛൻ, ചേട്ടൻ!"

പവിയുടെ കമന്റ്!

ഇന്നലെകളെ സ്നേഹപൂർവ്വം അയവിറക്കിക്കൊണ്ട് മണ്ഡപത്തിന്റെ തിണ്ണയിൽ ചമ്രം പടിഞ്ഞിരുന്നു പി.എൻ.

"ഓപ്പോൾക്കെന്നെ പണ്ടുതൊട്ടേ വലിയ കാര്യമാണ്. ഇവൻ... ഈ മണി ജനിക്കുന്നതുവരെ ഞാനായിരുന്നില്ലേ വീട്ടിൽ ഇളയവൻ. ഓപ്പോളുടെ കൈകൊണ്ടുണ്ടാക്കിയ മാമ്പഴപ്പുളിശ്ശേരി എന്നും എന്റെ വീക്ക്നസ്സാണ്!"

വാതോരാതെയായിരുന്നു സംസാരം. ഒരിക്കൽപ്പോലും നിറുത്തി നിറുത്തി പതിഞ്ഞ സ്വരത്തിൽ പി.എൻ. സംസാരിച്ചു കേട്ടിട്ടില്ല. ഇനി പറയുവാൻ സമയം കിട്ടിയില്ലെങ്കിലോ എന്നു ഭയപ്പെട്ടു പറയുവാനുള്ളതെല്ലാം ഒറ്റവീർപ്പിൽ പറഞ്ഞുതീർക്കുവാൻ തിടുക്കപ്പെടുന്നതുപോലെ തോന്നും അതിവേഗത്തിലുള്ള ആ സംസാരം കേട്ടാൽ!

പി.എൻ.ന്റെ ഒപ്പമിരുന്നു സംസാരിക്കുമ്പോൾ ഭരതന് മുഖത്തൊരു കനം. ഒരിത്തിരി ഗൗരവം. ഇങ്ങിനെയൊരു പൈതൃകം വേറെയാർക്കുണ്ട് എന്നു നിശ്ശബ്ദമായി ചോദിക്കുംപോലെ!

"ആവാം ആ പേരിൽ ന്യായമായും ഇത്തിരി ഗർവ്വൊക്കെ!"

പവി മന്ത്രിച്ചു.

ധാര മുറിയാതെ പി.എൻ. സംസാരിച്ചു. സിനിമയെക്കുറിച്ച്.... സിനിമയിലെ പുതിയ ചലനങ്ങളെപ്പറ്റി, സാദ്ധ്യതകളെപ്പറ്റി... പുതിയൊരു സീരിയൽ, ടെലിഫിലിം.... പിന്നെയൊരു സിനിമ.... നാട്ടിലേയ്ക്കു വന്നതുതന്നെ

അതുമായി ബന്ധപ്പെട്ടാണ്. ആദ്യമായി ലഭിച്ച അവസരത്തിന്റെ മുൻപിലെന്നതുപോലെയാണു ഉത്സാഹം.

പവി കളിയാക്കി.

“വയസ്സെത്രയായീന്നു വല്ല പിടിപാടുമുണ്ടോ?”

“ആരു നോക്കുന്നു? എന്റെ മനസ്സിനു പ്രായമില്ല. ആവുകയുമില്ല. അതു മതീഡാ...”

പവി വീണ്ടും പി.എൻ.നെ ചൊടിപ്പിക്കുവാനൊരുങ്ങി.

“ഉണ്ടാക്കിയ സൽപ്പേര് കണകുണ സീരിയൽ ഒക്കെ ചെയ്തു നശിപ്പിക്കണോ?”

ഒറ്റവീർപ്പിലായിരുന്നു പി.എൻ.ന്റെ പ്രതികരണം.

*“ആർക്കുവേണംഡാ നെന്റെ ഈ സൽപ്പേര്. അതു കൊണ്ടുകൊടുത്താൽ ആരെങ്കിലും ക്യാമറ തരുമോ? ഒരു റോൾ ഫിലിം തരുമോ? ടേപ്പ് തരുമോ?... പിന്നെന്തു കാര്യം! കൊണ്ടു പോയി കളയ്യ്. എനിയ്ക്കേയ്... എനിക്കു മരിക്കുന്നതുവരെ ഷൂട്ട് ചെയ്യണം... നല്ലതോ ചീത്തയോ എന്നതു പിന്നത്തെ കാര്യം. എനിക്കു സിനിമ ചെയ്യണം ഡാ... ചെയ്തുകൊണ്ടേയിരിക്കണം... കാലത്തിന്റെ കണക്കുപുസ്തകത്തിൽ എനിക്കുവേണ്ടി നീക്കിവച്ച താളിൽ സമയം കഴിഞ്ഞുവെന്ന അറിയിപ്പു വന്നാൽ അപ്പോഴും ഞാൻ കാലു പിടിച്ചു കെഞ്ചും... ഒരു റോൾ ഫിലിം കൂടി എക്സ്പോസ് ചെയ്തോട്ടേയെന്ന്.... ഒരു ടേപ്പ് കൂടി ഷൂട്ട് ചെയ്തോട്ടേയെന്ന്... ഒരു ഫ്രെയിം കമ്പോസ് ചെയ്യുമ്പോൾ അനുഭവിച്ചിട്ടുള്ളതല്ലേഡാ... നമ്മള് സർവ്വാധിപതികളാകുന്നത്.... ഈശ്വരനൊപ്പമല്ലേടാ... അപ്പോൾ നമ്മുടെ സ്ഥാനം!

ഞാനൊരു നിമിഷം സ്റ്റാൻലി ക്രാമറുടെ വാക്കുകൾ ഓർത്തു.

“There are two types of Directors;
Those who think they are God; and
Those who know they are God!”

“ഈശ്വരൻ തന്നെയാണെഡാ ഞാൻ... ഒരു ഫ്രെയിം ഫിക്സ് ചെയ്യുമ്പോൾ.... ആ ഫ്രെയിമിൽ എന്തുവേണം, എന്തുവേണ്ട... ഞാനാണു തീരുമാനിക്കുവാൻ.... മനുഷ്യൻ വേണോ.... അതു പെണ്ണാവണോ, ആണാവണോ, ചെടി വേണോ, കടൽ വേണോ, മരുഭൂമി വേണോ, വെളിച്ചം വേണോ, ഇരുട്ടു മതിയോ, ചലനം വേണോ, ജീവിതം വേണോ, അതോ മരണത്തിന്റെ മരവിപ്പു മതിയോ... അതുമല്ലെങ്കിൽ മുഴുവനും ഒരു സ്വപ്നത്തിന്റെ വിഭ്രാത്മക

* ഈ പ്രസ്താവം വായിച്ചറിഞ്ഞ ലോഹിതദാസ് *കാലത്തിനു മുൻപേ നടന്നവർ* എന്ന പുസ്തകത്തിനെഴുതിയ അവതാരികയിൽ ആത്മഗതമായി രേഖപ്പെടുത്തി: “ഇതിലും മീതെ എങ്ങിനെയാണു ഒരാൾ സ്വന്തം ജീവിതം കൊണ്ടു സിനിമയേയും സിനിമ കൊണ്ടു സ്വന്തം ജീവിതത്തെയും അടയാളപ്പെടുത്തുക!”

തലം മതിയോ... ഞാൻ... ഞാനാണതു തീരുമാനിക്കുന്നത്. ഞാൻ മാത്രം. അവിടെ എനിക്കു എതിർവാക്കില്ല. എന്റെ മുൻപിൽ ഞാൻ മാത്രമേയുള്ളൂ... ഞാൻ ഞാൻ മാത്രം. അപ്പോഴല്ലേഡാ ഞാൻ ജീവിച്ചിരിപ്പുണ്ട് എന്നു വരുന്നത്. അവസാന ശ്വാസം വരെ എനിക്കു ജീവിച്ചിരിക്കണം... ജീവിച്ചുകൊണ്ടേയിരിക്കണം... വെറുതെ ജീവിക്കുകയല്ല; സൃഷ്ടാവായി, ഈശ്വരനായിത്തന്നെ... അതിന് ഫ്രെയിമുകൾ തീർക്കണമെഡാ.... തീർത്തുകൊണ്ടേയിരിക്കണമെഡാ...."

ആയുധം വച്ചു കീഴടങ്ങി സാഷ്ടാംഗം നമിക്കുക മാത്രമേ കഴിയൂ ഈ മനസ്സിനെ. പവി അതു പ്രകാശിപ്പിച്ചത് ഈ വിധവും.

"യോഹന്നാൻ സ്നാപകന്റെ തിരുമൊഴിയ്ക്കൊരു പാഠഭേദം ആകാം ഇവിടെ. മുന്നേ വന്ന പി.എൻ.ന്റെ ചെരിപ്പിന്റെ വാറഴിക്കാൻ പോലും ഭരതനു യോഗ്യതയില്ലാന്ന്!"

ഭരതനതൊരു അഭിനന്ദനമായാണു സ്വീകരിച്ചത്.

തൊഴുത്തിനപ്പുറമാണ് കോട്ടേജ്. അവിടെ വരാന്തയിലെ ഭിത്തിയിലൊരു പെയിന്റിംഗ് ഫ്രെയിം ചെയ്തു തൂക്കിയിരുന്നു. അകന്നു നിന്നും അടുത്തു നിന്നും പി.എൻ. അതാസ്വദിച്ചു. കൂട്ടത്തിലൊരാത്മഗതവും.

"റെംബ്രാന്റ്... റെംബ്രാന്റ് തന്നെയെഡാ..."

പെട്ടെന്ന് പി.എൻ. ഭരതന്റെ നേർക്കു തിരിഞ്ഞു.

"നീ എന്തെങ്കിലും വരച്ചിട്ടെത്ര നാളായി?"

ഭരതൻ ഒന്നു പരുങ്ങിയോ?

"വരയ്ക്കാൻ പോവുകയാണ്?"

മുഖമടച്ചായിരുന്നു അതിനു മറുപടി.

"ഡാ... വരയ്ക്കാനുള്ളവൻ വരച്ചിരിക്കും. പോവുകയാണെന്നും പറഞ്ഞു മുനിഞ്ഞിരിക്കില്ല."

ഭരതന്റെ മുഖം മ്ലാനമായി. അതു ഗൗനിച്ചില്ല പി.എൻ. പവിയോടും എന്നോടുമെന്നതിലേറെ തന്നോടുതന്നെയായി ആ വലിയ മനസ്സു വികാരാധീനമായി.

"എനിക്കു തന്നതിന്റെ നൂറിരട്ടി കഴിവു ദൈവം ഇവനു കൊടുത്തു. നെറുകയിൽ വരമായിട്ടു ചൊരിഞ്ഞുകൊടുത്തു. ഇവന്റെ കൈയ്യിൽ ബ്രഷ് വഴങ്ങുന്നതുപോലെ ഈ പ്രായത്തിലൊരുവന്റെ കൈയ്യിൽ ഞാൻ കണ്ടിട്ടില്ല. ഇവന്റെ കൈയ്യിൽ സിനിമ വഴങ്ങുന്നതുപോലെ ഇവിടാർക്കും ഇതു വഴങ്ങിയിട്ടില്ല. ഇവനു താളമുണ്ട്; ഭാവനയുണ്ട്; സിദ്ധിയുണ്ട്. വിളിച്ചാൽ വിളിപ്പുറത്തുണ്ട്. കോംപ്രമൈസ് ചെയ്തു ചെയ്തു ഇവൻ, ഇവൻ ചെയ്യേണ്ടത്, ഇവനു മാത്രം ചെയ്യാൻ പറ്റണതു, ഒന്നും ചെയ്യാനിട കിട്ടാതെ, വെറുതെ ജന്മം പാഴാക്കുകയാണ്...."

ഭരതന്റെ നേർക്കു തിരിഞ്ഞു തുടർന്നു:

"ഡാ മണീ... കുറെ പണം നേടിയിട്ടെന്താ ഡാ.... മനസ്സുവച്ചാൽ നിനക്കു പറ്റും. ഇനിയെങ്കിലും കണ്ണു തുറക്ക്. ആ വഴിക്കു ശ്രമിക്ക്. നൂറു കൊല്ലം കഴിയുമ്പം നീയുണ്ടാവൂല്ല. ചേർത്തു വച്ചൂന്നു കരുതണ പണവുമുണ്ടാവൂല്ല... പക്ഷേ ചെയ്യേണ്ടതു ചെയ്തു വച്ചാൽ അതു കാലാകാലത്തോളം ഉണ്ടാകും. എല്ലാവരെക്കൊണ്ടും പറ്റാത്തതാണു നെന്നെക്കൊണ്ടു കഴിയുന്നത്.... എന്നെക്കൊണ്ടാവ്വണതേ എനിക്കു പറ്റൂ. ആ ആവതു വച്ചു ഞാൻ ചിലതുണ്ടാക്കി... ഒരു ഓളവും തീരവും... കുട്ട്യേടത്തി, മാപ്പുസാക്ഷി, ഗായത്രി... മതി... മതിയെഡാ... ആ ഇത്തിരികൊണ്ടു ചരിത്രത്തിൽ ചെറിയൊരിടം എനിക്കു കിട്ടും. ധാരാളം. നിനക്കു പക്ഷേ, നിനക്കതല്ല... അതിനേക്കാളൊക്കെ എത്ര വലിയ ഇടമാണ് ഈശ്വരൻ നിനക്കായി ചാർത്തിവച്ചിരിക്കുന്നത്. അതു തരിശാക്കിയിട്ടാൽ ഈശ്വരൻ.... ഈ ഭൂമി, ക്ഷമിക്കില്ല. അതിനാദ്യം ഈ 'കൊമേഴ്സിയൽ ചിന്ത' കൊണ്ടുപോയി കുഴിച്ചുമൂട്.... നിന്റെ മനസ്സിലേക്കു കണ്ണു തുറന്നുനോക്ക്.... നിന്റെ വഴീം നിയോഗോം അവിടെ തെളിഞ്ഞു കിടപ്പുണ്ട്."

പ്രത്യക്ഷത്തിൽ ശകാരവർഷമെന്നു തോന്നാം.

പക്ഷേ അല്ല.

അതൊരു അനുഗ്രഹവർഷമായിരുന്നു.

മനസ്സിനെ പിടിച്ചുലയ്ക്കുന്ന സ്നേഹവർഷമായിരുന്നു. അതിനുള്ള അധികാരവും അവകാശവും അർഹതയും ഭരതന്റെ മുൻപിൽ പി.എൻ. മേനോന് എന്നുമുണ്ട്. അതു ശകാരമായെങ്കിൽ ആ ശകാരം ഭരതന് അവകാശപ്പെട്ട പുണ്യവും തീർത്ഥവുമാണ്.

ഓപ്പോൾ വിളമ്പിയ മാമ്പഴ പുളിശ്ശേരി കൂട്ടി അത്താഴം കഴിച്ചു വന്നതിലും തിടുക്കത്തിൽ പി.എൻ. മടങ്ങി.

"രാവിലെ പാലക്കാട്ടേയ്ക്കു പോകണം. ലൊക്കേഷൻ നോക്കാൻ..."

ഭരതൻ അതു കേട്ടിരിക്കില്ല. കാതിലപ്പോഴും പെരുമ്പറപോലെ പി. എൻ.ന്റെ വാക്കുകൾ മുഴങ്ങുകയായിരുന്നിരിക്കുമല്ലോ.

ദേവതാരു പൂത്തുനിന്ന ചാലിലൂടെ നടക്കുമ്പോൾ ഭരതൻ അന്നു രാത്രി പലകുറി സ്വയമെന്നോണം പറഞ്ഞു.

"ഇനി എനിക്കെന്റെ സിനിമ മതി. എന്റെ മാത്രം സിനിമ.... എനിക്കെന്റെ നിറങ്ങൾ മതി!"

അതൊരു പ്രതിജ്ഞയായിരുന്നു. ഭരതൻ ഭരതനു നല്കിയ വാഗ്ദാനമായിരുന്നു. അതിനു സാക്ഷ്യം വഹിക്കുമ്പോൾ കണ്ണുനിറഞ്ഞു; മനസ്സും.

പക്ഷേ, ആ നിറവിന് സത്യമാകുവാൻ യോഗമുണ്ടായില്ലല്ലോ.... വാക്കു പാലിക്കുവാൻ ഭരതനും...

വിടപറയും മുൻപേ

ഭരതനെ ഹോസ്പിറ്റലിലാക്കിയശേഷം നാട്ടിലേക്ക് മടങ്ങിയിരുന്ന ഞാൻ പിന്നീട് അടുത്തെങ്ങും മദിരാശിയിലേക്ക് പോയിരുന്നില്ല. അപ്പോഴേക്കും മദിരാശിയിലെ സിനിമാലോകത്തിൽ ഞാനൊരു സജീവസാന്നിധ്യമല്ലാതായി കഴിഞ്ഞിരുന്നുവല്ലോ. അതുകൊണ്ട് ഭരതനെ പിന്നെ ചെന്നു കണ്ടിരുന്നുമില്ല.

ഫോണിലൂടെയും അല്ലാതെയും അന്വേഷിച്ചറിയും.

ആഴ്ചകളല്ല മാസങ്ങൾതന്നെ കടന്നുപോയി. ഇടയ്ക്ക് ഭരതൻ വീട്ടിൽ എത്തിയെന്നറിയും. വീണ്ടും ഹോസ്പിറ്റലിലായെന്ന വാർത്ത പുറകെയെത്തും.

ജീവിതവും മരണവും തമ്മിലുള്ള ഒളിച്ചുകളി മുറുകി മുറുകി കലാശത്തോടടുക്കുകയായിരുന്നു. സങ്കല്പിക്കുവാൻ കഴിയുന്നതിനപ്പുറമായിരുന്നിരിക്കണം ലളിത ആ നാളുകളിൽ സർവ്വംസഹയായി നേരിട്ടുപോന്ന അഗ്നിപരീക്ഷകൾ. ജന്മസിദ്ധമായി ലഭിച്ച ആത്മവീര്യം മാത്രമായിരുന്നു ലളിതയുടെ കൈമുതൽ. മറ്റെല്ലാ ശക്തിയും, സാമ്പത്തികവും ചികിത്സാസംവിധാന പശ്ചാത്തലവും വൈകാരികവും.... എല്ലാം, ആ വീര്യത്തിന്റെ പിൻബലത്തിൽ മാത്രം സംഭരിച്ചു സമാഹരിച്ചു എത്തിച്ചെടുക്കുകയായിരുന്നു.

ജൂലൈ മധ്യത്തിൽ പവി എന്നെ ഫോണിൽ വിളിച്ചു:

"നമ്മുടെ അണ്ണാച്ചിയുടെ നില...."

"അറിയുന്നുണ്ട്."

"പോകണ്ടേ?"

"പോയാൽ...?"

മുഴുമിപ്പിക്കേണ്ടിവന്നില്ല. എന്റെ മനസ്സുതന്നെയായിരുന്നു പവിയ്ക്കും.

"വേണ്ടെടാ.... അങ്ങനെയൊരവസ്ഥയിൽ അവനെ കാണാൻ വയ്യ...."

മനസ്സ് അതേറ്റുപറഞ്ഞു.

ഊഴം കാത്തുള്ള ആ കിടപ്പ്; നിസ്സഹായത നീറിനില്ക്കുന്ന ആ ദൈന്യത.... അത് കാണാൻ വയ്യ...

പോയില്ല.

കണ്ടില്ല.

ജൂലൈ 30. കർക്കടകം പതിനാല്

പുലർച്ചയാകുന്നതേയുള്ളൂ. ഭരതനു പെട്ടെന്ന് അസ്വസ്ഥത കൂടി. ആരെയും ഉണർത്തുവാൻ മനസ്സുവന്നിരിക്കില്ല. സ്വയം ഭിത്തിയിൽ പിടിച്ച് എഴുന്നേറ്റ് എങ്ങനെയോ പുറത്തേയ്ക്ക് വേച്ചുവേച്ചിറങ്ങി. തൊട്ടടുത്തുള്ള നഴ്സസ് ഡ്യൂട്ടി റൂമിന്റെ ജനൽക്കലെത്തി. ഒരു ട്രാൻക്വിലൈസറായിരുന്നിരിക്കണം ലക്ഷ്യം. സമയം അപ്പോൾ മൂന്നുമണിയോ മറ്റോ ആയിരുന്നു. നൈറ്റ്ഡ്യൂട്ടിയിലുള്ള നഴ്സുമാർ സർവ്വീസ് കൗണ്ടറിൽ കൈചേർത്ത് അതിൽ തലചായ്ച്ചിരുന്നുറങ്ങുന്നു. ഒരു നിമിഷം അതു നോക്കിനിന്നു ഭരതൻ. പിന്നെ അവരെ ഉണർത്താതെ മുറിയിലേക്കു തിരിച്ചുപോന്നു.

ജനാലയുടെ അല്പം തുറന്ന പാളിയിലൂടെ ഭരതൻ ആകാശം കണ്ടിരിക്കണം. മനസ്സിലെ നിലാക്കാഴ്ചയിൽ നക്ഷത്രങ്ങൾ മിന്നിയിരിക്കണം.... യാത്രാമൊഴിയുടെ മുഹൂർത്തമായെന്നു മനസ്സു മന്ത്രിച്ചിരിക്കുമോ?

മുറിയിലെ പേഷ്യന്റ്സ് ചാർട്ടെടുത്തു മറുവശത്ത് കൈത്തണ്ടയിൽ മുഖം ചേർത്തു കൗണ്ടറിൽ ചാരിയിരുന്ന് ഉറങ്ങിയിരുന്ന നഴ്സുമാരുടെ ചിത്രം വരച്ചിട്ടു.

അവസാനമായി ആ വിരലുകൾ കോറിയിട്ട വരകൾ... ആ വ്യാപനത്തിൽ ഭരതൻ തേടിയത് സാന്ത്വനസൗഖ്യമായിരുന്നുവോ?

ചോദിക്കുവാനാകുമായിരുന്നില്ലല്ലോ.... എന്തും ഏതും എന്നും നിറങ്ങളായി, സംഗീതമായി, അഴകായി ഉപാസിച്ചിരുന്ന ചങ്ങാതിയോട് കടന്നുവരുന്ന മരണത്തിനു എന്തു നിറമായിരുന്നുവെന്ന്!

മൃത്യുവിനെയും വഹിച്ചു വീശിയെത്തിയ കാറ്റിന്റെ ശീൽക്കാരം മൂളിയതേതു രാഗമായിരുന്നുവെന്ന്!

രാവിലെ, വീട്ടിലെ ഫോണിൽ ബെല്ലടിച്ചത് മദിരാശിയിൽനിന്നുള്ള ശശി പെരുമാനൂരിന്റെയും കിത്തുവിന്റെയും കലമ്പിച്ച സ്വരത്തിലുള്ള സന്ദേശങ്ങൾ പേറിക്കൊണ്ടായിരുന്നു.

ഭരതൻ ഓർമ്മയായികഴിഞ്ഞിരുന്നു!

വൈകീട്ട് മൃതശരീരം ആംബുലൻസിൽ ചെന്നൈയിൽനിന്നും പുറപ്പെട്ടു കഴിഞ്ഞപ്പോൾ പി.എൻ. എങ്കക്കാട്ടുള്ള പാലിശ്ശേരി തറവാട്ടിലേയ്ക്ക് ഫോൺ

വിളിച്ചു. ശങ്കരേട്ടനാണ് ഫോണെടുത്തത്. ശങ്കരേട്ടൻ വിവരമറിഞ്ഞ് അവിടെയെത്തിയിരുന്ന എനിക്കു ഫോൺ കൈമാറി.

“മണി പുറപ്പെട്ടു ജോണേ.... നീ അവിടുണ്ടാവണം. ഈ മാനസികാവസ്ഥയിൽ എനിക്ക് അവിടംവരെ യാത്ര വയ്യ... എല്ലാം കഴിയുംവരെ നീയവിടുണ്ടാകണം....”

“ഉണ്ടാവും.”

സ്വയമാശ്വസിപ്പിക്കുവാൻ കഴിയാതെ പി.എൻ. അവിടെ. അതേ അവസ്ഥയിൽ ഞങ്ങൾ ഇവിടെ.

സ്വപ്നങ്ങൾ കാണുവാനും പങ്കിടുവാനുമായി പണിത മണ്ഡപം ആ രാത്രിയിൽ ഓർമ്മകൾക്കു കുടചൂടി നിഴലായി എഴുന്നുനിന്നു.

അരിമുല്ല തടത്തിലും ദേവതാരു പൂത്തചോലയിലും മരണത്തിന്റെ മൗനം തേങ്ങിനിന്നു.

തൊഴുത്തിനോടു ചേർന്ന ഔട്ട്ഹൗസിന്റെ വരാന്തയിൽ രാവിരുട്ടുവോളം തിണ്ണയിൽ ചടഞ്ഞിരുന്നു പകുത്തുതന്ന സ്വപ്നങ്ങൾ... അവയിലെ മോഹിപ്പിക്കുന്ന നിറക്കൂട്ടുകൾ.... കവിതയും പാട്ടും നിറങ്ങളും നിഴലും ചേർന്നാടിയ രാവുകൾ....

ഓരോ ചെടിയുടേയും ഓരോ പൂവിന്റേയും പേരുപറഞ്ഞ് ആ പേരു കടന്നുവരുന്ന കവിതകളും ഗാനങ്ങളും ഓർത്തുചൊല്ലി മത്സരിച്ചു വെളുപ്പിച്ച രാവുകൾ....

ഇനി എല്ലാം ഓർമ്മകൾ മാത്രം!

മതിവരുംവരെ തർക്കിക്കുവാൻ, വഴക്കുകൂടാൻ, ശകാരിക്കുവാൻ, ഇനി ആ അഭയസാന്ത്വനമില്ല!

പുലർച്ചയ്ക്കു മുമ്പേ ആംബുലൻസെത്തി. കോലായയിൽ കത്തിച്ചുവച്ച വിളക്കിനുമുമ്പിൽ ഇറക്കികിടത്തിയ മുഖത്തേയ്ക്കു രണ്ടാമതു നോക്കിയില്ല.

അതു വേറെയാരോ ആണ് ഭരതനല്ല; താടിവടിച്ചു, കവിളൊട്ടി അപരിചിതനായ മറ്റാരോ.... മനസ്സു മോഹിക്കുവാൻ ശ്രമിച്ചു.

മുറ്റത്തൊരു മൂലയിൽ മാറി ഞാനിരിക്കുമ്പോഴാണ് പവി എത്തിയത്. വന്നപാടെ അവനെന്റെയടുത്തേയ്ക്കോടി വന്നു. ഒരു സാന്ത്വനത്തിന്റെ മറതേടി... പവിയെപ്പോലൊരാൾ വന്നിരുന്നുവെങ്കിൽ എന്ന മനസ്സോടെ ഇരിക്കുകയായിരുന്ന ഞാനും സാന്ത്വനത്തിനൊരു ചുമൽ തേടുകയായിരുന്നുവല്ലോ അപ്പോൾ... ഭരതൻ തിരിച്ചറിഞ്ഞ ഒരാളുടെ ഒരു നിഴൽമറ....

ക്ഷോഭവും സങ്കടവും സ്തോഭവും ഇടകലർന്ന പരസ്പരബന്ധമില്ലാത്ത ജല്പനങ്ങൾ ഉരുവിട്ടുകൊണ്ട് പവി എന്റെ കാതിൽ ഒരു തേങ്ങലിന്റെ വിലാപശ്രുതിയിൽ ഭരതനെ ആവോളം ശാസിച്ചു. ഒരു മനുഷ്യമനസ്സിന് ആവാഹിക്കാവുന്നിടത്തോളം സ്നേഹത്തോടെ....

"തെണ്ടി! അവനെന്തിനാടാ ഈ ചതി ചെയ്തത്? വല്ല കാര്യവുമുണ്ടോ അവനിപ്പോൾ മരിച്ചിട്ട്? അവനില്ലാത്ത ലോകത്തിനി നമ്മളൊറ്റയ്ക്കു കഴിയണ്ടേടാ....?"

വിതുമ്പിക്കൊണ്ട് എന്റെ ചുമലിൽ തലചായ്ച്ച് പവി പിന്നീടേറ്റു പറഞ്ഞതിപ്പോഴും കാതിലുണ്ട്:

"അവന്.... അവനു മരിക്കാതിരിക്കുവാൻ കഴിയുമായിരുന്നില്ലെടാ....!"

അതിരാവിലെ എം.ടി. വന്നു ഒരു നിമിഷം മൃതശരീരത്തിനരികിൽ നിന്നു. ലളിതയേയും ശ്രീക്കുട്ടിയേയും സിദ്ധാർത്ഥനേയും അമ്മയേയും കണ്ടു. പിന്നെ വന്ന് ഞങ്ങൾക്കരികിലിരുന്നു.

"ആ മുഖം കണ്ടൂടാ...."

പിന്നെ ഏറെ നേരത്തെ മൗനം. ഒടുവിൽ ആത്മഗതംപോലെ ഒരു വാചകംകൂടി.

"ഒളിച്ചോടുകയായിരുന്നു... ജീവിതത്തീന്ന്.... എല്ലാറ്റീന്നും... വേണംന്നുച്ചിട്ടുതന്നെ.... He was running away... frantically..."

ഭരതന്റെ ചിതയിലെ തീനാളങ്ങളിൽനിന്നും പുകച്ചുരുളുകൾ ആകാശത്തേയ്ക്കുയരുമ്പോൾ മാറിനില്ക്കുകയായിരുന്ന എന്റെ ചുമലിൽ മുഖമമർത്തി പവി തേങ്ങി...

"ദേ പോണെടാ.... അവൻ.... ദാ പോയി.... ഇനി അവനില്ല!"

അന്നതു പറയുമ്പോൾ നിറമിഴികളോടെ ഹൈദരാലിയുമുണ്ടായിരുന്നു കൂടെ; അല്പം മാറി ഭരതന്റെ മറ്റൊരു കളിചങ്ങാതിയായ ഒടുവിൽ ഉണ്ണിക്കൃഷ്ണനനും.

ആ നവംബർ 14നു ഭരതന്റെ ജന്മദിനത്തിൽ തൃശൂരിലെ റീജിയനൽ തിയ്യേറ്ററിൽ ഭരതന്റെ പെയിന്റിംഗുകളുടെ ഒരു പ്രദർശനം ചങ്ങാതിമാരൊക്കെ ചേർന്നു സംഘടിപ്പിച്ചു. ഭരതന്റെ വലിയൊരാഗ്രഹമായിരുന്നു അത്; ജീവിച്ചിരുന്നപ്പോൾ കഴിയാതെ പോയത്. പ്രതീക്ഷയെ മറികടന്ന ജനപ്രവാഹമായിരുന്നു പ്രദർശനം കാണാൻ. രാവിലെ മുതൽ സന്ധ്യവരെ ധാരമുറിയാതെ ആളുകൾ ക്യൂനിന്ന് ആ ചിത്രങ്ങൾ കണ്ടു.

പവി വന്നെന്റെ ചെവിയിൽ മന്ത്രിച്ചു.

“ഇന്നവൻ (ഭരതൻ) രണ്ടെണ്ണം വിട്ടിട്ട് അവിടെ പിക്കാസ്സോയെ വെല്ലു വിളിക്കും... സ്വന്തം നാട്ടിൽ തന്റെ പെയിന്റിംഗ്സ് കാണാൻ എന്നെങ്കിലും ഇത്രയും ആളുകൾ തിരക്കുകൂട്ടിയിട്ടുണ്ടോ സായ്‌വേന്ന്!”

അടുത്ത ക്ഷണം പവി തിരുത്തി.

“വേണ്ടെടാ ഇത്തരം ഇടപാടിനി വേണ്ട. ഇതൊക്കെ കണ്ടാൽ അവിടെ ഇരിക്കപൊറുതിയില്ലാതെ മതിമറന്ന് അവനിങ്ങോട്ട് വേലിചാടി വന്നു കളയും!”

ആ രാത്രി ഞങ്ങളുറങ്ങിയില്ല. പവിയും ഹൈദരാലിയും ഞാനും.....

ഹിന്ദോള രാഗത്തിൽ പ്രണാമ കീർത്തനം. രാഗാർച്ചന കൊഴുത്തു മുറു കിയപ്പോൾ അസൂയയോടെ പവി കാതിൽ മന്ത്രിച്ചു.

“ഈ സദിരു കേട്ട് അവനവിടെ ഞെളിഞ്ഞിരിക്കുമ്പോൾ ആരൊക്കെ യാണെടാ അവനു കമ്പനി... ഹൗ... മൈക്കലാഞ്ചലോ, ഡാവിഞ്ചി, റെംബ്രാന്റ്, വാൻഗോഗ്, പിക്കാസ്സോ, ബീഥോവൻ, മൊസ്സാർട്ട്... കൊലകൊ മ്പന്മാരൊരു വശത്ത്... ഇപ്പുറത്ത് നമ്മുടെ ആൾക്കാരെന്താ ചില്ലറക്കാരോ മറ്റോ ആണോ? അരവി, ബക്കർസായ്‌വ്, കാര്യാട്ട്, ജോൺ അബ്രഹാം, പപ്പൻ, വയലാറ്, സുരൻ, കരോട്ടിക്കൽസ്... നിരന്നങ്ങനെ നില്ക്കണെ നില്പു കണ്ടോടാ....”

അക്കൂട്ടത്തിലേയ്ക്കാദ്യം ചേങ്ങലകിലുക്കവുമായി ചേക്കേറിയത് ഹൈദരാലിയായിരുന്നല്ലോ.... പുറകെ വൈകാതെ പവിയും....

അവർക്കും കൂടിച്ചേർന്ന് ഓർമ്മകളുടെ ശ്രാദ്ധമൂട്ടുക അവശേഷിക്കുന്ന വരുടെ നിയോഗം....!

ഓർമ്മയിൽ തെളിയുന്ന ചിത്രങ്ങൾ

കോഴിക്കോട്ടു നടന്ന ഒരനുസ്മരണത്തിൽ എം.ടി. പറഞ്ഞു:

"ഭരതനിലെ ശില്പി വിരലുകൾകൊണ്ടെന്നതുപോലെ, ചിത്രകാരൻ ബ്രഷ് കൊണ്ടെന്നതുപോലെ, ചലച്ചിത്രകാരൻ ക്യാമറകൊണ്ട് അസാധാരണ മികവോടെ ചിത്രങ്ങൾ തീർക്കുകയായിരുന്നു. അതുകൊണ്ടാണ് ഭരതന്റെ ഫ്രെയിമുകൾക്കെന്നും ഒരു പ്രത്യേക മിഴിവുണ്ടായിരുന്നത്...."

"ഭരതനിൽ ഞാൻ കണ്ടിട്ടുള്ള ഒരു സവിശേഷത കഥയെപ്പറ്റി നാം സംസാരിക്കുമ്പോൾ ഭരതന്റെ മനസ്സിലൂടെ സിനിമ അതിന്റെ എല്ലാ നിറങ്ങളിലൂടെയും ഓടിക്കൊണ്ടിരിക്കും എന്നതാണ്. ഓരോ ഘട്ടത്തിലും അതിന് ഇന്നനിറം ഇന്ന ടോൺ ആയിരിക്കുമല്ലേ എന്നു ചോദിക്കും. ഭരതനിൽ അടിസ്ഥാനപരമായി ഒരു ചിത്രകാരൻ ഉള്ളതുകൊണ്ടാണത്.

'താഴ്‌വാര'ത്തിന്റെ ചർച്ചാവേളയിലെ ഒരനുഭവം പറയാം. കഥയുടെ ഒരു ഘട്ടത്തിൽ അവൻ അങ്ങാടിയിൽ വന്നിറങ്ങുമ്പോൾ അവിടെ ഒരു നാടൻ വെളിച്ചമാണുണ്ടാവുക എന്നു ഞാൻ പറഞ്ഞു. ഉടൻ ഭരതൻ ചോദിച്ചു:

"ഒരു മഞ്ഞവെളിച്ചം" അല്ലേന്ന്.

"മറ്റൊരു സന്ദർഭത്തിൽ അടുത്തുള്ള കാവിൽ ഉത്സവമായിരുന്നു; അടിയാളർ മലയിറങ്ങി ഉത്സവത്തിനു വരുന്നുണ്ടാകും എന്നു ഞാൻ പറഞ്ഞപ്പോൾ കണ്ണടച്ച് ആ ചിത്രം മനസ്സിൽ സങ്കല്പിച്ചുകൊണ്ട് ആ കണ്ടതൊരാത്മഗതമായി ഭരതൻ പറഞ്ഞു:

"നല്ല വെള്ളയൊക്കെ ഉടുത്തിട്ടാവും ഇല്ലേ....? പച്ചയുടെ ബാക്ക് ഗ്രൗണ്ടിൽ വെള്ള.... പച്ചപ്പുതപ്പിലവിടവിടെ പഞ്ഞിത്തുണ്ടുകൾപോലെ!"

"ഇങ്ങനെ സങ്കല്പിക്കുവാൻ കഴിയുക ഒരു പ്രത്യേക സിദ്ധിയാണ്.... ആ സിദ്ധിയാണ് ഭരതനിലെ സംവിധായകന്റെ പ്രത്യേകത!"

വേറിട്ട കാഴ്ചകൾ പകർന്നുതന്ന പുതിയ പൊരുളുകൾ സാധാരണ പ്രേക്ഷകനുകൂടി അനുഭവപ്രാപ്യമാക്കിക്കൊണ്ടാണു ഭരതൻ ഇവിടെ തന്റേതായ ഒരാസ്വാദകസമൂഹത്തെ സൃഷ്ടിച്ചത്. ക്രാഫ്റ്റിനോടുമാത്രം അഭിരമിച്ചും, പരീക്ഷണങ്ങളെന്ന വ്യാജലേബലിൽ ജീവിതത്തിൽനിന്നും

വേരുകൾ തേടാതെ ദുർഗ്രഹതയുടെ മടുപ്പിക്കുന്ന മുഖമറയോടെ കടലാസുപൂക്കൾ തീർത്തും, സിനിമയിലെ ചില വിഭാഗങ്ങൾ പ്രേക്ഷകനെയും ഉണരുവാൻ ആയമെടുത്തുവന്ന അവന്റെ ആസ്വാദനസംസ്കാരത്തെയും ദിശാമുഖമേതെന്നറിയാത്ത ആശയക്കുഴപ്പത്തിന്റെ സന്ധിയിലേക്ക് വലിച്ചിഴച്ചപ്പോൾ, അവനതിനോടു വൈരാഗ്യപൂർവ്വം പ്രതികരിച്ചത് കലർപ്പെന്നറിഞ്ഞുകൊണ്ടുതന്നെ പലായനചേരുവകളുടെ വിനോദമാത്രലക്ഷ്യങ്ങളായ സങ്കരാഭാസങ്ങളോടു കൂടുതൽ ചായ്‌വു കാണിച്ചുകൊണ്ടുതന്നെയാണ്. Flirting with ugliness എന്ന മനുഷ്യപ്രകൃതത്തിലെ സഹജമായ ഈ അധമവാസനയ്ക്കു വിധേയപ്പെടുവാൻ ഒരുമ്പെട്ട പ്രേക്ഷകസംസ്കൃതിക്ക് മൃതസഞ്ജീവനിയായാണ് ഇവിടെ സമാന്തരവൃത്തത്തിൽ മധ്യവർത്തി സിനിമയുടെ വസന്തഘട്ടം കടന്നുവന്നത്. ആ തരംഗത്തിന്റെ മുൻനിരയിൽനിന്നുകൊണ്ട് നമ്മുടെ പ്രേക്ഷകാഭിരുചിയുടെ, അതിലൂടെ നമ്മുടെ സിനിമയുടെ തന്നെ, രക്ഷയ്ക്കായി അവതരിച്ച ചലച്ചിത്രകാരനായി ഭരതനെ കാലം ഇന്നല്ലെങ്കിൽ നാളെ തിരിച്ചറിയും. സ്തുതിപാഠകരുടെ ഉപജാപക കോക്കസ്സുകളിൽനിന്നും, ചായ്‌വുകളിൽനിന്നും, ചരിത്രത്തിനു മോചനവും അതിനു സത്യസാക്ഷ്യവും എന്നായാലും അനിവാര്യമാണല്ലോ.

അമാനുഷിക കഥാപാത്രങ്ങളും അവിശ്വസനീയ മുഹൂർത്തങ്ങളും സൃഷ്ടിക്കാതെ മലയാളിയുടെ ജീവിതത്തോടു ചേർന്നു നിന്നുകൊണ്ടാണ് ഭരതൻ ഇവിടെ നിറങ്ങളായി ജീവിതസമസ്യകളെ ഇഴചേർത്തത്. ചമത്ക്കാരപൂർണങ്ങളായ മുഹൂർത്തങ്ങളായിരുന്നില്ല, സൂക്ഷ്മതലങ്ങളിൽനിന്നും കിനിയുന്ന വിശദീകരിക്കാനാവാത്ത *മറ്റെന്തോ ഒന്ന്* ആയിരുന്നു ആ ചിത്രങ്ങളിൽനിന്നും പ്രേക്ഷകഹൃദയത്തിലേക്ക് സംക്രമിച്ചെത്തിയത് ആ സിനിമകൾ ഓരോ തവണ കാണുമ്പോഴും അവയിൽ വർഷിച്ചിരുന്ന ജീവിതപാർശ്വങ്ങളിലൂടെ ഓരോ വട്ടം സഞ്ചരിക്കുമ്പോഴും ഈ *എന്തോ ഒന്ന്* കാഴ്ചക്കാരന്റെ മനസ്സിൽ കൂടുതൽ വെളിപ്പെട്ടു ബാക്കി നിന്നിരുന്നു. ആ *എന്തോ ഒന്ന്* ഭരതന്റെ ഹൃദയത്തിന്റെ കൈയൊപ്പായിരുന്നു. ജീവിതത്തെ പുതിയൊരർത്ഥത്തിൽ കാണുവാനും ആ അധികമാനങ്ങളിലൂടെ മനുഷ്യാവസ്ഥയെ, അതിലൂടെ പ്രപഞ്ചാവസ്ഥയെത്തന്നെ കൂടുതലടുത്തുൾക്കൊള്ളുവാനും പ്രേക്ഷകന് ഈ ചിത്രങ്ങൾ ശക്തിപകർന്നിരുന്നു. ചിത്രങ്ങൾ കാണുംമുമ്പുള്ള മാനസികാവസ്ഥയിൽനിന്നും കുറേക്കൂടി ഭിന്നമായ ഒരു മാനസികാവസ്ഥയിലേക്കും തീക്ഷ്ണമായ ജീവിതക്കാഴ്ചയിലേക്കും ചിത്രങ്ങൾ കണ്ടിറങ്ങുന്ന പ്രേക്ഷകനെ പരിവർത്തനം ചെയ്തെത്തിക്കുവാൻ കാലദേശാതീതമായി ഭരതന്റെ ചിത്രങ്ങൾക്കു കഴിഞ്ഞിരുന്നു. മനസ്സിന്റെ നേർക്കു നിവർന്ന കണ്ണാടിയിലെന്നോണം ഓരോ ചിത്രത്തിലും പ്രേക്ഷകൻ തന്നെ

ത്തന്നെ എല്ലാ നിറക്കൂട്ടുകളോടെയും കണ്ടറിയുകയായിരുന്നു. അതും അതുവരെ കണ്ടില്ലാത്തവിധം! മനുഷ്യാവസ്ഥയെ, ജീവിക്കുന്ന ചുറ്റുപാടുകളെ, അർത്ഥപൂർണ്ണമായി വിലയിരുത്തുവാൻ യഥാർത്ഥ കലാകാരനു ഹൃദയത്തിലെ ആർജ്ജവമാണാവശ്യമെന്നും ചിന്തയുടെ ഭാരം അതിൽ പ്രത്യക്ഷതലത്തിൽ കനംതൂങ്ങി നിൽക്കേണ്ടതില്ലെന്നും പറയാതെ പറഞ്ഞുതന്ന ആ ചിത്രങ്ങൾ ജീവിതാവസ്ഥയെക്കുറിച്ചുള്ള ഗൗരവമാർന്ന പുനരാലോചനയ്ക്കു പ്രേക്ഷകനെ അവൻ പോലുമറിയാതെ പ്രേരിപ്പിക്കുകയായിരുന്നു.

നല്ല ചിത്രങ്ങൾക്കൊപ്പം, നല്ലതാകാനാശിച്ചു നന്നാവാതെ പോയ ചിത്രങ്ങളും തന്നിട്ടുണ്ട് ഭരതൻ. ഏറ്റവും മോശമെന്നു പറയാവുന്ന ചിത്രത്തിൽ പോലും കുറച്ചിടയെങ്കിലും ഭരതനു മാത്രം പ്രാപ്യമായിരുന്ന മോഹിപ്പിക്കുന്ന സിനിമയുടെ തിരവെട്ടം നാം കണ്ടിരുന്നു. അധികമാർക്കും കഴിയാത്തതായിരുന്നു അത്.

സമാന്തരസിനിമയോടു മലയാളമൊഴികെയുള്ള ഇതരഭാഷകളിൽ ഒരു ന്യൂനപക്ഷം മാത്രം അഭിരമിച്ചപ്പോൾ ഇവിടെ സമാന്തരസിനിമ മുഖ്യധാരയെ അതിശയിക്കുന്ന പ്രേക്ഷകപ്രീതി നേടി മുഖ്യസിനിമതന്നെയായി ഭൂരിപക്ഷത്തിന്റെ പ്രതീക്ഷയും ആശ്വാസവും അനുഭവസാക്ഷാത്കാരവുമായി മാറിയതിൽ ഭരതന്റെ (ഒപ്പം ചേർന്ന കെ.ജി. ജോർജിന്റെയും മോഹന്റെയും പത്മരാജന്റെയും മറ്റും കൂടി) ചിത്രങ്ങൾ നേടിയ വിജയവും അംഗീകാരവും വലിയ പങ്കുവഹിച്ചിട്ടുണ്ട്. It served as a bridge..... പ്രേക്ഷകനും നല്ല സിനിമയ്ക്കുമിടയിൽ സന്തോഷത്തോടെ, ആസ്വദിച്ചാഹ്ലാദിച്ചുകൊണ്ട് സഞ്ചരിക്കുവാൻ, മനസ്സോടെ അവൻ തയ്യാറായ ഒരു പാലം തന്നെ! ഒരു സമതുലനസാധ്യതയായി നമ്മുടെ സിനിമയിൽ നിറഞ്ഞുനില്ക്കുകയായിരുന്നു ഭരതൻ.

മദ്ധ്യവർത്തി സിനിമയിലെ അടയാളനക്ഷത്രങ്ങൾ തമ്മിലുണ്ടായിരുന്ന വൈകാരികമായ അടുപ്പത്തെക്കുറിച്ചു കൂടി പറയേണ്ടതുണ്ട്. വ്യവസ്ഥിതീ സഹജമായ എല്ലാ മാത്സര്യബുദ്ധിക്കും സ്വന്തം നിലയിലുള്ള ഈഗോകൾക്കുമതീതമായി അവർ പരസ്പരം സ്നേഹിച്ചിരുന്നു.

കെ.ജി. ജോർജ്ജിന്റെ *യവനിക*യുടെ ആദ്യപാദം. കെ.ടി. മുഹമ്മദ് ആയിരുന്നു സംഭാഷണമെഴുതുന്നത്. വ്യക്തിപരമായ ഏതോ നീറുന്ന പ്രശ്നങ്ങൾക്കിടയിൽ കുരുങ്ങിയിരുന്നതിനാലാകാം കെ.ടി.യ്ക്കു അതു വേണ്ടുംവിധം എഴുതുവാൻ കഴിഞ്ഞില്ല. സ്ക്രിപ്റ്റ് തൃപ്തികരമാകാതെ ഷൂട്ടിംഗ് നിറുത്തിവച്ചു ജോർജ്ജ് മദിരാശിക്കു മടങ്ങി. ഞാനും ഭരതനുമപ്പോൾ മദിരാശിയിലുണ്ട്. മഹാബലിപുരത്തെ വി.ജി.പി. ഗാർഡനിൽ *ഓർമ്മയ്ക്കായി*യുടെ ചർച്ച. വിവരമറിഞ്ഞു ഞങ്ങൾ ആകെ അസ്വസ്ഥരായി. നേരെ

ചെന്നു ജോർജ്ജിനെ കണ്ടു. ഒരു ദിവസം മുഴുവൻ കൂട്ടിരുന്നു മനോധൈര്യം പകർന്നശേഷമേ, ഞങ്ങൾ ഞങ്ങളുടെ ചർച്ചയിലേയ്ക്കു മടങ്ങിയുള്ളൂ.

*വിടപറയും മുൻപേ*യുടെ ലാഭവിഹിതം സംബന്ധിച്ചു മോഹനും നിർമ്മാണ പങ്കാളികളായിരുന്ന ഡേവിഡ് കാച്ചപ്പിള്ളിയും ഇന്നസ്സന്റും തമ്മിൽ തർക്കമുണ്ടായി. പങ്കജ് കൃഷ്ണനോടൊപ്പം ഡേവിഡും ഇന്നസ്സന്റും കൂടി ചേർന്നായിരുന്നു *ഓർമ്മയ്ക്കായി* നിർമ്മിച്ചത്. മോഹൻ കോടതി വഴി *ഓർമ്മയ്ക്കായി*യുടെ റിലീസിനു സ്റ്റേ വാങ്ങി. അതേ മോഹന് ഒരാവശ്യ സന്ധി വന്നപ്പോൾ ആദ്യമോടിയെത്തിയതു ഭരതനായിരുന്നു! ഭരതൻ രോഗ ശയ്യയിലായപ്പോൾ മുടങ്ങാതെ ഓടി ചെന്നിരുന്നത് മോഹനും!

ഒരിയ്ക്കലൊരു അനുസ്മരണത്തിൽ എം.ടി.യുടെ സാന്നിധ്യത്തിൽവച്ചു സംവിധായകൻ ഹരിഹരൻ അത്ഭുതപ്പെട്ടതോർക്കുന്നു:

“ഒരേ മുഖം, ഒരേ പ്രകൃതി വസ്തു... അതിനെ മറ്റുള്ളവർ ഉപ യോഗിക്കുന്ന അതേ സ്റ്റോക്ക് ഫിലിം ഉപയോഗിച്ച് അതേ ആരിഫ്ളെക്സ് ക്യാമറകൊണ്ട് അതേ പ്രകാശത്തിൽ ഷൂട്ട് ചെയ്യുമ്പോൾ ഭരതൻ സൃഷ്ടി ച്ചെടുത്ത ഫ്രെയിമുകൾക്കു മാത്രം എങ്ങനെ വന്നു അഴകിന്റെ ഈ അധിക മാനം?!”

തന്റെ ആത്മാവിൽനിന്നൊരല്പം പ്രണയവും ആർജ്ജവവും വെളിച്ചവും ചേർത്തിട്ടായിരുന്നുവല്ലോ ഭരതൻ ആ ഫ്രെയിമുകൾ തീർത്തത്; യന്ത്രത്തി ന്റെയും പ്രത്യക്ഷസാങ്കേതികതയുടെയും സാധ്യതയ്ക്കപ്പുറത്തുനിന്നായി രുന്നില്ലേ ആ അധികമാനം!

സൃഷ്ടികളിലൂടെയും ജീവിതത്തിലൂടെയും ഭരതനെ വീണ്ടും വായിക്കു മ്പോൾ വെളിപ്പെടുന്ന ഒരു സത്യമുണ്ട്.

ശില്പിയായിരുന്നു അടിസ്ഥാനപരമായി ഭരതൻ. ശരീരവും മനസ്സും ഒരു പോലെ ഭരതനു ശില്പിയുടെ കൈയ്യിലെ കുഴച്ചെടുത്ത കളിമണ്ണായിരുന്നു. ശിലയിൽ തെളിച്ചെടുക്കുന്ന ധമനികളിലെ താപതപങ്ങൾ തേടുകയായിരുന്നു ആ വിരലുകൾ എന്നും... ശരീരത്തിന്റെ താപതപങ്ങളിൽ മൂലശിലയെ തേടു കയായിരുന്നു ആ മനസ്സെന്നും... അവിടെ ലിംഗഭേദങ്ങളില്ലായിരുന്നു ഭരതന്. ശരീരം, സ്ത്രീയുടേതായിരുന്നാലും, പുരുഷന്റേതായിരുന്നാലും സൃഷ്ടി യായി കണ്ടു ഭരതൻ; അതിലെ വിസ്മയങ്ങളിൽ വിശ്വശില്പിയുടെ കര വിരുതും അഴകും കണ്ടു അതിൽ അഭിരമിച്ചു, അതിനെ സ്നേഹിച്ചു ഭര തൻ. മനസ്സ് ശരീരത്തിന്റെ താപമാകാതെ വയ്യെന്നു വിശ്വസിച്ചു; ശരീരം മനസ്സിന്റേയും....

ഭരതൻ പുരുഷനായിരുന്നു; സ്ത്രീയെ അറിയുകയും എല്ലാ കലഹവേഴ്ച കൾക്കപ്പുറത്തും സ്ത്രീയുടെ അസ്തിത്വത്തെ അടയാളപ്പെടുത്തുകയും

ചെയ്ത പുരുഷൻ. അതുകൊണ്ടുതന്നെ ആ കാഴ്ചവൃത്തത്തിൽ സ്ത്രീ അപഹാസ്യയായില്ല; ശരീരം മാത്രമായില്ല. വടിവിനപ്പുറത്തും സ്ത്രീയുടെ അഴകും ശക്തിയും അറിഞ്ഞിരുന്നു ഭരതൻ. ശാസിക്കുമ്പോഴും സ്വയം ശാസിക്കപ്പെടുവാൻ കൂടി സ്ത്രീയെ പ്രാപിച്ച പുരുഷനായിരുന്നു ഭരതൻ...

മനസ്സ് ശരീരത്തിനും ശരീരം മനസ്സിനും കവചവും ദൗർബ്ബല്യവുമാകുന്ന പതിവ് വാർപ്പു സങ്കല്പങ്ങളിൽ തളയ്ക്കപ്പെടുമ്പോഴും സ്ത്രീപുരുഷ ധാരകളിൽ ശരീരം ശരീരത്തിനും മനസ്സു മനസ്സിനും പരസ്പര പൂരകങ്ങളും അലങ്കാരങ്ങളും തുടർച്ചകളുമായി വർഷിക്കുന്ന അന്യോന്യങ്ങളിലാണു പ്രകൃതിയുടെ താളമെന്നു വിശ്വസിച്ചു ഭരതൻ.

ഒന്നും പ്രത്യക്ഷത്തിൽ തിരുത്തിയില്ല; പൊളിച്ചെഴുതിയുമില്ല; നേര്. പക്ഷേ ജീവിതം കൊണ്ട് പതിവു വൃത്തങ്ങളെ എന്നും ലംഘിച്ചു. സൃഷ്ടിയിൽ ഭഞ്ജനങ്ങളെ വ്യംഗ്യമായി ഇടകലർത്തി. പാരമ്പര്യ സൃഷ്ടിയായ സദാചാര സങ്കല്പങ്ങളെ മാമൂൽവട്ടങ്ങളിൽ പകർത്തിവയ്ക്കുമ്പോഴും ഒളിപ്പിച്ചു വച്ച പരിഹാസത്തിലൂടെ അതിനുമപ്പുറത്താണ് പെണ്ണിന്റെ മനസ്സും ശരീരവുമെന്നു അറിഞ്ഞിരുന്നു ഭരതൻ. അതിഭാവുകത്വത്തിന്റെ ചായക്കൂട്ടിൽ കോറിയിട്ട സ്ത്രീ ചിത്രങ്ങൾ തുടർന്നപ്പോഴും അതല്ലാത്ത, അതിലൊതുങ്ങാത്ത സ്ത്രീയെ തേടി, അറിഞ്ഞു, പ്രണയിച്ചു ഭരതൻ എന്നതിനു ആ ജീവിതം തന്നെ സാക്ഷ്യം.

ഈ പുനർവായനയിൽ അമ്പരപ്പോടെ അറിഞ്ഞെടുക്കുന്ന സത്യമൊന്നുണ്ട്. താനനുഭവിച്ച, അഭിരമിച്ച, അറിഞ്ഞ, സ്ത്രീയെ, പുരുഷനോളം പകർത്തിവയ്ക്കുവാൻ ഊഴം തികഞ്ഞില്ല ഭരതന്! പുരുഷനോളം പെണ്ണിലെ പെണ്ണിനെ വരച്ചു തീർക്കുവാൻ ഇട നല്കിയില്ല കാലം. ആ അമ്പരപ്പാവട്ടെ തുടർയാനങ്ങളിൽ പിന്നാലെ വന്നവർക്കു വേറിട്ട സങ്കല്പ ഭഞ്ജനങ്ങൾക്ക് പ്രകോപനമാകുന്നുണ്ട്. ആ പ്രകോപനത്തെ ഉൾവിളിയാക്കി കലാപശ്രുതിയിൽ ഇടഞ്ഞുകൊട്ടുവാൻ ഭരതൻ ബാക്കിവച്ച ദൗത്യം നമ്മോടാവശ്യപ്പെടുന്നുണ്ട്. ആ തുടർച്ചയാണ് ഭരതനുള്ള പ്രണാമം.

സ്വസ്ഥി ഭരതാ!

പങ്കിട്ടു നല്കിയതിലേറെ സ്വപ്നങ്ങളുടെ മുത്തും വൈഡൂര്യവും പങ്കിടുവാൻ ബാക്കിയായി ആത്മാവിൽ സൂക്ഷിച്ചുകൊണ്ടാണ് എന്റെ ചങ്ങാതി കടന്നുപോയത്. ജീവിച്ചിരുന്നപ്പോൾ ഭരതന്റെ പ്രസക്തിയും പ്രാധാന്യവും തിരിച്ചറിയപ്പെട്ടിരുന്നതിനേക്കാൾ എത്രയോ ഇരട്ടി, ഭരതൻ, പ്രേക്ഷകമനസ്സിൽ ഇനിയൊരിക്കലും ആവർത്തിക്കാത്ത ജീവിതക്കാഴ്ചയിലെ സ്വപ്നവർഷത്തിന്റെ നഷ്ടമായി, നൊമ്പരമായി, നീറിനില്ക്കുന്നു. ഗൃഹാതുരത്വത്തോടെ തലമുറകൾ ഈ പ്രതിഭാവർഷത്തിന്റെ നഷ്ടസാന്നിധ്യത്തെ അനുഭവിച്ചറിയുന്നു. ഭാഷദേശഭേദമെന്യേ ഏറ്റവും പുതിയ തലമുറയിൽപ്പെട്ടു സംവിധായകർവരെ, നേരിട്ടല്ലെങ്കിലും, ചിത്രങ്ങളിലൂടെ, *ഭരതൻ സ്പർശം* തങ്ങളെ മോഹിപ്പിച്ചിരുന്നു എന്ന് അഭിമാനപൂർവ്വം ഏറ്റുപറയുമ്പോൾ, തങ്ങൾക്കു വഴിവിളക്കാകുവാൻ സ്വന്തം സത്തയേയും ജന്മത്തേയും സമർപ്പിച്ച ഭരതനെ ഗുരുപീഠത്തിൽ സങ്കല്പിച്ച് പ്രണാമങ്ങൾ അർപ്പിക്കുമ്പോൾ സഫലമാകുന്നത് ഭരതന്റെ ജന്മമാണ്... അർത്ഥപൂർണ്ണമാകുന്നത് ഭരതന്റെ കർമ്മമാണ്.

അനുഭൂതിതുല്യമായ ആനന്ദവും സാക്ഷാത്ക്കാരനിർവൃതിയും പകർന്നു തന്നിട്ടുണ്ട് ഭരതനുമൊത്തുള്ള പങ്കാളിത്തം എന്നുമെനിക്ക്. വിട്ടൊഴിയാത്ത നീറ്റൽ ആത്മാവിലവശേഷിക്കുന്ന മുറിപ്പാടുകൾ തീർത്തിട്ടുമുണ്ട് ആ വേഴ്ച. അതിൽനിന്നും പഠിച്ച പാഠങ്ങൾ ഏറെ വിലപ്പെട്ടവയാണ്.

ഭരതനെന്നും ഒരു ശക്തിയായിരുന്നു. ഏതു പിരിമുറുക്കത്തിനിടയിലും കടന്നുചെല്ലാവുന്ന എന്നും പ്രസന്നമായ സൗഹൃദത്തിന്റെ, സാന്ത്വനത്തിന്റെ, അഭയത്തിന്റെ ശീതളഛായ...

ഇതിനു വിരുദ്ധമായ ഭരതനെയും ഞാനറിയുന്നു. ആ സാമീപ്യത്തിനു മാത്രം പകർന്നുതരാവുന്ന ഒരു Re-assuranceന്റെ ജീവശ്വാസം ദാഹിച്ചും പ്രതീക്ഷിച്ചും കടന്നുചെല്ലുമ്പോൾ നിർദ്ദയം അലക്ഷ്യമായ ഭാവവ്യംഗങ്ങൾകൊണ്ടു തനിക്കുമാത്രം കഴിയുന്നതുപോലെ അവഗണിച്ചു മുറിപ്പെടുത്തി ഒഴിവാക്കിക്കളഞ്ഞിട്ടുണ്ട് ഭരതൻ... എന്നെ മാത്രമല്ല പലരേയും...

ലളിതയേയും ശ്രീക്കുട്ടിയേയും സിദ്ധാർത്ഥനേയും വരെ! മനസ്സു നൊന്തിറങ്ങിപ്പോന്നിട്ടുണ്ട് ഞാൻ..

പക്ഷേ, പിന്നീട് ഭരതനിലെ അസുരദേവഭാവങ്ങളെ കൂട്ടിവായിച്ചു തുടങ്ങിയപ്പോൾ കൂടെച്ചേർത്ത് ആശ്ലേഷിച്ച് സ്നേഹം പകർന്നതും ക്രൂരമായി ഒഴിവാക്കി വിട്ടു നൊമ്പരപ്പെടുത്തിയതും ഒരേ സത്യസന്ധതയോടെയെന്നു ബോധ്യപ്പെട്ടപ്പോൾ... ആ മനസ്സിലെ ക്ഷണംതോറും മാറി മാറിവന്നിരുന്ന പകർച്ചകൾ ആ സിരകളിലേൽപ്പിക്കാവുന്ന മുറിവുകളെക്കുറിച്ച് ആശങ്കപ്പെടുവാൻ തുടങ്ങി. ആ ശങ്കകൾ സത്യമായിരുന്നുവെന്നു കാലം തെളിയിച്ചുവല്ലോ.

സ്റ്റാൻലിക്രാമറുടെ വാക്കുകളിൽ താൻ ഈശ്വരനാണെന്നറിഞ്ഞ ചലച്ചിത്രകാരനെക്കുറിച്ചേയുള്ളൂ പരാമർശം. താൻ ഒരേസമയം ദേവനും അസുരനുമാണെന്നറിഞ്ഞ ചലച്ചിത്രകാരനാകുവാനായിരുന്നു ഭരതനു നിയോഗം. പുറമെ ഭാവിച്ചിട്ടില്ലെങ്കിലും ഭരതനതറിഞ്ഞിരുന്നു. ആ നിയോഗത്താൽ ഉള്ളത്രയും മുള്ളാണിയിൽ പിടയുമ്പോൾ, ചോര വാർന്ന മുറിവുകളൊരിക്കലും ഉണങ്ങാതെ വിറളിപിടിപ്പിച്ചു സ്വാസ്ഥ്യം കെടുത്തിയ മനസ്സിലത്രയും കനലുകളെരിച്ച്, ഒറ്റയ്ക്കായി പോകുന്ന നിമിഷങ്ങളെ ഭയന്ന്, ഒഴിവാക്കുവാൻ വിധിക്കപ്പെട്ടിട്ടില്ലാത്ത പാനപാത്രത്തിലെ ചുടുകണ്ണീരിന്റെ ചവർപ്പത്രയും കടിച്ചിറക്കി, സൃഷ്ടിയുടെ ഉന്മത്തസന്ധികളിൽ നീറിപ്പുളയുമ്പോൾ ഭരതനു കലഹിക്കാതെ വയ്യായിരുന്നു; ഇടഞ്ഞുകുതറാതെ വയ്യായിരുന്നു; പൊട്ടിത്തെറിക്കാതെ വയ്യായിരുന്നു. രണ്ടറ്റവും കത്തിത്തീരുന്നതറിഞ്ഞുകൊണ്ടു കനലിലെ നൊമ്പരത്തീവെട്ടം തെളിവായി പ്രകാശിപ്പിച്ചു പ്രസരിപ്പിക്കുമ്പോൾ അതിനു വിലയായി ഭരതനു ശിക്ഷിക്കുവാൻ കഴിയുക കൂടുതലടുപ്പമുള്ളവരെയായിരുന്നു, തന്നെത്തന്നെയായിരുന്നു.... അതൊരു യുദ്ധം തന്നെയായിരുന്നു... അതോ ജപ്പാൻ സംസ്കൃതിത്താളിലെ ഹരികിരിക്കു തുല്യമായ ആത്മബലിയോ!

നന്മയും തിന്മയും ഒരുപോലെ ആവോളം പങ്കിട്ടുകൊടുത്തിട്ടുണ്ട് ഭരതൻ ഉറ്റവർക്കും ചങ്ങാതിമാർക്കും ശിഷ്യന്മാർക്കും. ഭരതൻ ഇല്ലാതായപ്പോൾ ചങ്ങലക്കെട്ടുകളില്ലാതായി സ്വയം സ്വതന്ത്രരായെന്നു തെറ്റിദ്ധരിച്ചു ചിലരെങ്കിലും..... പക്ഷേ, അടുത്തക്ഷണം ഇനിയങ്ങനെയൊരു തണലില്ലെന്ന രൂക്ഷസത്യത്തിന്റെ മുമ്പിൽ അനാഥത്വത്തിന്റെ നിരാലംബ ദൈന്യത തീർത്ത ശൂന്യത തിരിച്ചറിഞ്ഞു തളർന്നുനിന്നു ഞങ്ങൾ.....

ജീവിതത്തിൽ ഒരു പക്ഷേ, ഞാനേറ്റവും കൂടുതൽ ഒരു വ്യക്തിയെക്കുറിച്ച്, ഒരു സ്വാധീനത്തെക്കുറിച്ച് ഓർത്തിട്ടുണ്ടാവുക, സംസാരിച്ചിട്ടുണ്ടാവുക, എഴുതിയിട്ടുണ്ടാവുക ഭരതനെക്കുറിച്ചാണ്.

ആ ഓർമ്മയുടെ ഓരോ നുറുങ്ങും വാക്കും അക്ഷരവും വഴി ഞാൻ, ഞങ്ങളൊരുമിച്ചുണ്ടായിരുന്ന നിമിഷങ്ങളിലൂടെ, വീണ്ടും വീണ്ടും നടക്കുകയാണ്....

ഓരോ പുനർയാത്രയും പകർന്നുതരുന്ന വെളിച്ചത്തിന്റെ പൊട്ടുകൾ അതെത്തിപ്പെടുന്നവർക്ക് കൗതുകകരമായേക്കാം... അതിലും പ്രധാനം എനിക്ക് അതാശ്വാസമാണെന്നതാണ്. ആശ്വാസമെന്നല്ല ജീവശ്വാസമെന്നു പറയുകയാണ് കൂടുതൽ ശരി.

ഭരതനെക്കുറിച്ചുള്ള ഓരോ ഓർമ്മയും പുനർകാഴ്ചയാണെനിക്ക്. എന്നെത്തന്നെ, ഞാൻ കടന്നുപോന്ന വഴികളിൽ, എന്നിൽനിന്നും ആ സുമനസ്സ് ചുരമാന്തി തെളിച്ചെടുത്ത സർഗ്ഗാത്മകതകളിൽ, എന്നിൽ നിറവായി ഊതിക്കാച്ചിയെടുത്ത ജീവിതക്കാഴ്ചകളിൽ, എന്നെത്തന്നെ വീണ്ടും വീണ്ടും, അടയാളപ്പെടുത്തുവാൻ സഹായിക്കുന്ന, അതു പകർന്നുതരുന്ന പുതിയ ഊർജ്ജത്തിൽ, ഇനിയുള്ള ചുവടുകൾ ആവതിനൊത്തു മുൻപോട്ടു തുടരുവാൻ... സഹായിക്കുന്ന പുനർവായനകൾ.

ഞാൻ തന്നെയാണ് ഇവിടെ സ്വീകർത്താവ്... അനുകർത്താവും ഞാൻ തന്നെ.

ഓർമ്മകൾക്കു മൃതസഞ്ജീവനപ്രാപ്തിയുണ്ടെന്നു തെളിയിക്കുന്നു ഓരോ ഗതകാലചിത്രവും.

പലപ്പോഴും ഭരതൻ പറയാറുള്ള മൈക്കിലാഞ്ചലോയുടെ ദൃഷ്ടാന്തകഥ... ഞാനതൊരിക്കൽക്കൂടി ഓർമ്മിക്കട്ടെ.

തന്റെ മുമ്പിലെത്തുന്ന മാർബിൾശിലകളെ നോക്കി മൈക്കിൾ ആഞ്ചലോ പറയുമായിരുന്നല്ലോ...

"ഈ ശില.... ഇതിൽ പത്രോസുണ്ട്... ഇതിൽ അന്ത്രയോസുണ്ട്... ദാവീദുണ്ട്. ഗോലിയാത്തുണ്ട് ഗബ്രിയേലും ലൂസിഫറുമുണ്ട്. മോസസുണ്ട്. അവരുടെ ശില്പം എന്നേ വിശ്വശില്പി തീർത്തുവച്ചിരിക്കുന്നു. അതിന്റെ ഭാഗമല്ലാത്ത മാർബിൾഭാഗം ചീന്തിക്കളയുക മാത്രമാണ് ശില്പമുണ്ടാക്കുമ്പോൾ ഞാൻ ചെയ്യുന്നത്...."

ചാമരം വീശാൻ തുടങ്ങും മുമ്പുള്ള ചങ്ങാതിക്കൂട്ടത്തിൽ ചെന്നുചേരുമ്പോൾ വെറും ശിലയായിരുന്നു ഞാൻ...

ദേവരാജൻ മാസ്റ്ററും അരവിന്ദനും കാനായി കുഞ്ഞിരാമനും പരിചയപ്പെടുത്തി പിന്നീട് ജോർജ് കിത്തുവിന്റെ തുടർച്ചയായ സമ്പർക്കസാമീപ്യസൂചനകളിലൂടെ ആ മനസ്സിൽ ചേക്കേറാനിടം തേടുമ്പോൾ വെറും മാർബിൾ പാളി മാത്രമായിരുന്നു ഞാൻ.

എന്റെ ഊഴമെന്തെന്നോ, എന്റെയുള്ളിൽ വിശ്വശില്പി മുമ്പേ തീർത്തു വച്ചതെന്തെന്നോ, അറിയാത്ത വെറും ശില...

ആ ശിലയിൽ നിന്നെന്നെ ചെത്തിമിനുക്കി, എന്റേതല്ലാത്ത, എന്നിലെ കലർപ്പുകളെയത്രയും ചീന്തിക്കളഞ്ഞ്, എന്നിൽ ഒരെന്നെ തെളിച്ചെടുത്ത തിനു, ഭരതനോടുള്ള നന്ദി, ഏതു ജന്മംകൊണ്ടാണ് ഞാൻ തീർക്കുക.

ഓരോ ഓർമ്മയും... അനുസ്മരണത്തിന്റെ ഓരോ പ്രകാശനവും, ആ ഋണപ്പെരുക്കത്തിന്റെ തുടിയിൽ ഞാനുരുക്കഴിക്കുന്ന ജപമന്ത്രമാവുകയാണ്.

കവിയും ചങ്ങാതിയുമായ ബാലചന്ദ്രൻ ചുള്ളിക്കാടിന്റെ വാക്കുകൾ ഞാൻ ഏറ്റുചൊല്ലട്ടെ.

"നിന്നെക്കുറിച്ചുള്ള ദുഃഖം പോലുമെനിക്കെന്തൊരാനന്ദമാണ്."

നന്ദി ഭരതാ... നന്ദി.

എല്ലാറ്റിനും.....

സ്വസ്തി!

■

പിന്മൊഴി

നന്ദി മാത്രം

ജോൺപോൾ

മാതൃഭൂമി ആഴ്ചപ്പതിപ്പിലെ *പാളങ്ങൾ* എന്ന പംക്തിയുടെ ഭാഗമായി എഴുതിയതാണ് ഈ ഗ്രന്ഥത്തിലെ ആദ്യഭാഗങ്ങൾ; തുടർന്നുള്ളത് അതിനനുബന്ധമായി കുറിച്ചതും.

ചാമരം മുതൽ *ചമയം* വരെ ഭരതനുമൊത്തുള്ള സഹവർത്തിത്വത്തിലെ പിന്നാമ്പുറക്കാഴ്ചകൾ ആണു ഞാനാദ്യമെഴുതി തുടങ്ങിയത്. അതു മുഴുമിപ്പിക്കും മുൻപേ ഇങ്ങിനെയൊരു രചന സാദ്ധ്യമായതു മാതൃഭൂമിയുടെ പ്രേരണയാലാണ്; അതിനു നിമിത്തമായത് സുഹൃത്തുക്കളായ കമൽറാം സജീവും നൗഷാദും.

എന്നിൽ സ്വാധീനമായും അനുഗ്രഹവർഷമായും പെയ്തിറങ്ങിയ ഗുരുക്കന്മാരും ചങ്ങാതിമാരും പലരുമുണ്ട്. അവർ തെളിച്ചു തന്ന കാഴ്ചവൃത്തത്തിലൂടെയായിരുന്നു എന്നും പ്രയാണം. ആ കൂട്ടത്തിൽ ഭരതൻ ഒരു വിസ്മയമായി വേറിട്ടു നില്ക്കുന്നു. വീണ്ടും വീണ്ടും ഉരുക്കഴിച്ചു പുതിയ പുതിയ പൊരുളുകൾ തേടുവാനുള്ള പ്രേരണയാകുന്നു ഓരോ ഓർമ്മയും... അക്ഷരാർത്ഥത്തിൽ *ഒരു കടങ്കഥ പോലെ,* ഒരു നിഗൂഢ സമസ്യയായി, ഒരു യാഗമായി, സ്വന്തം സത്തയേയും ജീവിതത്തേയും തന്നെ സമർപ്പിക്കുകയായിരുന്നുവല്ലോ എന്റെ ഈ പ്രിയചങ്ങാതി!

*ഒരു മിന്നാമിനുങ്ങിന്റെ നുറുങ്ങുവെട്ട*ത്തിന്റെ തിരക്കഥ പൂർത്തിയായി. ആലുവാപ്പുഴയുടെ മണൽത്തിട്ടയിലെ മുനമ്പിൽ വെള്ളത്തിൽ കാലുകളിറക്കിയിരുന്ന ഒരു സായാഹ്നത്തിൽ ഭരതൻ എന്നോടു ചോദിച്ചു:

"ഈ തിരക്കഥ പ്രസിദ്ധപ്പെടുത്തുമ്പോൾ താൻ എന്നെക്കുറിച്ച് എഴുതുമോ?"

അങ്ങനെയൊരന്വേഷണം പതിവില്ലാത്തതാണ്. ഞാനൊരു നിമിഷം നിശ്ശബ്ദം മനസ്സിൽ പറഞ്ഞു:

"നിങ്ങളെക്കുറിച്ച് എത്രയെഴുതിയാലാണ് തികയുക"

മണൽത്തിട്ടയിൽ മലർന്നുകിടന്നു, ആകാശമേലാപ്പിലേയ്ക്കു കണ്ണുംനട്ട്, കാലുകൾ വെള്ളത്തിലിട്ടാട്ടി, കൈക്കുമ്പിളിൽ ആ മുനമ്പിലൂടെയൊഴുകുന്ന പുഴവെള്ളം കോരി തൂവിക്കൊണ്ടു ഭരതൻ എന്റെ മനസ്സു വായിച്ചിട്ടെന്നോണം ചിരിച്ചു.

പിന്നെ മെല്ലെ പറഞ്ഞു:

“എഴുതണം... എഴുതുമ്പോൾ എല്ലാം എഴുതണം...”

“എല്ലാം” എന്നു ഭരതൻ ഉദ്ദേശിച്ചത് എന്തെല്ലാം ചേർത്തായിരുന്നു?!

...ഞാനറിഞ്ഞതെത്ര കുറച്ച്... അതിലെത്രയോ ചെറിയൊരംശം മാത്രമാണ് എനിക്കിവിടെ ലേഖപ്പെടുത്തുവാൻ കഴിയുന്നത്...!

എന്റെയീ സാക്ഷ്യത്തിൽ ഹൃദയംകൊണ്ട് അഭിരമിച്ചു നല്ലതു പറഞ്ഞ സുമനസ്സുകളായ ഒരുപാടു പേരുണ്ട്.

മറിച്ച് ഞാനെഴുതിയതിൽ ധാർമ്മികതയുടെ അതിർലംഘനം കണ്ട അപൂർവ്വം ചിലരുമുണ്ട്.

ഭരതനെയും, ഭരതനോടു ചേർന്നുള്ള, ഭരതൻ സ്നേഹിച്ച ലോകത്തെയും കുറിച്ചുള്ള സത്യസ്പർശമുള്ള ഒരു സൂചന ആ വലിയ കലാകാരനെ അടുത്തറിയുന്നതിനൊരു പ്രവേശികയാകുന്നുവെങ്കിൽ അതുതന്നെയാണു ഞാനാഗ്രഹിക്കുന്നത്. അത്രയേ ആഗ്രഹിച്ചിട്ടുമുള്ളൂ.

ഇതിലെ അതിർലംഘനങ്ങളും അധാർമ്മികതയും, അങ്ങനെയൊന്നുണ്ടെങ്കിൽ, മറ്റാരേക്കാളും ഭരതൻ തിരിച്ചറിയും. പൊറുക്കും. ആസ്വദിക്കും. അലിവോടെ സ്വീകരിക്കും. അതുമതിയെനിക്ക്.

കാലത്തുടർച്ചയിലോ വിഷയക്രമത്തിലോ ഈ കുറിപ്പുകളെ, ഓർമ്മകളെ, ചിന്തകളെ അടുക്കുവാൻ ശ്രമിച്ചിട്ടില്ല. ഇന്നലെകളിലെ പല പല അലരുകളിൽ നിന്നുള്ള നിമിഷങ്ങളെതുടർന്നുള്ള കാലത്തിന്റെ കൂടി മനസ്സിൽ നിന്നുകൊണ്ട് അയവിറക്കുമ്പോൾ ബോധധാരയുടെ പ്രകൃതം സ്വാഭാവികം. തുടങ്ങിയതിനോടു ചേർന്നാവാറില്ലല്ലോ തുടർഗതി. ശാഖകളും ഉപശാഖകളും അവയിലേക്കുള്ള എത്തിനോട്ടങ്ങളും കാലത്തിന്റെ, സ്ഥലത്തിന്റെ പ്രത്യക്ഷതലങ്ങളെ ഭഞ്ജിച്ചുകൊണ്ടുള്ള മിന്നായങ്ങളും അവയുടെ തുടർച്ചയിലും ഇടർച്ചയിലും മൂലാധാരയിലേക്കുള്ള മടക്കയാത്രകളും വഴിതുടരലുകളും ഇവിടെ മനസ്സിന്റെ സഞ്ചാരപാതയിലെ സഹജരീതിതന്നെയാണ്.

മനസ്സ് അനുയാത്രചെയ്യുന്നതു ഭരതനെയാണ്; ഭരതനോടു ചേർന്നുള്ള ജീവിതകാഴ്ചകളെയാണ്. ആ ശ്രുതി തന്നെയാണ് അക്ഷരങ്ങളും പിൻതുടരുന്നത്.

സ്വാഭാവികമായും അനിവാര്യമായും എന്നുകൂടി പറയട്ടെ. ഇവിടെ ഓർമ്മകളുടെയും അനുബന്ധ ചിന്തകളുടെയും ധാരകൾക്ക് കൊളാഴിന്റെ രൂപഭാവം നിയോഗമാകുന്നു. പ്രവാഹശ്രുതി നിബദ്ധമല്ല; ആവില്ല... കല മാത്രമല്ല, ജീവിതം തന്നെ അനിബദ്ധരാഗമായി നിവർത്തിച്ച ഒരു പ്രതിഭാ സാന്നിദ്ധ്യത്തെക്കുറിച്ചാകുമ്പോൾ... അതും ഒരു കടങ്കഥപോലെ ഓരോ പുനർകാഴ്ചയിലും പുതിയ പുതിയ മാനങ്ങൾ തെളിഞ്ഞുവരുന്ന ഒരു ജീവിതത്തിന്റെ സമസ്യാസാക്ഷ്യമാകുമ്പോൾ... പ്രത്യേകിച്ചും.

നന്ദിമാത്രമേയുള്ളൂ... കടപ്പാടും.

എല്ലാറ്റിനും....

എല്ലാവരോടും....!

■

അനുബന്ധം

ഭരതനും ജോൺപോളും ഞാനും

പത്മശ്രീ ഭരത്ഗോപി

ഒരു സംവിധായകന്റെ ചിത്രങ്ങൾക്കുവേണ്ടി പല തിരക്കഥാകൃത്തുക്കൾ രചന നടത്താറുണ്ട്. അതുപോലെ തന്നെ ഒരു സംവിധായകന്റെ പല ചിത്രങ്ങൾക്കുവേണ്ടി ഒരേ എഴുത്തുകാരൻതന്നെ തിരക്കഥകൾ രചിക്കുന്നതായും കണ്ടിട്ടുണ്ട്. രണ്ടാമത്തെ വിഭാഗത്തിലാണ് ഭരതനും ജോൺ പോളും.

ആയിരത്തി തൊള്ളായിരത്തി എൺപത്തിരണ്ടിലാണെന്നു തോന്നുന്നു ജോൺപോളിനെ ഞാനാദ്യമായി ഔപചാരിക പരിചയത്തിലൂടെ ബന്ധപ്പെടുന്നത്. അതിനുമുമ്പു നന്നായി കേട്ടിരുന്നു. ചില ചിത്രങ്ങളുമായി ബന്ധപ്പെട്ട് അറിയുകയും ചെയ്തിരുന്നു. അതുകൊണ്ടാവണം നേരിൽ കണ്ടനേരം ജോണിനെ പരിചയപ്പെടുത്താൻ ഭരതൻ ഒരുങ്ങിയപ്പോൾ എന്തോ ഒരു പൂർവബന്ധം തോന്നിയത്. *'പാളങ്ങൾ'* ആയിരുന്നു ചിത്രം. വേണു, സറിനവഹാബ്, ലളിത, ബഹദൂർ, ഞാൻ എന്നിങ്ങനെ അഭിനേതൃനിര. ഭരതൻ-ജോൺപോൾ-ഞാൻ കൂട്ടായ്മയുടെ ആരംഭമായി ആ ചിത്രം ഞാൻ കണക്കാക്കുന്നു.

ഒരപൂർവ്വബന്ധം തന്നെയായിരുന്നു ജോണും ഭരതനും തമ്മിലുണ്ടായിരുന്നത്. ഇതെങ്ങനെയെന്നു പലപ്പോഴും ഞാൻ ആലോചിച്ചിട്ടുണ്ട്. ഒരിക്കൽപോലും കഥാപരമായോ തിരക്കഥാപരമായോ അവർക്കിരുവർക്കും അഭിപ്രായവ്യത്യാസങ്ങൾ ഉണ്ടായതായി കണ്ടിട്ടില്ല. ഒരുപക്ഷേ, സിനിമയുടെ കാര്യത്തിൽ ഇരുവർക്കും സമാന മനച്ചേർച്ചയുണ്ടായതുകൊണ്ടാവാം. അതുകൊണ്ടുതന്നെ ചിത്രീകരണവേളകളിൽ ജോണിന്റെ സാന്നിധ്യം എപ്പോഴും കാണപ്പെട്ടിരുന്നു.

പാളങ്ങൾ, മർമരം ഓർമയ്ക്കായി, സന്ധ്യമയങ്ങുംനേരം തുടങ്ങിയ ചിത്രങ്ങളാണ് ഭരതൻ-ജോൺപോൾ സംഗമപർവ്വത്തിൽ അഭിനേതാവായി ഞാൻ പങ്കെടുത്ത ചല ച്ചിത്രങ്ങൾ. ഈ ചിത്രങ്ങൾ മാത്രം ഉദാഹരണമാക്കിയുള്ള എന്റെ ചിന്തകളിലാണ് ഇവർ തമ്മിലുള്ള ആത്മബന്ധം അടുത്തറിയാൻ ഇടവന്നിട്ടുള്ളത്. ചിത്രകാരനായ ഭരതനും ചിത്രകാരനല്ലാത്ത ജോൺപോളും ചിത്രങ്ങളെക്കുറിച്ചും വർണ്ണവിന്യാസങ്ങളെക്കുറിച്ചും സംസാരിക്കുന്നതു കേട്ടിരുന്നപ്പോഴെല്ലാം ജോണും ചിത്രകാരൻ തന്നെയല്ലേ എന്നു പലപ്പോഴും തോന്നിയിട്ടുണ്ട്. അതുപോലെതന്നെ സംഗീതം, ഛായാഗ്രഹണം, ദൃശ്യചിത്രീകരണസ്ഥലങ്ങൾ, കഥാപാത്രാവിഷ്ക്കാരത്തിനു പറ്റിയ

നടീനടന്മാർ, അവരുടെ വേഷവിധാനം, സംഭാഷണങ്ങൾക്കു ശ്രദ്ധിക്കേണ്ട ഭാവ വിന്യാസങ്ങൾ, ചിത്രസംയോജനം... എന്തിന്, വിതരണക്കാർ, പ്രദർശനശാലകളുടെ സൗകര്യാസൗകര്യങ്ങൾ, ചിത്രീകരണദിനങ്ങളിൽ നടീനടന്മാർക്കും സാങ്കേതികപ്രവർത്തകർക്കും ഒരുക്കേണ്ട സംവിധാനങ്ങൾ, ധനവിനിയോഗം എങ്ങിനെ വേണം എന്ന കണക്കുകൂട്ടലുകൾ വരെ.. ഇരുവരും ഒരേ സ്വരത്തിൽ സംസാരിക്കുമ്പോഴൊക്കെ ഭരതൻ എന്ന ചലച്ചിത്രകാരൻ എന്തൊക്കെയാണോ അതൊക്കെത്തന്നെയല്ലേ ജോൺപോളും എന്ന നിഗമനത്തിലാണു ഞാൻ എത്തിച്ചേർന്നുകൊണ്ടിരുന്നത്.

മേൽവിവരിച്ച കാര്യങ്ങൾകൊണ്ട് ജീവിതസംബന്ധിയായ എല്ലാ കാര്യങ്ങളും ഇരുവരിലും സമാനമായിരുന്നു എന്നു പറയുകവയ്യ.... ഭരതന്റെ ജീവിതരീതിയും ജോണിന്റെ ജീവിതക്രമവും രണ്ടും രണ്ടുതന്നെയായിരുന്നു. അക്കാര്യത്തിൽ ഭരതന് ഒരിക്കലും ജോണാകുവാനോ, ജോണിനു ഭരതനാകുവാനോ ആവുമായിരുന്നില്ല. രണ്ടു രഥ്യകളിൽക്കൂടെയുള്ള ഇരുവരുടെയും പ്രയാണം തികച്ചും സമാന്തരംതന്നെയായിരുന്നു. യോജിക്കാൻ കഴിയാത്തത്ര ദൂരത്തിലായിരുന്നു സമാന്തരമെങ്കിലും ഇരുപാതകളും. ഉദാഹരണങ്ങൾ ഏറെയുണ്ട്. നേരിട്ടു ബോധ്യമായ, ഇന്നും പച്ചയായിത്തന്നെ ജീവിക്കുന്ന ഉദാഹരണങ്ങൾ വിവരിക്കുക ഉചിതമല്ല.

ഇരുവരുടെയും ചിന്താധാരകളും ജീവിതചര്യകളും ഏറെ വ്യത്യസ്തമായിരുന്നു. എത്രയൊക്കെ കഠിനമായ ദിനകൃത്യങ്ങളുണ്ടായിരുന്നാലും, രാവേറെച്ചെന്നുറങ്ങിയാലും, വെളുപ്പിനു മൂന്നുമണിക്കും നാലുമണിക്കുമൊക്കെ ഉണർന്ന് പേനയും കടലാസുമായി രചനയിൽ മുഴുകുന്ന ജോൺപോളിനെ ഞാനറിഞ്ഞിട്ടുണ്ട്. എന്തുവന്നാലും രാവിലെ ഒമ്പതുമണിക്കു മുമ്പ് ഉണരാൻ മടിക്കുന്ന ഭരതനേയും നന്നായറിയുന്നു. ഈ പൊരുത്തക്കേടുകൾ ബാഹ്യമായി നിലനിൽക്കുമ്പോൾ തന്നെയാണ് ഉണർന്നിരിക്കുമ്പോഴുള്ള ജോണും ഭരതനും ഒന്നായിത്തീരുന്നതു കാണാനാവുന്നതും....

ഇങ്ങനെപോയാൽ പറയാനും എഴുതാനും നാവും പേനയും പോരാതെ വരും.

യാദൃച്ഛികം അതല്ല; ജോൺപോളിന്റെ ഈ സംരംഭമാണ്. ഇത് ജോണിനുമാത്രം അവകാശപ്പെട്ട ഭാഗ്യവുമാണ്....

ഈ പ്രകാശനം ഭരതന് ജോണിന്റെ മാത്രമല്ല, ചലച്ചിത്രലോകത്തിന്റെ തന്നെ നൈവേദ്യാർപ്പണമാണ്.

ഭരതൻ എന്ന വിശ്രുതകലാകാരൻ മൺമറഞ്ഞിട്ടു നാളുകളായിരിക്കുന്നു. ഓർമ്മകൾ കണ്ണുനീർ വാർക്കുമ്പോൾ ആ അശ്രുപൂജയ്ക്ക് അകമ്പടിയാവട്ടെ ജോൺപോളിന്റെ ഈ സംരംഭം....

■

ജോൺപോളിന്റെ 'എന്റെ ഭരതൻ തിരക്കഥകൾ' എന്ന ഗ്രന്ഥത്തിന് ഗോപി എഴുതിയ അവതാരികയിൽനിന്നും.....2007

ഹൃദയംകൊണ്ടെഴുതിയ സാക്ഷ്യങ്ങൾ

മോഹൻ

പഠനവുമായി ബന്ധപ്പെട്ടാണ് ഞാൻ മദിരാശിയിലെത്തുന്നത്. നാട്ടിൽ പഠനം തുടരുവാനാകാത്ത ഒരവസ്ഥ വന്നു. അക്കാലത്ത് വളരെയടുത്ത ചങ്ങാതിമാർക്കും ബന്ധുക്കൾക്കും മാത്രമേ ആ സത്യമറിയാമായിരുന്നുള്ളൂ... രഹസ്യമായി സൂക്ഷിക്കേണ്ടതുമുണ്ടായിരുന്നു. ഇത്രയുംകാലം കഴിഞ്ഞ നിലയ്ക്കതിനിനി പ്രസക്തിയില്ല. ആ പ്രായത്തിന്റെ ആവേശത്തിൽ സാമൂഹ്യവിരുദ്ധമെന്നും ആപൽക്കരമെന്നും വ്യവസ്ഥിതി മുദ്ര ചാർത്തിയ ഒരതിവിപ്ലവപ്രസ്ഥാനത്തോടു മനസ്സിൽ തോന്നിയ ചായ്‌വ് എന്നെ അവരുടെ സഹയാത്രികനാക്കിയതാണ് അന്ന് ആ സാഹചര്യമുണ്ടാകുവാൻ കാരണമായത്. മദിരാശിയിലേയ്ക്കു ചെല്ലുമ്പോൾ പഠനകാര്യത്തേക്കാൾ ഉത്സാഹം മനസ്സിലിരമ്പിനിന്നത് അതിനകം വേരോടിക്കഴിഞ്ഞിരുന്ന നാടകത്തിലും ഛായാഗ്രഹണമേഖലയിലുമുള്ള താത്പര്യം (കമ്പം എന്നുതന്നെ പറയണം) കൂടുതൽ സ്വാതന്ത്ര്യത്തോടെ തുടരാമല്ലോ എന്ന സാധ്യതയിലായിരുന്നു. പഠനം ഐച്ഛികവും മേൽതാത്പര്യങ്ങൾ മുഖ്യവുമായി മദിരാശിയിലെ ആദ്യനാളുകളിൽ. അതിന്റെ തുടർച്ചയിലാണ് ചലച്ചിത്രവൃത്തങ്ങളിൽ എത്തിപ്പെടുന്നതും സംവിധാനമേഖലയിലേയ്ക്കു തിരിയുന്നതും.

സഹസംവിധായകൻ എന്ന നിലയിൽ ആദ്യപർവ്വത്തിൽ ഞാൻ സഹവർത്തിച്ചിട്ടുള്ളതത്രയും മുഖ്യധാരയിലെ, എല്ലാ ചേരുവകളേയും അതിവ്യഗ്രതയോടെ ആശ്ലേഷിക്കുന്ന, കച്ചവടസങ്കല്പങ്ങൾക്കൊത്തുള്ള സിനിമകളുടെ പണിപ്പുരകളിലാണ്. സിനിമയുടെ വേറിട്ട ചാലുകളെ പിൻതുടരുവാൻ പിന്നീട് മുന്നോട്ടുവന്ന എന്റെ ഗുരുക്കന്മാരിലൊരാളായ ഹരിഹരൻപോലും അന്ന് അനുവർത്തിച്ചിരുന്ന ചലച്ചിത്രപാത അതായിരുന്നു. അത്തരം ചിത്രങ്ങൾ കൂടിച്ചേർന്നതാണ് സിനിമയെന്നും അവയ്ക്കുതന്നെയാണിവിടെ മേൽക്കോയ്മയെന്നുമുള്ള സത്യം മനസ്സിലാക്കിയിരുന്നതുകൊണ്ട് ഭംഗിയായിത്തന്നെ ഞാൻ എന്റെ കർമ്മവൃത്തിയുമായി പൊരുത്തപ്പെട്ടുപോന്നിരുന്നു. സഹസംവിധായകനായി അവസാനംവരെ തുടരുവാനല്ലായിരുന്നല്ലോ എന്റെ ഉദ്ദേശ്യം. സ്വതന്ത്രസംവിധായകനാകണം. അങ്ങനെയൊരു വഴി തുറന്നെടുക്കുമ്പോൾ ഞാൻ അനുവർത്തിക്കേണ്ട ചലച്ചിത്രപാത അപ്പോൾ ഞാൻ സഹവർത്തിച്ചുപോന്നിരുന്ന ചലച്ചിത്ര സമ്പ്രദായങ്ങളിൽ തന്നെയാണോ എന്ന സന്ദേഹം എന്നിലുണ്ടായി. പി. ഭാസ്കരൻ മാഷും രാമു കാര്യാട്ട് സാറും സേതുമാധവൻസാറും വിൻസന്റ് മാസ്റ്ററും പി.എൻ. മേനോൻചേട്ടനും തുടർന്നുപോന്ന ചലച്ചിത്രശൈലി എന്നെ ആകർഷിച്ചിരുന്നു.

അവരുടെ പല ചിത്രങ്ങളും നേടിയ അംഗീകാരങ്ങളും പ്രേക്ഷകസമ്മതിയും ആ വഴിയിലുള്ള ശരികളെ കൂടുതൽ വിശ്വസിക്കുന്നതിനു പ്രേരകമാവുകയും ചെയ്തു. വിധിനിയോഗംപോലെ മധുസാറിനോടൊപ്പം സഹസംവിധായകനായി പ്രവർത്തിക്കുവാനുള്ള ഊഴം എന്നെ തേടിവന്നതും ഇതേകാലത്താണ്. സംവിധായകൻ എന്ന നിലയിൽ അതിനകം മധുസാർ ചെയ്തിരുന്ന ചിത്രങ്ങൾ വ്യത്യസ്തമായ ഒരു ചലച്ചിത്ര ശൈലി പുലർത്തിക്കൊണ്ട് പ്രത്യേക ശ്രദ്ധയാകർഷിച്ചിരുന്നു. അദ്ദേഹത്തോടൊപ്പം ആ ശിക്ഷണത്തിൽ പിന്നിട്ട നാളുകൾ എന്റേതായ സിനിമയെക്കുറിച്ച് കൂടുതൽ വ്യക്തതയോടെ സ്വപ്നങ്ങൾ കാണുവാൻ എനിക്കു ധൈര്യം പകർന്നുതന്നു.

ഏതാണ്ട് ഇക്കാലത്താണ് ഭരതനുമായി എനിക്കു പരിചയം. കലാസംവിധായകൻ എന്ന നിലയിലും പരസ്യചിത്രകാരൻ എന്ന നിലയിലും ഭരതൻ വളരെ പ്രസിദ്ധനാണ് അന്ന്; ഏറെ ശ്രദ്ധേയനും. ഞങ്ങൾ നല്ല സുഹൃത്തുക്കളുമായി. ഭരതനെ പരിചയപ്പെടുന്ന കാലത്തുതന്നെ പത്മരാജനുമായും എനിക്കടുപ്പമുണ്ടായിരുന്നു. ഭരതൻ വഴിയായിരുന്നില്ല അത്. ഭരതനും പത്മരാജനും തമ്മിൽ അടുപ്പമാകുന്നതിനു മുമ്പേ ഞാനും പത്മരാജനും തമ്മിൽ സൗഹൃദത്തിലായിക്കഴിഞ്ഞിരുന്നു. മേലാറ്റൂർ രവിവർമ്മയാണു ഞങ്ങളെ പരസ്പരം പരിചയപ്പെടുത്തിയതെന്നുമോർക്കുന്നു. പരിചയമെന്നേയുള്ളൂ. അതിനപ്പുറം അടുപ്പമൊന്നും അന്നവകാശപ്പെടാനാവില്ല. എങ്കിലും ഒരു പരസ്പരാഭിമുഖ്യം..... അതുണ്ടായിരുന്നു. കോടമ്പക്കത്തെ ഉമാ ലോഡ്ജിലെ താമസനാളുകളിലാണ് കെ.ജി. ജോർജുമായി ഞാൻ പരിചയപ്പെടുന്നത്. പൂന ഫിലിം ഇൻസ്റ്റിറ്റ്യൂട്ടിൽനിന്നും ബിരുദം നേടി രാമു കാര്യാട്ടിന്റെ സഹായിയായി പ്രവർത്തിക്കുവാൻ മദിരാശിയിലെത്തിയതായിരുന്നു ജോർജ്. ജോർജ് തന്നെ പലയിടത്തും പറഞ്ഞും എഴുതിയും കണ്ടിട്ടുണ്ട്, മദിരാശിയിലെത്തി പരിചയപ്പെടുന്ന, ചങ്ങാത്തത്തിലാകുന്ന, ഒരേ ലാവണത്തിലെ ആദ്യ സഹജീവി ഞാനാണെന്ന്.... ഒരേ ലാവണം, അല്ലെങ്കിൽ ഒരേ ഇൻഡസ്ട്രി എന്നതു മാത്രമായിരുന്നില്ല പത്മരാജനോടും ഭരതനോടും ജോർജിനോടുമൊക്കെ സാധാരണയിൽ കവിഞ്ഞ ഒരടുപ്പവും മാനസികമായ ഐക്യവും തോന്നുവാൻ പ്രേരകമായത്. ഏതുവിധമെന്ന് അന്ന് പൂർണമായും വെളിപ്പെട്ടുകിട്ടിയിട്ടില്ലാത്ത ഒരു ചലച്ചിത്ര സങ്കല്പത്തിലേയ്ക്ക് താന്താങ്ങളുടെ വഴിയെ എത്തിപ്പെടുവാൻ ശ്രമിക്കുകയായിരുന്നു ഞങ്ങൾ എല്ലാവരും. അങ്ങിനെയൊരു വരുംകാല ഫ്രറ്റേർണിറ്റിയുടെ ഭാഗമാകാനിരിക്കുന്നവരാണ് ഞങ്ങൾ എന്ന ഉപബോധമനസ്സിലെ തിരതള്ളലുമുണ്ടാകാം ആ മമതയുടെ പുറകിൽ. സുരാസുവുമായാണ് അന്നു ഞാനധികവും ചിന്തകളും സ്വപ്നങ്ങളും പങ്കുവയ്ക്കുമായിരുന്നത്. അതും ഈ ദിശയിലേയ്ക്കുള്ള സഞ്ചാരത്തിനു സഹായകമായി.

ഏറെ വൈകാതെ പത്മരാജനെ കൂടെച്ചേർത്തു ഭരതൻ *പ്രയാണ*വും ജോർജ്, ബാപ്പുവിനുവേണ്ടി *സ്വപ്നാടന*വും ഒരുക്കി. സന്തോഷത്തോടെയും പ്രതീക്ഷയോടെയുമാണ് ഞാൻ ആ ചിത്രങ്ങളെ ഉറ്റുനോക്കിയത്. സന്തോഷം നിലനിറുത്തി തന്നു *പ്രയാണ*വും *സ്വപ്നാടന*വും. ആ പ്രതീക്ഷ സഫലവുമായി. മലയാളസിനിമയിൽ ഭരതനും ജോർജും പത്മരാജനും ചേർന്ന് ഒരു നവവസന്തത്തിന് ഐതിഹാസികമായ തുടക്കം കുറിച്ചു കഴിഞ്ഞിരുന്നു. ചെന്നുചേക്കേറുവാനും സ്വയം അടയാളപ്പെടുത്തുവാനുമുള്ള ചലച്ചിത്ര വഴി എന്റെ മുമ്പിൽ തെളിച്ചുതന്നു ഈ ചിത്രങ്ങൾ.

ഭരതൻ അടുത്ത ചിത്രമായ *രതിനിർവ്വേദ*മൊരുക്കുന്നു. പത്മരാജന്റെ തന്നെ രചന. ഞാൻ അപ്പോഴേക്കും മധുസാറിന്റെയടുത്തുനിന്നും പിരിഞ്ഞുപോന്നിരുന്നു. സി. രാധാ

കൃഷ്ണന്റെ *അഗ്നി*യിൽകൂടി സഹവർത്തിച്ചു. അപ്പോഴാണ് ഭരതന്റെ കൂടെച്ചേരുവാൻ ഒരു അസോഷ്യേറ്റിനെ തേടുന്നതായറിഞ്ഞത്. മനസ്സുകൊണ്ട് അതേവഴിയിലൂടെ സിനിമയെ ഉപാസിച്ചുതുടങ്ങിയിരുന്ന എനിക്ക് അതിനേറ്റവും അനുയോജ്യനാവുക ഞാനാണെന്നതിൽ ശങ്കയുണ്ടായിരുന്നില്ല. ഭരതനും മറിച്ചൊരു തോന്നലുണ്ടാകുവാനുമിടയില്ല. പക്ഷേ, എന്റെ സഹജമായ ലെഥാർജിയെന്നോ അലസതയെന്നോ മന്ദതയെന്നോ എന്തു വിളിക്കണമെന്നറിയാത്ത പ്രകൃതത്തിന്റെ പേരിൽ ഞാൻ അമാന്തിച്ചുനിന്നു. നമ്പൂതിരിമാർക്കു മാത്രമല്ല നായന്മാർക്കും അമാന്തശങ്ക വേണ്ടുവോളമാകാമെന്ന് ഈ കൊച്ചുജന്മത്തിനിടയിൽ പലവട്ടം തെളിയിച്ചിട്ടുണ്ട് ഞാൻ. ഒടുവിൽ ഒരുങ്ങി പുറപ്പെട്ട് ഭരതന്റെയടുത്തെത്തുമ്പോഴേക്കും സഹായിയായി ഭരതൻ മറ്റൊരാളെ നിയോഗിച്ചുകഴിഞ്ഞിരുന്നു. നഷ്ടപ്പെട്ട അവസരത്തെക്കുറിച്ച് ഇച്ഛാഭംഗം തോന്നുവാനിട കിട്ടിയില്ല; അതിനകം വിധി എനിക്കായി കരുതിവച്ചിരുന്ന നിയോഗം വാതിൽ തുറന്നു; സുരാസുവിന്റെ തിരക്കഥയുമായി *രണ്ടു പെൺകുട്ടികൾ* സംവിധാനം ചെയ്തുകൊണ്ട് സ്വതന്ത്രസംവിധായകനാകുവാനുള്ള ഊഴം എന്നെ തേടിവന്നു. ചിത്രത്തിന്റെ ടൈറ്റിൽ സൂചിപ്പിക്കുന്നതുപോലെ രണ്ടു പെൺകുട്ടികൾ തമ്മിലുള്ള സ്വവർഗ്ഗാനുരാഗ സംബന്ധിയായ ഒരു പ്രമേയമായിരുന്നു വി.ടി. നന്ദകുമാറിന്റെ, അന്ന് ഏറെ വിവാദം സൃഷ്ടിച്ച ആ നോവലിലേത്. അതു സിനിമയാക്കുമ്പോൾ എന്റേതായ വിന്യാസ ശൈലി കണ്ടെത്തുവാനും തികഞ്ഞ വിശ്വാസബോധ്യത്തോടെ എന്റെ മനസ്സിലെ ശരികൾക്കൊത്തു ചിത്രം രൂപപ്പെടുത്തുവാനും എനിക്കു പിൻബലമായത് മേൽസൂചിപ്പിച്ച പശ്ചാത്തലപ്രകാശം തന്നെയാണ്. *രണ്ടു പെൺകുട്ടികൾ* ശ്രദ്ധിക്കപ്പെട്ടു. വിജയമായി. ഭരതനും ജോർജും പത്മരാജനും ചേർന്നു തുടങ്ങിവച്ചിരുന്ന മധ്യവർത്തി സിനിമയിലെ നവവസന്തതരംഗത്തിൽ ഞാനും ഭാഗമായി. ഭരതനും ജോർജും പത്മരാജനും എന്നെ അവരിലൊരാളായി, ഒരേ തൂവൽപക്ഷിയായി, ഒരേ ചലച്ചിത്രധാരയിലെ കണ്ണികയായിത്തന്നെയാണ് എന്നും കണ്ടുപോന്നതും. സൗന്ദര്യസങ്കല്പങ്ങളിലും സിനിമയുടെ ഭാവപ്രകാശനപ്രാപ്തിയിലും ഞങ്ങൾ കണ്ടിരുന്ന സ്വപ്നങ്ങൾക്കും നിവർത്തിച്ചിരുന്ന അനുഷ്ഠാനങ്ങൾക്കും ഒരേ ആകാശമേലാപ്പായിരുന്നു. വിന്യാസ ശൈലിയിലും അനുവർത്തിച്ചിരുന്ന സാങ്കേതികതകളിലും തികച്ചും വ്യത്യസ്തരായിരിക്കുമ്പോൾ തന്നെ ഞങ്ങൾ ആത്യന്തികമായി ഒരേ visionന്റെ ഉപാസകരായിരുന്നു. ജീവിതത്തോടു പുറംതിരിഞ്ഞു നില്ക്കാതെ ഇടഞ്ഞും ഇണങ്ങിയും ചോദ്യങ്ങളുതിർത്തും തേടുന്ന, നേടുന്ന, പുനർകാഴ്ചകളിലൂടെ സിനിമയെ സിനിമയിലേയ്ക്കു കൂടുതലടുപ്പിക്കുന്ന യജ്ഞത്തിൽ ഞങ്ങൾ പങ്കാളികളായി.

ഈ പങ്കാളിത്തം കർമ്മപഥത്തിൽ മാത്രമല്ല വ്യക്തിജീവിതത്തിലും ഞങ്ങൾക്കിടയിൽ വൈകാരികമായ ഇഴയടുപ്പങ്ങൾ ഉണ്ടാക്കി. ഒരു കുടുംബത്തിലെ അംഗങ്ങളായി ഞങ്ങൾ. അടുപ്പം വ്യക്തികൾ തമ്മിൽ മാത്രമല്ല കുടുംബങ്ങൾ തമ്മിലുമായി. ലളിതയും സെൽമയും തങ്കവും അനുപമയും നല്ല ചങ്ങാതിമാരായി. ശ്രീക്കുട്ടിയും സിദ്ധാർത്ഥനും അരുണും താരയും അനന്തപപ്പനും മാതുവും പുരനും ചൈനുവും കളിക്കൂട്ടുകാരായി. ഇതൊരുപക്ഷേ ഞങ്ങളുടെ തലമുറയ്ക്കു മാത്രം വർഷിച്ചുകിട്ടിയ സൗഭാഗ്യമാണ്.

ഞങ്ങളുടെ ഈ കൂട്ടായ്മയിലേയ്ക്കു ഭരതൻ മുൻകൈയ്യെടുത്തു ഞാൻ ഒപ്പം ചേർന്നു ഹൃദയപൂർവ്വം ഞങ്ങൾ (ജോർജും പത്മരാജനുമടക്കം) സ്വപ്നങ്ങളിലും സൗഹൃദപാശത്തിലും കർമ്മധാരയിലും പങ്കാളിയാക്കി കൂടെ ചേർക്കുകയായിരുന്നു ഏറെ വൈകാതെ ജോൺപോളിനെ.

നാലംഗസംഘം അഞ്ചംഗസംഘത്തിലെത്തിയതോടെ അയിഷയും ജിഷയും ഞങ്ങളുടെ കൂട്ടുകുടുംബത്തിന്റെ ഭാഗമായി. എന്തു വിശേഷങ്ങളുണ്ടെങ്കിലും പരസ്പരം പങ്കിടും; സന്തോഷങ്ങളും ദുഃഖങ്ങളും. പത്മരാജൻ തിരുവനന്തപുരത്തും ജോൺപോൾ എറണാകുളത്തും ബാക്കി ഞങ്ങൾ മൂവരും മദിരാശിയിലുമായിരുന്നു ആദ്യം. പിന്നീട് ജോർജ് ആദ്യം തിരുവനന്തപുരത്തേക്കും തുടർന്ന് എറണാകുളത്തേക്കും മാറി.

ഏറ്റവുമൊടുവിൽ ഞാൻ എറണാകുളത്തേക്ക് മാറുന്ന ഘട്ടമെത്തുമ്പോഴേക്കും പത്മരാജൻ ആദ്യവും ഭരതൻ പിന്നീടുമായി കൂട്ടംവിട്ടു യാത്രയായിരുന്നു....

പോയവർ ഭാഗ്യവാന്മാർ എന്നേ ഇന്നിപ്പോൾ തിരിഞ്ഞുനോക്കുമ്പോൾ പറയുവാനാകുന്നുള്ളൂ. ഞങ്ങൾക്കായി കാലം കരുതിവച്ച അവഗണനയുടെയും നിരാകരണത്തിന്റെയും പാർശ്വവൽക്കരണത്തിന്റെയും വേദന കലർന്ന അവമതികൾ അവർക്കൊഴിവായി കിട്ടിയല്ലോ.... ഭാഗ്യവാന്മാർ, ഭാഗ്യവാന്മാർ തന്നെ!

മദിരാശിയിൽ ഒരുമിച്ചുണ്ടായിരുന്ന നാളുകളിൽ വർഷംതോറും ശബരിമലദർശനം പതിവുണ്ട്. ഭരതന്റെ വീട്ടിലാണു കെട്ടുനിറ. യാത്രയും ഞങ്ങളൊരുമിച്ച്. പമ്പയിലെത്തുമ്പോൾ പത്മരാജനുമെത്തും. പിന്നെ മല ചവിട്ടലും പതിനെട്ടാംപടിയും പൊന്നമ്പലമേടും തിരികെ നടയിറക്കവും വ്രതം മുറിക്കലും ഘോഷവുമെല്ലാമൊരുമിച്ച്.... നവവത്സരരാവ് ഒന്നുകിൽ ഭരതന്റെ വീട്ടിൽ, അല്ലെങ്കിൽ ജോർജിന്റെ വീട്ടിൽ.... എന്റെ ഭാര്യ അനുപമ തെലുങ്കുനാട്ടിൽ നിന്നായതുകൊണ്ട് മലയാളിയുടെയും തെലുങ്കരുടെയും കൂടിച്ചേർന്ന അധികവിശേഷങ്ങൾ ഞങ്ങൾക്കവകാശമായി.

തിരുവനന്തപുരത്തെത്തിയാൽ പത്മരാജനെ കാണാതെയും എറണാകുളത്തെത്തിയാൽ ജോണിനെ കാണാതെയും മടങ്ങില്ല. അവർ തിരിച്ചും, പരസ്പരവും....

തൊഴിൽപരമായ എല്ലാ മത്സരങ്ങളും താൻപോരിമയും സഹജമായ ഈഗോയും നിലനിറുത്തിക്കൊണ്ടുതന്നെ ഈ സൗഹൃദത്തിനും അന്യോന്യത്തിനും വിഘ്നം വരുത്താതെ അഭംഗുരം തുടരുവാൻ മാത്രം ഹൃദയശുദ്ധി ഞങ്ങൾക്കുണ്ടായിരുന്നു.

ജോൺ അക്കാലത്തു വളരെ തിരക്കുള്ള തിരക്കഥാകൃത്താണ്. എട്ടും പത്തും ചിത്രങ്ങൾ എഴുതുന്നു എല്ലാ വർഷവും. പതിനാലു ചിത്രങ്ങൾ വരെ എഴുതിയ വർഷമുണ്ട്.

ഇതിനിടയിലും ഭരതന്റെയോ എന്റെയോ ചിത്രങ്ങൾ ഉണ്ടാകും. ആ ചിത്രങ്ങൾ വരുമ്പോൾ അതു തുടങ്ങി പൂർണമായും ഇരുപക്ഷത്തിനും തൃപ്തിയാകുംവരെ ജോൺ ഞങ്ങൾക്കൊപ്പമുണ്ടാകും, പോകില്ല. വിടില്ല. അക്കാര്യം മറ്റു സംവിധായകർക്കുമറിയാമായിരുന്നു. മനസ്സിന്റെ ആ പ്രതിബദ്ധതയിൽ ഒരിക്കലും ജോൺ മായംചേർത്തിട്ടില്ല.

എന്റെയും ഭരതന്റെയും ചിത്രങ്ങൾ അടുത്തടുത്തു വരുമ്പോൾ ഞങ്ങൾ ഇരുവരും തിരക്കഥാകാരന്റെ സാമീപ്യസമ്പർക്കസഹവാസത്തിന്റെ കാര്യത്തിൽ Impossibly possessive ആയിരുന്നതുകൊണ്ട് (അതൊരു സ്വാർത്ഥതയല്ല, പ്രതിബദ്ധത തന്നെയാണ്) ഇരുവരോടും സത്യസന്ധമായ നീതി പുലർത്തുവാൻ ജോൺ ഒരുപാടു ക്ലേശം മനസ്സിൽ പേറിക്കാണണം; അതിന്റെ ഒരലവൻസ് ജോണിനു നല്കുവാൻ മറ്റെല്ലാ ദുഃഖങ്ങളും നിറമനസ്സോടെ പങ്കിടുവാൻ മാത്രം അടുത്ത മിത്രങ്ങളായിരുന്നിട്ടും, ഭരതനും ഞാനും തയ്യാറായിട്ടുമില്ല.

പക്ഷേ, തിരിഞ്ഞുനോക്കുമ്പോൾ പ്രത്യക്ഷമാകുന്ന വിസ്മയത്തോടെ തന്നെ പറയട്ടെ, അത്ഭുതകരമായ സമവായം തന്നെ ജോൺ പുലർത്തി; ഭരതനുള്ളതു ഭരതനും എനിക്കുള്ളത് എനിക്കും കൃത്യമായി പകുത്തുതന്നു!

സംവിധാനകലയിലേക്കു പത്മരാജൻ പൂർണമായും തിരിഞ്ഞുകഴിഞ്ഞിരുന്നില്ല അന്ന്. ഭരതന്റെയും എന്റെയും ചിത്രങ്ങളാണ് അധികവുമെഴുതുക. ഒരു ചിത്രം പത്മരാജൻ എഴുതുമ്പോൾ തുടർന്നുള്ള ഒന്നോ രണ്ടോ ചിത്രം ജോണെഴുതും. അങ്ങനെയായിരുന്നു ഭരതനും എനിക്കും....

മിക്കവാറും മദിരാശിയിൽ വന്നാണ് എഴുത്ത് ഏറെയും. ഒരു മുറിയിൽ പത്മരാജൻ. മറ്റൊന്നിൽ ജോൺ. ഒരാൾക്കൊപ്പം ഭരതൻ; രണ്ടാമനൊപ്പം ഞാൻ. അടുത്തെവിടെയെങ്കിലും ജോർജുമുണ്ടാകും, സ്വന്തം ചിത്രത്തിന്റെ പണിപ്പുരയിൽ.

മൂവന്തികളിൽ ഞങ്ങളെല്ലാം ഒത്തുകൂടും. എല്ലാവരും അതിനു വേദിയാക്കുവാനിഷ്ടപ്പെട്ടിരുന്നതു പലപ്പോഴും ജോണിന്റെ മുറിയാണ്. ആ പേരിൽ ജോൺ ഏറെ പഴി കേട്ടിട്ടുമുണ്ട്; പുറത്തുനിന്നു മാത്രമല്ല; കാരണക്കാരായ ഞങ്ങളിൽനിന്നുവരെ!

അന്നു ഞങ്ങളുടെയൊക്കെ ചിത്രങ്ങളിലെ പതിവുനടന്മാരായിരുന്നു ഗോപിയും വേണുവും. അവരുമെത്തും. മദിരാശിയിലെത്തുമ്പോഴൊക്കെ അരവിന്ദനും. പിന്നെ സഹായികളായാണ് കർമ്മരംഗത്തെങ്കിലും ചങ്ങാതിമാർതന്നെയായിരുന്ന ജോർജ് കിത്തുവും വത്സനും; കൂട്ടത്തിൽ ഡേവിഡ് കാച്ചപ്പിള്ളിയും സർവ്വവ്യാപിയായി പ്രിയപ്പെട്ട 'പവി'യും എല്ലാറ്റിനും മേമ്പൊടിയായി ഇന്നസെന്റും.... പാട്ടും സദിരും ഘോഷവും മാത്രമായിരുന്നില്ല ആ അന്തികളിലെ ചേരുവകൾ. ആരുടെയെങ്കിലും തിരക്കഥയിൽ ഒരു വിഷമസന്ധി Blockകൾ തീർത്തിട്ടുണ്ടെങ്കിൽ പിന്നെ ഏകമനസ്സായി എല്ലാവരും ചേർന്ന് അതിന്റെ പുറത്ത് അടയിരിക്കും. ഏതെങ്കിലും സാങ്കേതികപ്രശ്നങ്ങൾ വിഭാവനം ചെയ്ത ചിത്രീകരണരീതിയിൽ വെല്ലുവിളിയായനുഭവപ്പെടുന്നുണ്ടെങ്കിൽ അതിനെ വരുതിയിൽ മെരുക്കിയെത്തിക്കുവാനുള്ള വഴികൾ ഒരേ മനസ്സായി തേടും.

സർഗ്ഗാത്മകമായും വൈകാരികമായും വ്യക്തികുടുംബതലത്തിലും അനുഗ്രഹവും ബലവുമായിരുന്ന ഈ കൂട്ടായ്മയുടെ നല്ല നാളുകളുടെ പിന്നാമ്പുറക്കാഴ്ചകളുമായാണ് ജോൺ തന്റെയും ഞങ്ങളുടെയും ആത്മസുഹൃത്തായിരുന്ന ഭരതനെക്കുറിച്ചെഴുതുന്നത്. ഭരതനെക്കുറിച്ചും പത്മരാജനെക്കുറിച്ചും ജോർജിനെക്കുറിച്ചും എന്നെക്കുറിച്ചും ഹൃദയത്തിൽ തൊട്ടുകൊണ്ട് ജോണിനു നല്കുവാൻ കഴിയുന്ന സാക്ഷ്യങ്ങൾക്കു തുല്യമായി മറ്റാർക്കും എഴുതുവാനാവില്ല. അക്ഷരങ്ങൾകൊണ്ടു മാത്രമല്ല കലഹിച്ചും ഇണങ്ങിയും ഇടപഴകി വർഷിച്ച കലർപ്പില്ലാത്ത സ്നേഹംകൊണ്ടുകൂടിയാണ് ജോൺ ഞങ്ങളുടെയൊക്കെയുള്ളിൽ സ്വന്തം ചിത്രവും സ്ഥാനവും എഴുതിച്ചേർത്തത്.

ഭരതനെക്കുറിച്ചുള്ള ജോണിന്റെ സാക്ഷ്യങ്ങളിൽ ജോണിന്റെ ഹൃദയം നിറയെ ആ കലാകാരനോട്, വ്യക്തിയോട്, കലാപകാരിയോട്, പുലർത്തിയിരുന്ന ആർജ്ജവം ത്രസിച്ചുനില്ക്കുന്നതു കാണാം. ഇവയിൽ ഒട്ടും സംശയിക്കണ്ട.... ആ കൂട്ടായ്മയിൽ, അതിന്റെ മധുരവും ചവർപ്പും ഉപ്പും കയ്പും ഉന്മാദവും തളർച്ചയും ഒരുപോലെ പങ്കിട്ട ഞങ്ങൾ ഓരോരുത്തരുടേയും അനുഭവസ്പന്ദനങ്ങളുണ്ട്. ഞങ്ങൾക്കു വേണ്ടി കൂടിയാണ് ജോണിന്റെ ഈ അയവിറക്കൽ; അക്ഷരപൂജ. ഇതാവട്ടെ ജോണിനു മാത്രം അവകാശപ്പെട്ട സുകൃതവും പുണ്യവുമാണ്.

മംഗളം നേരുക മാത്രമാണ് എന്റെ ദൗത്യം.

■

ഭരതൻ

ജീവിതരേഖയും ചലച്ചിത്രങ്ങളും

ജനനം	:	നവംബർ 14, 1946
മാതാപിതാക്കൾ	:	വടക്കാഞ്ചേരി എങ്കക്കാട് പാലിശ്ശേരി പരമേശ്വരൻ നായരും കാർത്യായനിയമ്മയും. രണ്ടു സഹോദരിമാർക്കിളയ സഹോദരൻ.
വിദ്യാഭ്യാസം	:	വടക്കാഞ്ചേരി ഗവർമ്മെന്റ് സ്കൂളിൽ. തുടർന്നു തൃശൂരിലെ ഒക്യുപ്പേഷനൽ ഇൻസ്റ്റിറ്റ്യൂട്ടിൽ (ഇപ്പോഴത്തെ കോളേജ് ഓഫ് ഫൈൻ ആർട്ട്സ്) ചിത്രകല അഭ്യസിച്ചു
മദിരാശിയിൽ	:	സംവിധായകനും കലാസംവിധായകനും പരസ്യചിത്രകാരനുമായ പിതൃസഹോദരൻ പി.എൻ. മേനോനെ പിൻതുടർന്ന് മദിരാശിയിലെത്തി. കലാസംവിധായകനും പരസ്യചിത്രകാരനുമായി; തുടർന്നു സംവിധായകനും. അഞ്ചു ചിത്രങ്ങൾ നിർമ്മിച്ചു. അൻപതു ചിത്രങ്ങൾ ഭരതന്റേതായുണ്ട്; മലയാളത്തിൽ 38, തമിഴിൽ 7, തെലുങ്കിൽ 3, കന്നഡത്തിൽ 1, ഹിന്ദിയിൽ 1. അന്യഭാഷാ ചിത്രങ്ങൾ മലയാള ചിത്രങ്ങളുടെ റീമേയ്ക്കോ മൊഴിമാറ്റമോ ആയിരുന്നു; തേവർ മകൻ ഒഴികെ. കാറ്റത്തെ കിളിക്കൂടിന്റെ തമിഴ് റീമേക്കിന്റെ തെലുങ്കു മൊഴിമാറ്റവും തെലുങ്കിൽ നിർമ്മിച്ച മഞ്ജീരധ്വനിയുടെ മൂലചിത്രവും അതിന്റെ തമിഴ്മൊഴിമാറ്റവും പൂർത്തിയായെങ്കിലും റിലീസായില്ല.
അംഗീകാരങ്ങൾ	:	സംസ്ഥാന-ദേശീയ അവാർഡുകളുടെയും സ്വകാര്യ അവാർഡുകളുടെയും ഒരു നിര തന്നെ ആദ്യ ചിത്രം മുതൽക്കേ തേടി വന്നിരുന്നു.
കുടുംബം	:	നടി കെ.പി.എ.സി. ലളിതയാണു ഭാര്യ. മക്കൾ: ശ്രീക്കുട്ടി, സിദ്ധാർത്ഥൻ; ഇരുവരും വിവാഹിതർ. അച്ഛനെ പിൻതുടർന്നു സിദ്ധാർത്ഥനും ചലച്ചിത്രരംഗത്തു പ്രവർത്തിക്കുന്നു.

ചിത്രങ്ങൾ:

മലയാളം : പ്രയാണം, അണിയറ, ഗുരുവായൂർ കേശവൻ, രതിനിർവ്വേദം, ആരവം, തകര, ലോറി, *ചാമരം, പറങ്കിമല, ചാട്ട, പാർവ്വതി, നിദ്ര, *പാളങ്ങൾ, *മർമ്മരം, *ഓർമ്മയ്ക്കായി, കാറ്റത്തെ കിളിക്കൂട്, *സന്ധ്യ മയങ്ങും നേരം, *ഇത്തിരിപ്പൂവേ ചുമന്ന പൂവേ, ഒഴിവുകാലം, ഈണം, എന്റെ ഉപാസന, പ്രണാമം, ചിലമ്പ്, കേളി, അമരം, വെങ്കലം, പാഥേയം, താഴ്‌വാരം, വൈശാലി, ദേവരാഗം, *ഒരു മിന്നാമിനുങ്ങിന്റെ നുറുങ്ങുവെട്ടം, ചുരം, *നീലക്കുറിഞ്ഞി പൂത്തപ്പോൾ, *കാതോടുകാതോരം, *ഒരു സായാഹ്നത്തിന്റെ സ്വപ്നം, *ചമയം, *മാളൂട്ടി, *മഞ്ജീരധ്വനി,

തമിഴ് : സാവിത്രി, റാണി, ഊയലാടും ഉണ്മകൾ, ആവാരം പൂ, തേവർ മകൻ, മഞ്ജീരധ്വനിയുടെ തമിഴ് ഭാഷ്യം, വൈശാലിയുടെ തമിഴ് ഭാഷ്യം.

തെലുങ്ക് : കാറ്റത്തെ കിളിക്കൂടിന്റെ തെലുങ്കു ഭാഷ്യം, മഞ്ജീരധ്വനിയുടെ മൂലചിത്രം, വൈശാലിയുടെ തെലുങ്കു മൊഴിമാറ്റം.

കന്നഡ : വൈശാലിയുടെ കന്നഡ മൊഴിമാറ്റം.

ഹിന്ദി : വൈശാലിയുടെ ഹിന്ദി മൊഴിമാറ്റം.

മരണം : ജൂലൈ 30, 1998.

---

* ജോൺപോളുമായി സഹവർത്തിച്ച ചിത്രങ്ങൾ

വഴിയോര ചിത്രങ്ങൾ

(ഒരു കടങ്കഥപോലെ ഭരതൻ
എന്ന ഗ്രന്ഥത്തിൽ പരാമർശിക്കപ്പെടുന്നവർ)

മോഹൻ
ഹരിഹരൻ
എ. വിൻസന്റ്
കെ.എസ്. സേതുമാധവൻ
പി.എൻ. മേനോൻ
പി. ഭാസ്ക്കരൻ
രാമു കാര്യാട്ട്
കെ.ജി. ജോർജ്ജ്
പി. പത്മരാജൻ
സുരാസു
മധു
മേലാറ്റൂർ രവിവർമ്മ
മുഹമ്മദ് ബാപ്പു
സി. രാധാകൃഷ്ണൻ
വി.ടി. നന്ദകുമാർ
ലളിത കെ.പി.എ.സി.
സെൽമ ജോർജ്ജ്
അനുപമ മോഹൻ
രാധാലക്ഷ്മി (തങ്കം)
അനന്തപത്മനാഭൻ
മാധവി (മാതു)
അരുൺ ജോർജ്ജ്
താര ജോർജ്ജ്
പുരന്ദർ മോഹൻ
ഉപേന്ദർ മോഹൻ (ചൈനു)
അയിഷ എലിസബത്ത്
ജിഷ ജിബി
ഭരത് ഗോപി
നെടുമുടി വേണു
ജോർജ്ജ് കിത്തു
വത്സൻ
ഡേവിഡ് കാച്ചപ്പിള്ളി
ഇന്നസ്സന്റ്
പവിത്രൻ
കലാമണ്ഡലം ഹൈദരലി
ശശി പെരുമാനൂർ
ഡോ. സി.എസ്സ്. വെങ്കിടേശ്വരൻ
എൻ.ഇ. ഹരികുമാർ
മൈക്കിൾ ആഞ്ചലോ
റെംബ്രാന്റ്
വിൻസന്റ് വാൻഗോഗ്
പിക്കാസ്സോ
ലിയനാർഡോ ഡാവിഞ്ചി
സൂര്യകൃഷ്ണമൂർത്തി
പരമേശ്വരൻ നായർ
കാർത്യായനിയമ്മ
എസ്സ്.കെ. പാലിശ്ശേരി (ശങ്കരേട്ടൻ)
രാജാരവിവർമ്മ
ശങ്കരൻകുട്ടി
ഡോ. സി.കെ. രവി
ഡോ. പി. രാമദാസ്
കുഞ്ചാക്കോ
ഹരിപോത്തൻ
എം.ഒ. ജോസഫ്
ടി.ഇ. വാസുദേവൻ
ഉറൂബ്
വയലാർ രാമവർമ്മ
ജി. ദേവരാജൻ
ബോബൻ കുഞ്ചാക്കോ
യേശുദാസ്
തോപ്പിൽ ഭാസി
തകഴി ശിവശങ്കരപ്പിള്ള
എം.സി. പുന്നൂസ് (അപ്പച്ചൻ)
ഷിബു ചക്രവർത്തി
ലക്ഷ്മി
പി.ജെ. ആന്റണി
പ്രേംനസീർ
രാഗിണി
പോൾ ബാബു
അജയൻ
ജയ്സിംഗ്
അന്നമ്മ കുഞ്ചാക്കോ
എസ്സ്. കൊന്നനാട്ട്
ത്യാഗരാജൻ
ആർ.ബി.എസ്സ്. മണി
ഗംഗ
ശേഖർ
തോട്ടാധരണി

സാബു സിറിൾ
അശോക് കുമാർ
ശ്യാം ബെനഗൽ
സുനിൽ ഗുരുവായൂർ
ഭാരതിരാജ
രവി പടിഞ്ഞാറെ
ചൊക്കലിംഗം
ജോൺസൺ
കെ. ബാലകൃഷ്ണൻ
വി.എം. ബാലൻ
കുരിയൻ വർണ്ണശാല
മാർട്ടിൻ
നീതി കൊടുങ്ങല്ലൂർ
അമ്പിളി
കിത്തോ
ഗായത്രി അശോക്
സലാം
കാർട്ടൂണിസ്റ്റ് തോമസ്
കാർട്ടൂണിസ്റ്റ് യേശുദാസൻ
കൺമണി ബാബുഡേം
എസ്സ്.എ. നായർ
ജേസി
അടൂർ ഗോപാലകൃഷ്ണൻ
നമ്പൂതിരി
സി.എൻ. കരുണാകരൻ
അസീസ്
വിധുബാല
പി.എ. ബക്കർ
കാവാലം നാരായണപണിക്കർ
കാനായി കുഞ്ഞിരാമൻ
ശ്രീവിദ്യ
സി.കെ. സോമൻ
എൻ. ശങ്കരൻനായർ
പ്രസാദ്
റെനാതെ
വിജയൻ കരോട്ട്
ഒടുവിൽ ഉണ്ണികൃഷ്ണൻ
ഡേവിഡ് ലീൻ
അകിര കുറസോവ
ആൽഫ്രഡ് ഹിച്ച്കോക്ക്
ജോർജ്ജ് ക്ലൂസൗട്ട്
ഗുരുദത്ത്
സത്യജിത് റായ്
ഋത്വിക് ഘട്ടക്
യതീന്ദ്രദാസ്
ജോൺ അബ്രഹാം
മലയാറ്റൂർ രാമകൃഷ്ണൻ
പി.എ. ലത്തീഫ്
രാമചന്ദ്ര ബാബു
ബാലു മഹേന്ദ്ര
മോഹൻ ശർമ്മ
ശാരദ
ശരത്
എം.ബി. ശ്രീനിവാസൻ
എം. ഗോവിന്ദൻ
ബിച്ചു തിരുമല
രാമചന്ദ്രൻ, മുരളി മൂവീസ്
ബാലചന്ദ്രൻ
മോഹൻലാൽ
പി.ആർ. നാഥൻ
ഇളയരാജ
സണ്ണിക്കുട്ടി
റഹ്മാൻ
ജയറാം
ടി.വി. വർക്കി
കമൽ
ശ്രീനിവാസൻ
സോമയാജലു
മനോരമ
മേനക
റോണി വിൻസന്റ്
കൗണ്ടമണി
വിനീത്
പ്രതാപ് പോത്തൻ
കമലഹാസൻ
കെ. ബാലചന്ദർ
സിംഗിതം ശ്രീനിവാസറാവു
കെ. വിശ്വനാഥ്
ക്യാപ്റ്റൻ പത്മാക്ഷൻ
ദസ്തയോവ്സ്കി
സാർത്ര്
ഇർവിങ് പാലസ്
നന്തനാർ
ശ്രീക്കുട്ടി
സിദ്ധാർത്ഥൻ
ഫെല്ലിനി
ഐസൻസ്റ്റീൻ
പുഡോവ്ക്കിൻ
പി.കെ. പാറക്കടവ്
ടോണി കെ.ആർ.
ടി.വി. കൊച്ചുബാവ
പീറ്റർലാൽ അട്ടിപ്പേറ്റി
അരവിന്ദൻ
കന്തസ്വാമി
ബാലചന്ദ്രൻ ചുള്ളിക്കാട്
സിപ്പി പള്ളിപ്പുറം
തിലകൻ
കോന്നിയൂർ ലീല
ബൽരാജ് സാഹ്നി
മാർക്കസ് ബാർട്ട്ലി
ടി. ദാമോദരൻ
പി.വി. ഗംഗാധരൻ
എം.ടി. വാസുദേവൻനായർ
അശോക് കുമാർ
ശ്രീകുമാരൻ തമ്പി

ഋഷികേശ് മുഖർജി
സത്യൻ അന്തിക്കാട്
ഫാസിൽ
ലെനിൻ രാജേന്ദ്രൻ
രഞ്ജിത്
സൂരജ് ബാബു
പി. ചന്ദ്രകുമാർ
വി. ദക്ഷിണാമൂർത്തി
എം.എസ്സ്. മണി
ആലങ്കോട് ലീലാകൃഷ്ണൻ
പി. കുഞ്ഞിരാമൻ നായർ
കുഞ്ചൻ
പഴവിള രമേശൻ
കെ.ആർ. വിജയ
സരിത
ശിവൻ കുന്നമ്പിള്ളി
ആന്റണി ഈസ്റ്റ്മാൻ
സുകുമാരൻ (ഓഡിറ്റർ)
ജോർജ്ജ് തോമസ്
കെ.പി. കുമാരൻ
കെ.ടി. മുഹമ്മദ്
രവി
കെ. തങ്കപ്പൻ
ഐ.വി. ശശി
ബേബി
എൻ.എൻ. പിഷാരടി
ഗോവിന്ദൻ
എൻ. ശങ്കരൻനായർ
ഷീല
രാജീവ്നാഥ്
സുധീർ
ഉഷാനന്ദിനി
കെ. കരുണാകരൻ
സാറാ തോമസ്
വിപിൻദാസ്
എസ്സ്.എൻ. സ്വാമി
മൂവി ബഷീർ
രാംജി
പ്രകാശ് കലങ്ങോട്ട്
ശങ്കരാടി
തിക്കുറിശ്ശി
കാർമൽ ജോണി
കാക്കനാടൻ
സതീഷ്
നികുഞ്ജം കൃഷ്ണൻനായർ
സി.ആർ.കെ. നായർ
എൻ. ഗോവിന്ദൻകുട്ടി
ഉണ്ണികൃഷ്ണൻ പുതൂർ
ഡോ. ബാലകൃഷ്ണൻ
പമ്മൻ
അയ്യനേത്ത്
എരൂർ വാസുദേവ്
സുകുമാരൻ

ജയൻ
ബഹദൂർ
കുതിരവട്ടം പപ്പു
ജയഭാരതി
സീമ
മീന
അപ്പച്ചൻ (സാഗ)
മുരളി
അശോകൻ
കെ. സുരേന്ദ്രൻ
ഇ.എം.എസ്സ്.
ഇ.കെ. നായനാർ
സി. അച്യുതമേനോൻ
കാത്തചേച്ചി
ജയരാജ്
പി.കെ. നായർ
അമീർ
ഡോ. പി.എം. കുര്യാക്കോസ്
എം.ജി. രാധാകൃഷ്ണൻ
മല്ലിക യൂനസ്
ഡെന്നിസ് ജോസഫ്
മാനി മുഹമ്മദ്
ഡോ. തമ്പു
സന്തോഷ് മാധവൻ
സെവൻ ആർട്സ് മോഹൻ
വി.ബി.സി. നായർ
സി.എൻ. ഉണ്ണികൃഷ്ണൻ
പങ്കജ് കൃഷ്ണൻ
സി.എൻ. ശ്രീധരൻ
മാധവി
സ്റ്റാൻലി ക്രാമർ
ബീഥോവൻ
മൊസ്സാർട്ട്
ഔസേപ്പച്ചൻ
വി.കെ.എൻ.
ഞെരളത്ത് രാമപൊതുവാൾ
ഒ.വി. വിജയൻ
മാധവിക്കുട്ടി
ബി. ഉണ്ണിക്കൃഷ്ണൻ
അടൂർ ഭാസി
ബിജു നാരായണൻ
ജി. വേണുഗോപാൽ
വിദ്യാധരൻ
മനോജ് കെ. ജയൻ
ലതിക
ടി.വി. ചന്ദ്രൻ
എം. കൃഷ്ണൻനായർ
അനന്തു
ഏലിയാസ് ഈരാളി
അച്ചൻ കുഞ്ഞ്
ബാലകൃഷ്ണൻ മാങ്ങാട്
തിക്കോടിയൻ

www.ingramcontent.com/pod-product-compliance
Lightning Source LLC
LaVergne TN
LVHW060445051026
849518LV00002B/619